மார்க்ஸின் கோட்டும் அடுக்கு கடைகளும்

கட்டுரைகள்

எஸ்.வி.ராஜதுரை

நியூ செஞ்சுரி புக் ஹவுஸ் (பி) லிட்.,
41-பி, சிட்கோ இண்டஸ்டிரியல் எஸ்டேட்,
அம்பத்தூர், சென்னை - 600 098.
☎: 044 - 26251968, 26258410, 48601884

Language: Tamil

Marxin Kottum Adaku Kadaikalum

Katturaikal

Author: **S.V.Rajadurai**

First Edition: November, 2018

Copyright: Author

No.of Pages: 278

Publisher:

New Century Book House Pvt. Ltd.,

41-B, SIDCO Industrial Estate,

Ambattur, Chennai - 600 098.

Tamilnadu State, India.

Email: info@ncbh.in

Online: www.ncbhpublisher.in

அட்டைப் படத்தில் இடம் பெற்றுள்ள மூன்று உலோகக் குண்டுகள் இங்கிலாந்திலுள்ள அடகுக் கடைகளுக்கான குறியீடு

ISBN. 978 -93-8805-059-3

Code No. A 4014

₹ 230/-

Branches

Ambattur (H.O.) 044 - 26359906 **Spenzer Plaza (Chennai)** 044-28490027 **Trichy** 0431-2700885 **Pudukkottai** 04322- 227773 **Tanjore** 04362-231371 **Tirunelveli** 0462-4210990, 2323990 **Madurai** 0452 2344106, 4374106 **Dindigul** 0451-2432172 **Coimbatore** 0422-2380554 **Erode** 0424-2256667 **Salem** 0427-2450817 **Hosur** 04344-245726 **Krishnagiri** 0434-3234387 **Ooty** 0423 2441743 **Vellore** 0416-2234495 **Villupuram** 04146-227800 **Pondicherry** 0413-2280101 **Thiruvannamalai** 04175-223449

மார்க்ஸின் கோட்டும் அடகுக் கடைகளும்

கட்டுரைகள்

ஆசிரியர்: எஸ்.வி.ராஜதுரை

முதல் பதிப்பு: நவம்பர், 2018

அச்சிட்டோர்: **பாவை பிரிண்டர்ஸ் (பி) லிட்.,**

16 (142), ஜானி ஜான் கான் சாலை, இராயப்பேட்டை, சென்னை - 14

☎: 044-28482441

All rights reserved. No part of this book may be reprinted or reproduced or utilised in any form or by any electronic, mechanical, or other means, now known or hereafter invented, including photocopying and recording, or in any information storage or retrieval system, without permission in writing from the publishers.

பிரபஞ்சன் அ.மார்க்ஸ் தியாகு
பிரளயன் சாலை செல்வம் சாமுவேல்ராஜ்
ஆகியோருக்கு

பொருளடக்கம்

1. உம்பர்த்தோ எக்கோ : நினைவாற்றலின் அவசியம் 11
2. ‘அரை -பாசிசமா’? முழு பாசிசமா? 35
3. அர்த்துரோ உய் : தடுக்கப்பட்டிருக்கக்கூடிய பாசிசம் 50
4. எழுத்துச் சீர்திருத்தமும் பெரியாரும் 57
5. வரலாற்றை வளைத்தல் 61
6. பட்டாம்பூச்சியைப் போல மிதந்து செல்வேன்,
தேனீயைப் போலக் கொட்டுவேன்! 65
7. கறுப்பினப் போராளி சிவானந்தன் 78
8. ஃப்ராங்கைன்ஸ்டைன் : ஐரோப்பாவிலும் அராபியாவிலும் 94
9. பாட்டின் நிறம் சிகப்பு 120
10. ‘மூலதனம்’ என்னும் கலைப் படைப்பு 145
11. மார்க்ஸின் கோட்டும் அடகுக் கடைகளும் 151
12. மார்க்ஸ் : விடுதலையின் இலக்கணம் 158
13. கறுப்பின இயக்குநரின் ‘இளம் கார்ல் மார்க்ஸ்’ 163
14. மார்க்ஸ் 200 : தூத்துக்குடியில் வர்க்கப் போராட்டம் 178
15. சமிர் அமின் : ஆப்பிரிக்காவின் மார்க்ஸியக் குரல் 187
16. செகோவ் 199
17. புரட்சிகரப் பெண்மணி கோட்டேஸ்வரம்மா 237
18. சிறையில் ஊற்றெடுக்கும் கருணை 240
19. காம்யுவின் அரசியலும் ‘முதல் மனிதனு’ம் 244
20. மேதையின் மறைவு 276

முன்னுரை

2016 ஜனவரி முதல் 2018 அக்டோபர் வரை எழுதப்பட்ட இலக்கிய, அரசியல், சமூகவியல், வரலாற்றுக் கட்டுரைகளில், இருபது கட்டுரைகள் இந்தத் தொகுப்பில் உள்ளன. இவற்றில் பதினெட்டுக் கட்டுரைகள் 'உயிர் எழுத்து; 'புது விசை', 'தி இந்து' 'தி இந்து தமிழ் திசை', 'காக்கைச் சிறகினிலே' ஆகிய ஏடுகளில் வெளிவந்தவை.

முறையே ஜூன், அக்டோபர் 2018இல் எழுதப்பட்ட இரண்டு கட்டுரைகள் ('ஃப்ராங்கைன்ஸ்டைன்: ஐரோப்பாவிலும் அராபியாவிலும்', 'காம்யுவின் அரசியலும் 'முதல் மனித'னும்) இதுவரை பிரசுரிக்கப்படாதவை. 'பாட்டின் நிறம் சிவப்பு' கட்டுரை, 2012இல் 'புது விசை' ஏட்டில் வெளிவந்த 'சர்வதேச கீதம்' கட்டுரையின் மறுவடிவம். 'சர்வதேச கீதம்' கட்டுரையில், ஸ்பெயினில் 1936-39இல் நடைபெற்ற உள்நாட்டுப் போரின் போது பாசிசத்துக்கு எதிராகப் போரிடச் சென்ற சர்வதேசப் படைகளில் அமெரிக்கப் பிரிவொன்றைச் சேர்ந்த பில் ஸுஸ்மனின் நேர்காணலொன்று இடம் பெற்றிருந்த ஆவணப்படமொன்றைப் பற்றி எழுதியிருந்தேன். அந்த நேர்காணலில் ஸுஸ்மன், ஸ்பெயினில் தமக்கு ஏற்பட்ட அனுபவங்களைக் கூறுகையில், போரில் காயம்பட்டு மருத்துவமனையில் சிகிச்சை பெற்றுவந்த அவரும் சகப் போராளிகளும் 'சர்வதேச கீதத்'தை பல மொழிகளில் பாடியதைக் குறிப்பிட்டிருந்தார். அந்த மொழிகளிலொன்று தமிழ். அந்த ஆவணப் படத்தைப் பார்த்த நாளிலிருந்தே, பாசிசத்தை எதிர்த்துப் போரிட ஸ்பெயினுக்குச் சென்ற தமிழர் யாராக இருக்கும் என்ற கேள்வி என் மனதைக் குடைந்து கொண்டே இருந்தது. கடந்த ஆறாண்டுகளாகவே, அது பற்றிய தேடலில் ஈடுபட்டு வந்தேன். அந்தப் போரில் பங்கேற்ற (அதுவரை எனக்குத் தெரியாமலிருந்த) இந்தியர்களைப் பற்றிய தகவல்கள் சில மாதங்களுக்கு முன் எதிர்பாராத வகையில் கிடைத்தன. அந்த இந்தியர்களில், தமிழரொருவரின் பெயரும் இருந்தது. 'இந்திய மாணவர் ராமசாமி வீரப்பன்' என்பதைத் தவிர அவரைப் பற்றிய வேறெந்தக் குறிப்பும் கிடைக்கவில்லை. எனினும், ஒரு தமிழர் ஸ்பானிய பாசிசத்துக்கு எதிராகப் போரிடச் சென்றார் என்பதே எனக்குப் பெரும் மகிழ்ச்சியையும் பெருமிதத்தையும் தந்தது. இந்த அற்புதமான தகவலை மற்றவர்களிடம் பகிர்ந்து கொள்ள வேண்டும் என்ற ஆவல், பழைய கட்டுரையில் சில மாற்றங்கள் செய்து அதற்குப் புது வடிவம் கொடுப்பதற்குத் தூண்டுதலாக இருந்தது.

கார்ல் மார்க்ஸின் 200ஆம் ஆண்டு பிறந்த நாளையொட்டி எழுதப்பட்ட ஐந்து கட்டுரைகளிலொன்றின் தலைப்பே இத் தொகுப்புக்கும் தரப்பட்டுள்ளது. மார்க்ஸின் படைப்புகளிலுள்ள அழகியல், அறவியல் பரிமாணங்களை இன்னும் விரிவாகச் சொல்லியிருக்கலாமே என்ற எண்ணம் இப்போது தோன்றுகிறது.

மேற்சொன்ன ஏடுகளில் வெளிவந்திருந்த கட்டுரைகள் அனைத்தும் புத்தக வடிவத்தில் வெளிவருவதற்காகத் தொகுக்கப் படுகையில் அவை அனைத்திலும் விதிவிலக்கின்றிப் பல திருத்தங் களும் மாற்றங்களும் செய்யப்பட்டுள்ளன. சில கட்டுரைகளுக்குப் புதிய தலைப்புகள் கொடுக்கப்பட்டுள்ளன. எனவே, இக்கட்டுரை களை முதலில் வெளியிட்ட ஏடுகளின் பெயர்களும் அவை வெளிவந்த ஆண்டு, மாதம், நாள் ஆகியனவும் அந்தந்தக் கட்டுரைகளின் கீழ் தரப்பட்டிருந்த போதிலும், அவற்றில் ஒன்றுகூட அதன் மூல வடிவத்தில் இத்தொகுப்பில் இடம்பெறவில்லை.

கடந்த பதினோரு ஆண்டுகளில் என்னால் எழுதப்பட்ட கட்டுரைகளிற் பெரும்பாலானவை, ‘உயிர் எழுத்து’ ஆசிரியரும் நண்பருமான சுதீர் செந்திலுக்கு நான் செலுத்த வேண்டியிருந்த நன்றிக் கடனிலிருந்தும், ‘புது விசை’ ஆசிரியரும் எழுத்தாளருமான ஆதவன் தீட்சண்யா மீது எனக்குள்ள அன்பிலிருந்தும் விளைந்தவை.

‘தி இந்து’ (இப்போது ‘ தி இந்து தமிழ் திசை’) நாளேடு பரந்து விரிந்த வாசகர் தளத்திற்கு எனது கட்டுரைகள் பலவற்றை எடுத்துச் சென்றிருக்கிறது. நாளேடுகளில் கட்டுரைகளுக்குச் சில வரம்புகள் (சொற்களின் எண்ணிக்கை போன்றவை) விதிக்கப்படுவது தவிர்க்கவியலாதது. அந்த வரம்புகளுக்கு உட்படும் வகையிலும், சில வார்த்தைத் திருத்தங்களைச் செய்தும், அதேவேளை எனது கட்டுரைகளின் சாரத்துக்கு ஊறு விளைவிக்காமலும் அவற்றை மேற்சொன்ன நாளேட்டில் வெளியிடத்தக்கவையாக்கும் ஆற்றல் பத்திரிகையாளரும் நண்பருமான சமஸிடமும் அவருக்கு அடுத்த படியாக நண்பர் ஆசையிடமும் இருப்பதை அறிந்து கொண்டேன். இப்படிப்பட்ட சிறப்பான ‘எடிட்டர்களை’ (எ.ராயப்பன், சிகாமணி, பொன். தனசேகரன், மு.பாண்டியராஜன்) இதற்கு முன் நான் அறிந்திருந்தது ‘தினமணி’ நாளேட்டில் எழுதி வந்த காலத்தில்தான்.

இந்தத் தொகுப்பில் சேர்க்கப்பட்டிருக்கும் கட்டுரைகளை மீண்டும் படிக்கையில், அவற்றில் இருந்த இலக்கண, வாக்கிய, விவரப் பிழைகள் என்னை வெட்கமுறச் செய்தன. என் கண் பார்வைக் குறைவைக் காரணமாகக் காட்டி, இந்தப் பிழைகளுக்கான பொறுப்பைத் தட்டிக் கழிக்க மாட்டேன். மேற்சொன்ன நண்பர்கள்

எவரேனும் இக்கட்டுரைகளை 'எடிட்' செய்திருந்தால் வெட்க கேடான பிழை ஏதும் இருந்திருக்காது என்பதை உணர்ந்தேன். எனினும், வேலைச் சுமைகள் நிறைந்த அவர்களது நேரத்தை எடுத்துக் கொள்ள என் மனம் ஒப்பவில்லை. என்னால் இயன்றவரை வாக்கியங்களைச் செப்பனிட்டுள்ளேன்.

கலை, இலக்கியத் துறைகளில் நாற்பதாண்டுகளுக்கும் மேலாக புதுப் புது விஷயங்களை எனக்குத் தொடர்ந்து அறிமுகம் செய்து கொண்டிருப்பவர் 'க்ரியா' எஸ்.ராமகிருஷ்ணன். கட்டுரைகள் எழுதும் போதோ, கவிதைகளை மொழியாக்கம் செய்யும் போதோ ஆங்கில மூலங்களிலுள்ள கடினமான பகுதிகளை விளக்கியும் எனது மொழியாக்கங்களைச் செழுமைப்படுத்தியும், சில சமயங்களில் புதிய மொழியாக்கங்களைத் தந்தும் என் எழுத்துப் பணிகளில் எப்போதும் துணை நிற்பவர் வ.கீதா. அண்மைக்காலமாக, பல்வேறு நாட்டுக் கவிதைகளையும் செவ்வியல் இசைப்படைப்புகளையும் என் படிப்புக்கும் இரசனைக்கும் கொண்டு வந்து சேர்ப்பவர் நண்பர் மிஷ்கின்;

இவர்கள் அனைவருக்கும் மிகுந்த நன்றிக் கடன் பட்டிருக்கிறேன்.

என் எழுத்துப் பணிகள் எல்லாவற்றுக்கும் தேவையான, நிறைவான வசதிகளை வழங்கும் பொருட்டு இல்லறச் சுமைகளிலும் கடமைகளிலும் மிகப் பெரும் பங்கினை இன்முகத்தோடு எப்போதும் ஏற்றுக்கொள்ளும் அன்புத் துணைவியார் சகு;

உலகியல் வகையில் எனக்கு இடையூறுகள் ஏதும் ஏற்படாமல் பார்த்துக் கொண்டிருந்த என் வளர்ப்பு மகன் பாபு (விஜயபாஸ்கர்), அருமை நண்பர்கள் க.துளசிதாசன், தா.மோகன் - தேவிகா இணையர்; உதகை நண்பர்கள் (வழக்குரைஞர்கள்) கி.விஜயன், பால. நந்தகுமார்;

மூப்பும் பிணியும் எங்கள் இருவரையும் முற்றிலும் செயலற்றவர் களாக்காமல் பார்த்துக் கொள்வதில் மிகுந்த உள்ளன்போடு துணை புரியும் சரோஜா- ராஜு இணையர்;

இந்த நூலை வெளியிட முன்வந்த என்.சி.பி.எச். புத்தக நிறுவனத்தின் மேலாண்மை இயக்குநர் கவிஞர் சண்முகம் சரவணன், பொது மேலாளர் ரெத்தினசபாபதி, இனிய நெஞ்சம் கொண்ட துர்கா தேவி, கணினித் தட்டச்சு செய்த ரின்ஸி, அட்டை வடிவமைப்பு செய்த கா.குணசேகரன்,

ஆகியோருக்கும் என் நன்றி.

கோத்தகிரி
30.10.2018

எஸ்.வி.ராஜதுரை

1

உம்பர்த்தோ எக்கோ : நினைவாற்றலின் அவசியம்

2016 பிப்ரவரி 19ஆம் தேதி உம்பர்த்தோ எக்கோ, தமது 84ஆம் வயதில் காலமான செய்தி இரண்டு நாள்கள் கழித்தே எனக்குத் தெரிய வந்தது. அப்போது சென்னையில் இன்னொரு இத்தாலிய அறிஞரின் வருகைக்காகக் காத்திருந்தேன். எக்கோவின் நினைவைப் போற்று வதற்காக சென்னையில் நடத்தப்பட்ட கூட்டமொன்றில் கலந்து கொண்டு நானும் சில கருத்துகளைச் சொல்ல வேண்டும் என்று அந்தக் கூட்டத்தில் உரை நிகழ்த்தவிருந்த நண்பர்கள் விரும்பினர். என் உடல்நலக் குறைவு அதற்கு இடமில்லாமல் செய்துவிட்டது. எனினும், இன்னொரு காரணமும் - இதுதான் மிக முக்கிய காரணம் - இருந்தது: உம்பர்த்தோ எக்கோவின் படைப்புகளில் நான் முழுமையாகப் படித்தவை இரண்டு நாவல்களும், சில கட்டுரைகளும், சில நேர்காணல்களும் மட்டுமே.

எனினும் அவரைப் பற்றிய பொதுவான சில கருத்துகளைச் சொல்ல முடியும். உம்பர்த்தோ எக்கோ, நமது காலத்தில் வாழ்ந்த மாபெரும் சிந்தனையாளர்களில், படைப்பிலக்கியவாதிகளிலொருவர். அவரது ஆய்வுகளும் அக்கறைகளும் பெரும் வீச்சையும் பரப்பையும் கொண்டிருந்தவை. மத்தியகால ஐரோப்பியக் கத்தோலிக்கச் சிந்தனை, அதன் தாக்கத்துக்குட்பட்டிருந்த சமூக வாழ்க்கை, கலாசாரம், அரசியல் ஆகியவற்றில் மட்டுமின்றி, ஐரோப்பியச் செவ்வியல் காலகட்டத்தி லிருந்து தொடங்கி நவீன காலம் வரையிலான தத்துவ, பண்பாட்டு மரபுகளைப் பற்றிய படிப்பிலும் ஆழமான புலமை பெற்றிருந்தவர். செவ்வியல் இசையிலிருந்து பாப் இசை வரை, கிரேக்கச் சிற்பங்களிலிருந்து ஜனரஞ்சக சினிமா வரை அவர் தொடாத விஷயங்களே இல்லை என்று கூறலாம். உணவு வகைகள், மக்கள் உணவு உட்கொள்ளும் முறை ஆகியவற்றிலிருந்தும் மக்களின் கலாசாரத்தை அறிந்துகொள்ள முடியும் என்பதை நமக்கு எடுத்துக் காட்டியவர். மொழியியல் அறிஞர். தமது அறிவும் பார்வையும் உண்மையிலேயே உலகுதழுவியதாக இருக்க வேண்டும் என்பதற்காகக் கீழைத்தேயத் தத்துவ, பண்பாட்டு மரபுகளைக் கற்பதிலும், அந்த மரபுகளுக்கும் மேலை நாட்டு மரபுகளுக்குமிடையிலான ஊடாட்டத்தின் வழியாகவே அறிவு வளர்ச்சி சாத்தியமாகின்றது

என்பதை வலியுறுத்துவதிலும் மிகுந்த முனைப்புக் காட்டி, ஐரோப்பிய-மையவாதத்தைக் கடந்து வந்தவர். இதன் பொருட்டு சீனாவிலும் ஆப்பிரிக்க நாடுகளிலும் அவர் நடத்திய கருத்தரங்குளிலும் விவாதங்களிலும் இந்தியா உள்ளிட்ட ஆசிய நாடுகளைச் சேர்ந்த அறிவாளிகள் பங்கேற்கும்படி செய்தவர். அவரிடம் இனவாதமோ, இனமேன்மை பற்றிய உணர்வோ இருந்ததில்லை. யூத-எதிர்ப்புவாதம் (anti-semitism) உள்ளிட்ட எல்லாவகையான இனவாதத்தையும் மட்டுமின்றி, உணர்வுபூர்வமாகவோ, உணர்வுபூர்மற்ற வகையிலோ ஒருவர் பிறரைப் பற்றிக் கொண்டிருக்கும் தற்சாய்வுகளையும் தப்பெண்ணங்களையும் விமர்சித்தவர். இந்தக் குறிப்பிட்ட அம்சத்தைப் பொருத்தவரை, தோல்ஸ்தாய்க்கும் தோஸ்தோவ்ஸ்கிக்கும்கூட மேலானவர். குதிரையைக்கூட மிக அழகாக வர்ணிக்கும் தோல்ஸ்தாய், தமது படைப்புகளில் யூதப் பாத்திரங்களை ஒரேமாதிரியான அச்சுவார்ப்பாகவும், தட்டையாகவுமே சித்திரிப்பார். தோஸ்தோவ்ஸ்கியைப் பொறுத்தவரை யூதர்கள் எல்லோருமே நீளமான மூக்கையும் தடிமனான பணப்பைகளையும் கொண்டவர்கள் தாம்! ஏழை உழவர்கள், வேசைகள், இழிவுக்கும் அவமானத்துக்கும் உட்பட்டவர்கள் மீது - அவர்கள் ரஷியர்களாக, அதுவும் வெள்ளை ரஷியர்களாக இருக்கும் பட்சத்தில் - அளவற்ற பரிதாப உணர்ச்சியும் கருணையும் அனுதாபமும் காட்டும் தோஸ்தோவ்ஸ்கி, தமது நாவல்களைப் பல்குரல்தன்மையாக்கும், பல்வேறு பாத்திரங்களின் சுதந்திரக் குரல்களை ஒலிக்கவைக்கும், சமூகப் பிரச்சினைகளுக்குப் பல்வேறு தீர்வுகளை முன்வைக்கும் நாயகர்களை முன்னிறுத்தும் அவர், தமது அரசியல் எழுத்துகளில் ரஷியப் பெருந் தேசியவாதி யாகவும், துருக்கி, இங்கிலாந்து, இந்தியா ஆகியவற்றையும்கூட ஜார் ரஷியாவின் அதிகாரத்தின் கீழ் உள்ள நாடுகளாகப் பார்க்க விரும்பியவராகவும், சகிப்புணர்வற்ற மத நம்பிக்கையாளராகத் தம்மை வெளிப்படுத்திக் கொண்டிருக்கிறார் என்பதை அவர் எழுதிய ‘எழுத்தாளரின் குறிப்பு’ காட்டுகின்றது.[1]

சிந்தனை உலகிற்கு எக்கோ வழங்கிய கொடைகளில் முதன்மையானது என்று கருதப்படும் ‘குறியியலி’ன் (semiotics) அரிச்சுவடியை மட்டுமே அறிந்தவன் நான். எனினும், எந்த இலக்கியப் படைப்பையும் மற்ற இலக்கியப் படைப்புகளோடு தொடர்புபடுத்திப் படிப்பதன் அவசியத்தை ஓரளவு எனது மனதில் பதிய வைத்தவர் அவர்தாம். அவருடைய நாவல்கள் குறிப்பிட்ட

1. Fyodor Dostoevsky, A Writers' Diary, Voume 1, 1873-1876, Translated and Annotated by Kenneth Lantz, Northwestern University Press, Evanston, Illinois, 1993.

கதைக்களத்தையும் கதைப்பின்னலையும் தாண்டி, பல்வேறு மொழிகளை, பல்வேறு நாடுகளை, பல்வேறு வரலாற்றுக் கால கட்டங்களை, பல்வேறு பண்பாடுகளைச் சேர்ந்த நிகழ்வுகளுடனும் உண்மையான அல்லது கற்பனையான பாத்திரங்களுடனும் தம்மைத் தொடர்புபடுத்திக் கொள்வதை உலகெங்கிலுமுள்ள அவரது வாசகர்கள் 'ரோஜாவின் பெயர்' (Name of the Rose) என்ற அவரது முதல் நாவலிலேயே அறிந்து கொண்டனர். அவரது நாவல்களில் இன்று வரை மிக அதிகமான விற்பனையைக் கண்டதும், மிக அதிகமான வரவேற்பைப் பெற்றதும் அந்த நாவல்தான். தாம் எழுதிய நாவல்களில் மிக மோசமானதே அது என்று அவர் பல முறை கூறியுள்ளதை நாம் ஏற்றுக்கொள்ள வேண்டியதில்லை. அது தோல்ஸ்தோய், தோஸ்தோவ்ஸ்கி, பல்ஸாக், கோகோல், காஃப்கா, ப்ரூஸ்ட் போன்றோரின் படைப்புகளைப் போல மிக நீண்டகாலம் பேசப்படக்கூடிய தகுதி அற்றதாக இருக்கலாம். ஆனால், மதம், தத்துவம், வரலாறு, இலக்கியம், நூலகம் என ஏராளமான விஷயங்களைக் கற்றுக் கொடுப்பதற்கான சிந்தனைக் களமாக அமைந்துள்ளது அந்த நாவல்.

நூலகங்களுக்கு மிகுந்த முக்கியத்துவம் கொடுத்த எக்கோ, தமது நாவல்களையும் வேறு முக்கிய படைப்புகளையும் கிராமப்புற மொன்றில் இருந்த தமது வீட்டில்தான் எழுதியிருக்கிறார். அங்கு 20000 புத்தகங்கள் இருந்தன என்றும் தமக்கு அனுப்பப்படும் புத்தகங்களில் ஒன்றுக்கும் மேற்பட்ட பிரதிகள் இருந்தால், அவற்றை இலவச நூலகங்களுக்கு அனுப்புவதாகவும் ஓர் நேர்காணலில் கூறியுள்ளார்.

ஐரோப்பிய மறுமலர்ச்சி, பகுத்தறிவுச் சிந்தனை ஆகியவற்றை உயர்த்துப் பிடிக்கும் எக்கோ, தம்மை 'கருவிலே திருவுடையவர்களி'ல் ஒருவராகக் கருதவில்லை. ஏதோவொரு 'அகத்தூண்டுதலி'ன் காரணமாகவோ, 'உள்உந்துதலி'ன் காரணமாகவோ புனைவிலக்கியம் படைத்தவராகக் கருதவில்லை. ஆராய்ச்சிப் பணிகள், பல்கலைக் கழகப் பேராசிரியர் பணிகள் போன்றவற்றுக்குப் பகல் நேரங்களையும் புனைவிலக்கியங்களைப் படிப்பதற்கு இரவு நேரங்களையும் பயன்படுத்திக் கொண்டது போலவே, நாவல்களை எழுதுவதற்கு வாராந்திர விடுமுறை நாள்களைப் பயன்படுத்திக் கொண்டதாகவும், எல்லா நாவல்களும் எந்தவித 'உள்உந்துதலும்' இல்லாமல், அதேவேளை முறையாகத் திட்டமிடப்பட்டு, எல்லா வேலை களுக்கும் பயன்படும் சாதாரண மேஜையிலேயே எழுதப்பட்ட தாகவும், 'ரோஜாவின் பெயர்' நாவலை எழுதத் தொடங்குவதற்கு முன், அதில் இடம்பெறும் மடாலயத் துறவிகளின் உருவங்களையும் முகங்களையும் வரைந்து வைத்திருந்ததாகவும் கூறியுள்ளார்.

'ரோஜாவின் பெயர்' நாவல் நிகழ்வுகள் நடக்கும் மத்தியகாலம் பற்றிச் சொல்லப்படும் பல விஷயங்கள் தமது சமகாலத்துக்குப் பொருத்தப்பாடுடையனவாக இருக்கின்றன. எடுத்துக்காட்டாக, மதச் சண்டைகள், வர்க்கப் போராட்டம், வங்கி அமைப்பு, நூலகங்களை எரித்துச் சாம்பலாக்குதல்.

கடந்தகாலத்தின் பல அம்சங்கள் நிகழ்காலத்தின் மீது 'அமுக்குப் பேய்களைப்' போல செயல்பட்டுக் கொண்டிருக்கின்றன என்று அவர் கூறுவதைப் பின்பற்றி, 'கம்ப இராமாயணம்', 'பெரிய புராணம்' 'தேவாரம்', 'நாலாயிரப் பிரபந்தம்' போன்ற மத்தியகால இலக்கியங் களில் கூறப்படும் விழுமியங்களும் அறநெறிகளும் இன்னும் நமது சமூக வாழ்க்கையில் செல்வாக்குச் செலுத்துவதைப் பற்றி எழுத முடியும்.

அதனால்தான், பாசிசம் என்பது கடந்தகாலத்தோடு முடிந்துவிட்ட விஷயமல்ல, அது ஆதியிலிருந்தே தொடர்ந்து பல்வேறு வடிவங் களில், பல்வேறு காலகட்டங்களில் வெளிப்பட்டுக் கொண்டிருக்கும் நிகழ்வுப்போக்கு என்று எக்கோ ஏறத்தாழக் கால் நூற்றாண்டுக்கு முன்பே கூறினார்.[2] இத்தகைய பாசிசத்தின் பதினான்கு அம்சங்கள் என அவர் கூறுவனவற்றில் மிகப் பெரும் பகுதி நமது நாட்டில் இன்று நிலவும் சூழலுக்கு மிகவும் பொருத்தமானவையாக இருப்பதைப் பார்க்கலாம்.

1. *மரபு அல்லது பாரம்பரியம் என்று சொல்லப்படுவதை வழிபடுதல்:* மரபை,பாரம்பரியத்தை உயர்த்துப் பிடித்தல் என்பது பாசிசத்துக்கு முன்பே இருந்து வந்துள்ளது. பிரெஞ்சுப் புரட்சிக்குப் பிறகு தோன்றிய, எதிர்ப்புரட்சித்தன்மை வாய்ந்த கத்தோலிக்க மதவாதிகளுக்கு மட்டுமே பிரத்யேகமாக அமைந்ததல்ல இது. மாறாக, கிரேக்கப் பகுத்தறிவுவாதத்திற்கு எதிர்வினையாக பண்டைக் கிரேக்க நாகரிகக் காலத்தின் பிந்தைய சகாப்தத்திலேயே இது தோன்றியது. மத்தியதரைக் கடற்கரையோரப் பகுதிகளில் வாழ்ந்த, பல்வேறு மதங்களைப் பின்பற்றி வந்த மக்கள், மனித வரலாற்றின் தொடக்கத்தில் இருந்ததாகக் கருதப்படும் 'வெளிப்படுத்துதலை'ப் (revelation) பற்றிக் கனவு காணத் தொடங்கினர். இந்த 'வெளிப்படுத்துதல்', மறக்கப்பட்டுவிட்ட மொழிகள் என்னும் மூடுதிரைக்குள் - எகிப்தியர்களின் சித்திர எழுத்துகள், செல்டிக் மொழி பேசி வந்த நாடுகளிலுள்ள இடிபாடுகள், ஆசியக் கண்டத்திலிருந்தவையும் பெருமளவுக்கு அறியப்படாதவையுமான மதங்களின் ஏட்டுச் சுவடிகள்

2. Umberto Eco , Ur-Fascism, *New Yorker*, 22 June 1995.

ஆகியவற்றில் - புதையுண்டு கிடக்கிறது என்று மரபுவாதிகள் கூறிவந்தனர். இந்தப் புதிய பண்பாடு, வெவ்வேறு வகையான நம்பிக்கைகளையும் நடைமுறைகளையும் ஒன்றிணைத்துக் கொள்கின்ற, வேற்றுமைகளையும் முரண்பாடுகளையும் உள்ளிழுத்துக்கொள்ளும் சமரசத்தன்மை வாய்ந்ததாகவே இருக்க வேண்டியதாயிற்று. இந்த நம்பிக்கை வடிவங்களும், நடைமுறை வடிவங்களும் ஒன்றுக்கொன்று முரண்பட்டவையாகத் தோன்றினாலும், அவை ஒவ்வொன்றிலும் 'ஞானத்'தின் கூறுகள் இருப்பதால், அவை எல்லாமே, ஒரே ஒரு ஆதி உண்மையையே, உருவகம் போலச் சுட்டிக் காட்டுகின்றன என்று கொள்ளப்பட்டது. இதன் விளைவாக, அறிவு வளர்ச்சி ஏதும் இல்லாமல் செய்யப் பட்டது. 'உண்மை'என்பது ஏற்கெனவே, என்றென்றைக்குமாக சொல்லப்பட்டுவிட்டதால், மறைபொருளாக உள்ள 'ஞானத்துக்கு' திரும்பத் திரும்ப வியாக்கியானங்களைத் தந்து கொண்டிருப்பதைத் தவிர நாம் செய்யக் கூடியது ஒன்றுமில்லை என்பதுதான் அந்தப் பண்பாடு கூறிவந்த செய்தி.

ஒவ்வொரு பாசிச இயக்கத்தின் பாடத்திட்டத்திலும் முக்கியமான மரபுவாதச் சிந்தனையாளர்கள் இடம் பெற்றிருப்பதைப் பார்க்கலாம். அது மட்டுமல்ல; பாசிச வலதுசாரிகள் தங்கள் 'திறந்த மனதை'க் காட்டுவதற்காக முற்போக்குச் சிந்தனையாளர்கள் சிலரையும் தங்கள் பாடத்திட்டத்தில் அவ்வப்போது சேர்த்துக் கொள்வதுமுண்டு. அண்மையில் இத்தாலிய வலதுசாரிகள் வகுத்த பாடத்திட்டத்தில் த மெய்ஸ்த்ரெ (De Maistre)[3]போன்ற பிற்போக்குச் சிந்தனையாளர்களுடன் கிராம்ஷியையும் சேர்த்துவிட்டனர்.

2. மரபுவாதம், நவீனத்துவத்தை நிராகரிக்கிறது. இத்தாலிய பாசிஸ்டுகளும் ஜெர்மானிய நாஜிகளும் தொழில்நுட்பத்தை வழிபட்டனர். ஆனால், அவர்களது 'ஆன்மிக வழிகாட்டிகளான' மரபுவாதிகளோ, மரபான ஆன்மிக விழுமியங்களை மறுக்கின்ற ஒன்றே தொழில்நுட்பம் என்று அதை நிராகரித்தனர். தங்களது தொழிலுற்பத்தி சாதனைகளைப் பற்றிப் பெருமிதம் கொண்டிருந்த நாஜிகள் நவீனத்துவத்தைப் பற்றிப் பாராட்டிப் பேசியதெல்லாம், அவர்களது கருத்துநிலையின் மேற்பரப்பு மட்டுமே. உண்மையில், 'இரத்தமும் மண்ணும்' (Blut and Boden) என்பதுதான் அவர்களது கருத்துநிலை. முதலாளித்துவ வாழ்க்கை முறையை மறுத்து

3. த மெய்ஸ்த்ரெ (Joseph de Maistre [1753-1821]) : முடிமன்னராட்சியும் சமூகப் படிநிலைப் பிரிவுகளும் போப்பின் அதிகாரமும் என்றென்றும் நிலவ வேண்டும் என்று கருதிய, பிரெஞ்சுப் புரட்சியின் விழுமியங்களுக்கு நேர் எதிரான கருத்துகளைக் கொண்டிருந்த தத்துவவாதி.

ஒதுக்குதல் என்ற பெயரின் கீழ் அவர்கள் நவீன உலகின் விழுமியங்களை நிராகரித்தனர். அதாவது 1789இல் நடந்த பிரெஞ்சுப் புரட்சியின் இலட்சியங்களான 'சுதந்திரம், சமத்துவம், சகோதரத்துவம்' என்பதை, அறிவொளி மரபின், பகுத்தறிவு மரபின் விழுமியங்களை நிராகரித்தனர். இந்த மரபுதான் மக்களின் மனதை கறைபடியச் செய்துவிட்டது என்று கூறினர். ஆகவே, பாசிசக் கருத்துநிலையை, பகுத்தறிவற்ற கருத்துநிலை என்று கருதலாம்.

3. பகுத்தறிவற்ற கருத்துநிலைப் போக்கு, 'செயல் செயலுக்காகவே' என்னும் நெறியை வழிபடுகின்றது. செயல் என்பது தன்னியல்பாகவே அழகானது என்பதால், சிந்திக்காமலேயோ, சிந்திப்பதற்கு முன்பேயோ அதைச் செய்ய வேண்டும் என்றும், சிந்திப்பது செயலைக் காயடித்துவிடும் என்றும் கருதுகிறது. பண்பாடு என்பது விமர்சனரீதியான நிலைப்பாடுகளுடன் தன்னை அடையாளப்படுத்திக் கொள்ளும் போது, அதை சந்தேகத்துக் குரியதாகக் கருதுகிறது பாசிசம். அறிவுலகத்தின் மீது அவநம்பிக்கை கொள்வதுதான் பாசிசத்தின் இயல்பு. "பண்பாடு பற்றிய பேச்சைக் கேட்கும்போது, துப்பாக்கியை எடுக்க எனது கை நீள்கிறது" என்று நாஜித் தலைவர் கோயெரிங் கூறினார். அதைப்போலவே, பண்பாடு பற்றிப் பேசுபவர்களைத் தாக்குவதற்காக, 'சீரழிந்த அறிவாளிகள்', 'ஏட்டுச் சுரைக்காய்கள்', 'மலட்டுத்தனமான போலி அறிவாளிகள்', 'பல்கலைக்கழகங்கள் கம்யூனிஸ்டுகளின் குகைகளாகிவிட்டன' என்னும் சொற்றொடர்கள் பாசிசவாதிகளால் பயன்படுத்தப்படுகின்றன. தாராளவாத (liberal) அறிவாளிகள் தேசத்தின் மரபுவழிப்பட்ட விழுமியங்களுக்கு துரோகம் இழைக்கிறார்கள் என்று கூறி அவர்கள் மீது தாக்குதல் தொடுப்பதுதான் பாசிச அறிவாளிகளின் முதன்மையான பணியாக இருக்கின்றது.

4. மரபுவாதிகளின் கலப்பட, சமரசக் கருத்துநிலையும் நம்பிக்கைக் கோளங்களும் பகுத்தாய்வு விமர்சனத்திற்குத் தாக்குப் பிடித்து நிற்கா. விமர்சனச் சிந்தனை, விஷயங்களைப் பாகுபடுத்திப் பார்க்கும்; விஷயங்களை இனம் பிரித்துப் பார்ப்பது நவீனத்துவத்தின் அடையாளம். நவீனப் பண்பாட்டைச் சேர்ந்த அறிவியலாளர்கள், அறிவு வளர்ச்சியடைவதற்கான வழிமுறைகளிலொன்று என்னும் வகையில் கருத்து வேறுபாடுகளைப் போற்றுகிறார்கள். ஆனால், கருத்து வேறுபாடு கொள்வது, பாசிசத்தைப் பொறுத்தவரை துரோகச் செயல்.

5. மேலும், கருத்து வேறுபாடு என்பது பல்வகைக் கருத்துகள் நிலவுவதற்கான அடையாளம். ஆனால், வித்தியாசமான, வேறுபட்ட கருத்துகளைப் பார்க்கையில் மக்களிடையே இயல்பாகத் தோன்றும் அச்சத்தைப் பயன்படுத்தியும் அதை ஊதிப் பெருக்கியும் பாசிசம் வளர்கிறது. அதேவேளை, தனக்கான கருத்தொற்றுமையையும் உருவாக்கிக் கொள்கிறது. காலம் கனிந்த போது தோன்றும் பாசிச அமைப்போ, காலம் கனிவதற்கு முன் தோன்றும் பாசிச அமைப்போ முன்வைக்கும் முதல் கோரிக்கை, வெளியிலிருந்து வந்தவர்களுக்கு எதிரானதாகும். எனவே, பாசிசத்தை இனவாதம் என்று வரையறுக்கலாம்.

6. தனிநபரின் அல்லது சமுதாயத்தின் விரக்தியைப் பயன்படுத்திக் கொண்டு பாசிசம் தோன்றி வளர்கின்றது. அதனால்தான் வரலாற்றுரீதியாகத் தோன்றிய பாசிசத்தின் மிக வகைமாதிரியான அம்சங்களிலொன்று, விரக்தியடைந்த நடுத்தரவர்க்கத்தை, பொருளாதார நெருக்கடியாலோ, அரசியல் ரீதியாக அடைந்துவிட்ட அவமான உணர்ச்சிகளினாலோ அவதிப்படுகின்றதும், கீழ்நிலையிலுள்ள சமூகக் குழுக்கள் தரும் நிர்பந்தங்களினால் அச்சுறுத்தப் படுகின்றதுமான நடுத்தர வர்க்கத்தை ஈர்ப்பதாகும். நாளைய பாசிசத்திற்கு, இந்தப் புதிய பெரும்பான்மையினர், அதாவது விரக்தியடைந்த நடுத்தர வர்க்கத்தினர் ஆதரவாளர்களாக இருப்பர்.

7. தெளிவான சமூக அடையாளம் தமக்கு இல்லாமல் செய்யப்பட்டு விட்டது என்று கருதும் மக்களிடம் பாசிசம் சொல்கிறது: "உங்களுக்குள்ள ஒரே சிறப்புரிமை, மிக மிக சாதாரணமானது; அதாவது இந்த நாட்டிலேயே பிறந்தவர்கள்தாம் நீங்கள் என்பதுதான் அது". தேசியவாதத்தின் மூலாதாரம் இதுதான். மேலும், பகைவர்களால் மட்டுமே தேசம் தனக்கான அடையாளத்தைப் பெறுகிறது என்பதால், பாசிஸ்டுகளின் உளவியலின் அடிவேரில், சதி பற்றிய ஒரு கருத்து, அதுவும் சர்வதேச சதி பற்றிய ஒரு கருத்து எப்போதுமே குடி கொண்டிருக்கிறது. பாசிசத்தை ஆதரிக்கும் சமூகப் பிரிவினர், தாங்கள் முற்றுகைக்கு உள்ளாகியிருப்பதாக உணரும்படி செய்யப்பட வேண்டும். இந்த சதியைத் தீர்த்துக்கட்டுவதற்கான மிக எளிதான வழி, குறிப்பிட்ட வேறு ஒரு நாட்டு மக்கள் பற்றிய பீதியை உருவாக்குவதாகும். ஆனால், இந்த சதி, நாட்டுக்கு உள்ளேயிருந்தும் வருகிறது என்றும் சொல்லியாக வேண்டும்: தாக்குதலுக்கான மிகச் சிறந்த குறியிலக்கு யூதர்கள். ஏனெனில் அவர்கள் ஒரே சமயத்தில் நாட்டுக்கு உள்ளே இருப்பவர்களாகவும் வெளியிலிருந்து வந்தவர்களாகவும் இருப்பதுதான்.

8. பாசிஸ்டுகளின் ஆதரவாளர்கள் தங்களது 'பகைவர்க'ளின் படோடாபமான செல்வம், வலிமை ஆகியவற்றைக் கண்டு அவமான உணர்ச்சி அடைபவர்களாகச் செய்யப்பட வேண்டும். ஆயினும், 'பகைவர்களை' வெல்ல முடியும் என்ற நம்பிக்கையும் அவர்களுக்கு ஊட்டப்பட வேண்டும். ஆகவே, பாசிஸ்டுகளின் சொற்ஜாலத்தின் குவிமையம் தொடர்ந்து மாறிக் கொண்டே இருந்தாக வேண்டியுள்ளது. அதாவது பகைவர்கள் ஒரேசமயத்தில் வலுவானவர்களாகவும் வலுவற்றவர்களாகவும் இருக்கிறார்கள் என்ற எண்ணத்தை அவர்கள் மக்கள் மனங்களில் ஏற்படுத்த வேண்டும். பாசிஸ்ட் அரசாங்கங்கள், போர்களில் வெற்றி பெறுவதேயில்லை. ஏனெனில் பகைவரின் பலத்தைப் புறநிலைரீதியாக, நடுநிலையுடன் மதிப்பிடுவதை இயலாததாக்கும் வகையிலேயே அந்த அரசாங்கங்கள் கட்டமைக்கப்பட்டுள்ளன.

9. பாசிசத்தைப் பொறுத்தவரை வாழ்க்கைக்கான போராட்டம் ஏதும் இல்லை. மாறாக, போராட்டத்துக்காகவே வாழ்க்கை வாழப்படு கின்றது. எனவே போரிடாமை, சமாதானம் என்பன பகைவருடன் கூடிக் குலாவுவதுதான் என்று பாசிசம் கூறுகிறது. இது மோசமான விஷயம் என்றும், வாழ்க்கை என்பதே இடைவிடாது போர்புரிதல்தான் என்று கருதுகிறது. ஆனால், இது விவிலியத்தில் சொல்லப்படுவதைப் போல, கடவுளின் இறுதித் தீர்ப்புக்கு முன் நன்மைக்கும் தீமைக்குமிடையே நடக்கும் இறுதிப் போர் போன்ற ஒரு சிக்கலைக் கொண்டு வருகின்றது. பகைவர்கள் தோற்கடிக்கப் பட வேண்டுமாதலால், இறுதிப் போர் தேவைப்படுகின்றது. அதன் பிறகு பாசிச இயக்கம் உலகைத் தன் கட்டுப்பாட்டின் கீழ் கொண்டு வந்துவிடும். ஆனால், இத்தகைய 'இறுதித் தீர்வு' நிறைவேற்றப் பட்டால், அதைத் தொடர்ந்து சமாதான யுகம், பொன் யுகம் வந்தாக வேண்டும். ஆனால், இது 'இடைவிடாத போர்' என்ற நெறிக்கு முரண்பட்டதாகி விடும். இந்த தர்ம சங்கடமான நிலையைத் தீர்ப்பதில் இதுவரை எந்தவொரு பாசிசத் தலைவரும் வெற்றியடைந்ததில்லை.

10. மேட்டிமைத்தனம் என்பது எந்தவொரு பிற்போக்குக் கருத்துநிலையிலும் காணப்படும் வகைமாதிரியான அம்சம். அது அடிப்படையில் மேற்குடிவர்க்கத்தன்மை (aristocratic) கொண்ட தாகும். மேற்குடிவர்க்க மற்றும் இராணுவ மேட்டிமைத்தனம், பலகீனமானவர்கள் மீது கொடூரமான வெறுப்பையும் அவமதிப்பையும் காட்டுகிறது. வெகுமக்கள் மேட்டிமைத்தன மொன்றை பாசிசம் வளர்க்கிறது. அதாவது, குடிமக்கள்

ஒவ்வொருவரும் உலகிலுள்ள ஆகச்சிறந்த மக்களில் ஒருவர் என்றும், பாசிசக் கட்சியின் உறுப்பினர்கள் குடிமக்களில் ஆகச் சிறந்தவர்கள் என்றும், அவர்கள் ஒவ்வொருவராலும் கட்சி உறுப்பினராக முடியும் (உறுப்பினராகியே தீர வேண்டும்) என்றும் பாசிசம் சொல்கிறது. ஆனால், சாமானியர்கள் இல்லாமல் எஜமானர்கள் இருக்க முடியாது. உண்மையில், பாசிச இயக்கத்தின் தலைவன், அவனது ஆதரவாளர்களால் 'ஜனநாயகரீதியாக' அவனுக்கு அதிகாரம் வழங்கப்பட்டிருக்கிறது என்றாலும் அதை அவன் பலவந்தத்தின் மூலமே வென்றெடுத்திருக்கிறான் என்பதையும், தனது பலவந்தம் வெகுமக்களின் பலகீனத்தை அடித்தளமாகக் கொண்டிருக்கிறது என்பதையும், தங்களுக்கு ஒரு தலைவன் தேவை என்று கருதுமளவுக்கு சாமானியர்கள் பலகீனமாக உள்ளனர் என்பதையும் அறிந்துள்ளான். இராணுவம் போல பாசிசக் குழு மேல்-கீழ் வரிசையில் அமைக்கப் பட்டுள்ளதால், கீழ்நிலையிலுள்ள ஒவ்வொரு தலைவனும் தனக்குக் கீழே உள்ளவர்களை இழிவாகக் கருதுகிறான். அப்படி இழிவாகக் கருதப்படுபவர்கள் ஒவ்வொருவரும் தங்களுக்குக் கீழே உள்ளவர்களை இழிவாகக் கருதுகின்றனர். வெகுமக்கள் மேட்டிமைத்தனம் இப்படித்தான் வலுப்படுத்தப்படுகின்றது.

11. இத்தகைய கண்ணோட்டத்தில் ஒவ்வொருவருமே வீரராகும்படி கற்பிக்கப்படுகின்றனர். ஒவ்வொரு புராணக் கட்டுக் கதையிலும் 'வீரன்' அசாதரணமான, விதிவிலக்கான நபராக இருக்கிறான். ஆனால், பாசிசக் கருத்துநிலையோ வீரம் என்பது ஒவ்வொருக்கும் இயல்பாக வாய்க்கப்பெற்ற நியதி என்று கருதுகிறது. வீரத்தை வழிபடுதல் என்பது மரணத்தை வழிபடுதலுடன் கறாராக இணைக்கப்பட்டுள்ளது. ஆகவே, ஃபலாங்கிஸ்டுகளின்[4] முழக்கம், "மரணம் நீடூழி வாழ்க!" என்றிருந்தது தற்செயலானது அல்ல. பாசிச நாடுகளல்லாதவற்றில், மரணம் என்பது மகிழ்ச்சியானது அல்ல என்றாலும் அதை கண்ணியத்துடன் ஏற்றுக்கொள்ள வேண்டும் என்று சாதாரணப் பொதுமக்களுக்குச் சொல்லப்படு கின்றது; இயற்கைக்கு மேலான மகிழ்ச்சியைப் பெறுவதற்கான வேதனைமிக்க மார்க்கமே மரணம் என்று இறை நம்பிக்கை யாளர்களுக்குச் சொல்லப்படுகின்றது. ஆனால், இதற்கு மாறாக, பாசிஸ்ட் வீரனோ சாவுக்காக ஏங்குகிறான். வீரமிக்க வாழ்வுக்கான மிகச் சிறந்த வெகுமதியே மரணம் என்று விளம்பரம் செய்யப்படுகின்றது. பாசிஸ்ட் வீரன், சாவதற்குப் பொறுமையோடு

---

4. ஸ்பெயின் நாட்டில் இருந்த இராணுவத் தளபதி ஃப்ராங்கோவின் பாசிஸ்ட் கட்சியைச் சேர்ந்தவர்கள்.

காத்திருப்பதில்லை. இந்தப் பொறுமையின்மையின் காரணமாக, அவன் மற்றவர்களை மரணத்திடம் அனுப்புகிறான்.

12. இடைவிடாத போர், வீரம் ஆகியன கடினமான விளையாட்டுகள் என்பதால், பாசிஸ்ட்டுகள் வல்லமை பெற வேண்டும் என்ற தங்கள் சங்கற்பத்தை பாலுறவு விஷயங்களுக்கு மாற்றுகிறார்கள். மூர்க்கத்தனமான ஆண்மைப் பெருமித உணர்வுக்கான மூலாதாரம் இதுதான். இந்த ஆண்மைப் பெருமித உணர்வு, ஒருபுறம் பெண்களை ஏளனப்படுத்துகிறது; அவர்கள் மீது சகிப்பின்மையைக் காட்டுகிறது. மறுபுறம், முறையானவை என்று ஏற்றுக்கொள்ளப் படாத பாலியல் பழக்கங்களை, ஓரினைச்சேர்க்கை முதலிய வற்றைக் கண்டனம் செய்கிறது. பாலுறவு என்பதும்கூட கடினமான விளையாட்டு என்பதால், பாசிஸ்ட் ஆயுதங்களுடன் விளையாடு கிறான் - இது, புணர்ச்சியில் ஈடுபடும் ஆண்குறி விளையாட்டுப் பயிற்சிக்கான மாற்றீடாக, சற்றுத் தரம் குறைந்த மாற்றீடாக அமைகின்றது.

13. பாசிசம் தனக்கு அடிப்படையாகக் கொள்வது ஒரு வகை 'மக்கள்நலவாதம்'[5] ஆகும். இது திட்டமிட்டுத் தெரிவு செய்யப் பட்ட மக்கள்நலவாதம்; இதை 'பண்புவகை மக்கள்நலவாதம்' என்று கூறலாம். ஜனநாயகத்தில் குடிமக்களுக்குத் தனிநபர் உரிமைகள் உண்டு. ஆனால் ஒட்டுமொத்தக் குடிமக்களை எடுத்துக்கொண்டால், அளவுரீதியான கண்ணோட்டத்திலிருந்து மட்டுமே (அதாவது தமது எண்ணிக்கையைக் கொண்டே)

---

5. ஆங்கிலத்தில் 'populism' என்று அழைக்கப்படும் அரசியல் போக்கே, 'மக்கள்நலவாதம்' என்று இங்கு குறிப்பிடப்படுகிறது. இதை, 'Welfare' 'Welfarism' ஆகியவற்றுடன் சேர்த்துக் குழப்பிக் கொள்ளக்கூடாது. 'மக்கள்நலவாதம்' (populism) என்பது, மக்களின் உரிமைகளையும் நலன்களையும் பாதுகாப்பதாக உரிமை கொண்டாடும், உறுதியளிக்கும் ஓர் அரசியல் போக்கு. தான், மக்களின் நலன்களையும் உரிமைகளையும் பிரதிநிதித்துவம் செய்வதாகவும் அவற்றை மறுக்கும் சக்திகளை எதிர்ப்பதாகவும் சொல்கிறது. 'மக்கலள்நலவாதம்', வலதுசாரித்தன்மையுடையதாகவோ, இடதுசாரித்தன்மை யுடையதாகவோ இருக்கும். சிலவேளை இரண்டும் கலந்ததாகவும் இருக்கும். பெரும்தொழில் நிறுவனங்கள், நிதி நிறுவனங்கள் ஆகியவற்றை எதிர்ப்பதாகக் கூறும், 'மக்கள்நலவாதிகள்' பலர் சோசலிசக் கட்சிகளுக்கும் தொழிலாளர் கட்சிகளுக்கும் எதிரானவர்களாக இருந்திருக்கின்றனர். 'மக்கள்நலவாதம்', ஜனநாயத்தன்மையுடையதாகவோ, அதிகாரத்தன்மை வாய்ந்ததாகவோ இருக்கலாம். உலகில் பல நாடுகளில் தோன்றிய 'மக்கள்நலவாத' அரசியல் போக்குகள் அல்லது இயக்கங்கள், ஒருபுறம் மக்களுக்கும் மறுபுறம் அவர்களது தலைவர்கள், அரசாங்கங்கள் ஆகியவற்றுக்கும் இடையில் உள்ள பிரதிநித்துவ அமைப்புகளை எதிர்க்கவும், அவை மக்களுக்கும் தலைவர்களுக்கும் (அல்லது→

அவர்களால் ஓர் அரசியல் தாக்கத்தை ஏற்படுத்த முடியும். அதாவது, ஓர் அரசியல் கட்சியோ, தலைவனோ குடிமக்களில் பெரும்பான்மையினர் எடுக்கும் முடிவுகளைப் பின்பற்ற வேண்டும். ஆனால், பாசிசத்தைப் பொறுத்தவரை, தனிநபர்களுக்கு எந்த உரிமையும் இல்லை; ஆனால் 'மக்களு'க்கு உரிமை இருக்கின்றது. இந்த 'மக்கள்'தாம் 'பொது சங்கற்பத்தை' வெளிப்படுத்துகிறவர்கள். 'மக்கள்' என்பது, தனித்தனிக் குடிமக்களாகவோ, தனிநபர்களாகவோ பிரிக்கமுடியாததும், ஒருபடித்தானதும் ஒற்றைக்கல் போன்றதுமான ஒரு பண்புவகை விஷயமே ஆகும். பெரும் எண்ணிக்கையிலான மக்களுக்கு 'பொது சங்கற்பம்' இருக்க முடியாது என்பதால், பாசிச இயக்கத்தின் தலைவன், அந்த 'பொது சங்கற்பத்தை'த் தன்னால் மட்டுமே வெளிப்படுத்த முடியும் என்று கூறுகிறான். தங்களால்

←அரசாங்கங்களுக்கும்) உள்ள நேரடியான தொடர்புகளுக்கு இடையூறாக இருக்கின்றன என்று கருதவும் செய்கின்றன. மிகுந்த ஜனநாயகத்தன்மையுடைய 'மக்கள்நலவாதம்', புரட்சியின் மூலமாக அல்ல, அரசியல், பொருளாதார சீர்திருத்த நடவடிக்கைகள் மூலமே பரந்துபட்ட வெகுமக்களின் உரிமைகளைப் பாதுகாக்கவும் அவர்களின் அதிகாரத்தை அதிகபட்சமானதாக்கவும் முடியும் என்று கருதிச் செயல்பட்டன/ செயல்படுகின்றன. பத்தொன்பதாம் நூற்றாண்டில் அமெரிக்காவில் தோன்றிய 'மக்கள்நலவாதக் கட்சி'யின் (Populist Party) போராட்டங்கள், செயல்பாடுகள் ஆகியவற்றின் காரணமாக, மக்களின் உரிமைகளைப் பாதுகாக்கும் சட்டங்கள், அரசமைப்புச் சட்டத்திற்கான திருத்தங்கள் ஆகியன கொண்டுவரப்பட்டன. பெரும்பாலும், 'கவர்ச்சிகரமான' ஒரு தலைவரை மையமாக வைத்தே, 'மக்கள்நலவாத' அரசியல் இயக்கங்கள் செயல்பட்டன/ செயல்படுகின்றன. இத்தகைய இயக்கங்கள் (கட்சிகள்) செயல்படுகின்ற இடங்களில் நாடாளுமன்ற/சட்டமன்றத் தேர்தல்கள் என்பன, மக்களின் பல்வேறு கருத்துகள், கோரிக்கைகள், நலன்கள் ஆகியவற்றைப் பிரதிபலிப்பதற்காக அன்றி, அந்தக் 'கவர்ச்சிகரமான' தலைவரின் ஆட்சியை உறுதி செய்வதற்காகவே நடத்தப்படுகின்றன. இந்தக் 'கவர்ச்சிகரமான' தலைவர்கள், மக்களால் தேர்ந்தெடுக்கப்பட்ட பிரதிநிதிகளுக்கும் அரசாங்க நிர்வாகத்திற்கும் மேலானவர்களாகத் தங்களைக் கருதியும், அவர்களைப் புறக்கணித்தும் மக்களுடன் நேரடியாகத் தொடர்பு கொண்டு அவர்களது இரட்சகர்களாகத் தங்களை முன்னிறுத்திக் கொள்வதும்கூட 'மக்கள்நலவாத'த்தின் அம்சங்களிலொன்று. 'மக்கள்நலவாதம்', ஒட்டுமொத்த நாட்டு மக்களின் பொருளாதார மேம்பாட்டுக்கான அரசியல் திட்டத்தைக் கொண்டிருக்கலாம்; அல்லது நாட்டின் நிதி நிலைமையோ, பொருளாதாரமோ எக்கேடு கெட்டால் என்ன என்று கருதி, 'கவர்ச்சிகரமான' தலைவர் தமது தனிப்பட்ட செல்வாக்கையும் புகழையும் கவர்ச்சியையும் பெருக்கிக் கொள்வதற்காக நாட்டின் செல்வத்தை மறுபங்கீடு (இலவசங்கள் வழங்குதல் போன்றவை) செய்வதில் முனைப்புக் காட்டலாம். ஜெர்மானிய நாஜிசமும் இத்தாலிய பாசிசமும்கூட 'மக்கள்நலவாத'த்தின் அம்சங்கள் சிலவற்றைக் கொண்டிருந்தன.

தேர்ந்தெடுக்கப்பட்ட பிரதிநிதியிடம் நாட்டை நடத்திச் செல்லும் அதிகாரம் வழங்கும் ஆற்றலை மக்கள் இழந்துவிட்டதால், குடிமக்களால் செயல்பட முடிவதில்லை. ஆனால், 'மக்கள்' என்னும் பாத்திரத்தை ஏற்று நடிக்கும்படி அவர்கள் பாசிச அமைப்பால் அழைக்கப்படுகின்றனர். ஆக, இங்கு 'மக்கள்' என்பது நாடக நடிப்புக்காக உருவாக்கப்பட்ட கற்பனைப் பாத்திரம் மட்டுமே. இத்தகைய 'பண்புவகை மக்கள்நலவாதம்' என்பதற்கான சிறந்த எடுத்துக்காட்டுகளைப் பார்க்க இத்தாலிய பாசிஸ்டுகளும் ஜெர்மானிய நாஜிகளும் பேரணிகள் நடத்திய மைதானங்களுக்கோ, சதுக்கங்களுக்கோ நாம் செல்ல வேண்டியதில்லை. தொலைக்காட்சிச் சானல்களிலும் இன்டெர்நெட்டிலும் கூட இத்தகைய 'பண்புவகை மக்கள்நலவாத'த்தைக் காண்கிறோம். அங்கு, தெரிவு செய்யப்பட்ட குடிமக்கள் குழுவொன்றின் உணர்ச்சிகரமான பேச்சுகள், 'மக்களின் குரல்' என்று காட்டப்பட்டு ஏற்றுக்கொள்ளப்படும் சாத்தியப்பாடு உருவாக்கப்படுகின்றது.

'பண்புவகை மக்கள்நலவாதத்தை' வளர்க்கும் பாசிசம், நாடாளு மன்ற அரசாங்கங்களை 'அழுகிப்போனவை' என்று கூறி அவற்றை எதிர்க்கின்றது. இத்தாலிய நாடாளுமன்றத்தில் முஸ்ஸோலினி பேசிய முதல் வாக்கியங்களிலொன்றுதான் இது: "காது கேளாத இந்த செவிட்டு மன்றத்தை, இருள் மண்டி மனச்சோர்வடையச் செய்யும் இந்த இடத்தை எனது ரோமானியப் படைப் பிரிவுகளுக்கான(maniples) தற்காலிக முகாமாக என்னால் மாற்றியமைத்திருக்க முடியும்".⁶ உண்மையில், அவர் அந்தப் படைப்பிரிவுகளைச் சேர்ந்தவர்களுக்கு நல்ல வீட்டு வசதிகளை வழங்கினார். சிறிது காலத்திற்குப் பிறகுதான் நாடாளுமன்றத்தைக் கலைத்தார். எங்கெல்லாம் ஓர் அரசியல்வாதி நாடாளுமன்றம் 'மக்களின் குரலை' பிரதிநிதித்துவப்படுத்துவதில்லை என்று கூறி அந்த மன்றத்தின் சட்டரீதியான, நியாயத்தன்மை பற்றிய சந்தேகத்தை எழுப்புகின்றாரோ, அங்கு பாசிசத்தின் நாற்றம் வீசுவதை நம்மால் உணர முடியும்.

14. பாசிசம் 'புது மொழியை'ப் (Newspeak) பேசுகிறது. தமது '1984' நாவலில் ஜார்ஜ் ஆர்வெல் சித்திரிக்கும் ஓர் ஒடுக்குமுறை உலகில்

---

6. முஸ்ஸோலினி, தம்மை பண்டை ரோமப் பேரரசர்களின் வாரிசுகளொலொரு வராகக் கருதினார். அந்தப் பேரரசிடம் இருந்த சேனைகளின் சிறு பிரிவுகள்தான் 'maniple' என்றழைக்கப்பட்டன. அந்தச் சிறுபிரிவுகளைச் சேர்ந்தவர்களுடன் இத்தாலிய நாடாளுமன்றத்தில் இருந்த பாசிஸ்ட் உறுப்பினர்களை ஒப்பிட்டு அவர்களுக்குச் சிறப்புரிமைகளும் சலுகைகளும் வழங்கினார் முஸ்ஸோலினி.

நடைமுறைப்படுத்தப்படும் 'இங்சோச்' (Ingosoc) என்று சுருக்கமாகச் சொல்லப்படும் இங்கிலீஷ் சோசலிசத்தின் அதிகாரபூர்வமான மொழியே இந்தப் 'புது மொழி'.[7] பாசிசத்தின் கூறுகள் சிலவற்றை வேறு வகையான சர்வாதிகார ஆட்சிகளிலும் காணலாம். ஜெர்மானிய நாஜிகளும் இத்தாலிய பாசிஸ்டுகளும் தயாரித்த பள்ளிக்கூடப் பாடப்புத்தகங்கள் அனைத்திலுமே சொல் வறட்சி நிரம்பியிருந்தது. வாக்கியங்கள் மிக எளிமையான சொற்றொடர்களால் அமைக்கப்பட்டிருந்தன. இதன் நோக்கம் என்ன? சிக்கலான, விமர்சனரீதியான சிந்தனைக்குத் தேவையான வளமான மொழிச்சாதனங்களை வரம்புக்குட்படுத்துவதுதான். நம் காலத்தில் தோன்றுகின்ற புதிய வகைப் 'புது மொழிகளை'யும் அடையாளம் காண்பதற்கு நாம் தயாராக இருக்க வேண்டும். தொலைக்காட்சி சேனல்களில் இடம் பெறும் ஜனரஞ்சகமான 'டாக் ஷோ' போல 'கள்ளங்கபடமற்ற'தாக தோற்றமளிக்கும் வடிவத்தில்கூட இந்தப் 'புது மொழி'களிற் சில இருக்கக்கூடும்.

2

*1990*களிலிருந்து ஐரோப்பாவில் தலைதூக்கி வரும் அதிதீவிர வலதுசாரிப் போக்குகளுக்கும் சிந்தனையாளர்களுக்கும் எதிராக மக்கள் எச்சரிக்கையோடு இருக்க வேண்டும் என்று வேண்டுகோள் விடுத்த நாற்பது அறிவாளிகளில் எக்கோவுமொருவர். அந்த வேண்டு கோளுக்கு செவிமடுத்த நூற்றுக்கணக்கான ஐரோப்பியர்கள், அதிதீவிர வலதுசாரிகளும் அவர்களுடன் ஏதோவொருவகையில் (அது மேலோட்டமானதாகக்கூட இருக்கலாம்) தொடர்புடையவர்களும் கூட்டும் கூட்டங்களில் கலந்துகொள்ள மாட்டோம் என்றும் அவர்களது

7. '*1984*' என்ற நாவலில் ஜார்ஜ் ஆர்வெல் சித்திரிக்கும் ஓர் ஒடுக்குமுறை தேசத்தில், சுதந்திரச் சிந்தனையைச் சாத்தியமில்லாமல் ஆக்குவதற்காகவே இந்த 'புதிய மொழி' என்னும் கிளை மொழி உருவாக்கப்பட்டதாகக் கூறப்படுகிறது. இந்தப் புதுமொழியின் முக்கிய அம்சம் 'இரட்டைப் பேச்சு' .இதை 'இரட்டைச் சிந்தனை' என்றும்கூடச் சொல்லலாம். இந்த நாவல் கூறுகிறது: "இரட்டைச் சிந்தனை என்னும் சொல்லைப் பயன்படுத்துவதற்கும்கூட இரட்டைச் சிந்தனை தேவை. இந்தச் சொல்லைப் பயன்படுத்தும் ஒருவர், தாம் மெய்மையைச் சிதைப்பதை ஒப்புக் கொள்கிறார். இரட்டைச் சிந்தனைச் செயலொன்றைப் புதிதாக மேற்கொள்வதன் மூலம் மெய்மையைச் சிதைப்பதைப் பற்றிய அறிவை இழந்துவிடுகிறார். முடிவில்லாமல் இது தொடர்கிறது. பொய் எப்போதுமே உண்மையைத் தாண்டி ஒரு பாய்ச்சல் பாய்ந்து விடுகின்றது". இந்த இரட்டைப் பேச்சுக்கான சில எடுத்துக்காட்டுகள் என இந்த நாவல் கூறுவன: :"போர் என்பது சமாதானம்"; "சுதந்திரம் என்பது அடிமைத்தனம்"; "அறியாமை என்பது பலம்"; "சமாதான அமைச்சகத்தின் அக்கறை போர்"; "உண்மை அமைச்சகத்தின் பணி பொய்களைத் தயாரித்தல்"; "அன்பு அமைச்சகத்தின் வேலை சித்திரவதை செய்தல்"; "அபரித "உற்பத்தி அமைச்சகத்தின் தொழில் பட்டினியை உருவாக்குதல்".

ஒலிபரப்பு நிகழ்ச்சிகளில் பங்கேற்க மாட்டோம் என்றும் உறுதிமொழி எடுத்துக் கொண்டனர். நாற்பது ஐரோப்பிய அறிவாளிகளின் வேண்டுகோள் அறிக்கையில் தாம் கையெழுத்திட்டது பற்றியும் 'சகிப்புணர்வு', 'சகித்துக் கொள்ள முடியாதவை' பற்றியும் ரோஜர் போல் த்ரோ என்பவர் எக்கோவுடன் நேர்காணல் நடத்தினார்.[8] அந்த நேர்காணலில் எக்கோவிடம் கேட்கப்பட்ட கேள்விகள், அவற்றுக்கு அவர் அளித்த பதில்கள் ஆகியவற்றில் பல இன்றைய இந்திய சூழலுக்கு மிகவும் பொருத்தப்பாடுடையனவாக அமைந்துள்ளன. அந்த நேர்காணலில் எக்கோ கூறினார்:

> அறிவாளிகள் என்ற வகையில் நாம் கீழ்க்காணும் விஷயத்தை வலியுறுத்தியாக வேண்டும்: எல்லாமே மாறிவிட்டன; ஆனால் சகித்துக்கொள்ளக் கூடியவற்றுக்கும் சகித்துக்கொள்ள முடியாத வற்றுக்கும் இடையே உள்ள வேறுபாட்டை வலியுறுத்தும் எல்லைக்கோடுகளை வகுப்பது நமது கடமை. அதிதீவிர வலதுசாரிகளுடன் தொடர்புடையவர்கள் நடத்தும் பத்திரிகை களில் எழுத மாட்டோம், அவர்கள் ஏற்பாடு செய்யும் வானொலி, தொலைக்காட்சி நிகழ்ச்சிகளில் பங்கேற்க மாட்டோம், அவர்கள் நடத்தும் கருத்தரங்குகளில் கலந்துகொள்ள மாட்டோம் என்று உறுதிமொழி எடுத்துக்கொண்டவர்கள் நமது உலகில் ஏற்பட்டு வரும் மாற்றங்களை நிராகரிப்பவர்களோ, விஷயங்களை மறுசிந்தனைக்குட்படுத்த மறுப்பவர்களோ அல்லர். நாங்கள் இப்போது செய்வதெல்லாம், ஜனநாயகத்துக்கு அச்சுறுத்தலாக உள்ள போக்குகளை ஆதரிக்க மாட்டோம் என்ற எங்கள் முடிவை வலியுறுத்துவதுதான்.

'இதுவும் ஒருவகையான சகிப்பின்மைதானே, புதிய மெக்கார்த்தியிசம்[9] போன்றதுதானே' என்ற கேள்விக்குப் பதிலளிக்கிறார்:

8. Umberto Eco, Tolerence and the Intolerable, Interview with Roger- Pol Droit, *Index on Censorship*, 1-2, 1994, London
9. மெக்கார்த்தியிசம்: இரண்டாம் உலகப் போருக்குப் பின் - குறிப்பாக 1950களில் அமெரிக்காவில் கம்யூனிஸ்டுகள், அவர்களது ஆதரவாளர்கள் எனக் கருதப்பட்டவர்களை ஒடுக்குவதற்காக அந்த நாட்டு அரசாங்கம் மேற்கொண்ட கொள்கையும் நடவடிக்கைகளும். அமெரிக்காவின் விஸ்கோன்ஸின் மாகாணத்தைச் சேர்ந்த செனட் (நாடாளுமன்ற மேலவை) உறுப்பினர் ஜோசப் மெக்கார்த்தியின் தலைமையில் அமைக்கப்பட்ட விசாரணைக் குழு தயாரித்த பட்டியலின் அடிப்படையில் அரசாங்கம், வானொலி, திரைப்படத் துறை, பதிப்பகங்கள், பத்திரிகைகள், கல்வி நிலையங்கள், இலக்கியத் துறை ஆகியவற்றிலிருந்த கம்யூனிஸ்டுகளும் அவர்களது ஆதரவாளர்கள் எனக் கருதப்பட்ட பல்லாயிரக்கணக்கானோரும் வேலை நீக்கத்திற்கும் வேலை வாய்ப்பு மறுப்புக்கும், சிறைத் தண்டனைக்கும் உள்ளாக்கப்பட்டனர். அந்த ஒடுக்குமுறைக் கொள்கை மெக்கார்த்தியிசம் என அழைக்கப்படுகின்றது.

இது அபத்தமான குற்றச்சாட்டு. மெக்கார்த்தியிசம் என்றால் என்ன என்பதை நமக்கு நாமே நினைவுபடுத்திக் கொள்ள வேண்டுமா என்ன? மெக்கார்த்தியிசம் என்பது, ஒரு சிலர் மீது, அவர்கள் கம்யூனிஸ்டுகள் என்றோ, கம்யூனிஸ்ட் ஆதரவாளர்கள் என்றோ முத்திரையிட்டு, வேலையிலிருந்து நீக்குவது அல்லது சிறையில் தள்ளுவது என்று அரசாங்கம் அதிகாரபூர்வமாகப் பின்பற்றி வந்த கொள்கை. எங்களது வேண்டுகோளில் கையெழுத்திட்டவர்கள் செய்வதையும் மெக்கார்த்தியிசத்தின் செயல்பாடுகளையும் எப்படி உங்களால் ஒப்பிட்டுப் பேச முடிகின்றது? நாங்கள் திட்டவட்ட மாகத் தேர்ந்தெடுத்துக்கொண்ட விஷயத்தின் அடிப்படையில்தான் செயல்பட்டு வருகின்றோம். அதிதீவிரவலதுசாரிகளுடன் தொடர் புடைய எந்தக் கருத்துச் செயல்பாட்டிலும், வெளியீடுகளிலும், தொடர்புசாதன நிகழ்ச்சிகளிலும் பங்கேற்க மறுப்பது என்பதுதான் அந்த விஷயம். தங்களுக்குப் பிடிக்காதவற்றை, வேண்டாம் என்று உதறித்தள்ள எல்லோருக்கும் உரிமை உண்டு.

'அபாயகரமானவர்கள்' என்று நீங்கள் கருதுபவர்களுடன் உரையாடு வதையும் விவாதிப்பதையும் மறுப்பதையும் கொள்கையாகவே வைத்திருக்கிறீர்களா?" என்ற கேள்விக்கு பதில் தருகிறார் எக்கோ:

ஒருவர் எந்தக் கருத்து உடையவராக இருந்தாலும் அவருடன் முறையாக விவாதம் நடத்த மறுப்பதற்கு எங்களிடம் எந்தக் காரணமும் இல்லை. ஆனால், அத்தகைய விவாதம் நடைபெற வேண்டுமானால், அது நேர்மையான வகையில் நடக்கக்கூடிய சூழ்நிலை உறுதி செய்யப்பட வேண்டும். விவாதம் நடக்கின்ற இடம், விவாதம் நடத்தப்படும் முறை ஆகியன பற்றிய நிபந்தனைகள் முன்கூட்டியே தெளிவாக வரையறுக்கப்பட வேண்டும். அப்படிச் செய்யாவிட்டால் நாம் சொல்லக்கூடியக் கருத்து எத்தகையதாக இருந்தபோதிலும், சூழ்நிலையின் கைதியாகவே நாம் இருக்க வேண்டியிருக்கும்.

2017 ஜனவரியில் ஜெய்பூரில் நடந்த இலக்கிய விழாவிற்கு (Jaipur Literary Festival) ஆர்.எஸ்.எஸ்.அமைப்பின் முக்கியப் பிரமுகர்கள் இருவர் அதிகாரபூர்வமாக அழைக்கப்பட்டிருந்தனர். இது தொடர்பாக, இந்தியாவில் தாராளவாத ஜனநாயக மனப்பான்மைக்கான வெளி சுருங்கி வருவதாகக் குறைப்பட்டுக் கொள்ளும் சில எழுத்தாளர்களும் பத்திரிகையாளர்களும் ஒரு கருத்தை முன்வைத்தனர்: அழைக்கப்பட்ட ஆர்.எஸ்.எஸ். பிரமுகர்களுக்கும் இலக்கியத்துக்கும் எந்த சம்பந்தமும் இல்லை என்றாலும், அவர்களை அழைக்கக்கூடாது என்று சொல்வது தாராளவாத ஜனநாயகப் பண்பாட்டுக்கு எதிரானது: ஏனெனில்

இடதுசாரிக் கண்ணோட்டமுள்ள எழுத்தாளர்களுடன் சிபிஎம்-இன் அனைத்திந்தியப் பொதுச் செயலாளர் சீத்தாரம் யெச்சூரியும்கூட அந்த விழாவுக்கு அழைக்கப்பட்டிருந்தனர். அப்படியிருக்கையில் அரசியல் ரீதியான வலதுசாரிகளையும் அழைப்பதுதான் கருத்துரிமைக்கான அடையாளம்.

உண்மையில் அந்த இலக்கிய விழாவிற்கான அழைப்பை ஏற்றுக் கொண்டு அதில் கலந்து கொண்டதே, சீத்தாராம் யெச்சூரியும் இடதுசாரிக் கண்ணோட்டமுள்ள எழுத்தாளர்களும் இழைத்த பெருந் தவறு ஆகும். ஏனெனில் இடதுசாரிகள், சிறுபான்மையினர், தலித்துகள் ஆகியோர் மீது வெறுப்பை உமிழும் செய்திகளை வெளியிட்டு வந்த ஜீ தொலைக்காட்சியை (Zee TV) உள்ளடக்கிய கார்ப்பரேட் நிறுவனம்தான் அந்த விழாவிற்கான செலவுகளை ஏற்றுக்கொள்வதில் முதன்மைப் பாத்திரம் வகித்தது (ஜெய்ப்பூரில் நடந்த இலக்கிய விழாவையடுத்து, இலண்டனிலும் அதேபோன்ற நிகழ்ச்சி நடைபெற்றது. இதற்குப் பெருமளவில் நிதி உதவி செய்த ‘வேதாந்தா’ கார்ப்பரேட் நிறுவனம், ஒதிஸாவிலும் மத்திய இந்தியா விலும் கனிம வளங்களைக் கொள்ளையடிப்பதையும் பழங்குடி மக்களின் வாழ்வாதாரங்களைப் பறிப்பது பற்றியும் அறிக்கைகள் வெளியிட்டு இலண்டன் இலக்கிய விழாவைப் புறக்கணிக்குமாறு இங்கிலாந்தில் உள்ள இடதுசாரி அறிவாளிகள் பிரசாரம் செய்தனர்.)

இது போன்ற சூழல்களைக் கருத்தில் கொண்டு எக்கோ, மேற்சொன்ன நேர்காணலில் கூறினார்:

> எடுத்துக்காட்டாக சிலர் உங்களை விருந்துக்கு அழைப்பார்கள். அது எதற்கென்றால் உங்களைப் பயன்படுத்திக் கொண்டு தங்களுக்கு வேண்டிய தொடர்புகளை உருவாக்கிக் கொள்வதுதான். இதனால் உங்களுக்கு எந்தப் பயனும் இராது. அவர்கள் எந்த நோக்கத்திற்காக உங்களை விருந்துக்கு அழைத்தார்கள் என்பதைத் தெரிந்துகொண்டால், அவர்களது அழைப்பை நீங்கள் மரியாதை யோடு மறுத்துவிடலாம். இவ்வாறு மறுத்துவிடுவதை வறட்டுத்தனமான நிலைப்பாடு என்று கூறிவிட முடியுமா? மற்றவர்கள் உங்கள் மீது முத்திரை குத்திவிடக்கூடிய இடத்துக்குச் செல்வதைத் தவிர்ப்பதற்கு உங்களுக்குள்ள உரிமைதானே இது. நமது நண்பர்களையும் நாம் எச்சரிக்க வேண்டும்: “எச்சரிக்கையாக இருங்கள். நீங்கள் அங்கு போனால் ஏமாந்துவிடுவீர்கள் என்பதை நீங்கள் உணர்ந்துகொள்ள வேண்டும். நீங்கள் அங்கு செல்வதன் சாரம் எதுவாக இருந்தாலும், அவர்களது இடத்திற்கு நீங்கள் செல்வதே அரசியல் செயல்பாடுதான்”.

'அவர்களது இடத்துக்குச் செல்தல்' என்பதை 'சிறைப்படுதல்' என்றும், அதற்கும் உண்மையான 'உரையாட'லுக்கும் ஆழமான வேறுபாடு உள்ளது என்றும் எக்கோ கூறினார்:

> எடுத்துக்காட்டாக, எனது பல்கலைக்கழகத்தில் வரலாறு அல்லது தத்துவம் பற்றிய கருத்தரங்கை நான் ஏற்பாடு செய்தால் என்னிடமிருந்து மாறுபட்ட கருத்துகளையும் கோட்பாடுகளையும் கொண்டுள்ள வல்லுநர்களை மட்டுமே அழைப்பேன். கருத்தரங்கில் நடைபெறும் விவாதத்தின் இறுதியில் எந்த உடன் பாட்டுக்கும் நாம் வராமல் போகலாம். எனினும் ஒவ்வொருவரும் மற்றவரின் கருத்துகளை நேர்மையுடனும் உற்சாகத்துடனும் எதிர்கொண்டு விவாதிப்பதே நமது கடமையாகும். 'உரையாடல்' எவ்வளவு காரசாரமாக இருந்தாலும், அது 'உரையாட'லாக இருப்பதாலேயே, ஒருவர் மற்றவரது சொற்களையோ, மற்றவர் அங்கு இருப்பதையோ தமக்கு சாதகமாக்கிக் கொள்ள முடியாது.

'நம்மால் விரும்பி ஏற்றுக் கொள்ளக்கூடிய அபிப்பிராயங்கள்' மட்டுமே உள்ளன, 'உண்மைகள்' என்பன ஏதும் இல்லை என்று எக்கோ கூறினாலும், எல்லாக் கருத்துகளுக்கும் ஒரே மாதிரியான சம மதிப்பு உள்ளது என்று சில பின்நவீனத்துவ்வாதிகள் கூறுவதை மறுக்கிறார். இதை அவர், ஆராய்ச்சிகளின் மூலம் வெளிச்சத்திற்கு வரும் புதிய விவரங்கள், தகவல்கள், சான்றுகள் ஆகியவற்றின் அடிப்படையில் வரலாற்றைத் திருத்தி எழுதுவதற்கும் வரலாற்றை அப்படியே புரட்டி எழுதுவதற்குமுள்ள வேறுபாடு பற்றிக் கூறுகையில் தெளிவுபடுத்தினார்:

> ஏற்கெனவே எழுதப்பட்ட வரலாற்றைத் திருத்தி எழுதுவதை எடுத்துக்காட்டாகக் கொள்வோம். ஆனால் வரலாற்றாசிரியர் ஒவ்வொருவரும், சரியாகச் சொல்லப்போனால், வரலாற்றைத் திருத்தி எழுதுபவர்தாம். அதாவது ஆராய்ச்சியின் குறிக்கோள், கடந்த காலத்தில் சொல்லப்பட்டவை அனைத்தும் உண்மைதானா, அவற்றில் திருத்தங்கள் செய்யப்பட வேண்டுமா என்பதைக் கண்டறிவதுதான். ஸிஸரோ[10] கேடலைன் என்பவரைப் பற்றி மிகவும் கேவலமாகச் சித்திரித்துள்ளார். அத்தைகைய சித்திரம் உண்மையானதுதானா? அல்லது அது ஸிஸரோவின் அரசியல் சூழலின் காரணமாகப் புனையப்பட்ட ஒன்றா? முதல் உலகப் போரில் 6 இலட்சம் இத்தாலியர்கள் மடிந்தது உண்மைதானா? ஆவணங்களை ஆராய்ந்து பார்ப்பதற்கும், ஏற்கெனவே

10. ஸிஸரோ (Cicero): கி.மு.இரண்டாம் நூற்றாண்டைச் சேர்ந்த ரோமானியத் தத்துவ்வாதியும், அரசியல்வாதியும், நாவன்மை மிக்க சொற்பொழிவாளரு மாவார்.

எழுதப்பட்டுள்ள வரலாற்று நூல்கள் பிரசார நோக்கத்திற்காக எழுதப்பட்டவையா என்று சந்தேகிப்பதற்கும், வரலாற்று விவரங்களைக் மீண்டும் கண்டறிவதற்கும் புள்ளிவிவரங்களைக் கேள்விக்குட்படுத்துவதற்கும் வரலாற்றறிஞருக்கு உரிமை உண்டு. நாஜிகளால் இனக்கொலை செய்யப்பட்ட யூதர்களின் எண்ணிக்கை 60 இலட்சமல்ல, அது 65 இலட்சம் அல்லது 55 இலட்சம் என்று யாரேனும் ஆழமான, கேள்விக்கிடமற்ற ஆய்வுரையை முன்வைத்தால், அதை அதிர்ச்சிதரக்கூடிய விஷயமாகக் கருத மாட்டேன். ஆனால் சகித்துக் கொள்ள முடியாதது என்று நான் கருதுவது இதுதான்: ஆய்வுரையாக இருந்த ஒன்று அதற்குரிய பொருளையும் மதிப்பையும் இழந்து 'கொலை செய்யப்பட்ட யூதர்களின் எண்ணிக்கை நாம் நினைத்ததைவிடக் குறைவானதுதான், எனவே குற்றம் ஏதும் நிகழவில்லை' என்ற பிரசாரத்தைச் செய்யுமே யானால் அது சகித்துக்கொள்ள முடியாததாகிறது. ஸாக்ரடீஸூம் கிறிஸ்துவும் தனிமையில் மரணமடைந்தனர். அவர்கள் இறந்துபோய் இரண்டாயிரம் ஆண்டுகளுக்கு மேலாகிவிட்டது. எனினும், அவர்களது மரணத்துக்குக் காரணமாக இருந்த குற்றங்களுக்காக மானுடகுலம் இன்னும்கூட அதிர்ச்சியிலிருந்து மீளவில்லை. இன்றும்கூட அந்தப் பாவத்தை எண்ணி வருந்தி வருகின்றது. வரலாற்றைத் திருத்தியெழுதுதல் என்பது வரலாற்றையே மறுக்கும் நிலைக்கு வந்துவிட்டால் அது மற்றொரு எல்லைக் கோட்டைக் கடந்து செல்வதாகிவிடும். இரண்டாம் உலகப் போருக்குப் பின் அழுதவர்களின் கண்ணீரைப் பார்த்திருக் கிறேன். ஏறக்குறைய முழுவதும் அழிந்துபோன குடும்பங்களில் எஞ்சியிருந்தவர்கள் அவர்கள். சிலுவைப் போர்கள், செஞ்சிலுவைகள்[11] என்பனவெல்லாம் கட்டுக் கதைகள் என்று யாரேனும் கூறுவார்களேயானால், நான் ஒருவேளை மனம் தடுமாறி, அவர்கள் கூறுவதில் உண்மை இருக்குமோ என்று

---

11. சிலுவைப் போர்கள்(Crusades): கி.பி.11ஆம் நூற்றாண்டிலிருந்து 13ஆம் நூற்றாண்டு வரை, மேற்கு ஐரோப்பிய நிலப்பிரபுத்துவ சக்திகளும், வணிகர்களும் போப்பின் ஆசியுடன் நடத்திய போர்கள். ஏசு பிறந்த ஜெருசலேம் நகரத்தை முஸ்லிம் மன்னர்களிடமிருந்து மீட்டெடுத்தல், கிறிஸ்தவத்தை முஸ்லிம்களிட மிருந்து காப்பாற்றுதல் என்ற பெயரால் நடத்தப்பட்ட போர்கள். ஐரோப்பிய நிலப்பிரபுத்துவ சக்திகளின் மண்ணாசை, புதிய சந்தைகளைப் பிடிப்பதற்கான வணிகர்களின் நாட்டம், தமது ஆதிக்கத்தை விரிவுபடுத்திக் கொள்வதற்காக போப் மேற்கொண்ட முயற்சி ஆகியனவற்றின் பொருட்டு நடத்தப்பட்ட இந்தப் போர்களுக்கு மத வடிவம் கொடுக்கப்பட்டது.

செஞ்சிலுவைகள் (Red Cross): அந்தப் போரில் பங்கேற்றவர்களின் அங்கிகளில் சிகப்பு நூலால் பின்னல் வேலை செய்யப்பட்ட சிலுவைச் சின்னம் இருந்ததால், அவர்கள் 'செஞ்சிலுவைகள்' என்று அழைக்கப்பட்டனர்.

நினைக்கக்கூடும். ஆனால் எனது 13ஆம் வயதில் நானும் என்னைப் போன்ற இலட்சக்கணக்கானோரும் எங்கள் கண்களாலேயே பார்த்தவற்றை, அவை உண்மையில் நடக்கவேயில்லை என்று யாரேனும் நம்பவைக்க விரும்பினாலோ, அந்த நிகழ்வுகள் நடந்துமுடிந்த பிறகு பிறந்த இளைஞர்களை, அவை நடக்கவே யில்லை என்று நம்பும்படி செய்தாலோ, அது சகித்துக்கொள்ள முடியாத விஷயமாகும்.

இத்தகைய கருத்தை பிரசாரம் செய்பவர்களையும் அதை ஆதரிப்பவர்களையும் என் வீட்டிற்கு அழைக்க மாட்டேன். அப்படி அழைக்காமலிருக்க எனக்கு உரிமை உண்டு; அதேபோல, அவர்களின் இடத்திற்கு வருமாறு எனக்கு அழைப்பு விடுக்கப் பட்டால், அந்த அழைப்பை மறுக்கவும் எனக்கு உரிமை உண்டு. உண்மைக்காகப் போராடுவதாக நாம் நினைத்தால் சில நேரங்களில் எதிரிகளைக் கொல்லத் தூண்டப்படலாம். நமக்கு ஏற்புடைய அபிப்பிராயங்களுக்காகப் போராடுகையில் நம்மால் சகிப் புணர்வுடன் இருக்க முடியும்; அதேவேளை சகிக்க முடியாத வற்றை நிராகரிக்கவும் முடியும்.

உண்மைகள் ஏதும் இல்லை, விரும்பி ஏற்கத்தக்க அபிப்பிராயங்கள் மட்டுமே உள்ளன என்று நாம் கொள்வோமேயானால், உலகில் உள்ள அனைவருக்கும் பொதுவாக 'சகிக்கமுடியாததாக' இருப்பதை எந்த அடிப்படையில் நம்மால் வரையறுக்க முடியும்? பண்பாடு, கல்வி, மத வேறுபாடுகளைக் கடந்தும் அவற்றைச் சார்ந்திராமலும், 'சகிக்கமுடியாதது' என்று நாம் கருதக்கூடியவை பற்றிய வரையறையை எந்த அடிப்படையில் உருவாக்கிக் கொள்ள முடியும்? என்ற கேள்விகளுக்கு எக்கோ பதில் தருகிறார்:

உடலுக்கு நாம் தரக்கூடிய மரியாதை என்ற அடிப்படையில் அத்தகைய வரையறையை நம்மால் வகுக்க முடியும். உடலுக்கும் உடல் சார்ந்த செயல்பாடுகளுக்கும் -உண்பது, குடிப்பது, சிறுநீர் கழிப்பது,உறங்குவது, உடலுறவு கொள்வது, பேசுவது, கேட்பது போன்ற செயல்பாடுகளுக்கும் - நாம் காட்டக்கூடிய மரியாதையின் அடிப்படையில் முழுமையான அறக்கோட்பாடை நம்மால் உருவாக்க முடியும். இரவில் ஒருவரைத் தூங்கவிடாமல் தடுப்பது, ஒருவரைத் தலைகீழாகத் தொங்கும்படி கட்டாயப்படுத்துவது ஆகியன சகிக்கமுடியாத சித்திரவதை வடிவங்களாகும். ஒருவரை நகராமலோ, பேசாமலோ தடுப்பதும்கூட இதே போல சகிக்கமுடியாத விஷயம்தான். பாலியல் வன்முறை என்பதும் ஒருவரது உடலை மதிக்காத செயல்பாடாகும். எல்லா வகையான

இனவாதங்களும் இன ஒதுக்கல்களும் அடிப்படையில் பிறரது உடல்களை மறுக்கும் வழிமுறைகள்தாம். உடலுக்குள்ள உரிமைகள், நம் உடலுக்கும் வெளியுலகுக்குமுள்ள உறவு ஆகியவற்றின் அடிப்படையில் அறவியலின் வரலாறு முழுவதற்கும் நம்மால் புதிய விளக்கம் தர முடியும்.

3

உம்பர்த்தோ எக்கோவின் எழுத்துகளில், இந்திய இளைஞர்களுக்கு - குறிப்பாக மாணவர்களுக்கு - மிகவும் பயன்படக்கூடியது என்று நான் கருதுவது, அவர் தமது பேரனுக்கு எழுதிய கடிதம்.[12] அதிலுள்ள வற்றில் ஒரு சில பகுதிகளை மட்டும் இங்கு காண்போம்:

இரண்டு மானுட ஜீவிகளிடையிலான உறவையோ, மனிதனுக்கும் விலங்குக்குமுள்ள உறவையோ (அதன் எல்லாவிதமான வகைகளையும்) காட்டுகின்ற நூற்றுக்கணக்கான போர்ன் (Porn)[13] வலைத்தளங்களிலொன்றை நீ பார்க்கக்கூடிய சந்தர்ப்பம் வாய்த்தால், செக்ஸ் என்பது மற்ற விஷயங்கள் ஒருபுறமிருக்க, இந்த அளவுக்கு சலிப்பூட்டக் கூடியது என்பதை நம்பாமலிருக்க முயற்சி செய். இந்த வகையான செக்ஸ், உண்மையான பெண்களைப் பார்ப்பதற்காக நீ வீட்டை விட்டு வெளியே செல்லாமல் தடுப்பதற்காக நிகழ்த்தப்படுகின்றது (நீ, இருபால் சேர்க்கையில் விருப்பமுள்ளவன் என்னும் கோட்பாட்டின் அடிப்படையில் நான் இதைச் சொல்லத் தொடங்குகிறேன். நீ, வேறுவிதமானவனாக இருந்தால், அதற்கேற்ப எனது பரிந்துரையில் மாற்றம் செய்து கொள்.) பள்ளிக்கூடத்திலோ, விளையாட்டிலோ இருக்கிற உண்மையான பெண்களை நோக்கு. ஏனெனில் தொலைக்காட்சியில் உள்ள பெண்களைவிட உண்மையான பெண்கள் சிறந்தவர்கள். 'ஆன்லைனில்' உள்ள பெண்களைவிட அவர்கள் உனக்கு அதிகம் திருப்தி தருகின்ற நாள் வரும்.

உன்னைவிடக் கூடுதலான அனுபவம் கொண்டிருப்பவர்களை நம்பு. நான் கணினியிலிருந்து செக்ஸை அறிந்து கொண்டவனாக இருந்திருந்தால், உனது தந்தை பிறந்திருக்கவே மாட்டார். நீ எங்கிருந்திருப்பாய் என்பது எவருக்குத் தெரிந்திருக்கும்? உண்மையில், நீ இருந்திருக்கவே மாட்டாய்.

---

12. Umberto Eco: Letter to My Grandson, *Wordeffects*, 1.5.2006.

13. Porn வலைத்தளங்கள் : பாலுறவுக் காட்சிகளை வக்கரித்த வடிவங்களில் காட்டும் (pornography) வலைத்தளங்கள்.

ஆனால், நான் பேச விரும்பியது இதைப் பற்றி அல்ல; மாறாக, உனது தலைமுறையை, உன்னைவிட வயதில் மூத்த, ஏற்கெனவே பல்கலைக்கழகத்தில் இருக்கின்ற மாணவர்களின் தலைமுறையைப் பாதித்துக் கொண்டிருக்கிற நோயைப் பற்றிப் பேச விரும்புகிறேன் - அதாவது நினைவாற்றலின் இழப்பு என்பதைப் பற்றி.

ஷார்லெமென் யார் அல்லது கோலாலம்பூர் எந்த இடத்தில் உள்ளது என்பதை அறிந்துகொள்ள விரும்பினால், நீ செய்ய வேண்டியது ஒரு சில பித்தான்களை அழுத்த வேண்டியது மட்டுமே, இன்டெர்நெட் உடனடியாக உனக்குச் சொல்லும் என்பது உண்மைதான். நல்லது. உனக்குத் தேவைப்படும்போது அதைச் செய்.

ஆனால், நீ தேடிய தகவலைக் கண்டறிந்த பின், நீ கற்றுக் கொண்டதை நினைவில் வைத்திரு. அப்போதுதான், பள்ளிக் கூடத்தில் ஆராய்ச்சி செய்ய வேண்டியது போன்ற சந்தர்ப்பத்தில், அந்தத் தகவல் தேவைப்படும் போது, மீண்டும் இன்டெர் நெட்டைப் பார்க்க வேண்டியிராது. ஆபத்து என்னவென்றால், கணினி உனக்கு உடனுக்குடன் தகவலைத் தந்துவிடும் என்று நீ நினைப்பதால், உன்னுடைய மூளையில் தகவலை சேமித்து வைக்கும் இரசனையை இழந்துவிடுகிறாய்.

இது எப்படிப்பட்டது என்று சொல்கிறேன்: ஒரு தெருவிலிருந்து இன்னொரு தெருவுக்குச் செல்ல, நீ சிரமப்படாமல் நகர்வதற்கு பஸ்ஸோ, மெட்ரோ ரயில் வண்டியோ (நீ அவசரமாகச் செல்ல வேண்டுமானால், இது மிகவும் சௌகரியமானது) இருக்கிறது என்பதை நீ கற்றுக் கொண்டதும், நடந்து செல்ல வேண்டிய தேவையே இனி இல்லை என்று நினைக்கிறாய். ஆனால், நீ போதுமான அளவு நடந்து செல்லாவிட்டால், "மாற்றுத் திறனாளி" - சக்கர நாற்காலிகளில் முடக்கப்பட்டுவிட்டவர்களை இப்படித் தான் நாம் அழைக்கிறோம் - ஆகிவிடுவாய்.

உண்மையில், உனக்கு விளையாட்டுகளில் ஆர்வம் இருக்கிறது என்பதையும், எனவே உனது உடலை அசைப்பது எப்படி என்பது உனக்குத் தெரியும் என்பதையும் நான் அறிவேன். ஆனால், நான் இப்போது பேசுவது உனது மூளையைப் பற்றி. நினைவாற்றல் என்பது கால்களைப் போன்றதொரு தசை. அதற்குப் பயிற்சி தராவிட்டால், அது வாடி உலர்ந்து, மனநோயில் முடிந்து - தெளிவாகச் சொல்கிறேன் - உன்னை மடையனாக்கிவிடும்.

உனக்கு வயதாக ஆக, செயலூக்கமற்ற ஒரு மூளை அல்ஸீமர் நோய்[14] ஏற்படும் ஆபத்தை அதிகரிக்கச் செய்யும். இந்த அவப் பேறான நிலைமையைத் தவிர்ப்பதற்கான சிறந்த வழிகளிலொன்று எப்போதுமே நினைவாற்றலுக்குப் பயிற்சி தருவதுதான்.

நான் தரவிரும்பும் பயிற்சி இதுதான்: ஒவ்வொரு நாள் காலையிலும், சில கவிதைகளைக் கற்றுக் கொள். நாங்கள் கற்பதற்குப் பழகிக்கொண்ட சின்னச் சின்ன கவிதைகளை... நீயும் உனது நண்பர்களும் யாருக்கு நினைவாற்றல் அதிகம் என்ற போட்டியில்கூட ஈடுபடலாம்.

உனக்குக் கவிதை பிடிக்காவிட்டால், அணிவகுத்து நிற்கும் கால் பந்தாட்டக்காரர்களின் பெயர்களை மனப்பாடம் செய். இன்றுள்ள ரோமா அணியிலுள்ளவர்களின் பெயர்களோடு நின்றுவிடாமல், இதர அணிகள், முன்னாள் அணிகள் ஆகியவற்றைச் சேர்ந்த ஆட்டக்காரர்களின் பெயர்களையும் மனப்பாடம் செய்வதில் கவனமாக இரு. உன்னால் நம்ப முடிகின்றதா? சூப்பர்காவில் விழுந்து நொறுங்கிய விமானத்தில் இருந்த ஆட்டக்காரர்கள் அனைவரின் பெயர்களையும் நான் நினைவில் வைத்திருக்கிறேன் என்பதை : பாகிகலுபோ, பல்லாரின், மரோஸோ, முதலியோரை.

நினைவாற்றல் போட்டிகளை நடத்து. நீ படித்த புத்தகங்களைப் பற்றி அந்தப் போட்டிகள் இருக்கலாம் (பொக்கிஷத் தீவைத்[15] தேடிச் சென்ற போது ஹிஸ்பானியோலா கப்பலில் இருந்தவர்கள் யார்? லார்ட் ட்ரெலானி, கேப்டன் ஸ்மோல்லெ, டாக்டர். லைவ்ஸெ, லாங் ஜான் ஸில்வர், ஜிம்...), மூன்று வாள்வீரர்கள், ட அர்க்னான்[16] ஆகியோரின் வேலைக்காரர்களின் பெயர்களை (க்ரிமோ, பாஸின், மூஸ்க்யிதோ, ப்ளான்ஷெ) உனது நண்பர்கள் நினைவில் வைத்திருக்கிறார்களா என்று பார். ‘மூன்று வாள் வீரர்கள்’ நாவலை நீ படிக்க விரும்பவில்லை என்றால் (அதைப் படிக்காததனால் எதை இழக்கிறாய் என்பதை நீ உணரவில்லை) நீ படித்த ஒரு கதையை வைத்துக் கொண்டு இந்தப் போட்டியை நடத்து.

---

14. அல்ஸீமர் நோய் : நினைவாற்றலை முற்றிலும் இழக்கச் செய்யும் நோய்.
15. பொக்கிஷத் தீவு (Tressure Island) : ஸ்காட்லந்து எழுத்தாளர் ராபர்ட் லூயி ஸ்டீவென்ஸன் எழுதிய நாவல். அந்தத் தீவைத் தேடிச் செல்பவர்கள் பயணிக்கும் கப்பலின் பெயர் ஹிஸ்போனியாலா.
16. மூன்று வாள் வீரர்கள் (Three Musketeers) : பிரெஞ்சு நாவலாசிரியர் அலெக்ஸாண்டெர் டூமா எழுதிய நாவல். இதிலுள்ள முக்கியப் பாத்திரத்தின் பெயர் ட அர்க்னான்.

இது ஒரு விளையாட்டுப் போலத் தோன்றுகிறது. ஆம், இது ஒரு விளையாட்டுதான். ஆனால், கதாபாத்திரங்கள், கதைகள், அனைத்துவகையான நினைவுகள் ஆகியவற்றால் உனது தலை எப்படி நிரப்பப்படுகிறது என்பதைக் காண்பாய். உனது (நமது) மூளையை முன்மாதிரியாகக் கொண்டு அமைக்கப்பட்ட கணினி, ஏன் மின்னணு மூளை என்று அழைக்கப்படுகிறது என்பதை நினைவுபடுத்திக் கொள். ஆனால் உனது மூளைக்கு, ஒரு சாதாரண கணினியைவிட அதிகமான தொடர்புகள் இருக்கின்றன. உனது மூளை நீ எப்போதும் உன்னுடன் எடுத்துச் செல்லும் கணினி. இந்தக் கணினியை நீ பயன்படுத்தப் பயன்படுத்த, அது மேன்மேலும் ஆரோக்கியமானதாக வளர்கிறது. உனது மேஜையின் மீதுள்ள கணினி, சில ஆண்டுகளுக்குப் பிறகு தனது வேகத்தை இழக்கிறது, எனவே அதற்குப் பதிலாக இன்னொன்றை வாங்க வேண்டியுள்ளது. ஆனால் உனது மூளை தொன்னூறு ஆண்டுகள் நீடித்திருக்கும், அதை சுறுசுறுப்பாக இயங்க வைத்துக் கொண்டிருந்தால் தொன்னூறு ஆண்டுகளுக்கு நீ இப்போது நினைவில் வைத்திருப்பவற்றை விட அதிகமான விஷயங்களை நினைவில் வைத்திருக்கும். இலவசமாக.

மேலும், வரலாற்று நினைவு என்று ஒன்றிருக்கிறது. அது, உனது வாழ்க்கை பற்றிய விவரங்களோ, நீ படித்தவை பற்றிய விஷயங்களோ அல்ல. மாறாக, நீ பிறப்பதற்கு முன் நடந்தவை என்ன என்பது பற்றியது.

முன்பு நடந்தது என்ன என்பதை அறிந்து கொள்வது ஏன் அவ்வளவு முக்கியமானது? ஏனெனில், பலசமயம், நீ பிறப்பதற்கு முன்பு நிகழ்ந்தவை, இன்று சில விஷயங்கள் ஏன் நிகழ்கின்றன என்பதை விளக்குகின்றன; குறைந்தபட்சம் கால்பந்தாட்ட அணிகளிலிருப்பவர்களின் பெயர்களை அறிந்து கொள்வது உனது நினைவாற்றலைச் செழுமைப்படுத்தக்கூடிய ஒரு வழியாகும்.

நினைவாற்றலைச் செழுமைப்படுத்தக் கூடிய ஒரே வழி புத்தகங்களும் சஞ்சிகைகளும் மட்டுமே அல்ல என்பதை கருத்தில் கொள். இன்டெநெட்டும் உனக்குச் சேவை புரியும். நீ ஏற்கெனவே உனது நண்பர்களுடன் கணினி மூலம் உரையாடுவதில் (chatting) நேரத்தைச் செலவிடுகிறாய். இந்த உரையாடலை உலக வரலாற்றுக்கும் விரிவுபடுத்து.

ஹிட்டைட்டுகள் என்பவர்கள் யார்? கேமிஸார்டுகள் யார்? கொல்ம்பஸ் பயணம் சென்ற மூன்று கப்பல்களின் பெயர்கள் என்ன? டைனோஸார்கள் அழிந்தது எப்போது? நோவாவின்

கப்பலில் சுக்கான் இருந்திருக்க முடியுமா? எருதுவின் முன்னோரின் பெயர் என்ன? இன்று இருப்பனவற்றைவிட அதிகமான புலிகள் நூறாண்டுகளுக்கு முன் இருந்திருக்குமா? மாலி பேரரசு என்பது என்ன? தீய சாம்ராஜ்யம் என்பதைப் பற்றிப் பேசியவர் யார்? வரலாற்றில் இரண்டாவது போப்பாக இருந்தவரின் பெயர் என்ன? மிக்கி மவுஸ் எப்போது முதன் முதலில் காட்சி தந்தது?

என்னால் முடிவில்லாமல் அடுக்கிக் கொண்டே போக முடியும். எல்லாமே ஆராய்ச்சியில் நிகழ்த்தப்படும் சாகசங்கள்தாம். நினைவில் வைத்துக் கொள்ளப்பட வேண்டியவைதாம் அவை அனைத்தும். பிறகு, நீ முதியவனாகிவிட்ட நாள் வரும்போது, ஆயிரம் வாழ்க்கைகளை நீ வாழ்ந்துவிட்டது போன்ற உணர்வு உனக்கு ஏற்படும். வாட்டர்லூவில்[17] நடந்த சண்டையின் போது நீ அங்கிருந்தது போல; ஜூலியஸ் ஸீஸரின் படுகொலையை நீ நேரடியாகப் பார்த்தது போல; மத்தியகால கிறிஸ்தவத் துறவியும் இரசவாதியுமான கறுப்பு பெர்தோல்ட், தங்கத்தைத் தயாரிக்க சில பொருள்களை அம்மியில் அரைத்துக் கொண்டிருந்த போது, தங்கத்துக்குப் பதிலாக, வெடியோசையுடன் வெடிகுண்டுத் தூள் உருவாகியதைக் கண்டறிந்தாரே, அந்த நிகழ்வு நடந்த இடத்தை நீ பார்த்தது போல.

இதற்கு மாறாக, உனது நண்பர்களில், தங்கள் நினவாற்றலை வளர்த்துக் கொள்ளாத பிறர், ஒரே ஒரு வாழ்க்கையைத்தான் வாழ்ந்திருப்பர். மிக வருத்தத்துக்குரிய, மகத்தான உணர்ச்சிகள் இல்லாத வாழ்க்கை.

நாம் மகத்தான உணர்ச்சிகளோடு வாழ வேண்டும், அதற்கு நினைவாற்றல் அவசியம் என்பது, உம்பர்த்தோ எக்கோ நமக்கு விட்டுச் சென்றுள்ள செய்திகளில் மிக முக்கியமானது.

---

17. இன்றைய பெல்ஜியம் நாட்டிலுள்ள வாட்டர்லூ என்னும் இடத்தில் நடந்த சண்டையில்தான் நெப்போலியன் போனபார்ட்டின் பிரெஞ்சுப் படைகள் 1815 ஜூன் 18இல் தோற்கடிக்கப்பட்டன.

- உயிர் எழுத்து, மார்ச், 2017

2
'அரை-பாசிசமா'? முழு பாசிசமா?

1

இந்தியாவில் இப்போது இருப்பது 'அரை பாசிசமா? முழு பாசிசமா' என்ற விவாதம் சில இடதுசாரிக் கட்சிகளுக்குள் நடந்து வருகின்றது. மதப் பிடிப்பு கொண்ட யூதர்கள், வாழ்க்கையில் தாங்கள் சந்திக்கும் பிரச்சினைகளுக்கான விடை தேட யூத குருமார்களை (ராப்பைகள்) அணுகுவது வழக்கம். அந்த ராப்பைகள், யூதர்களின் புனித நூலை எடுத்து வைத்துக் கொண்டு, 'டோரா (Tohra) என்ன சொல்கிறது' என்று பக்கங்களைப் புரட்டுவார்கள். அதுபோலத்தான் நமது நாட்டிலுள்ள கம்யூனிஸ்ட் கட்சித் தலைவர்கள் சிலரும். அவர்களில் ஒரு தரப்பினர் கூறுகின்றனர்:

கருத்துநிலை (ideology) என்ற வகையிலும் அரசியல் ஆட்சி வடிவம் என்ற வகையிலும் பாசிசம் 20ஆம் நூற்றாண்டில் இரண்டு உலகப் போர்களுக்கிடையில் தோன்றியது. முதலாளித்துவ அமைப்பு ஆழமான நெருக்கடியால் சூழப்பட்டும், தொழிலாளி வர்க்கத்தின் புரட்சிகர இயக்கத்திடமிருந்து வரும் அச்சுறுத்தலை எதிர்நோக்கியுமிருந்த போது, ஜெர்மனியின் ஆளும் வர்க்கங்கள் பூர்ஷ்வா ஜனநாயகத்தை ஒழித்துக்கட்டும் அதிதீவிர ஆட்சி வடிவத்தைத் தேர்ந்தெடுத்துக் கொண்டன. முஸ்ஸோலினியின் இத்தாலியும் ஜப்பானும்கூட பாசிச ஆட்சிகள்தாம்.

இதே காலகட்டத்தில் ஸ்பெயினிலும் போர்ச்சுகல்லிலும் தோன்றிய பாசிச ஆட்சி முறைகள் மேற்சொன்ன தரப்பினரால் ஏனோ குறிப்பிடப்படவில்லை. மேலும், பாசிசம் பற்றி 'எவ்வித சந்தேகத்துக்கும் இடம் தராத' செவ்வியல் வரையறையொன்றையும் அவர்கள் மேற்கோள் காட்டுகிறார்கள்:

(அதிகாரத்தில் உள்ள) பாசிசம் என்பது நிதி மூலதனத்தின் மிகப் பிற்போக்கான, மிகப் பெரும் தேசியவெறியுடைய, மிகவும் ஏகாதிபத்தியத்தன்மையுடைய கூறுகளின் வெளிப்படையான பயங்கரவாத சர்வாதிகாரமாகும்.

அவர்கள் மேலும் கூறுகின்றனர்:

> இந்தியாவில் இன்று பாசிசம் நிறுவப்படவுமில்லை, பாசிச ஆட்சியை நிறுவுவதற்கான அரசியல், பொருளாதார, வர்க்க நிலைமைகளும் இல்லை. முதலாளிய அமைப்பு தகர்ந்து விழும் வகையில் அதனை அச்சுறுத்துகின்ற நெருக்கடி ஏதும் இல்லை; ஆளும் வர்க்கங்கள், தமது வர்க்க ஆட்சிக்கு சவாலிடுகின்ற எதனையும் எதிர்நோக்கவில்லை. பூர்ஷ்வா ஜனநாயக அமைப்பைத் தூக்கியெறிய ஆளும் வர்க்கத்தின் எந்தப் பிரிவும் தற்போது வேலை செய்துகொண்டிருக்கவில்லை. ஆளும் வர்க்கங்கள் முனைவ தெல்லாம், தங்கள் வர்க்க நலனகளுக்கு சேவை புரிவதற்காக எதேச்சாதிகார வடிவங்களைப் பயன்படுத்துவதுதான்.

ஆனால், அவர்களே பின்வரும் உண்மையை ஒப்புக் கொள்கின்றனர்:

> இந்தியாவில் இன்று, மக்களை வகுப்பு அடிப்படையில் எதிரெதிர் துருவங்களில் நிற்க வைப்பதற்காகவும் மதச் சிறுபான்மையினரைத் தாக்குவதற்காகவும் இந்துத்துவக் கருத்துநிலையும் வெறித்தன்மை கொண்ட தேசியவாதமும் பயன்படுத்தப்படுகின்றன. அரசு நிறுவனங்களின் மூலம் மேலே இருந்தும், இந்துத்துவப் படைகளின் மூலம் கீழே இருந்தும் இந்துத்துவக் கொள்கைகளின் அடிப்படையில் சமுதாயத்தையும் அரசியல் அமைப்பையும் மாற்றியமைப்பதற்குத் தீர்மானகரமான முயற்சியொன்று மேற்கொள்ளப்பட்டு வருகின்றது.

எனினும், இந்த முயற்சியை பாசிசம் என வரையறுக்க மறுக்கின்றார்கள்:

> இந்த நடவடிக்கைகளெல்லாம், ஜனநாயகத்துக்கும் மதச்சார் பின்மைக்கும் பெரும் அச்சுறுத்தலைத் தோற்றுவித்துள்ள போதிலும், அவை தம்மளவிலேயே பாசிச அமைப்பை நிறுவக்கூடியவை அல்ல.

இந்த இந்துத்துவச் செயல்பாடுகளுக்கு பாசிசத்தன்மை இல்லை என்று கூறுவதற்காக அவர்கள் " இந்தியாவில் இன்னும் முழுமையான பாசிசம் வரவில்லை" என்று கூறுகிறார்கள்.

இந்தக் கருத்துகளை மறுப்பதற்காகவும் இந்தியாவில் பாசிசம் இருப்பதாகக் கூறுவதற்காகவும் வேறொரு தரப்பினர் 'பாசிசம்' பற்றிய இன்னொரு வரையறையை வழங்குகின்றனர்:

> பாசிச சர்வாதிகாரத்தை நிறுவுவதற்கு முன், பூர்ஷ்வா அரசாங்கங்கள் ஏராளமான பூர்வாங்கக் கட்டங்களைக் கடந்து சென்று, ஏராளமான பிற்போக்கு நடவடிக்கைகளை மேற்கொள்கின்றன. இவை பாசிசம் ஆட்சிக்கு வருவதற்கு நேரடியாக வழிவகை செய்கின்றன.

எனினும், மேற்சொன்ன இரு வேறு கருத்துகளும், 'மூன்றாம் அகிலம்' என்று சொல்லப்படும் 'கம்யூனிஸ்ட் அகிலத்'தின் (Communist International-Comintern) செயற்குழுவில் , பல்கேரியக் கம்யூனிஸ்ட் தலைவர் ஜார்ஜி டிமிட்ரோவால் விளக்கப்பட்டு, உலகக் கம்யூனிஸ்ட் கட்சிகளிடையே பரவலாகச் சுற்றுக்கு விடப்பட்டதும் 1935ஆம் ஆண்டு நடந்த அந்த அகிலத்தின் சர்வதேச மாநாட்டில் அவரால் சமர்ப்பிக்கப் பட்ட அறிக்கையில் உள்ளடக்கப்பட்டதுமான ஆவணத்தில் 'பாசிசம்' பற்றித் தரப்பட்டிருந்த வரையறையில் காணப்படுபவைதான். இந்தியாவில் பாசிசம் நிலவுகிறது என்று இரண்டாவது தரப்பினர் கூறுவது, இந்தியாவில் பாசிசம் இல்லை, எதேச்சாதிகாரம் தான் உள்ளது என்னும் முதல் தரப்பினரின் கூற்றைவிட மேலானது என்றாலும், 'வேத வாக்குகளின்' ஆதரவின்றி அதைச் சொல்ல முடியாத பரிதாப நிலையையே இங்கு காண்கிறோம். அதாவது, 1935ஆம் ஆண்டு ஆவணம், காலம், இடம்,சூழல் ஆகியவற்றைக் கடந்த என்றென்றைக்கும் பொருந்துகின்ற 'புனித நூலாக'க் கருதப்படுகின்றதேயன்றி 'பருண்மையான நிலைமைகளைப் பற்றிய பருண்மையான ஆய்வு' என்னும் லெனினிய நெறி கடைப்பிடிக்கப் படுவதில்லை.

'இந்தியாவில் இப்போது பாசிசம் இல்லை, எதேச்சாதிகாரம்தான் உள்ளது' என்று கூறும் முதல் தரப்பினர் கூறுகின்றனர்:

> அரை-பாசிசக் கருத்துநிலையும், குறிப்பிட்ட சந்தர்ப்ப சூழ்நிலைமைகள் எதேச்சதிகார அரசைத் தேவையாக்குகின்றன என்று ஆர்.எஸ்.எஸ். எப்போது கருதுகின்றதோ அப்போது ஓர் எதேச்சாதிகார அரசை மக்கள் மீது திணிப்பதற்கான உள்ளூறையாற்றலும் ஆர்.எஸ்.எஸ் ஸிடம் உள்ளன .

ஆர்.எஸ்.எஸ்ஸின் கருத்துநிலை 'அரை-பாசிசமா'? 'முழு பாசிசமா?' 'எதேச்சதிகார அரசை' மக்கள் மீது திணிக்கும் காலம், சந்தர்ப்ப சூழ்நிலைமைகள் வந்துவிட்டன என்று அது கருதும் நாள் எது? இந்தக் கேள்விக்கான பதில்களை நோக்கிய தேடலில் கீழ்க்காணும் விவரங்களைக் கருத்தில் கொள்ள வேண்டும்.

மேற்சொன்ன முதல் தரப்பினரின் கருத்துப்படி, இன்று மத்திய அரசாங்கத்திலுள்ள பாஜக, ஆர்.எஸ்.எஸ். என்னும் அரை-பாசிச அமைப்புடன் 'இணைக்கப்பட்டுள்ளது'. ஆனால் உண்மை என்ன? தேசிய முற்போக்குக் கூட்டணி என்று பெயரில் மத்திய அரசாங்கம் இருந்தாலும், நாடாளுமன்றத்தில் அறுதிப் பெரும்பான்மை கொண்ட கட்சியாக உள்ளது பாஜகதான். அதன் முக்கியக் கூட்டாளியாக இன்னொரு மதவாத பாசிசக் கட்சியான சிவ சேனை உள்ளது. ராம்

விலாஸ் பாஸ்வானின் கட்சி போன்றவை சுயேச்சையாகச் செயல்படக்கூடியவை அல்ல.

பாஜக, என்பது ஆர்.எஸ்.எஸ். அமைப்பின் பல்வேறு அமைப்புகளில் ஒன்று; அதாவது அரசாங்க அதிகார அமைப்புகளில் ஆர்.எஸ்.எஸ். அமைப்பைச் சேர்ந்தவர்கள் நேரடியாகப் பங்கு பெறுவதற்காக உருவாக்கப்பட்ட அரசியல் அமைப்பு. மத்திய அமைச்சரவையில் உள்ள பாஜக அமைச்சர்களில் ஒரிருவரைத் தவிர எல்லோரும் ஆர்.எஸ்.எஸ். உறுப்பினர்கள். இந்திய அரசமைப்புச் சட்டத்தின்படி, மாநில ஆட்சிப் பொறுப்பிலோ, மத்திய ஆட்சிப் பொறுப்பிலோ உள்ளவர்கள் தங்களை இந்தியக் குடிமகன் அல்லது இந்திய தேசியவாதி என்றுதான் சொல்லிக் கொள்ள வேண்டும். ஆனால், நரேந்திர மோடி, குஜராத் முதல்மைச்சராக இருந்தபோது தம்மை 'இந்து தேசியவாதி' (Hindu Nationalist) என்று சொல்லிக் கொண்டார். பாஜக அமைச்சர்கள், ஆர்எஸ்எஸ் தலைவர் மோகன் பகவத்திடம் சென்று தங்கள் சாதனைகளைப் பற்றிய அறிக்கைகளை அளிக்கின்றனர். மத்திய அரசாங்கத்தின் மூத்த அதிகாரிகளும் அமைச்சர்களும் அவரை அடிக்கடி சந்தித்து ஆலோசனை கேட்கின்றனர். சுதந்திரத்துக்குப் பிந்திய இந்திய வரலாற்றில் முதல் முறையாக தூர்தர்ஷனில் சிறப்புரையாற்றும் வாய்ப்புகள் ஆர்.எஸ்.எஸ். தலைவருக்கு (மோகன் பகவத்துக்கு) வழங்கப்பட்டன. நரேந்திர மோடி உட்பட பாஜக தலைவர்கள் எல்லோருமே தங்களை ஆர்.எஸ்.எஸ்.காரர்கள் என்று சொல்லிக் கொள்வதில் பெருமைப் படுகிறார்கள். அரசாங்கத்தின் உயர் மட்டங்கள் அனைத்திலும் (மாநில ஆளுநர் பதவிகள் உட்பட) ஆர்.எஸ்.எஸ்.காரர்கள் ஊடுருவியுள்ளனர்.

ஆக, ஆர்.எஸ்.எஸ். அமைப்பின் கருத்துநிலை, கொள்கைகள், குறிக்கோள்கள் என்ன என்பதை நாம் பார்க்க வேண்டியுள்ளது. அந்த அமைப்பின் முதல் தலைவராக இருந்தவர் டாக்டர் ஹெட்கெவர் என்றாலும், அவருக்கு அடுத்தபடியாகத் தலைமைப் பொறுப்பிலிருந்த கோல்வால்கரும், இந்து மகா சபையின் தலைவராக இருந்த வி.டி.சாவர்க்கரும், பாரதிய ஜன் சங்கத்தின் இரண்டாவது தலைவராக இருந்த தீன்தயாள் உபாத்யாயவும்தான் ஆர்.எஸ்.எஸ்.-பாஜகவின் இந்துத்துவக் கருத்துநிலையை வடித்துத் தந்தவர்களில் முதன்மையானவர்கள். இவர்கள் மூவருமே பார்ப்பனர்கள். நஞ்சை உமிழும் கருத்துகளைக் கொண்ட அவர்களது படைப்புகளை இப்போது ஆர்.எஸ்.எஸ். அச்சிட்டுப் பரவலாக விற்பனை செய்வதோ, விநியோகிப்பதோ இல்லை. அவற்றை அந்த அமைப்பு விநியோகிக்க முடிவு செய்கையில், அவற்றில் சில மாற்றங்களைச் செய்தும், மூல

நூல்களில் இருக்கும் சில கருத்துகளைத் தணிக்கை செய்துமே அவற்றை வெளியிடுகின்றது. ஆனால், மூல நூல்களை தனது அணிகளுக்கு விநியோகிக்கவும் அவற்றிலுள்ள கருத்துகளைப் பகிர்ந்து கொள்ளவும் செய்கின்றது.

கோல்வால்கரின் 'We , or the Nationhood Defined', சாவர்க்கரின் 'Hindutva' ஆகிய இரு நூல்களுமே, சமஸ்கிருதம் பேசிய, வெள்ளை நிற இந்து ஆரியர்கள்தாம் ஒரு காலத்தில் உலகம் முழுவதையும் ஆண்டார்கள் என்றும், எதிர்காலத்திலும் அவர்கள் அப்படி ஆளப் போகின்றார்கள் என்றும் கூறுகின்றன. இந்தியாவை 'ஹிந்துஸ்தான்' என்று அழைக்கும் அந்த நூல்கள் ('ஹிந்துஸ்தான்' என்ற சொல்லை சுபாஸ் போஸ், கவிஞர் இக்பால், பகத் சிங் போன்றோரும் கையாண்டுள்ளனர் - ஒரு நிலப்பரப்பைக் குறிப்பதற்காக மட்டுமே), அந்த நாடு இந்துக்களுக்கு மட்டுமே உரியது என்று வரையறுக்கின்றன.

இந்திய அரசமைப்பு அவை, இந்திய அரசமைப்புச் சட்டத்தை நிறைவேற்றியவுடனேயே, அதை நிராகரித்து ஆர்.எஸ்.எஸ். அமைப்பு வெளியிட்ட அறிக்கை மனுஸ்மிரிதிதான் இந்திய அரசமைப்புச் சட்டமாக இருக்க வேண்டும் என்று கூறியது.

இன்று மோடி அரசாங்கம் சம்ஸ்கிருதத்தை வலுக்கட்டாயமாகத் திணிக்கும் முயற்சி மேற்கொள்கிறது என்றால், அதன் பொருள் கோல்வால்கரின் அறிவுரையைப் பின்பற்றுகிறது என்பதுதான். 'சிந்தனைக் கொத்து'(Bunch of Thoughts) என்னும் நூலில் கோல்வால்கர் எழுதினார்:

> தொடர்பு மொழி (lingua franca) என்ற பிரச்சினைக்கான தீர்வு என்ற வகையில், சமஸ்கிருதம் அந்த இடத்தைப் பிடிக்கும் வரை, வசதியின் பொருட்டு இந்திக்கு நாம் முன்னுரிமை கொடுத்தாக வேண்டும்.

இந்தியா பல கட்சிகளைச் சேர்ந்தவர்களுக்கும், பல தேசிய இனங்களுக்கும், பல மொழிகளைப் பேசுபவர்களுக்கும், பல மதங்களைச் சேர்ந்தவர்களுக்குமான ஜனநாயக நாடு என்ற கருத்தை ஆர்.எஸ்.எஸ்.இன் தலைமைத் தத்துவவாதி கோல்வால்கர் ஒருபோதும் ஏற்றுக் கொண்டதில்லை:

> இந்த மகத்தான பூமியில் இந்துத்துவா என்னும் தீச்சுடரை ஏற்றும் ஆர்எஸ்எஸ் அமைப்புக்கு உள்உந்துதல் தருவது ஒரே கொடி, ஒரே தலைவர், ஒரே கருத்துநிலை. இந்துஸ்தானத்தில் தேசமாக அமைபவர்கள் இந்துக்கள் மட்டுமே. அந்தப் பாதுகாப்பான, வலுவான அஸ்திவாரத்தின் மீதுதான் தேசியக் கட்டமைப்பு

கட்டப்பட வேண்டும். தேசமும்கூட இந்துக்களைக் கொண்டு, இந்து மரபுகள், கலாசாரம், கருத்துகள், அபிலாசைகள் ஆகியவற்றின் மீது கட்டப்பட வேண்டும். (The Organiser, August 14, 1947).

"இந்த உலகத்தில் மரபினமாக (race) இல்லாதது எல்லாமே வெறும் குப்பைதான்" என்று மரபினவாதத்தை, ஜெர்மானிய ஆரிய மேன்மையை உயர்த்துப் பிடித்த ஹிட்லர்தான் கோல்வால்கரின் கருத்துநிலைக்கான ஆதர்சம். 'We or Our Nationhood Defined' என்னும் நூலில் கோல்வால்கர் எழுதினார்:

இனம், பண்பாடு ஆகியவற்றின் தூய்மையைக் காப்பாற்றுவதற்காக ஜெர்மனி உலகத்திற்கு அதிர்ச்சியைத் தரக்கூடிய காரியத்தைச் செய்துள்ளது. அதாவது தன் நாட்டிலிருந்து யூதர்களைக் களையெடுத்துள்ளது. அடிவேரிலேயே வேற்றுமைகள் கொண்ட இனங்களையும் பண்பாடுகளையும் ஓர் ஒன்றுபட்ட முழுமைக்குள் உட்கிரகித்துக் கொள்வது முற்றிலும் சாத்தியமில்லாததாகும் என்பதையும் ஜெர்மனி நமக்குக் காட்டியுள்ளது. இந்துஸ்தானத்திலுள்ள நாம் இந்தப் படிப்பினையிலிருந்து கற்றுக் கொள்ள வேண்டும், பயனடைய வேண்டும்.

இன்று, ஆர் எஸ்.எஸ். அமைப்புக்கு ஆதர்சமாக இருப்பவர்கள் இஸ்ரேலிய ஜியோனிஸ்டுகள். அதற்குக் காரணம், நாஜிகளால் ஒடுக்கப்பட்ட யூத சமுதாயத்தைச் சேர்ந்த இவர்களே இன்று பாலஸ்தின அராபியர்களை ஒடுக்கும் பாஸிஸ்டுகளாக இருப்பதும், பாலஸ்தின அராபியர்களில் மிகப் பெரும்பாலோர் முஸ்லிம்களாக இருப்பதும்தான். மேற்சொன்ன நூலில் கோல்வால்கர் எழுதினார் :

(இந்தியாவிலுள்ள முஸ்லிம்கள், கிறிஸ்தவர்கள், சீக்கியர்கள் ஆகியோரைப் பொறுத்தவரை) இரண்டே இரண்டு மார்க்கங்கள் தாமுள்ளன. ஒன்று, அவர்கள் தேசிய இனத்தோடு (அதாவது 'இந்துக்களோடு' -எஸ்.வி.ஆர்.) ஒன்றிணைந்து, அந்தப் பண்பாட்டை ஏற்றுக் கொள்ள வேண்டும். அல்லது எத்தனைக் காலம் இந்தத் தேசிய இனம் அனுமதிக்கின்றதோ அத்தனைக் காலம் அவர்கள் இங்கு வாழ்ந்த பிறகு இந்தத் தேசிய இனத்தின் சித்தத்தின்படி நாட்டைவிட்டு வெளியேறிவிட வேண்டும். சிறுபான்மையினர் பிரச்சினை பற்றிய ஆரோக்கியமான பார்வை இது ஒன்றுதான்.

இது ஒருபுறமிருக்க, இந்துக்கள் எல்லோரையும் ஒரே குடையில் கொண்டு வருவதாகச் சொல்லிக் கொள்ளும் ஆர்.எஸ்.எஸ். அமைப்பின் குருநாதர் கோல்வால்கர், அறிவியலுக்கு எதிரான முறையில் இந்துக்களை மரபினரீதியான ஆரிய இந்துக்கள் என்றும் ஆரியரல்லாத இந்துக்கள் என்றும் பிரித்ததோடு, ஆரியரல்லாத கேரள இந்துக்களைப் பற்றிய ஓர் இழிவான கருத்தையும் கூறினார். 1960ஆம் ஆண்டு டிசம்பர் 12அன்று குஜராத் பல்கலைக்கழகத்தின் சமூக அறிவியல் துறையில் சொற்பொழிவாற்றிய கோல்வால்கர் கூறினார்:

> கலப்பின வகைகளை உருவாக்குவதற்கான பரிசோதனைகள் இன்று விலங்குகள் மீதுதான் நடத்தப்படுகின்றன. ஆனால், இன்று நவீன விஞ்ஞானம் என்று அழைக்கப்படுகின்ற ஒன்றாலும்கூட, இத்தகைய பரிசோதனைகளை மனித ஜீவிகள் மீது நடத்துவதற்கான துணிச்சலைக் காட்ட முடியவில்லை. இப்போது மனிதர்களிடையே ஆங்காங்கே கலப்பினப் பிறவிகள் காணப்படுகின்றனர் என்றால், அவர்கள் சதையின் காம உணர்ச்சியால் விளைந்தவர்களேயாவர். இந்த விஷயத்தில் நமது முன்னோர்கள் மேற்கொண்ட பரிசோதனைகளைப் பார்ப்போம். மனிதர்களிடையே இனக்கலப்பு (cross-breeding) செய்து, மேம்பட்ட மனித ஜீவிகளை உருவாக்குவதற்காக வடக்கிலுள்ள நம்பூதிரிகளைக் கேரளத்தில் குடியேற்றி, ஒவ்வொரு நம்பூதிரி குடும்பத்தின் மூத்த மகன், கேரளத்தை சேர்ந்த வைசிய, சத்திரிய, சூத்திர சமுதாயங்களைச் சேர்ந்த பெண்களை மட்டுமே மணம் புரிய வேண்டும் என்ற விதியை வகுத்தனர். இதைவிடத் துணிச்சலான இன்னொரு விதி என்னவென்றால், எந்தவொரு வர்க்கத்தைச் சேர்ந்த திருமணமான பெண்மணிக்கும் பிறக்கும் முதல் குழந்தைக்கு நம்பூதிரிதான் தகப்பனாக இருக்க வேண்டும், அதன் பிறகே அவள் தனது கணவன் மூலம் குழந்தைகளைப் பெற்றுக் கொள்ளலாம் என்பதுமாகும். இன்று இந்தப் பரிசோதனை, முறைகேடான உறவு (adultery) என்று சொல்லப்படலாம். ஆனால் அது அப்படிப்பட்டதல்ல; அது முதல் குழந்தைக்கு மட்டுமே ஆனது (The Organiser, January 2, 1961).

'சிந்தனைக் கொத்து'வில் கோல்வால்கர் அறிவித்தார்:

> பார்ப்பனன் தலை, சத்திரியன் கைகள், வைசியன் தொடை, சூத்திரன் பாதங்கள். இதன் பொருள் என்னவென்றால், நால்வகைப் பிரிவுகளுள்ள இந்த அமைப்பைக் கொண்டுள்ள மக்கள், அதாவது இந்து மக்கள், நமது கடவுள். கடவுள் பற்றிய இந்த மிக

உன்னதமான பார்வைதான் 'தேசம்' பற்றிய நமது கருத்தின் மையக்கருவாக உள்ளதுடன், நமது சிந்தனையில் ஊடுருவிப் பரவி, நமது பண்பாட்டு மரபுகளைப் பற்றிய பல்வேறு தன்னிகரற்ற கருத்துகளை உருவாக்கியுள்ளது.

இந்தியாவிலுள்ள சிறுபான்மையினரை, குறிப்பாக முஸ்லிம்களை மட்டந்தட்டும் பொருட்டு, இந்துத்துவக் கருதுநிலையின் முக்கிய சிற்பிகளிலொருவராக சங் பரிவாரத்தால் உயர்த்துப் பிடிக்கப்படும் தீன்தயாள் உபாத்யாயவின் கருத்துகளை சந்தர்ப்பம் வாய்க்கும் போதெல்லாம் மேற்கோள் காட்டிப் பேசுவது நரேந்திர மோடியின் வழக்கம். 25.9.2016 அன்று கோழிக்கோட்டில் நடந்த பாஜக உயர்மட்டத் தலைவர்கள் கூட்டத்தில் அவர் கூறினார்:

ஐம்பது ஆண்டுகளுக்கு முன்பு பண்டிட் உபாத்யாய கூறினார்: முஸ்லிம்களுக்கு வெகுமதி தரவோ, அவர்களை தாஜா செய்யவோ வேண்டாம்; அவர்களை ஒதுக்க வேண்டாம்; அவர்களைத் தூய்மைப்படுத்துங்கள். முஸ்லிம்களை வாக்கு வங்கியாகப் பயன்படுத்தவோ, வெறுப்பைக் காட்டுவதற்கான பொருள்களாகவோ பார்க்க வேண்டாம். உங்களைப் போன்றவர்களாகவே அவர்களைக் கருதுங்கள்.

அதாவது முஸ்லிம்கள் தூய்மைப்படுத்தப்பட்டுவிட்டால், அவர்கள் இந்துக்களைப் போன்றவர்களாகிவிடுவார்கள், முஸ்லிம்களுக்குத் தனித்தன்மை, தனிப் பண்பாடு முதலியன ஏதும் இருக்க வேண்டிய தில்லை என்பதுதான் உபாத்யாயவின் கருத்து. நரேந்திர மோடியை ஜனநாயகவாதியாகச் சித்திரிப்பதில் அளவுக்கு மீறிய உற்சாகத்தைக் காட்டும் இந்திய ஊடகங்களிற் பல, மோடி மேற்கோள் காட்டிய உபாத்யாயவின் கூற்றில் உள்ள சில சொற்களை ஆங்கிலத்தில் தவறாக மொழியாக்கம் செய்தன. அதாவது 'தூய்மைப்படுத்துதல்' (பரிஷ்கார்) என்னும் சொல்லை 'அதிகாரம் வழங்குதல்' (empowerment) என்று அச்சு ஊடகங்கள் கிட்டத்தட்ட அனைத்தும் - 'தி டெலிக்ராஃப், தி ட்ரிப்யூன் போன்ற ஒன்றிரண்டு நாளேடுகள் தவிர - என்று மொழியாக்கம் செய்திருந்தன•

தீன்தயாள் உபாத்யாயவின் வாழ்க்கை விவரங்கள் சிலவற்றையும், அவரது முக்கியக் கருத்துகளையும் பேராசிரியர் ஷம்ஸுல் இஸ்லாம் எடுத்துக்கூறியுள்ளார்: வங்காளப் பார்ப்பனரான உபாத்யாய, தமது 26ஆம் வயதில் ஆர்.எஸ்.எஸ். அமைப்பில் சேர்ந்தார். கோல்வால்கர்

• Shamsul Islam, Resurrecting Pandit Deendayal Upadhyay Who Died A Mysterious Death For Shudhi Of Indian Muslims, *Countercurrents.org*, September 29, 2016)

அவரைத் தமது செல்லப் பிள்ளைகளிலொருவர் போல நடத்தி பாஜகவின் முன்னோடியான பாரதிய ஜன் சங்கின் தலைவராக்கினார். உபாத்யாயவுக்கு முஸ்லிம்கள் மீது கடும் வெறுப்பை ஊட்டியதில் கோல்வால்கருக்குப் பெரும் பங்கு இருந்தது. கோல்வால்கரைப் பொறுத்தவரை, முஸ்லிம்கள், கிறிஸ்தவர்கள், கம்யூனிஸ்டுகள் ஆகியோர் முறையே எதிரி எண் *1, 2, 3.* முஸ்லிம்களையும் கிறிஸ்தவர்களையும் சிறுபான்மையினராகக்கூட அங்கீகரிக்கக்கூடாது.

கோல்வால்கரால் இப்படி வார்த்தெடுக்கப்பட்ட தீன்தயாள் உபாத்யாய, *1968* ஆம் ஆண்டு பிப்ரவரியில் மர்மமான முறையில் மரணமடைந்தார். பாரதிய ஜன் சங்கத்தின் முன்னாள் தலைவர் பால்ராஜ் மதோக் எழுதியுள்ள தன்-வரலாற்று நூலில், சதித் திட்டமொன்று தீட்டப்பட்டு தீன்தயாள் உபாத்யாய கொலை செய்யப்பட்டார் என்றும், அந்த சதித் திட்டத்தைத் தீட்டியவர்களில் வாஜ்பாயியும், ஆர்.எஸ்.எஸ். அமைப்பின் முக்கியப் புள்ளிகளிலொருவராக இருந்த நானாபாய் தேஷ்முக்கும் அடங்குவர் என்றும் கூறியுள்ளார். தீன்தயாள் உபாத்யாயவின் கருத்துகளைத் தூக்கிப் பிடித்துக் கொண்டிருக்கும் ஆர்.எஸ்.எஸ்., இதுவரை பால்ராஜ் மதோக்கின் கூற்றுகளை மறுதலித்ததில்லை.

தீன்தயாள் உபாத்யாய, தமது வாழ்க்கை முழுவதிலும் முஸ்லிம்களை இந்திய மக்களின், இந்திய நாட்டின், இந்திய அரசியல் நிறுவனங்களின் பகுதியாகக் கருதியதில்லை என்பதையும், அவரைப் பொறுத்தவரை முஸ்லிம்கள் எப்போதுமே ஒரு 'சிக்கலான பிரச்சினையாகவே' இருந்து வந்துள்ளனர் என்பதையும் அவரது எழுத்துகளிலிருந்தே மேற்கோள் காட்டி மெய்ப்பிக்கிறார் பேராசிரியர் ஷம்ஸுல் இஸ்லாம்:

> சுதந்திரத்துக்குப் பிறகு அரசாங்கமும், அரசியல் கட்சிகளும், மக்களும் ஏராளமான முக்கியப் பிரச்சினைகளை எதிர்கொள்ள வேண்டியிருந்தது. ஆனால் முஸ்லிம் பிரச்சினைதான் மிகவும் பழைமையானது, மிகவும் சிக்கலானது, அது புதிய புதிய வடிவங்களை எடுத்து வருகின்றது. இந்தப் பிரச்சினை கடந்த ஆயிரத்து இருநூறு ஆண்டுகளாகவே நம்மை எதிர்நோக்கி இருந்துவந்துள்ளது.

சங் பரிவாரம் இந்துக்களின் ஒற்றுமை பற்றிப் பேசினாலும், சாதியத்தை, சாதிய ஏற்றத்தாழ்வை ஆதரிக்கின்றது. கோல்வால்கரைப் போலவே தீன்தயாள் உபாத்யாயவும், ஒவ்வொரு சாதிக்கும் தனித்தனி தர்மம், கடமை இருப்பதாகக் கூறினார். சாதி என்பது இயல்பானதும் நடைமுறைக்கு உகந்ததுமாகும் என்பதுதான் அவரது நிலைப்பாடு:

சமத்துவம் குறித்த முழக்கங்கள் நவீன உலகத்தில் எழுப்பப்படு கின்றன என்றாலும், சமத்துவம் என்ற கருத்தாக்கத்தை சூழ்நிலைமைகளுக்குப் பொருந்துகிறதா என்று பார்த்துத்தான் ஏற்றுக்கொள்ள வேண்டும். நடைமுறைசார்ந்த, உலகியல் சார்ந்த கண்ணோட்டத்திலிருந்து பார்க்கையில் எந்த இரு மனிதர்களும் ஒரேமாதிரியானவர்கள் அல்லர் என்பதுதான் நமது யதார்த்தமான அனுபவம். சமத்துவம் பற்றிய இந்துச் சிந்தனையாளர்களின் கருத்தை மேலும் கவனமாக ஆய்ந்தறிந்தால் கணிசமான அளவுக்கு கசப்புணர்வைத் தவிர்க்க முடியும். மனிதர்களின் பண்புகளுக்கும் கற்றுக்கொள்ளும் ஆர்வங்களுக்கும் ஏற்றவாறு வெவ்வேறு வகைக் கடமைகள் அவர்களுக்கு ஒதுக்கப்பட்டிருந்தாலும், எல்லாக் கடமைகளுமே சரிசமமான வகையில் கண்ணியமானவை தான் என்பதுதான் இந்தச் சிந்தனையின் முதல் மற்றும் அடிப்படையான கூற்று. இதுதான் ஸ்வதர்மா என அழைக்கப்படு கின்றது. ஸ்வதர்மத்தைப் பின்பற்றுவது கடவுளை வணங்குவதற்கு சமமானது என்கிற தெளிவான, சந்தேகத்துக்கிடமற்ற உத்தரவாதம் இங்கு இருக்கின்றது. ஆக, ஸ்வதர்மத்தை நிறைவேற்ற மேற் கொள்ளப்படும் எந்தக் கடமைகளிலும் மேல், கீழ், கண்ணிய மானது, கண்ணியமற்றது என்ற கேள்வியே எழுவதில்லை. சுயநலம் கருதாது கடமை மேற்கொள்ளப் படுகையில், அந்தக் கடமையைச் செய்பவர் மீது பழி ஒட்டிக் கொள்வதில்லை.

அதாவது, ஒவ்வொருவரும் அவரது சுயசாதித் தொழிலைச் செய்து கொண்டிருக்க வேண்டும்; அதுதான் ஸ்வதர்மம். அந்த தர்மத்தை மீறும் தலித்துகளைக் கடுமையாக தண்டிக்கும் வேலையில் ஹரியானா, மகாராஷ்டிரம், குஜராத் மாநிலங்களில் இந்துத்துவ சக்திகள் ஈடுபட்டுள்ளன. இந்து மதம் உருவாக்கியிருக்கும் கடவுள்கள், கோவில்கள், விழாக்கள் ஆகியவற்றையும்கூடத் தங்களுடைவை யாகவும் கருதி, அந்தக் கடவுள்களை வணங்கக் கோவில்களுக்கு நுழையும் உரிமைக்காகப் போராடும் தலித்துகளின் பக்கம் நிற்பதற்கு சங் பரிவாரத்தினர் முன் வருவதில்லை. பொதுவெளிகளைப் பயன்படுத்துவதற்கான உரிமைகள்கூட தலித்துகளுக்கு மறுக்கப்படும் இடங்களில், அவர்களும் ‘இந்துக்கள்தானே’ என்று அவர்களுக்கு ஆதரவாக, ஆதிக்க சாதியினரை எதிர்த்து நிற்க இந்துப் பரிவாரத்தினர் முன்வருவதில்லை. மாறாக, அவர்களது நிராதரவான நிலையையும் வறுமையையும் பயன்படுத்திக் கொண்டு, அவர்களிற் சிலருக்குப் பணம் கொடுத்து சிறுபான்மை மதங்களைச் சேர்ந்தவர்களைத் தாக்குகின்ற அடியாள்களாக்கிக் கொள்கிறார்கள்.

பிரிட்டிஷாரை எதிர்த்து நடத்தப்பட்ட விடுதலைப் போராட்டம், இந்து ராஷ்டிரத்தை அமைப்பதற்கான போராட்டமாக இல்லாததால் அதை ஆர்.எஸ்.எஸ். ஆதரிக்கவில்லை. ஆர்.எஸ்.எஸ்.-இன் நிலைப்பாட்டை நியாயப்படுத்த உபாத்யாய கூறிய கருத்து இதுதான்:

> சுதந்திரம் என்பது அந்நியராட்சியைத் தூக்கியெறிவது மட்டுமே என்கிற தவறான கருத்துக்கு நாம் ஆட்பட்டிருந்தோம். அந்நிய அரசாங்கத்தை எதிர்ப்பது என்பது கட்டாயமாக தாய்நாட்டின் மீது உண்மையான அன்பைக் காட்டுவதாகாது. சுதந்திரப் போராட்டத்தின் போது, பிரிட்டிஷ் ஆட்சியை எதிர்ப்பதற்கு பெரும் அழுத்தம் தரப்பட்டது. பிரிட்டிஷாரை எதிர்ப்பவர்கள் யாரோ, அவர்களெல்லாம் தேசபக்தர்கள் என்று கருதப்பட்டது. நமது நாட்டிலுள்ள மக்கள் எதிர்கொண்ட எல்லாப் பிரச்சினைக்கும் துன்பத்திற்கும் பிரிட்டிஷாரைப் பொறுப்பாக்கி, அவர்கள் மீது முற்றான அதிருப்தியை உண்டாக்குவதற்கு அந்த நாள்களில் முறையான பிரசாரம் தொடங்கப்பட்டது.

உபாத்யாய கூறினார்: தாய்நாட்டை வணங்குபவர்கள் இந்துக்கள் மட்டுமே, அவர்களுக்குத் தாய்நாடு என்பது பத்துக் கைகளில் பத்து ஆயுதங்களைத் தரித்திருக்கும் துர்கைக் கடவுளைப் போன்று வணங்கத் தக்கது. இந்திய தேசியம் என்பது இந்து தேசியம்தான் :

> இந்துத்துவம் மட்டுமே பாரதத்தில் தேசியத்துக்கான அடிப்படையாகும். ஐரோப்பிய அளவுகோல்களின்படி தங்கள் தேசியத்தன்மையை இந்துக்கள் நிரூபிப்பது தவறானது. இந்துத்துவம் என்பது ஆயிரக்கணக்கான ஆண்டுகளாகவே ஒரு மூதுரையாக இருந்து வருகின்றது.

கூட்டாட்சிக் கோட்பாட்டுக்கும் எதிரானவராக இருந்திருக்கிறார் உபாத்யாய:

> பாரதத்தின் தனிப்பண்புக்கு இயைந்தது ஒற்றையாட்சி அரசாங்க வடிவம்தான். அரசமைப்புச் சட்டத்தின் ஒவ்வொரு விதியிலும் 'பாரதம் ஒற்றையாட்சி அரசாக இருக்கும்' என்ற தெளிவான கூற்று இருப்பது இன்றியமையாதது.

நரேந்திர மோடியின் அரசாங்கம், தீன்தயாள் உபாத்யாயவின் கருத்துகளைப் பின்பற்றி, எல்லா அதிகாரங்களையும் மையப்படுத்தும் நடவடிக்கைகளை மேற்கொண்டு வருகிறது. அதிலும் குறிப்பாக, ஆர்.எஸ்.எஸ்.-இன் இந்துத்துவ பாசிசக் கருத்துகளை இளம் நெஞ்சங்களில் திணிப்பதற்குத் தோதுவாக உள்ளதும், பிற்படுத்தப்பட்ட சாதிகளையும், அட்டவணை சாதிகளையும் பழங்குடிமக்களையும்

சார்ந்த மாணவர்களுக்கு உயர் கல்வி வாய்ப்புகளை வெகுவாகக் குறைப்பதற்கு உதவுவதுமான புதிய கல்விக் கொள்கையை உருவாக்கியுள்ளது. ஆர்.எஸ்.எஸ்.- பா.ஜ.க. ஆட்சி செய்யும் மாநிலங்களில் ஏற்கெனவே நடைமுறைப்படுத்தப்பட்டு வரும் 'வித்யா பாரதி' பாட நூல்களில் இந்திய வரலாறு திரிக்கப்பட்டுக் கூறப்படுகின்றது. சிவாஜியும் ராணா பிரதாப் சிங்கும் மட்டுமே அந்நியராட்சியை எதிர்த்த தேசபக்தர்களாகக் காட்டப்படுகின்றனர். அசோகருக்கு இந்திய வரலாற்றிலும் பண்பாட்டிலும் கொடுக்கப்பட்ட முக்கியத்துவம் அழிக்கப்படுகிறது. 'அகிம்சை' யை வலியுறுத்தியதன் மூலம், இந்தியாவை பலகீனமான தேசமாக உலகம் கருதும்படி செய்துவிட்டார் அவர் என்று சங் பரிவாரத்தினர் பேசுகின்றனர். உண்மையில் இராணுவங்களைக் கொண்டு சாதிக்க முடியாததை, பல நாடுகளுக்கிடையில் இருந்த பகைமையைப் போக்குவதற்கு அசோகர் மேற்கொண்ட நடவடிக்கைகளை, பாகிஸ்தான் மீது போர் தொடுக்க வேண்டும் என்று ஆவேசப்படுகிறவர்களால் ஏற்றுக்கொள்ள முடியாததுதான். எனவே டெல்லியில் ஒரு முக்கிய சாலைக்குக் அக்பரின் பெயர் கொடுக்கப்பட்டிருந்ததை சங் பரிவார அரசாங்கம் மாற்றியதில் வியப்பேதுமில்லை.

மத்திய அரசாங்கமும் பாஜக ஆட்சி செய்யும் மாநில அரசாங்கங்களும் மேற்கொண்டு வரும் பல்வேறு நடவடிக்கைகளையும், அவற்றால் இயற்றப்படும் சட்டங்களையும், அந்த அரசாங்கங்களின் மறைமுக ஊக்குவிப்புடன் சங் பரிவார அமைப்புகள் மேற்கொண்டு வரும் சட்டவிரோத, ஜனநாயக விரோத நடவடிக்கைகளையும் கூர்ந்து கவனித்து வருபவர்கள், அவை கோலவால்கரின் அறிவுரைகளின் படியே அமைந்துள்ளன என்பதைப் புரிந்து கொள்வார்கள்.

இந்துக்கள் எல்லோரும் ஒன்றுதான் என்று ஆர்.எஸ்.எஸ். கூறுகிறது; வி.எச்.பி., போன்ற அமைப்புகளில் பிற்படுத்தப்பட்ட, மிகப் பிற்படுத்தப்பட்ட, பழங்குடி, தலித் மக்களைப் பொறுப்பு மிக்க பதவிகளில் அமர்த்துகிறது. பிற்படுத்தப்பட்ட வகுப்பைச் சேர்ந்தவரைப் பிரதமராக்குகிறது. ஆனால், இந்த எல்லா அமைப்புகளுக்கும் தாயாகவும் தந்தையாகவும் இருக்கும் ஆர்.எஸ்.எஸ்.இன் தலைமை மட்டும் எப்போதும் இரு பிறப்பாளர்களுக்கு மட்டும்தான்!

2

'பாசிசம்' என்பதற்கு வெறும் பொருளாதாரரீதியான வரையறை வழங்குவதிலுள்ள போதாமை, 1930களிலேயே ஜெர்மனியைச் சேர்ந்த மார்க்ஸிய அறிஞர்களால் சுட்டிக்காட்டப்பட்டது. வெகுமக்களின்

உளவியலில் பாசிசச் சிந்தனைகள் ஆதிக்கம் செலுத்துவதற்காக, வெகுமக்கள் சுயவிருப்பத்தோடு அவற்றை உள்ளிழுத்துக் கொள்ளச் செய்வதற்காக மேற்கொள்ளப்பட்ட கலாசார நடவடிக்கைகள், இனவாத பிரசாரங்கள் ஆகியவற்றையும் நாம் கருத்தில் கொள்ள வேண்டும். நிதி மூலதனத்தைத் தம் கட்டுப்பாட்டுக்குள் வைத்திருக்கும் ஒரு சிலரால் மட்டுமே பாசிச இயக்கத்தை உருவாக்க இயலாது. பாசிசத்திற்கு வெகுமக்கள் அடித்தளம் இருக்க வேண்டும். பாசிசம் அரசியல் அதிகாரத்தைக் கைப்பற்றுவதற்கு முன், ஓர் இயக்கமாகவே, வெகுமக்கள் இயக்கமாகவே தனது வாழ்க்கையைத் தொடங்குகிறது. அது சமயத்துக்கும் சந்தர்ப்பத்துக்கும் தகுந்தவாறு சமூகத்தின் குறிப்பிட்ட பகுதியினரை மட்டும் 'மக்கள்' என்று அடையாளப்படுத்துகிறது. அந்த மக்களில் கணிசமானோரை அல்லது பெரும்பான்மையினரை அணி திரட்டுவதற்காக அதீத தேசியவாத முழக்கங்களை எழுப்புகின்றது அல்லது அவர்களுக்கு மதவெறி உணர்வை ஊட்டுகிறது. கற்பனையான எதிரிகளை உருவாக்கி மக்கள் மனங்களில் அச்சத்தை ஏற்படுத்துகிறது. அத்தகைய எதிரிகளால் தங்கள் உயிருக்கும் உடைமைகளுக்கும் நல்வாழ்வுக்கும் ஆபத்து ஏற்படும் என்றும், அந்த ஆபத்திலிருந்து காப்பாற்றவே தான் தோன்றியுள்ளதாகவும் பாசிசம் மக்களை நம்ப வைக்கின்றது. 'நாம்-எதிரிகள்' என்னும் எதிர்வுகள் மக்கள் மனதை ஆட்கொண்டவுடன், அவர்கள் தங்கள் பாதுகாப்பின் பொருட்டுத் தங்கள் குடிமை உரிமைகளை இழக்கவும், 'எதிரிகள்' என்று சொல்லப்படுபவர்களின் மனித உரிமைகளை மறுக்கவும் முன் வருகிறார்கள். 'எதிரிகளாக' சித்திரிக்கப்படுபவர்கள் சித்திரவதைக்கும் படுகொலைக்கும் ஆளாக்கப்படுவதற்கு ஒப்புதல் தருகின்றார்கள். பாசிசத்திற்குத் தெரிவிக்கப்படும் எதிர்ப்பு ஒவ்வொன்றும் தேசத்திற்கு, தேசத்தின் கௌரவத்துக்கு, அதன் கலாசாரத்துக்கு (இந்துத்துவவாதிகளைப் பொறுத்தவரை தேசமும் கலாசாரமும் மதமும் ஒன்றுதான்), பாதுகாப்புக்கு விடப்படும் சவால் என்று மக்கள் நம்பும்படி செய்யப்படுகின்றனர். அதனால்தான் காஷ்மிரில் நடக்கும் மூர்க்கத்தனமான ஒடுக்குமுறைகள் யாவும் தங்களது பாதுகாப்புக்காக மேற்கொள்ளப்படுபவை என்று இந்திய மக்களில் நூற்றுக்கு தொன்னூறு விழுக்காட்டினர் நம்புகின்றனர்.

ஜெர்மனியில் நாஜிசம் ஓர் இயக்கமாகவே தோன்றியது. பின்னர் அரசியல் கட்சியாகப் பரிணமித்தது. அதன் பிறகு நாடாளுமன்றத் தேர்தலில் போட்டியிடத் தொடங்கியது. இறுதியில் நாடாளு மன்றத்தில் அறுதிப் பெரும்பான்மை பெற்றதும், அப்பட்டமான எதேச்சாதிகார ஆட்சியை, பயங்கரவாத ஆட்சியை நிறுவியது. பாசிசம்

இராணுவவாதத்தை வளர்க்கிறது. இராணுவ வீரர்கள் ஒவ்வொருவரையும் சாதாரணக் குடிமக்களுக்கு மேலான தேசபக்தப் பண்புள்ளவராகக் காட்டுகின்றது. இராணுவத்தினர் சாமானிய மக்கள் மீது நடத்தும் ஒடுக்குமுறைகள் யாவும் தேசப்பற்றின் காரணமாகச் செய்யப்படுபவையாகச் சித்திரிக்கப்படுகின்றன. ஜெர்மானிய நாஜிசத்தையோ, இத்தாலிய பாசிசத்தையோ இந்துத்துவ பாசிசத்துடன் யாந்திரிகமாக ஒப்பிட்டாலும்கூட, இந்த மூன்றுக்குமிடையே பொதுவான அம்சங்கள் இருப்பதைக் காணலாம்.

மத்திய அரசாங்கத்திலுள்ள பாஜக அரசாங்கம் நவ தாராளவாதப் பொருளாதாரக் கொள்கையை மிக மூர்க்கத்தனமாக நடைமுறைப் படுத்தி வருவது உண்மைதான். ஆனால், அதனுடைய பொருளாதாரக் கொள்கை மட்டுமே பாசிசத்தை உருவாக்குவதில்லை. மக்களைக் குழப்பும் வகையில் எண்ணற்ற அமைப்புகளை உருவாக்கியும், ஓர் அமைப்பின் செயல்பாடுகள் மக்களின் எதிர்ப்பை எதிர்கொள்ள நேர்கையில் அந்த அமைப்பு வேறு, ஆர்.எஸ்.எஸ். வேறு என்று பொறுப்பைத் தட்டிக் கழித்தும், அதேவேளை பழி பாவங்களுக்கு அஞ்சாமலும் செயல்படுகின்ற முழு பாசிச அமைப்பான ஆர்.எஸ்.எஸ்.ஐ, ‘அரை-பாசிஸ்ட்’ அமைப்பு என்று கூறுவது விவேகமற்றது.

இந்தியாவிலுள்ள பாசிசத்தை ‘பார்ப்பனிய-பாசிசம்’ என்று வரையறுக்க வேண்டும். ஜெர்மனியிலும் இத்தாலியிலும், ஸ்பெயினிலும், சிலியிலும், ஆர்ஜெண்டினாவிலும், நைஜீரியாவிலும், இந்தோனீஷாவிலும், ஆஃப்கானிஸ்தானிலும் இன்னும் பல நாடுகளிலும் இருந்த அல்லது இருக்கின்ற நாஜிச, பாசிச, இராணுவ, இஸ்லாமிய பாசிச பயங்கரவாதம் போன்ற இந்த பார்ப்பனிய-பாசிசம் வேகமாக வளர்ந்து வருவதற்குக் காரணம், இந்த பாசிசத்தை எதிர்த்து நிற்கின்ற சக்திகள் பலகீனமாக இருப்பதுதான்.

நாடாளுமன்றக் கம்யூனிஸ்டுகள், நாடாளுமன்ற அரசியலை நாடாத கம்யூனிஸ்டுகள் ஆகியோருக்கிடையே மட்டுமல்லாது, அவர்களுக்கு உள்ளேயும் கருத்து வேறுபாடுகளும் பகைமைகளும் நிலவுகின்றன. நீண்டகாலமாக இடதுசாரிகள் ஆட்சி புரிந்த மாநிலங்களில், குறிப்பாக மேற்கு வங்கத்தில் அவர்கள் புரிந்த கடுந் தவறுகளும் மக்கள் நலன் கருதாத நடவடிக்கைகளும், மக்களிட மிருந்து அந்நியப்பட வைத்துள்ளன. நாடாளுமன்ற அரசியலை நாடாத கம்யூனிஸ்டுகள் எண்ணற்ற பிரிவுகளாகப் பிளந்து கிடக்கின்றனர். நாடாளுமன்றக் கம்யூனிஸ்டுகள், நாடாளுமன்ற அரசியலை நாடாத கம்யூனிஸ்டுகள் ஆகியோரும் அவர்களது கூட்டாளிகளாக ஆங்காங்கே

உள்ள ஜனநாயக சக்திகளும் (தலித் அமைப்புகள் முதல் காந்திய அமைப்புகள் வரை), சிறுபான்மையினரின் அமைப்புகளும் 'பாசிச எதிர்ப்பு' என்ற ஒரே முழக்கத்தின் அடிப்படையிலாவது ஒன்று சேர வேண்டும். யார் உண்மையான புரட்சியாளர்கள், யார் புனிதமான வர்கள், யாரிடம் தத்துவத் தூய்மை உள்ளது, யாரிடம் சரியான வேலைத் திட்டம் உள்ளது என்று முடிவேயில்லாமல் விவாதித்துக் கொண்டிருப்பதற்கான நேரத்தை பாசிசம் இனி வழங்கப் போவதில்லை. மேற்கு ஐரோப்பிய நாடுகளில் - குறிப்பாக ஜெர்மனியில் - இருந்த சோசலிச-ஜனநாயகவாதிகளை (Social Democrats) 'சோசலிச பாசிஸ்டுகள்' (Social-Fascists, அதாவது சொல்லில் சோசலிசமும் செயலில் பாசிசமும் உள்ளவர்கள்) என்று முத்திரை குத்தி, கம்யூனிஸ்டுகள் அவர்களோடு இணைந்து பாசிசத்தை எதிர்க்க முடியாமல் செய்தது மூன்றாவது அகிலம். ஜெர்மனியில் எத்தனை கம்யூனிஸ்டுகள் வதைக்கப்பட்டனரோ அதற்குக் குறைவில்லாமல் சோசலிச ஜனநாயகவாதிகளும் நாஜிகளின் வதைக்கு உள்ளாயினர். பாசிச நச்சுப் பாம்பை அடிப்பதற்கு எந்தத் தடி பயன்பட்டாலும் அதைப் பயன்படுத்த வேண்டும். பூர்ஷ்வா ஜனநாயகம் அடிப்படையில் குறைபாடு உடையதுதான். ஆனால், கருத்து சுதந்திரம், கூட்டம் கூடும் சுதந்திரம், அமைப்புகளை உருவாக்கும் சுதந்திரம் ஆகியவற்றை - முழுமையாக இல்லாவிட்டாலும்- பெறுவதற்கான சாத்தியப்பாட்டை பூர்ஷ்வா ஜனநாயகம் வழங்குகிறது. அந்த சாத்தியப்பாட்டை பாசிசம் முற்றாக அழித்துவிடும்.

-உயிர் எழுத்து, அக்டோபர் 2017

3

அர்த்துரோ உய் : தடுக்கப்பட்டிருக்கக்கூடிய பாசிசம்

*1932*இல் ஜெர்மனி, உலகப் பொருளாதார நெருக்கடியால் கடும் பாதிப்புக்குள்ளாகியிருந்தது. அந்த நெருக்கடி உச்சக் கட்டத்தில் இருந்தபோது, ஜெர்மனியின் பகுதியான பிரஷ்யாவைச் சேர்ந்த நிலப்பிரபுத்துவ மேட்டுக்குடியினர் (அவர்கள் 'யுங்கெர்கள்' என அழைக்கப்பட்டனர்), அரசாங்கத்திடமிருந்து கடன் பெறுவதற்காக நீண்டகாலம் முயற்சி செய்து தோல்வியடைந்து கொண்டிருந்தனர். மிகவும் நகரமயமாக்கப்பட்டிருந்த, தொழில் வளர்ச்சியடைந்திருந்த ரூர் (Rur) பகுதியைச் சேர்ந்த பெரும் முதலாளிகளோ தங்கள் தொழிலுற்பத்தியை விரிவுபடுத்தக் கனவு கண்டு கொண்டிருந்தனர்.

ஏறத்தாழ அந்தக் காலகட்டத்தில்தான் ஹிட்லரின் நாஜிக் கட்சியும் அதனிடமிருந்த குண்டர் படையும் நெருக்கடிக்கும் சிதைவுக்கும் உள்ளாகத் தொடங்கியிருந்தன. ஏனெனில் அவற்றுக்குப் போதுமான நிதி ஆதாரம் இருக்கவில்லை. இந்த நிலையிலிருந்து மீள்வதற்காக ஹிட்லர் தன்னைத் தானே பிரதமராக நியமித்துக் கொள்ளப் பெரும் முயற்சி செய்தார். ஆனால் நீண்டகாலமாகவே அவரைப் பார்ப்பதற்கு மறுத்து வந்தார் அப்போது ஜெர்மனியின் அதிபராக (President) இருந்த ஹிண்டென்பெர்க்.

பொருளாதாரரீதியாக நலிவடைந்திருந்த கிழக்குப் பிரஷ்ய யுங்கெர்களுக்கு அரசாங்கக் கடன்கள் வழங்கும் திட்டத்தில் நடந்த ஊழலில் ஹிண்டென்பெர்க்கும் சம்பந்தப்பட்டிருந்தார். ஹிண்டென் பெர்க்கின் ஆதரவைப் பெறுவதற்காக யுங்கெர்கள், பெருந்தோட்ட மொன்றை அவருக்குப் பரிசாக வழங்கியிருந்தனர். எனவே அந்த விஷயத்தை வெளியில் கசியவிடாமல் தடுப்பதற்காக 1933இல் ஹிட்லரை பிரதமர் பதவியில் அமர்த்தினார் ஹிண்டென்பெர்க். இப்படிச் 'சட்டரீதியாகவே' ஆட்சியதிகாரத்துக்கு வந்த ஹிட்லர், ஹிண்டென்பெர்க்குக்குக் கொடுத்த வாக்குறுதியை (ஊழலை அம்பலப்படுத்தப் போவதில்லை என்பதை) காப்பாற்றிய போதிலும், தமக்கு ஆதரவளித்து வந்த பெரும் முதலாளிகளும் அரசியல்வாதி களும்கூட திகைப்படையும் வண்ணம் வன்முறைச் செயல்களில் நாஜிக் கட்சியினரை ஈடுபடுத்தத் தொடங்கினார்.

அதிகாரமிக்க அரசியல்வாதியாக மிக விரைவில் ஏற்றம் பெற்ற ஹிட்லர், மேடைகளில் சொற்ஜாலத்துடன் பேசுவது, நாடக பாணி தோரணைகளை மேற்கொள்வது ஆகியவற்றை பேசில் என்ற நாடக நடிகரிடமிருந்து கற்றுக் கொண்டதாகச் சொல்லப்படுகிறது.

1933 பிப்ரவரியில் நாஜிகள் பெர்லினிலிருந்த நாடாளுமன்றக் கட்டடத்துக்குத் தீ வைத்துவிட்டு, பழியை ஹிட்லரின் எதிரிகள் மீது சுமத்தினர். நாஜி இயக்கத்துக்குள்ளேயே ஹிட்லருக்குப் போட்டியாக இருந்தவர்களும் பிற அரசியல் எதிரிகளும் கொல்லப்பட்டனர். தெருக்களில் காலித்தனம் செய்து கொண்டிருந்த நாஜிக்கள் சிலரும் கொல்லப்பட்டதால், பொதுமக்களிடையே ஹிட்லரின் செல்வாக்கு உயர்ந்தது. அதே போல, அந்தக் காலிப் படைகள் ஜெர்மன் இராணுவத்தில் சேர்வதை விரும்பாத இராணுவ அதிகாரிகளும் அந்தக் கொலைச் செயல்களை ஆதரித்தனர்.

ஹிண்டென்பெர்க் மரணத்தை நெருங்கிக் கொண்டிருந்த சமயத்தில் நாஜிக் கட்சிக்குள் கோஷ்டி மோதல்கள் தீவிரமடைந்தன. ஹிட்லரின் நெருக்கமான நண்பராகவும் அவரது அரசியல் வளர்ச்சிக்கு உறுதுணையாக இருந்தவருமான ரோஹ்ம் (Rohm), அத்துமீறி நடந்து கொள்வதாக யுங்கெர்களும் தொழிலதிபர்களும் புகார் சொல்லி வந்தனர். எனவே, அவரை ஒழித்துக் கட்ட ஹிட்லர் சதித் திட்டம் தீட்டினார். 1934 ஜூன் 30 அன்று மதுபான விடுதியில் தன்னைச் சந்திக்க வருமாறு ரோஹ்முக்கு அழைப்பு விடுத்தார். தனது அரசியல் எதிரியாக இருந்த ஹிண்டென்பெர்க்கையும் நாஜிக் கட்சியில் தமக்குப் போட்டியாக இருந்த கோய்ரிங் என்பவரையும் தீர்த்துக் கட்டவே ஹிட்லர் அந்த சந்திப்புக்கு ஏற்பாடு செய்ததாக நினைத்து அந்த மதுபான விடுதிக்கு வந்த ரோஹ்ம் அங்கு கொலை செய்யப்பட்டார்.

இதற்கிடையே ஆஸ்திரியா மீது படையெடுக்கத் திட்டமிட்ட ஹிட்லரின் நிர்பந்தத்துக்கு அடிபணிந்த அந்த நாட்டின் பிரதமர் எங்கெல்பர்ட் டோல்ஃபஸ், ஹிட்லரைக் கடுமையாக விமர்சிப்பதைத் தமது நாட்டுப் பத்திரிகைகள் நிறுத்திக் கொள்ளும்படி செய்தார். ஆனால் சில நாள்களுக்குப் பிறகு ஹிட்லரின் கையாள்கள் டோல் ஃபஸையும் கொலை செய்தனர். ஆஸ்திரியாவின் தீவிர வலதுசாரி சக்திகளுடன் பேச்சுவார்த்தை நடத்திய ஹிட்லரின் நாஜி இராணுவம் அந்த நாட்டின் மீது 1938 மார்ச் 11ஆம் தேதி படையெடுத்து அதை ஜெர்மனியுடன் இணைத்துக் கொண்டது. நாஜி இராணுவத்தின்

அச்சுறுத்தல்களின் கீழ் நடத்தப்பட்ட தேர்தலில் ஆஸ்திரிய வாக்காளர்களில் 98 விழுக்காட்டினர் ஹிட்லரின் நாஜிக் கட்சிக்கு வாக்களித்தனர்.

நாஜிகளின் ஒடுக்குமுறையிலிருந்து வெளிநாடுகளுக்குத் தப்பிச் சென்ற கலைஞர்களில் உலகப் புகழ்பெற்ற நாடக மேதை பெர்டோல்ட் ப்ரெஹ்ட்டும் ஒருவர். முதலில் ஸ்வீடனில் சிறிதுகாலம் கழித்த பின், ஃபின்லாந்து, ரஷியா வழியாக அமெரிக்காவுக்குச் சென்று அங்கு கலிஃபோர்னியா மாகாணத்தில் வசித்து வந்தார். ஆனால், அமெரிக்க வாழ்க்கை அவருக்குச் சிறிதும் பிடிக்கவில்லை. எனினும் அவருடைய கவிதைகளைப் படிப்பதற்கான நிகழ்ச்சிகள் அங்கு நடந்தன. தம்மைப் போலவே, நாஜி ஒடுக்குமுறையிலிருந்து அமெரிக்காவுக்குத் தப்பி வந்த உலகப் புகழ்பெற்ற திரைப்பட இயக்குநர் ஃப்ரிட்ஸ் லாங்குடன் சேர்ந்து 'தூக்கிலிடுபவர்களும் சாகிறார்கள்' என்னும் திரைப்படத்துக்கான திரைக்கதையை எழுதினார். ஜெர்மனியில் நடப்பன பற்றி அமெரிக்க மக்களுக்குத் தெரிவிப்பதற்காக நாடகங்களையும் எழுதினார். ஆனால் அவற்றை மேடையேற்று வதற்கான வாய்ப்பு அவருக்குக் கிடைக்கவில்லை. அவற்றில் மிக முக்கியமானது 'தடுக்கப்பட்டிருக்கக்கூடிய அர்த்துரோ உய்யின் வளர்ச்சி' (Resistible Rise of Arturo Ui) என்னும் ஜெர்மன் மொழி நாடகம். 1949இல் கிழக்கு ஜெர்மனிக்குச் சென்ற அவரது இறப்பிற்கு இரண்டாண்டுகளுக்குப் பின்னர்தான் (அதாவது 1958இல்) அந்த நாடகம் மேடையேற்றப்பட்டது. ஆங்கில மொழியாக்கம் செய்யப்பட்ட அந்த நாடகம் முதன் முதலில் மேடையேறியது 1961இல்தான்.

இது அமெரிக்காவில் நிகழ்த்தப்படுவதற்காக எழுதப்பட்ட அங்கத நாடகம். அமெரிக்கப் பெருநகரங்களில் சாதாரண மக்களை மட்டுமின்றி, தொழிலதிபர்கள், வணிகர்கள் போன்ற செல்வந்தர் களையும் மிரட்டிப் பணம் பறிக்கும் காடையர்கள் உள்ளனர் (இப்போதும் இருக்கின்றனர்; இந்தியாவிலும் கிட்டத்தட்ட எல்லா நகரங்களிலும் அப்படிப்பட்ட தாதாக்கள் உள்ளது அனைவருக்கும் தெரிந்த விஷயம்.) அவர்களை மையமாக வைத்து ஒரு நாடகம் எழுதும் விருப்பம் ப்ரெஹ்ட்டுக்கு இருந்தது. ஆனால், இந்த நாடகத்தின் மூலம் அவர் சொல்ல விரும்பியது வெறும் கதையல்ல, இன்றும்கூட உலகின் பல்வேறு நாடுகளுக்குப் பொருத்தப்பாடுடைய அரசியல் செய்திதான்.

பதினைந்து காட்சிகள், நாடகத்தின் உட்பொருளைச் சொல்லக் கூடிய கட்டியப் பகுதி (Prologue), இந்த நாடகத்திலிருந்து பெறப்படக்கூடிய செய்தியைப் பற்றிய பின்னுரைப் பகுதி (Epilogue) ஆகியனவற்றைக் கொண்டுள்ள இந்த நாடகத்தை எழுதும்போது மேற்சொன்ன ஜெர்மன் நிகழ்வுகள் ஃப்ரெஹ்ட்டின் நினைவுத் திரையில் ஓடிக் கொண்டுதான் இருந்திருக்கும். எனினும் யதார்த்த வாழ்க்கையில் காணப்பட்ட எந்தத் தனிநபரும் அடையாளம் காணப்படாத வகையில் தமது நாடகப் பாத்திரங்கள் அமைய வேண்டும் என ப்ரெஹ்ட் விரும்பினார்.

அமெரிக்காவின் மிகப் பெரும் நகரங்களிலொன்றான சிக்காகோவில் காய்கறி வணிகர்களில் சிலர் 'காலிஃப்ளவர் ட்ரஸ்ட்' என்ற அமைப்பை உருவாக்கி அதன் மூலம் தங்கள் வணிகத்தைக் கூட்டாக நடத்தி வருகிறார்கள். தாங்கள் எதிர்கொள்ளும் பொருளாதார நெருக்கடியைச் சமாளிப்பதற்காக அவர்கள் கடன் வாங்க வேண்டியுள்ளது. இதன் பொருட்டு உள்ளாட்சி மன்றத் தலைவன் டாக்ஸ்பரோவை அணுகுகிறார்கள். டாக்ஸ்பரோ வயோதிகன்; நீண்ட காலமாக உள்ளாட்சி அமைப்பின் தலைவனாக இருந்ததால், அந்த நகரத்தில் செல்வாக்கு செலுத்தக்கூடியவன். ஆனால், இலஞ்சமும் ஊழலும் அவனது கரங்களைக் கறைபடியச் செய்துள்ளன. ஷீட் என்பவனுக்கு கப்பல்களைப் பழுதுபார்க்கும் இடமொன்று உள்ளது. அதில் இந்த 'காலிஃப்ளவர் ட்ரஸ்டைச்' சேர்ந்தவர்களுக்குப் பங்குகள் உள்ளன. அவற்றை அந்த ட்ரஸ்டைச் சேர்ந்தவர்கள் ஷீட்டுக்குத் தெரியாமல் டாக்ஸ்பரோவுக்குக் கொடுத்துவிட்டு அதற்குப் பதிலாக உள்ளாட்சி அமைப்பிலிருந்து கடன் பெற்று விடுகிறார்கள். இந்த ஊழலைக் கண்டுபிடித்து நாளேட்டில் செய்தியை வெளியிடுகிறான் டெட் ராக் என்னும் நிருபன். ஊழலை விசாரிக்க வேண்டும் என்று உள்ளாட்சி அமைப்பின் உறுப்பினர்கள் இருவர் வற்புறுத்துகின்றனர். அதன்படி ஓ காஸ்ஸி என்பவர் புலனாய்வு செய்வதற்கு நியமிக்கப் படுகிறார். அவரது அறிக்கையின் பேரில் நீதிமன்ற விசாரணை தொடங்கப்படுகிறது. அந்த சமயத்தில்தான் அர்த்துரோ உய், உண்மைகள் வெளியே வராமல் இருப்பதற்காக டாக்ஸ்பரோவுக்கு உதவி செய்ய வருகிறான். அவன், தனது நெருக்கமான கூட்டாளியான எர்னெஸ்டோ ரோமாவுடன் வெளியூர் எதிலோ இருந்து சிக்காகோவுக்கு வந்தவன். இங்கு அவனுக்கு ஜியோசப் கிவோலா, எம்மானுவேல் கிரி என்னும் கூட்டாளிகளும் வேறு சில கையாள் களும் இருக்கிறார்கள். அர்த்துரோ உய்யுக்கும் டாக்ஸ்பரோவுக்கும் உடன்பாடு ஏற்படுகிறது: டாக்ஸ் பரோவின் ஊழலை மறைப்பதற்கு

உய் உதவி செய்வான். அதற்கு ஈடாக, டாக்ஸ்பரோ உள்ளூர் போலிஸிலிருந்து உய்யுக்குப் பாதுகாப்புத் தர வேண்டும்.

இந்த ஏற்பாடு மிகத் திறமையாகச் செயல்படத் தொடங்குகிறது. நீதிமன்ற விசாரணை நடப்பதற்கு முன்னரே ஷீட், அவனது முதன்மைக் கணக்காயர் பொவ்ல் ஆகியோர் 'மர்மமான' முறையில் கொல்லப்படுகின்றனர். ஷீட், அளவுக்கு அதிகமாக தூக்க மருந்து சாப்பிட்டதால் இறந்து போனதாக அவனது மனைவி என்று உரிமை கொண்டாடுகிற டாக்டெய்ஸி என்னும் பெண் பொய் சாட்சியம் கூறுகிறாள். அவள் உய்யின் கூட்டத்தைச் சேர்ந்த ஒரு வேசி.

இதற்கிடையே அர்த்துரோ உய்யின் ஆள்கள் காய்கறிக் கிடங்குகள் சிலவற்றைத் தீ வைத்து எரித்துவிடுகிறார்கள்; அந்த நகரத்தில் பல பகுதிகளில் கடைகள் உடைக்கப்படுகின்றன; பொருள்கள் சூறையாடப்படுகின்றன. இந்தத் தீ வைப்பு, கொள்ளைச் சம்பவங்களுக்கு வேறு ஏதோ சில காடையர் கூட்டங்கள்தான் காரணம் என்றும், எனவே வணிகர்களுக்குப் பாதுகாப்பு வேண்டுமானால் தனது உதவியைத்தான் நாட வேண்டும் என்றும், அந்த உதவிக்குக் கைமாறாக விற்பனைத் தொகையில் தனக்கு முப்பது விழுக்காடு தர வேண்டும் என்றும் நிபந்தனை விதிக்கிறான் அர்த்துரோ உய். வேறு வழியில்லாமல் வணிகர்களும் அதற்கு சம்மதிக்கின்றனர். ஊழல் பற்றிய உண்மையை வெளியிட்டு சிறைக்கு அனுப்பப் போவதாக டாக்ஸ்பரோவை மிரட்டி அவனது சொத்துகளை அபகரித்துக் கொள்கிறான் அர்த்துரோ உய். படிப்படியாக சிக்காகோவின் காய்கறி வணிகம் முழுவதையும் தனது கட்டுப்பாட்டுக்குள் கொண்டு வந்தது மட்டுமின்றி, நகரத் தலைவனாகவும் ஆகிவிடுகிறான். ஒரு தலைவனைப் போலப் பேசவும் தலைவனின் தோரணைகளை நகல் செய்யவும் ஒரு நாடக நடிகன் அவனுக்கு உதவி செய்கிறான். எப்படி நடக்க வேண்டும், உட்கார வேண்டும், நிற்க வேண்டும், பேச வேண்டும் என்று அந்த நாடக நடிகன் அர்த்துரோ உய்யுக்குச் சொல்லித் தரும் காட்சியில், ஷேக்ஸ்பியரின் 'ஜூலியஸ் ஸீஸர்' நாடகத்தில் ஸீஸரை ப்ரூடஸ் கொன்றதற்குப் பின், ஸீஸரின் இன்னொரு நண்பனான மார்க் ஆண்டனி ஆற்றும் உரையை நகல் செய்வது போல் அர்த்துரோ உய்யின் பேச்சு அமைந்திருப்பது சுவாரசியமான விஷயம்.

இப்போது அந்த நகரத்தை ஆட்டுவிக்கக்கூடியவனாகவும் பெரும் செல்வம் படைத்தவனாகவும் ஆகிவிட்ட அர்த்துரோ உய்யிடம் அவனது கூட்டாளிகள் இருவர் ரோமா மீது புகார் கூறுகின்றனர். தனக்குப் போட்டியாக ரோமா வந்துவிடக்கூடாது என்பதற்காக

அவனை வஞ்சகமாக ஓரிடத்திற்கு வரச்சொல்லி அவனைத் தனது கையாள்கள் மூலம் ஒழித்துக் கட்டிவிடுகிறான் அர்த்துரோ உய்.

சிக்காகோ நகர காய்கறி வணிகம் அவனது கட்டுப்பாட்டுக்குள் வந்ததும் அவனது பார்வை பக்கத்து நகரான சிசரோ மீது விழுகின்றது. ஆனால் அவனது தீய நோக்கத்தை அம்பலப்படுத்தும் செய்திக் கட்டுரைகளை வெளியிடுகிறான் இக்னேஷியஸ் டல்ஃபீட் என்னும் பத்திரிகையாளன். எனவே அவனையும் தீர்த்துக் கட்டுகிறான் அர்த்துரோ உய். அதன் பிறகு அந்தப் பத்திரிகையாளனின் மனைவியை மிரட்டி அவளைத் தனது ஆசைநாயகியாக்கிவிடுகிறான். சிக்காகோவில் செய்ததைப் போன்ற அதே வன்முறைச் செயல்களை சிசரோ நகரிலும் செய்து அங்குள்ள காய்கறி வணிகத்தையும் தன் கட்டுப்பாட்டுக்குள் கொண்டு வருகிறான். அவனது ஆசை அத்தோடு நின்றுவிடுவதில்லை. 'சிக்காகோவில் காய்கறி வணிகம் அமைதியாக நடக்க வேண்டும் என்பது கனவாக இருந்த நிலை மாறி பூச்சுப் பூசாத யதார்த்தமாகி விட்டது; இந்த அமைதியை நிலைநாட்டுவதற்காக நான் இன்னும் அதிக யந்திரத் துப்பாக்கிகளையும் இரப்பர் தடிகளையும் வாங்க வேண்டியுள்ளது; பாதுகாப்பு வேண்டும் என்று விரும்புகிறவை சிக்காகோவும் சிசரோவும் மட்டுமல்ல; வாஷிங்டன், மில்வாக்கி, டெட்ராய்ட், டோலிடோ, பிட்ஸ்பர்க், சின்சினாட்டி ஆகிய நகரங்களும்தான். காய்கறி வணிகம் நடக்கும் எல்லா நகரங்களும்தான். அர்த்துரோ உய்யைத் தடுத்து நிறுத்த யாராலும் முடியாது' என்று கூறுவதுடன் நாடகம் முடிவடைகின்றது.

அர்த்துரோ உய், அவனது கூட்டாளிகள் ஜியோசெப் கிவோலா, எம்மானுவேல் கிரி, எர்னெஸ்டோ ரோமா ஆகியோரை முறையே ஹிட்லர், கோயபெல்ஸ், கோய்ரிங், எர்னெஸ்ட் ரோஹ்ம் (ஹிட்லரால் கொலை செய்யப்பட்டவர்) ஆகிய நாஜித் தலைவர்களுடன் ஒப்பிடலாம். அதே போல டாக்ஸ்பரோவை, ஹிண்டென் பெர்க்குடனும் பத்திரிகையாளர் டல்ஃபீட்டை, நாஜிகளால் கொலை செய்யப்பட்ட ஆஸ்திரியப் பிரதமர் எங்கெல்பர்ட் டோல்பெஸ்ஸுடனும் பொருத்திப் பார்க்கலாம். எனினும், இந்த நாடகத்தின் பின்னுரை கூறுவது போல,

ஆகவே, வாய் பிளக்காமல் பார்ப்பது எப்படி
என்பதைக் கற்றுக் கொள்ளுங்கள்
நாள் முழுக்கப் பேசுவதை விடுத்து
செயலில் ஈடுபடுங்கள்
இத்தகைய குரங்கால் உலகம்
கிட்டத்தட்ட வென்றெடுக்கப்பட்டுள்ளது!
அவனைப் போன்றவர்கள்
எங்கிருக்க வேண்டுமோ

> அங்கு தேசங்கள் அவனை வைத்துள்ளன
> ஆனால் நீங்கள் தப்பித்துக் கொண்டதாக
> அவ்வளவு சீக்கிரம் மகிழ்ச்சியடையாதீர்கள்
> அவன் எந்தக் கருப்பையிலிருந்து
> தவழ்ந்து வெளியே வந்தானோ
> அது இப்போதும் வலுவானதாகிக் கொண்டிருக்கிறது.

இந்த நாடகம், ஹிடலரை எதிர்த்திருக்கக்கூடிய, ஆனால் செயலில் ஈடுபடாமல் இருந்த மக்களின் மெத்தனத்தைப் பற்றிப் பேசுகிறது என்று ப்ரெஹ்ட் கூறினார். உண்மையில், நாஜிகளை எதிர்ப்பதற்கு பரந்துபட்ட ஐக்கிய முன்னணியை ஏற்படுத்துவதற்குப் பதிலாக, அந்த அணியில் முக்கிய பாத்திரம் வகித்திருக்கக் கூடிய ஜெர்மன் சோசலிச ஜனநாயகவாதிகளை, 'சோசலிச-பாசிஸ்டுகள்' (Social-Fascists) - அதாவது சொல்லில் சோசலிஸ்டுகள், செயலில் பாசிஸ்டுகள் - என்று முத்திரை குத்திவிட்டது ப்ரெஹ்ட்டுக்கு நெருக்கமாக இருந்த ஜெர்மன் கம்யூனிஸ்ட் கட்சி. 'அர்த்துரோ உய்' நாடகத்தைப் போலவே இந்த உண்மையும் நமக்கு ஒரு பாடம்தான்.

- காக்கைச் சிறகினிலே, டிசம்பர், 2017.

4
எழுத்துச் சீர்திருத்தமும் பெரியாரும்

குத்தூசி குருசாமி என அழைப்படும் சா.குருசாமி சுயமரியாதை இயக்கத்திற்கும் திராவிட இயக்கத்திற்கும் அளித்த பங்களிப்பும் அவரது சிந்தனையாழமும் தமிழகத்தில் இதுவரை போதுமான அங்கீகாரத்தைப் பெறவில்லை. அதற்குப் பல்வேறு அரசியல் காரணங்களும் அந்த இயக்கத்தைச் சேர்ந்த சிலரின் தனிப்பட்ட விருப்பு வெறுப்புக் காரணங்களும் உள்ளன. ஒருபுறம் சுயமரியாதை இயக்கம், திராவிடர் கழகம் ஆகியவற்றுக்கும் மறுபுறம் கம்யூனிஸ்ட் இயக்கத்திற்கும் இணைப்புப் பாலமாகச் செயல்பட்டவர் அவர். அண்ணல் அம்பேத்கரைப் பற்றி ஏராளமான கட்டுரைகள் எழுதியவர். தாழ்த்தப்பட்ட மக்களுக்குத் தனிவாக்காளர் தொகுதி கொடுக்கப்பட வேண்டும் என்பதற்காக அண்ணல் அம்பேத்கர் இரண்டாவது வட்ட மேஜை மாநாட்டில் பேசியது தொடங்கி, அது தொடர்பாக தமிழகத்திலும் இந்தியாவின் பிற பகுதிகளிலும் நடந்த கிளர்ச்சிகள், புனே ஒப்பந்தம், புனே ஒப்பந்தத்திற்குப் பிறகு காந்தியால் உருவாக்கப்பட்ட ஹரிஜன் சேவக் சங்கின் வேலைகள் முதலியவற்றைப் பதிவு செய்ததுடன் அவற்றைப் பற்றிய பல கட்டுரைகளையும் தலையங்கங்களையும் எழுதியவர். கம்யூனிஸ்ட் கட்சி தடை செய்யப்பட்டிருந்த காலத்தில், முக்கியக் கம்யூனிஸ்ட் தலைவர்கள் சிலருக்கு அடைக்கலம் கொடுத்தவர். கம்யூனிஸ்டுகளுக்கும் அம்பேத்கருக்கும் அரசியல், கருத்து வேறுபாடுகள் ஏற்பட்டிருந்த போது, கம்யூனிஸ்டுகள் சார்பாக வாதாடிய குருசாமி, அம்பேத்கரைப் பற்றிக் கூறிய ஒரு சொல், அவரை அம்பேத்கர்-விரோதியாகக் காட்டுவதற்கான முகாந்திரமாகவும் பயன்படுத்தப்பட்ட அவலமும் நேர்ந்திருக்கிறது.

இந்தச் சூழலில், பெரியாரின் எழுத்துச் சீர்திருத்தம் தொடர்பாக 'தி இந்து' நாளிதழில் வெளிவந்த கட்டுரையொன்றில் குத்தூசி குருசாமி வழங்கிய பங்களிப்பு குறிப்பிடப்பட்டிருந்தது. அந்தப் பங்களிப்பை மறுத்து, 'எல்லாப் புகழும் இறைவனுக்கே' என்று சொல்வது போல், தமிழ் எழுத்துச் சீர்திருத்தத்தில் பெரியார் தவிர வேறு யாருக்கும் எந்தப் பங்கும் இல்லை என்ற தொனியுடன்

எதிர்வினைகள் வந்தன. இது தொடர்பாக நமக்குத் தெரிந்த சில தகவல்களைப் பகிர்ந்து கொள்வது தேவையாகின்றது.

தமிழ் எழுத்துச் சீர்திருத்தத்திற்கு முக்கியப் பங்களிப்புச் செய்த பெரியார், அந்தச் சீர்திருத்தத்தை *குடி அரசு* 20.1.1935 இதழிலிருந்து நடைமுறைப்படுத்திய போது, அந்த இதழின் தலையங்கத்தில் எழுதினார்:

> தமிழ் பாஷை எழுத்துக்கள் விஷயமாய் பல சீர்திருத்தங்கள் செய்யப்பட வேண்டும் என்பது அனேகருக்கு வெகுகாலத்துக்கு முன்பிருந்தே ஏற்பட்டிருந்த அபிப்பிராயமாகும். தோழர் குருசாமி அவர்கள் எழுதியிருந்தது போல பெருத்த பண்டிதர்களில்கூடப் பலர் எழுத்துச் சீர்திருத்த விஷயமாய் வெகு காலமாகவே பேசி வந்திருக்கிறார்கள்.

பெரியார் பிறரது பங்களிப்புகளையும் அவர்களிடமிருந்து அறிந்து கொண்டதையும் மிகுந்த அடக்க உணர்வோடு ஒப்புக் கொண்டவர்:

> நாம் 10 ஆவது வயதுக்கு மேல் எந்தப் பள்ளிக்கூடத்திலும் படிக்க வில்லை. நமக்கு புத்தக ஆராய்ச்சி இல்லை. நமக்குள்ள அறிவு என்பதைக் கொண்டு நடுநிலை என்பதிலிருந்து ஆராய்வதன் மூலம் அறிவதும், ஆராய்ச்சிக்காரர்கள் என்பவர்களைச் சந்திக்கும்போது கேட்டு அறிவதும்தானே ஒழிய வேறில்லை என்பதைக் கண்ணியமாய் ஒப்புக் கொள்கிறோம் (*குடிஅரசு, 25.12.1927*).

'நடுநிலை' என்று இங்கு பெரியார் கூறுவது 'objective' என்னும் ஆங்கிலச் சொல்லுக்கு உரிய பொருளில்.

எனினும், பெரியாரின் மூலச் சிறப்பு, அவர் தம் பட்டறிவின் கண்டறிந்தவை, பிறரிடமிருந்து கற்றறிந்தவை ஆகியவற்றைப் பகுத்தறிவுக் கண்ணோட்டத்திலிருந்து புத்திணைவுக்குக் கொண்டு வந்து, அதனை வெகுமக்களும் எளிதாகப் புரிந்து கொள்ளும் வகையில் எடுத்துரைத்ததும் அவற்றைத் தம்மால் இயன்றவரை நடைமுறைப்படுத்தியதும், தமது சீர்திருத்த முயற்சியை அறுதியான தாகவும் இறுதியானதாகவும் கொள்ளாமல் இருந்ததும் ஆகும்:

> உதாரணமாக நெருப்புக்கு - சுமார் நூறாயிரம், பதினாயிரம் வருஷங்களுக்கு முந்தி சக்கிமுக்கிக் கற்கள்தான் ஏற்படுத்தப் பட்டிருந்தன. *(தமிழ் மொழி)* 'கடவுளால்' ஆதியில் பொதிய மலையில் இருந்தோ, கைலாசமலையில் இருந்தோ கண்டுபிடிக்கப் பட்டதாகவோ, உபதேசிக்கப்பட்டதாகவோ இருக்கலாம். ஆனால் இன்று நெருப்புக்கு ஒரு பொத்தானை அமுக்குவதோ, ஒரு

முனையைத் திருப்புவதோ ஆகிய காரியத்தில் வந்துவிட்டது. சாதாரணமாய், 500 வருஷத்துக்கு முந்தி இருந்த மக்களின் அறிவுக்கும் அவர்களுடைய வாழ்க்கை சவுகரியத்துக்கும், - இன்று இருக்கும் மக்களின் அறிவுக்கும், வாழ்க்கை அவசியத்துக்கும் எவ்வளவோ மாறுதலும், முற்போக்கும் இருந்து வருகின்றன என்பதை யாரும் மறுக்க முடியாது. அது போலவே, இன்னும் ஒரு 100 ஆண்டு அல்லது 500 ஆண்டுகள் சென்றால், இன்றைய நிலையிலிருந்து இன்னமும் எவ்வளவோ தூரம் மாற்றமடைந்து முன்னேற்றங்கள் என்பவை ஏற்படலாம். ஆகையால் மாறுதலைக் கண்டு அஞ்சாமல் அறிவுடைமையுடனும் ஆண்மையுடனும் நின்று விஷயங்களை நன்றாய் ஆராய்ச்சி செய்து, காலத்துக்கும் அவசியத்துக்கும் தக்க வண்ணம் தள்ளுவன தள்ளி, கூட்டுவன கூட்டித் திருத்தம் செய்ய வேண்டியது பகுத்தறிவு கொண்டவன் என்னும் மனிதனின் இன்றியமையாக் கடமையாகும் என்பதை அனேகர் உணர்ந்திருந்தாலும் - அதன் பயனாய் இன்றையத் தமிழ் எழுத்துக்களில் செய்யப்பட வேண்டிய மாற்றங்கள் பல என்பதைப் பற்றிப் பலருக்கு அபிப்பிராயம் இருந்தாலும் எவரும் தைரியமாய் முன்வரமாலே இருக்கிறார்கள். ‘இவ்வளவு பெரிய காரியத்துக்கு பாஷா ஞானம், இலக்கண ஞானம், பொதுக் கல்வி இல்லாத ஒரு சாதாரண மனிதன் முயற்சிக்கலாமா?’ என்பது ஒரு பெரிய கேள்வியாக இருக்கலாம்; அது உண்மையாகவும் இருக்கலாம். ஆனால், தகுந்த புலமையும், பாஷா ஞானமும், இலக்கண அறிவும் உள்ளவர்கள் எவரும் முயற்சிக்காவிட்டால் என் செய்வது? தவம் செய்வதா? அல்லது ஜெபம் செய்வதா? தமிழ் இன்றல்ல நேற்றல்ல; எழுத்துக்கள் ஏற்பட்டது இன்று நேற்றல்ல. ஆனால் எழுத்துக்கள் கல்லிலும் ஓலையிலும் எழுதும் காலம் போய் காகிதத்தில் எழுதவும், அச்சு வார்த்துக் கோர்க்கவும் ஏற்பட்ட காலம் தொட்டு இன்றுவரை, அவற்றில் யாதொரு மாற்றமும் ஏற்பட்டதாகத் தெரியவில்லை. ஆனால் யாராவது ஒருவர் துணிந்து இறங்க வேண்டியதாயிற்று.

அந்தத் துணிச்சல்காரர்தான் பெரியார். அன்று அவருக்குப் பக்க பலமாக இருந்தவர்களில் முக்கியமானவர், சுயமரியாதை இயக்கத்தில் பெரியாருக்கு இணையான சிந்தனையாளராகவும் ‘துடுக்குத்தனம்’ கொண்டவருமாக இருந்த குத்தூசி குருசாமி.

பெரியாரின் எழுத்துச் சீர்திருத்தம், பகுத்தறிவு (மாத ஏடு), குடி அரசு, விடுதலை ஆகியவற்றில் நடைமுறைப்படுத்தப்பட்டு வந்த போதிலும், அண்ணாவின் திராவிட நாடு மற்றும் திமுகவினர் நடத்தி

வந்த பல ஏடுகள் ஆகியவற்றில் பழைய எழுத்துமுறையே கடைப் பிடிக்கப்பட்டு வந்தது. பெரியார் நூற்றாண்டு விழாவினையொட்டி எம்.ஜி.ஆர். ஆட்சிக் காலத்தில் விடுக்கப்பட்ட அரசாங்க ஆணை பெரியாரின் எழுத்துச் சீர்திருத்தத்தை அதிகாரபூர்வமாக்கியது என்றாலும், அதை உடனடியாகப் பரவலாக்கி, தமிழ் பேசும் உலகம் முழுவதும் அதை ஏற்றுக்கொள்ளச் செய்வதற்கான முதன்மைப் பாத்திரம் தினமணியின் அன்றைய ஆசிரியராக இருந்த அறிஞர் ஐராவதம் மகாதேவனுக்கே உரியது (பெரியாரின் எழுத்துச் சீர்திருத்தத்திற்கு முழு மரியாதை அளிக்க வேண்டுமென்றால், 'அய்ராவதம்' என்றுதான் எழுத வேண்டும் என்பது வேறு விஷயம்!) அதன் பிறகுதான் (கலைஞர்) மு. கருணாநிதியின் முரசொலியும்கூட புதிய எழுத்து முறைக்கு வந்து சேர்ந்தது.

உயிரெழுத்துகளில் 'ஐ', ஒள' எனபன தமிழ் மொழிக்குத் தேவையில்லை என்ற பெரியாரின் கருத்தை முன்னெடுத்துச் செல்வதில் காலஞ்சென்ற தமிழறிஞர்கள் சாலை இளந்திரய்யன், சாலினி இளந்திரய்யன் (நடப்புக் காலத்தில்) தலித் முரசு ஆசிரியர் புனித பாண்டியன் முதலியோர் பங்களிப்புச் செய்துள்ளனர்.

தமிழ் அல்லாத பிற இந்திய மொழிச் சொற்கள், அயல் நாட்டு வேற்று மொழிச் சொற்கள் ஆகியவற்றின் ஒலிகளைக் கூடுமான வரை தமிழில் கொண்டு வரவும், அதேவேளை கிரந்த எழுத்துக்களைத் தவிர்க்கவும் தமிழ் எழுத்துக்களிலேயே சில குறியீடுகளைப் பயன் படுத்துவது பற்றி ஆழமாகச் சிந்தித்தவர் காலஞ்சென்ற சி.சு.செல்லப்பா.

கடந்த அரை நூற்றாண்டுக் காலத்தில் மட்டும் ஆங்கிலத்தில் ஆயிரக்கணக்கான புதிய சொற்கள் உருவாக்கப்பட்டுள்ளன. பிற மாநில, பிற நாட்டுத் தொடர்புகள், மாநில- நடுவண் அரசாங்கங்களுக் கான உறவுகள், உயர் கல்வி முதலியன தொடர்பாக ஆங்கிலத்தின் தேவையைப் பற்றிப் பேசும் அரசியல் கட்சிகள், இன்று வரை நமக்குக் கிடைத்துள்ள ஒரே ஒரு 'நல்ல' ஆங்கிலம்-தமிழ் அகராதி 1965இல் சென்னைப் பல்கலைக் கழகம் வெளியிட்டதொன்று மட்டுமே என்பதை நினைத்துப் பார்க்கட்டும். பழைய தமிழ் எழுத்துகள் எப்படியிருந்தன என்பதை இந்தத் தலைமுறையினர் அறிந்து கொள்வதற்கும் அது இப்போது பயன்பட்டு வருகின்றது!

- தி இந்து, 28.4.2017

5

வரலாற்றை வளைத்தல்

'இந்து' தமிழ் நாளேட்டில் (2017 மே 22) செ.அருள்செல்வன் எழுதிய 'திராவிட இயக்கத்தின் ஆங்கிலக் குரல்' கட்டுரையில் நீதிக் கட்சியை சேர்ந்த பி.பாலசுபிரமணியத்தின் பங்களிப்புகளைக் குறிப்பட்டிருக்கிறார். திராவிட இயக்கத்தின் முன்னோடிகள், ஆளுமைகள், அவர்களுடைய பங்களிப்புகள் பற்றி எழுத வேண்டிய தேவை இன்று பெரிய அளவில் எழுந்திருக்கிறது. அதை முன்னெடுக்கும் முயற்சிகள் வரவேற்புக்குரியவை. அதேசமயம், வரலாற்றை எழுதும் போது நம்முடைய வசதிக்கேற்ப வளைக்க முற்படக்கூடாது. அது திரிபாகிவிடும். பாலசுப்பிரமணியத்தை, 'அண்ணாவின் அரசியல் ஆசான்' என்று குறிப்பிடுகிறது கட்டுரை. அப்படியென்றால், பெரியார் யார்? முதலில் அண்ணா அப்படி எங்கேனும் குறிப்பிட்டிருக்கிறாரா?

செ.அருள்மோகன், நீதிக் கட்சியைச் சேர்ந்த பி.பாலசுப்பிர மணியத்தைப் (பி.பா) பற்றி எழுதுகையில், "1944-ல் தென்னிந்திய நல உரிமைச் சங்கத்தின் பெயரை சேலம் மாநாட்டில் திராவிடர் கழகம் எனப் பெயர் மாற்றம் செய்த போது தமிழர் கழகமே பொருத்தமானது என்ற குரலும் எழுந்தது. தமிழர் கழகம் என்று பெயரிட வேண்டும் என்று வலியுறுத்தியவர்களின் பி.பா.வும் ஒருவர்" என்று கூறுகிறார். 1937ஆம் ஆண்டு சென்னை மாகாண சட்டமன்றத்துக்கு நடந்த தேர்தலில் நீதிக் கட்சி கடும் தோல்வியடைந்து, மூழ்கிக்கொண்டிருந்த கப்பலைப் போல இருந்த நிலையில் அதற்குத் தலைமையேற்று வழிகாட்ட வேண்டும் என்று ஏ.டி.பன்னீர்செல்வம் போன்ற நீதிக் கட்சித் தலைவர்கள் சிலர் விடுத்த வேண்டுகோளின் பேரில், 1938இல் - இந்தி எதிர்ப்புப் போராட்டத்தின் காரணமாக பெல்லாரியில் சிறைத் தண்டனை அனுபவித்துக் கொண்டிருந்த ஆண்டில் - பெரியார் அந்தக் கட்சியின் தலைமைப் பொறுப்பை ஏற்றுக்கொண்டார். அதுவரை அவர் நீதிக்கட்சியில் (தென்னிந்திய நல உரிமைச் சங்கம்) சாதாரண உறுப்பினராகக்கூட இருந்ததற்கான சான்றுகள் இல்லை. 1940ஆகஸ்ட் 24, 25இல் திருவாரூரில் நடந்த நீதிக்கட்சியின் 15ஆவது மாநாட்டில் பெரியார் மீண்டும் அந்தக் கட்சியின் தலைவராகத் தேர்ந்தெடுக்கப் பட்டார். அந்த மாநாட்டில் நிறைவேற்றப்பட்ட முக்கிய தீர்மானங்களில் திராவிட நாடு (அன்றைய சென்னை மாகாணம்)

பிரிவினைக் கோரிக்கை, வகுப்புரிமை (இட ஒதுக்கீடு என்னும் சமூக நீதி), தாழ்த்தப்பட்டோருக்குத் தனிவாக்காளர் தொகுதி ஆகியன அடங்கும் (நகரதூதன், 1.9.1940).

பெரியாரின் தலைமையிலிருந்த நீதிக் கட்சியின் நிர்வாகக் குழு 26.11.1943 அன்று கூடி நிறைவேற்றிய தீர்மானங்களில் முக்கிய மானவை: 1. திருவாரூர் மாநாட்டில் முடிவெடுத்தபடி அடுத்த மாநாடு சேலத்தில் நடத்தப்பட வேண்டும்; 2. நீதிக் கட்சி உறுப்பினர்கள் திராவிட நாடு பிரிவினைக் கோரிக்கையை ஏற்றுக் கொள்ள வேண்டும்; 3. ஜஸ்டிஸ் கட்சிக்கு தென்னிந்திய நல உரிமை சங்கம் என்றிருக்கும் பெயரை திராவிடர் கழகம் என்றும் ஆங்கிலத்தில் South Indian Dravidian Federation என்றும் மாற்ற வேண்டும் (குடி அரசு, 4.12.1943).

13.2.1944இல் "சென்னையில் திரு சி.என்.அண்ணாதுரை தலைமையில் நடைபெற்ற நீதிக்கட்சி மாநாட்டில் தென்னிந்திய நல உரிமைச் சங்கம் என்பதை - சென்னை மாகாண திராவிடர் கட்சி என்று மாற்றுமாறு, சேலத்தில் நடைபெறப் போகும் மாகாண மாநாட்டிற்கு இம் மாநாடு தெரிவித்துக் கொள்கிறது" என்ற தீர்மானம் நிறைவேற்றப் பட்டதாக வே.ஆனைமுத்து கூறுகிறார் (பெரியார் ஈ.வெ.ரா. சிந்தனைகள், முதல் பதிப்பு, 1974, பக்கம் xi.) இந்தப் பெயர் மாற்றம் ஏற்படுவதற்கு மூன்று ஆண்டுகளுக்கு முன்பிருந்தே நீதிக் கட்சிக் கிளைகள் சில 'திராவிடர் கழகம்' என்ற பெயரில் இயங்கி வந்தன என்பது வேறு விஷயம்.

திருவாரூர் மாநாடு நடந்த காலத்திலிருந்து, பல விஷயங்களில் பெரியாருக்கு எதிராக இருந்த நீதிக் கட்சிப் பிரமுகர்களில் பி.பாலசுப்பிரமணியமும் ஒருவர். அப்படியிருந்தும் அந்த மாநாட்டில் கட்சிக் கொடியை அவரே ஏற்றி வைக்கும்படி செய்தார் பெரியார் (குடி அரசு, 2.9.1944). பி.பா.வைத் தமது அரசியல் குருவாகக் கொண்டிருந்தவர் என்று அருள்செல்வனால் கூறப்படும் அண்ணாவால் கொண்டுவரப்பட்டு நிறைவேற்றப்பட்டவையும் 'சி.என். அண்ணா துரை தீர்மானங்கள்' என்று சொல்லப்பட்டவையுமான தீர்மானங்களி லொன்றுதான் நீதிக் கட்சியின் பெயர் 'திராவிடர் கழகம்' என்று மாற்றப்பட வேண்டும் என்பதாகும் (குடி அரசு, 2.9.1944). அந்த மாநாட்டில் நிறைவேற்றப்பட்ட சமூக, அரசியல் தீர்மானங்கள், பெரியாரின் தலைமைக்கு எதிராக எழுப்பப்பட்ட குரல்கள் ஆகியன குடி அரசு 2.9.1944, 9.9.1944 இதழ்களில் விரிவாகப் பதிவு செய்யப் பட்டுள்ளன.

அந்த மாநாட்டில் பி.பா., 'தமிழர் கழகம்' என்ற ஆலோசனையைக் கூறியதாகத் தெரியவில்லை. மாறாக, 'தமிழர் கழகம்' என்ற பெயரை

முன்மொழிந்ததாகச் சொல்லப்படும் அவர், தமது சொற்பொழிவை ஆற்றுவதற்குத் தேர்ந்தெடுத்துக் கொண்ட மொழி தமிழல்ல, ஆங்கிலம் தான்!

நீதிக் கட்சியின் பெயரை திராவிடர் கழகம் என மாற்றிய சேலம் மாநாட்டில் பி.பாலசுப்பிரமணிய முதலியார் பேச்சு பற்றிய குடி அரசு செய்தி பின்வருமாறு:

> ...தோழர் பாலசுப்பிரமணிய முதலியார் சிறிது நேரம் ஆங்கிலத்தில் பேசினார் (அது பின்னால் வரும்) பேச்சு முழுவதும் சரணாகதி பேச்சாகவும் தன்னுடைய நடவடிக்கைக்கு மன்னிப்புக் கேட்டுக் கொள்வதாகவும், தானும் தன் பின்சந்ததியும் என்றென்றும் பெரியார் தலைமையில் தொண்டாற்றுவோம் என்றும், "நான் பெரியாருக்கு ஓய்வு கொடுப்பதற்காகவே வேறு எந்தெந்த ஆளுகளுடைய பெயர்களை தலைமை ஸ்தானத்திற்கு குறிப்பிட்டேனோ அவர்கள் எல்லாம் குறிப்பாக சர்.ஆர்.கே.ஷண்முகம் செட்டியார் முதலியவர்கள் எல்லாம் கட்சிக்கு "துரோகிகளாய் விட்டார்கள்" என்றும், "பெரியார் தமிழ்நாட்டின் கார்ல் மார்க்ஸ்" என்றும் ஏராளமாகப் புகழ்ந்து பேசியதோடு "அவரிடத்தில் நான் குறை கண்டதாக சொல்வதெல்லாம் இன்னும் அதிகமாக ஊக்கப்படுத்த வேண்டும் என்ற எண்ணத்தைக் கொண்டேயென்றும் வேறு எந்தவிதமான குறையில்லை" என்றும் சொன்னதோடு பெரியார் என்றென்றும் தலைவராக இருந்து திராவிடஸ்தான் வாங்கிக் கொடுத்து அதில் அவரே முதல் பிரஸிடெண்டாக இருக்க வேண்டும் என்று விரும்புகிறேன்" என்றும் அதற்காக தாம் எல்லாவிதமான தியாகங்களையும் செய்யத் தயாராயிருப்பதாகவும் தெரிவித்தார். தோழர் பாலசுப்பிரமணியத்தின் பேச்சு ஆங்கிலத்தில் முடிந்த உடனே, தோழர் க.அன்பழகனால் அது தமிழில் மொழி பெயர்க்கப்பட்டது (குடி அரசு, 2.9.1944, பக்கம் 2)

எனினும், அந்த மாநாடு நடந்து முடிந்த சில மாதங்களுக்குப் பிறகு, பி.பா. உள்ளிட்ட சில நீதிக் கட்சிப் பிரமுகர்கள் தொடர்ந்து பழைய 'நீதிக் கட்சி'யின் பெயரில்தான் இயங்கி வந்தனர். அவர்கள் சென்னை கன்னிமாரா ஹோட்டலில் தந்த வரவேற்புக்கு நன்றி கூறும் விதமாக அண்ணல் அம்பேத்கர் "ஆற்றிய ஒப்பற்ற உரையை அம்பேத்கர் தொகுதி 37-ல் காணலாம்" என்று செ.அருள்செல்வன் கூறுகிறார். இந்த உரை ஆங்கிலத்திலிருந்து தமிழாக்கம் செய்யப்பட்டுள்ள டாக்டர் பாபாசாகெப் அம்பேத்கர்: பேச்சும் எழுத்தும் தொகுதி 37இல் பக்கம் 405-408இல் தரப்பட்டுள்ளது. இந்த உரை எந்த மூல நூலிலிருந்து அல்லது ஏடுகளிலிருந்து பெறப்பட்டது என்பதற்கான குறிப்புகள்

ஏதும் இந்தத் தமிழாக்கத்தில் இல்லை. அதன் ஆங்கில மூலத்திலாவது (*Babasaheb Ambedkar Speeches and Writings*, Vol 17, Part III) அவை இருக்கின்றனவா என்பது எனக்குத் தெரியவில்லை. வேறு எங்கோ முதலில் வெளியிடப்பட்ட இந்த உரையின் சுருக்கம், இந்தத் தொகுப்பில் சேர்க்கப்பட்டிருக்க வேண்டும் என்றும், அதில் சில விடுபடல்கள் இருக்கின்றன என்றும் ஊகிக்க முடியும். ஏனெனில் (1) அவரால் ஒருபோதும் பயன்படுத்தப்படாத, அவரால் வெறுக்கப் பட்ட 'அரிஜன்', 'அரிஜன வகுப்பினர்' என்னும் சொற்கள் இந்தத் தமிழாக்கத்தில் காணப்படுகின்றன; (2) பி.பா. தலைமை வகித்த வரவேற்புக் கூட்டத்திற்குச் செல்வதற்கு முன், 'திராவிடர் கழக'மாக பெயர் மாற்றம் செய்யப்பட்டிருந்த கட்சியின் தலைவராக இருந்த பெரியாரை அவரது இல்லத்தில் அண்ணல் அம்பேத்கர் சந்தித்து, அவரது கொள்கைகளையும் கட்சியையும் பாராட்டிச் சென்றதாகவும் பழைய நீதிக் கட்சியின் பெயரிலேயே இயங்கி வருபவர்களைப் பற்றிய விமர்சனத்தை அவர் கூறியதாகவும் *குடி அரசு* 30.9.1944 இதழ்த் தலையங்கம் கூறுகிறது. மேற்சொன்ன 37ஆம் தொகுதியிலுள்ள வற்றிலும் கூட பி.பா.வின் பழைய நீதிக்கட்சி பற்றிய அம்பேத்கரின் விமர்சனங்களைக் காணலாம். இவை தனஞ்சய் கீர் எழுதிய டாக்டர் அம்பேத்கர் வாழ்க்கை வரலாறு, வசந்த் மூன் எழுதிய டாக்டர் பாபாசாகெப் அம்பேத்கர் ஆகிய நூல்களிலும் எடுத்துரைக்கப் பட்டுள்ளன.

பெரியாரைப் பொறுத்தவரை 'நீதிக் கட்சி + சுயமரியாதை இயக்கம் = திராவிடர் கழகம்'. இந்தியாவில் அதிகார மாற்றம் குறித்து அப்போதைய வைசிராய் வெளியிட்ட அறிக்கையில் திராவிடர் கழகமும் ஷெட்யூல் வகுப்பார் கூட்டமைப்பும் (Scheduled Castes Federation) அலட்சியம் செய்யப்பட்டதைக் குறித்த விடுதலை 14.6.1946 தலையங்கம், பழைய நீதிக்கட்சியைச் சேர்ந்த சர் ராமசாமி முதலியார், சர் குமாரராஜா, சர். பி. டி.ராஜன் முதல் பி.பால சுப்பிரமணியம் வரை யாவரும் தங்களை இந்துக்கள் என்றே அடையாளப்படுத்திக் கொண்டு வந்ததைச் சுட்டிக்காட்டியதையும் இங்கு குறிப்பிட வேண்டும்.

- தி இந்து, 24.5.2017

6

பட்டாம்பூச்சியைப் போல மிதந்து செல்வேன், தேனீயைப் போலக் கொட்டுவேன்!

இதோ தனது பெயர் முகமத் அலி
என மாற்றிக் கொண்ட
காஸ்ஸியஸ் க்ளேயின் கதை
எப்படிப் பேசுவது, எப்படிச் சண்டை போடுவது
என்பது அவருக்குத் தெரியும்
அவருடன் போட்டி போட்டுத் தோற்றவர்கள்
போன இடம் தெரியவில்லை
பாடுங்கள், முகமத் முகமத் அலி,
அவர் பட்டாம் பூச்சியைப் போல
மிதந்து செல்கிறார்
தேனீயைப் போலக் கொட்டுகிறார்
முகமத், கறுப்பு சூப்பர்மேன்
மற்றவனிடம் சொல்கிறார்
நான் அலி, உன்னால் முடிந்தால்
என்னைப் பிடி

- 'முகமத் அலி' திரைப்படப் பாடல் வரிகள்

"கிங், மாண்டெலா ஆகியோரின் நிலைப்பாட்டை மேற்கொண்டார். அது கடினமானதாக இருந்த போதும் அதைச் செய்தார். மற்றவர்கள் பேசாத போது அவர் பேசினார். வளையத்துக்கு வெளியே சண்டை போட்டதால் தமது பட்டத்தையும் பொது மக்களிடையே தமக்கு இருந்த புகழையும் செல்வாக்கையும் இழந்தார். அது அவருக்கு இடதுசாரிகளிடமிருந்தும் வலதுசாரிகளிடமிருந்தும் பகைவர்களை உருவாக்கியது. இகழ்ச்சிக்கு ஆளாக்கியது. கிட்டத்தட்ட சிறைக்குச் செல்ல வைக்கக்கூடிய நிலையையும்கூட ஏற்படுத்தியது. ஆனால் அவர் தமது நிலைப்பாட்டில் உறுதியாக இருந்தார். அவரது வெற்றி, இன்று நாம் பார்க்கின்ற அமெரிக்காவுக்கு நாம் பழக்கப்படும்படி செய்தது."

'கிங்' என்று இங்கு குறிப்பிடப்படுபவர் மார்ட்டின் லூதர் கிங் ஜூனியர்; மாண்டேலா, நெல்ஸன் மாண்டெலாதான் என்பது எளிதில்

விளங்கும்; 'வளையம்' என்பது குத்துச்சண்டை மேடையைச் சுற்றியுள்ள வளையம்.

அமெரிக்க உள்நாட்டுப் போரில் கறுப்பின மக்களைக் கொத்தடிமைகளாக வைத்திருந்தவையும், வெள்ளை இனவாதம் மேலோங்கிருந்தவையுமான தென் மாகாணங்களைத் தோற்கடித்து அடிமை முறையை ஒழித்துக்கட்டியவர் எனப் புகழ் பெற்ற ஆபிரஹாம் லிங்கனைப் பற்றி எழுதப்பட்ட புத்தகங்களை விட அதிக எண்ணிக்கையில் எந்த மனிதரைப் பற்றிய புத்தகங்கள் அந்த நாட்டில் எழுதப்பட்டுள்ளனவோ, அந்த மனிதரைப் பற்றிய - 2016 ஜூன் 3இல் காலமான உலகப் புகழ்பெற்ற குத்துச்சண்டை வீரர் முகமத் அலியைப் பற்றிய - இத்தகைய 'மாய்மால'ப் பேச்சைப் பேசுவது பராக் ஒபாமா போன்றவர்களுக்கு மட்டுமே சாத்தியம். கிங், மாண்டெலா, அலி ஆகிய மூவருமே ஏகாதிபத்தியப் போர்களை - குறிப்பாக வியெத்நாம் மீது அமெரிக்கா நடத்தி வந்த ஆக்கிரமிப்பைப் போரைக் - கண்டனம் செய்தவர்கள்.

அமெரிக்காவிலுள்ள ஆஃப்ரோ-அமெரிக்க (கறுப்பின) மக்களின் குடிமை உரிமைக்கான போராட்டத்தை வியெத்நாமில் அந்த நாட்டு மக்கள் அமெரிக்க ஏகாதிபத்தியத்துக்கு எதிராக நடத்திய தேசிய விடுதலைப் போருடனும், வெள்ளை இனவாத அரசுக்கு எதிராக தென்னாப்பிரிக்க மக்கள் நடத்திய போராட்டங்களுடனும் இணைத்துப் பார்த்தவர்கள் முறையே கிங்கும் மாண்டெலாவும். அவர்களது நிலைப்பாட்டுக்கு ஆதார ஸ்ருதியாக இருந்தவர் முகமத் அலி. அவருக்கு எதிரியாக இருந்தவர்கள் வலதுசாரிகளும் தாராளவாதிகள் எனத் தம்மை அழைத்துக் கொண்டவர்களும்தானேயன்றி, ஒபாமா புளுகுவது போல இடதுசாரிகள் அல்லர்.

அமெரிக்காவின் கென்டக்கி மாகாணத்தில் வறுமையில் ஆழ்ந்திருந்த லூயிவில் நகரத்தில், வெள்ளையர்களின் இன ஒதுக்கல் நடைமுறையால் கறுப்பின மக்கள் அன்றாடம் பல்வேறு இழிவுக்கு உட்படுத்தப்பட்டு வந்த காலகட்டத்தில், 1942இல் அலி பிறந்த போது அவருக்குப் பெற்றோர்கள் இட்ட பெயர் காஸ்ஸியஸ் க்ளே (Cassius Clay). இளம் வயதிலிருந்தே தாம் சந்தித்து வந்த வெள்ளை இனவெறி, வறுமை ஆகியவற்றை வெற்றிகரமாக எதிர்கொண்டு, 1960ஆம் ஆண்டு ரோம் நகரில் நடந்த ஒலிம்பிக் போட்டிகளில் 'லைட் ஹெவிவெயிட்' குத்துச்சண்டையில் தங்கப் பதக்கம் வென்றவர் அவர். தொழில் முறையிலான குத்துச்சண்டை வீரராக அவர் தமது வாழ்க்கையைத் தொடங்கிய காலத்தில்தான் கறுப்பின மக்களின் குடிமை உரிமைப் போராட்டமும் உச்சக் கட்டத்தை அடைந்து கொண்டிருந்தது. அந்தப்

போராட்டம், ஒரு புறம் மார்ட்டின் லூதர் கிங்கின் வன்முறை நாடா வடிவத்தையும் மறுபுறம் எலியா முகமத், மால்கம் எக்ஸ் ஆகியோரின் 'இஸ்லாம் தேசம்' (Nation of Islam) என்ற வடிவத்தையும் கொண்டிருந்தது. 1964ஆம் ஆண்டில் ஃப்ளோரிடா மாகாணத்திலுள்ள மையாமி நகரில் 'ஹெவிவெய்ட்' குத்துச்சண்டைப் போட்டியில் அப்போதைய சாம்பியன் ஸோனி லிஸ்டனை வீழ்த்தி அந்தப் பட்டத்தைக் கைப்பற்றினார் அலி.

மிக இளம் வயதிலேயே, 'ஹெவிவெய்ட்' குத்துச் சண்டை சாம்பியன் பட்டத்தை வென்ற முதல் வீரர் என்ற பெருமையை ஈட்டி, நாடு முழுக்கத் தமது புகழை நிலைநாட்டிய காஸ்ஸியஸ் க்ளே, உடனடியாக 'இஸ்லாம் தேசம்' இயக்கத்தில் சேர்ந்து, இஸ்லாத்தைத் தழுவி, தமது பெயரை முகமத் அலி என மாற்றிக் கொண்டார். காஸியஸ் க்ளே என்ற பெயர் அமெரிக்காவுக்கு அடிமைகளாகக் கொண்டு வரப்பட்ட தமது ஆப்பிரிக்க முன்னோர்களுக்கு வெள்ளையர்களால் வைத்த பெயர்களின் தொடர்ச்சி எனக் கருதினார். எனினும் வெள்ளை இனப் பத்திரிகையாளர்களும் ஊடகத்தினரும் குத்துச் சண்டைகளை நடத்தி வந்த நிறுவனங்களும் புதிய பெயரைப் பயன்படுத்தாமல் தொடர்ந்து அவரை காஸியஸ் க்ளே என்றே அழைத்து வந்தன. எரிச்சலும் கோபமும் அடைந்த அலி சில கேள்விகளை எழுப்பினர்: கிறிஸ்தவ மதமே வெள்ளையர்களின் மதமாகிவிட்டது; ஏசு ஏன் வெள்ளை நிறத்தவராகக் காட்டப்படுகிறார்? மேரிக்கு ஏன் வெள்ளைத் தோல் இருக்கிறது? தேவ தூதர்கள் எனச் சித்திரிக்கப்படுபவர்களில் ஒருவர் கூட ஏன் கறுப்பாக இருக்கவில்லை?

பிரெஞ்சுக் காலனியாக இருந்த வியெத்நாமை இரண்டாம் உலகப் போரின் போது ஆக்கிரமித்த ஜப்பானிய ஏகாதிபத்தியத்தை நேசநாடுகள் தோற்கடித்த பின்னர், பிரெஞ்சு ஏகாதிபத்தியவாதிகள் அதை மீண்டும் கைப்பற்றிக் கொண்டனர். அவர்களுக்கு எதிராக வியெத்நாம் மக்கள் நடத்திய வீரஞ்செறிந்த போரில் பிரெஞ்சு ஏகாதிபத்தியவாதிகள் தோற்கடிக்கப்பட்டனர் என்றாலும், அமெரிக்காவின் தலையீட்டின் காரணமாக அந்த நாடு தென், வட வியெத்நாம்களாகப் பிரிக்கப்பட்டது. தேசிய விடுதலைப் போரை நடத்திய கம்யூனிஸ்டுகள் வசம் வட வியெத்நாம் இருக்க, தென் வியெத்நாமில் அமெரிக்க ஆதரவு பொம்மை அரசாங்கம் உருவாக்கப்பட்டது. அந்த நவ-காலனிய ஆட்சியைத் தூக்கியெறிய வட வியெத்நாமின் உதவியோடு தென் வியெத்நாமைச் சேர்ந்த வியெட்காங் புரட்சியாளர்கள் கெரில்லாப் போரைத் தொடங்கினர். மக்கள் ஆதரவில்லாத தென் வியெத்நாமிய பொம்மை அரசாங்கத்திற்கு தான் தந்து வந்த அனைத்து வகை

இராணுவ, பொருளாதார உதவிகளுக்கும் பலனின்றிப் போகவே, அமெரிக்கா முழு வீச்சிலான, நேரடியான இராணுவத் தாக்குதலைத் தொடங்கியது.

அமெரிக்காவில் உடல் தகுதி வாய்ந்த அனைவரும் சமாதான காலமோ, போர்க் காலமோ எதுவாக இருந்தாலும் கட்டாயமாக இரண்டாண்டுக் காலமேனும் இராணுவ சேவை புரிய வேண்டும் என்னும் விதி உள்ளது. உடற்குறைபாடுகள் போன்ற ஒரு சில காரணங்களுக்கு மட்டுமே விதிவிலக்குத் தரப்படும். இராணுவத்தில் சேர்ந்து பணியாற்றுவதற்கான இசைவை முகமது அலி 1962ஆம் ஆண்டில் கொடுத்திருந்தார். ஆனால், வியெத்நாமில் ஆக்கிரமிப்புப் போரை நடத்துவதற்கு அமெரிக்கா 1967இல் தனது இராணுவத்தில் ஆயிரக்கணக்கான அமெரிக்கர்களைச் சேர்த்துக் கொண்டிருந்த போது, முகமத் அலி மறுப்புத் தெரிவித்தார். "எந்த வியெட்காங் போராளியும் என்னை நிக்கர் (Nigger -ஆஃப்ரோ-அமெரிக்கர்களை இந்த இழிவுக்குறிப்புச் சொல்லால்தான் வெள்ளை இனவாதிகள் அழைப்பது வழக்கம்-எஸ்.வி.ஆர்) என்று அழைத்ததில்லை" என்றும், " போர் புரிவது புனித குரானின் போதனைகளுக்கு எதிரானது. கிறிஸ்தவப் போர்களிலோ, எந்த அஞ்ஞானிகளின் போர்களிலோ நாங்கள் பங்கேற்க மாட்டோம்" என்றும் கூறினார். சொந்த ஊரான லூயிவில்லில் ஆஃப்ரோ-அமெரிக்கக் குடிமக்களுக்கு நியாயமான வீட்டு வசதிகள் வழங்கப்பட வேண்டும் என்னும் கோரிக்கையை எழுப்பும் பேரணியொன்று நடத்தப்பட்டது. மார்ட்டின் லூதர் கிங் பங்கேற்ற அந்தப் பேரணியில், தமது போர் எதிர்ப்புக்கான அடிப்படையான காரணத்தை விளக்கினார் அலி:

லூயிவில்லில் நீக்ரோக்கள் என அழைக்கப்படும் மக்கள் நாய்களைப் போல நடத்தப்பட்டு சாதாரண மனித உரிமைகளும் கூட மறுக்கப்பட்டிருக்கையில், இராணுவச் சீருடை தரித்து வீட்டிலிருந்து 10000 மைல்களுக்கு அப்பால் சென்று வியெத்நாமி லுள்ள பழுப்பு நிற மக்கள் மீது குண்டுகள் வீசுமாறும் துப்பாக்கிக் குண்டுகளைச் செலுத்துமாறும் அவர்கள் ஏன் என்னைக் கேட்கிறார்கள்? முடியாது, உலகம் முழுவதிலுமுள்ள கறுப்பு நிற மக்கள் மீது வெள்ளை அடிமை எஜமானர்கள் தொடர்ந்து ஆதிக்கம் செலுத்தி வருவதற்காகவே, வீட்டிலிருந்து 10000 மைல்களுக்கு அப்பால் சென்று கொலைகளுக்கு உதவி, இன்னொரு ஏழை தேசத்தை எரிப்பதற்கு நான் செல்லவே மாட்டேன். இத்தகைய தீமைகளுக்கு முற்றுப் புள்ளி வைக்க வேண்டிய நாள் இது. இப்படிப்பட்ட நிலைப்பாட்டை மேற்கொள்வதால் இலட்சக்கணக்கான

> டாலர்களை நான் இழக்க நேரிடும் என்று எனக்கு எச்சரிக்கை விடப்படுகின்றது. ஆனால் நான் ஒரு முறை கூறியுள்ளேன், அதை மீண்டும் சொல்கிறேன்: எனது மக்களின் உண்மையான எதிரிகள் இங்குதான் உள்ளனர். தமக்கான நீதி, சுதந்திரம், சமத்துவம் ஆகியவற்றுக்காகப் போராடும் மக்களை அடிமைப்படுத்துவதற் கான கருவியாக ஆவதன் மூலம் எனது மதத்தையோ, எனது மக்களையோ அல்லது என்னையோ இழிவுபடுத்த மாட்டேன். இந்தப் போர் எனது 22 மில்லியன் மக்களுக்கு சுதந்திரத்தையும் சமத்துவத்தையும் கொண்டு வரும் என்று நான் கருதியிருந்தால், அவர்கள் என்னைக் கட்டாயமாக இராணுவத்தில் சேர்க்க வேண்டியிருந்திராது. நானே நாளை அதில் சேர்வேன். எனது நம்பிக்கைகளுக்காக நான் நிற்பதால் இழப்பதற்கு எனக்கு ஏதும் இல்லை. ஆக, நான் சிறைக்கு செல்ல வேண்டுமா, அதனால் என்ன? நாங்கள் 400 ஆண்டுகளாக சிறையில் இருக்கின்றோம்.

இராணுவத்தில் சேர மறுத்ததற்காக முகமத் அலி கைது செய்யப்பட்டு சிறையில் அடைக்கப்பட்டார். அமெரிக்கக் குத்துச் சண்டை சங்கம், அவரது சாம்பியன் பட்டத்தை இரத்து செய்தது. குத்துச் சண்டை புரிவதற்கான உரிமமும் அவரது கடவுச் சீட்டும் (passport) பறிக்கப்பட்டன. பொது வெளிகளில் கண்டனத்துக்குள்ளாக்கப் பட்டார். கிட்டத்தட்ட நான்காண்டுகள் அவரால் எந்தக் குத்துச் சண்டை யிலும் கலந்துகொள்ள முடியவில்லை. ஓர் உலக சாம்பியனால் செய்யப்பட்ட மிகப் பெரும் தியாகம் இது. குத்துச்சண்டைப் போட்டிகளில் கிடைக்கும் இலட்சக்கணக்கான டாலர்களை இழப்பதற்கு அவர் சிறிதும் தயங்கவில்லை:

> இரத்த தாகம் கொண்ட சிலரைத் திருப்திப்படுத்துவதற்கான ஒன்று என்பதைத் தவிர குத்துச் சண்டையில் வேறொன்றுமில்லை. நான் இனி ஒரு போதும் காஸ்ஸியஸ் க்ளே அல்ல, கென்டக்கி மாகாணத்தைச் சேர்ந்த நீக்ரோ அல்ல. நான் உலகத்திற்குச் சொந்தமானவன், கறுப்பு உலகத்திற்கு. இப்படியிருப்பது பணத்தைவிடப் பெரியது.

அமெரிக்க இராணுவத் தலைமையகமான பென்டகனைச் சேர்ந்த அதிகாரிகளிலிருந்து கிறிஸ்தவத் திருச்சபை பாதிரியார்கள் வரை, அமெரிக்க சமுதாயத்தைச் சேர்ந்த பல்வேறு பிரிவினரும் ஊடகங்களும் அலி மீது தொடர்ந்து தாக்குதல் நடத்தி வந்ததால், அவர் தமது செய்கைக்கு வருந்துவார் என்ற எதிர்பார்ப்புடன் 1967ஆம் ஆண்டு இறுதியில் நடத்தப்பட்ட பத்திரிகையாளர் கூட்டத்தில் கூறினார்:

நீங்கள் எவ்வளவு காலத்துக்கு வேண்டுமானாலும் என்னிடம் வியெத்நாம் மீதான போரைப் பற்றிய கேள்வியைக் கேட்டுக் கொண்டிருங்கள். இந்தப் பாட்டைத்தான் நான் பாடுகிறேன். வியெத்காங்குடன் எனக்கு சண்டை ஏதும் இல்லை.

தம்மை தேச்துரோகி எனச் சித்திரித்து வந்தவர்களுக்குப் பதில் கூறினார்:

வலிமைமிக்கப் பெரும் அமெரிக்காவுக்காக, எனது சகோதரனையோ, கறுப்பு நிற மக்கள் எவரையேனுமோ, சேற்றில் உழன்று பசியால் வாடும் எந்த ஏழை மக்களையோ சுடுவதற்குச் செல்ல எனது மனசாட்சி அனுமதிக்காது. எதற்காக அவர்களைச் சுட வேண்டும்? அவர்கள் என்னை ஒருபோதும் நிக்கர் என்று அழைத்ததில்லை, என் மீது கடிநாயை ஏவவில்லை, எனது தேசிய இனத்தை அவர்கள் களவாடவில்லை, எனது தாயைப் பாலியல் பலாத்காரம் செய்யவில்லை, எனது தந்தையைக் கொல்லவில்லை. அவர்களை எதன் பொருட்டுச் சுட வேண்டும்? அந்த ஏழை மக்களை எதற்காக நான் சுட வேண்டும்? என்னை சிறைக்குக் கொண்டு செல்லுங்கள்.

இங்கு அவர் 'நான்', 'எனது', 'என்னை' என்று குறிப்பிடுவது ஆஃப்ரோ அமெரிக்க மக்கள் அனைவரையும்தான்.

அவரது வழக்கை விசாரணை செய்த நீதிமன்றம்- முழுக்க முழுக்க வெள்ளை நிற ஜூரிகளை மட்டுமே கொண்டிருந்த நீதிமன்றம் - அவர் குற்றவாளி எனத் தீர்ப்பிட்டு ஐந்தாண்டுச் சிறை தண்டனை வழங்கியது; 10000 டாலர் அபராதமும் விதிக்கப்பட்டது. மேல் முறையீட்டு நீதிமன்றமும் அந்தத் தீர்ப்பையும் தண்டனையையும் உறுதி செய்தது. அது அலியின் மனதை கசப்படையச் செய்யவில்லை; மாறாக, அவரை இன்னும் சிறந்த மனிதராக்கியது. அவர் கூறினார்:

எனது நிலைப்பாட்டைப் பொறுத்தவரை, நான் ஒன்று சிறைக்குச் செல்ல வேண்டும் அல்லது இராணுவத்தில் சேர வேண்டும் என்பதைத் தவிர எனக்கு வேறு வழியில்லை என்னும் கருத்தை எத்தனையோ பத்திரிகைகள் அமெரிக்க மக்களிடமும் உலக மக்களிடமும் ஏற்படுத்திக் கொண்டிருக்கின்றன. அதனை நான் வன்மையாக எதிர்க்கின்றேன். வேறொரு மாற்று இருக்கிறது, நீதி என்னும் மாற்று. நீதி வெல்லுமேயானால், அரசமைப்புச் சட்டப்படி எனக்குள்ள உரிமைகள் உறுதிப்படுத்தப்படுமானால் சிறைக்கோ, இராணுவத்திற்கோ செல்லும்படி நிர்பந்திக்கப்பட மாட்டேன். இறுதியில், நீதி என் பக்கம் வரும் என்று உறுதியாக

நம்புகிறேன். ஏனெனில் நாளடைவில் உண்மை வென்றாக வேண்டும்.

மிக வசீகரமான முகமும் நகைச்சுவை உணர்வும் வீர உணர்ச்சியும் கலந்த பேச்சாற்றாலும் கொண்டிருந்த அவர், அமெரிக்கா முழுவதிலும் பயணம் சென்று ஏராளமான கல்லூரிகளில் போருக்கு எதிராகவும் ஆஃப்ரோ அமெரிக்க மக்களின் கண்ணியத்தைப் போற்றியும் இன சமத்துவத்தை வலியுறுத்தியும் சொற்பொழிவுகள் ஆற்றினார். அவரது உள உரம், இலட்சக்கணக்கான ஆஃப்ரோ- அமெரிக்க மக்களுக்கு மட்டுமின்றி, மானுட நீதியில் நம்பிக்கை கொண்ட வெள்ளை இன மக்களுக்கும் உள்உந்துதல் தந்தது. அலியின் பேச்சுகள் மார்ட்டின் லூதர் கிங்கையும் ஈர்த்தன. 'ரிவர்ஸைட் சர்ச்' சொற்பொழிவு என்றழைக்கப் படும் வரலாற்றுச் சிறப்பு மிக்க உரையை கிங் ஆற்றுவதற்கு முன் அவரைச் சந்தித்துப் பேசினார் அலி.

1970இல் ஜார்ஜியா மாகாணத்தில் நடந்த குத்துச் சண்டையில் மூன்றாவது சுற்றிலேயே ஜெர்ரி குவாரி என்னும் வீரரை 'நாக் அவுட்' (குத்து வாங்கிக் கீழே விழுந்த குத்துச் சண்டை வீரர், ஆட்ட நடுவர் ஒன்று முதல் பத்து எண்ணுவதற்குள் எழுந்து நிற்காவிட்டால், அது 'நாக் அவுட்' ஆகி விடும்) மூலம் வீழ்த்தினார். அப்போது அந்த மாகாண சட்டமன்றத்திலிருந்த ஒரே ஒரு ஆஃப்ரோ - அமெரிக்க உறுப்பினரான லெராய் ஜான்ஸன் என்பவரின் உதவியால்தான் அந்தக் குத்துச் சண்டைப் போட்டியில் அலியால் கலந்துகொள்ள முடிந்தது. ஆனால் என்றும் நிலைத்திருக்கும் மகத்தான வெற்றி அவருக்கு சாத்தியமானது குத்துச்சண்டை வளையத்திற்கு உள்ளே அல்ல; அதற்கு வெளியேதான்.

அதாவது அவர் உளமார நம்பியது போல, நீதி அவர் பக்கம் சாய்ந்தது. எட்டாண்டுக்கால சட்டரீதியான போராட்டத்திற்குப் பிறகு அமெரிக்கக் கூட்டாட்சி உயர் நீதிமன்றத்தின் ஜூரிகள் எட்டுப் பேர் ஒருமித்த கருத்துடன் அவருக்கு வழங்கப்பட்ட தீர்ப்பும் நான்காண்டுச் சிறைத் தண்டனையும் அமெரிக்க அரசமைப்புச் சட்டத்தில் வழங்கப்பட்டுள்ள குடிமை உரிமைகளுக்கு எதிரானவை என்ற தீர்ப்பை வழங்கினர். இது கறுப்பின மக்களுக்கு மட்டுமின்றி அமெரிக்காவி லுள்ள அனைத்து இன மக்களுக்கும் கிடைத்த வரலாற்றுச் சிறப்பு மிக்க வெற்றி. இந்த ஒன்றுக்காக மட்டும் முகமது அலி அமெரிக்காவில் மட்டுமின்றி, ஆக்கிரமிப்புப் போர்களை எதிர்க்கும் பிற நாடுகளிலும் என்றென்றும் நினைவுகூரப்படுவார்.

"அலி உலகைப் பிடித்துக் குலுக்கினார். உலகம் இன்று முன்பை விடச் சிறந்ததாகிவிட்டது" என்றார் ஒபாமா தமது இரங்கல் செய்தியில். ஆம். 'புதிய உலகம்' என்றழைக்கப்படும் அமெரிக்காவைப் படித்துக் குலுக்கினார் அலி. அதன் பிறகுதான், அதுவரை மிகப் பலகீனமானதாக இருந்த போர் எதிர்ப்பு இயக்கம் நாடெங்கெலும் மிகப் பெரும் போர் எதிர்ப்பு அலைகளை உருவாக்கியது. இது ஒபாமாக்கள் உலகைப் பிடித்துக் குலுக்கி வருவதப் போன்றதல்ல. அவர்களது குலுக்கல் களுக்கு இராக், ஆஃப்கானிஸ்தான், யூகோஸ்லேவியா, லிபியா, ஸிரியா முதலிய நாடுகளில் இலட்சக்கணக்கான மக்கள் இரையாகியுள்ளனர்.

'வளையத்துக்கு வெளியே' அவர் ஈட்டிய வெற்றியுடன் 'வளையத்துக்குள்ளே' அவர் அடைந்த வெற்றிகளும் சேர்ந்து கொண்டன. அன்றைய மிகப் பெரும் 'ஹெவிவெய்ட்' சாம்பியன்களி லொருவரான ஜோ ஃப்ரேஸியரிடம் முன்பு அவர் அடைந்த தோல்வியை ஈடு கட்டும் வகையில் அவரை வீழ்த்திக் காட்டினார். அவரது வாழ்நாளில் அவர் புரிந்த குத்துச் சண்டைகளில் மூன்று புகழ்பெற்ற சண்டைகள் ஜோ ஃப்ரேஸியருடன் நடந்தவைதான். "குத்துச் சண்டை வீரர்கள் அனைவரிலும் ஆகப் பெரும் வீரன் நான்" என்று அவர் பெருமைப்பட்டுக் கொண்டதிலோ, "பட்டாம் பூச்சியைப் போல மிதப்பேன், தேனீயைப் போலக் கொட்டுவேன்" என்று அவர் கூறிவந்ததிலோ உண்மைக்குப் புறம்பானது கடுகளவுகூட இருக்கவில்லை. குத்துச் சண்டை வரலாற்றில் இன்று வரை மிகவும் பெரிதாகப் பேசப்படும் சண்டைகள் 1974இல் ஆப்பிரிக்க நாடான ஸெய்ரேவின் (Zaire -காலனிய கால காங்கோவின் ஒரு பகுதி) தலைநகர் கின்ஸாகாவில் அலிக்கும் ஜார்ஜ் ஃபோர்மனுக்கும் நடந்த சண்டையும் அதற்கு அடுத்த ஆண்டு ஃபிலிப்பைன்ஸ் தலைநகர் மணிலாவில் அவருக்கும் ஜோ ஃப்ரேஸியருக்கும் நடந்த சண்டையும் தான். கின்ஸாகா குத்துச் சண்டையின் போது அலிக்கு வயது 32. அந்தச் சண்டையில் உலக 'ஹெவிவெய்ட்' சாம்பியன் பட்டத்தை மீண்டும் வென்ற அவர், ஜோ ஃப்ரேஸியரை வெல்வதற்காகக் கையாண்ட உத்தி rope-a-dope என்றழைக்கப்படுகிறது. 33 ஆம் வயதில், உடல் வலு குறைந்த நிலையில் தம்மோடு மிக ஆக்ரோஷ மாக சண்டை புரியக்கூடிய இன்னொரு பெரும் வீரரை வீழ்த்துவதற்கு அவர் கையாண்ட இந்த உத்தியை இந்த சண்டை பற்றிய யூட்யூப் வீடியோக்களில் காணலாம்.

மேற்சொன்ன இரு வெற்றிகளுமே "நான் ஆகப் பெரியவன் அல்ல, நான் இரட்டை ஆகப் பெரியவன்" (I am not the Greatest, I am Double Greatest) என்று அலியைக் கூற வைத்ததுடன், அவரை உலகம் முழுவதுமே சொந்தம் கொண்டாடக்கூடிய வீரராக்கின. எனினும், இந்த இரண்டு போட்டிகளுமே ஆப்பிரிக்க, ஆசியக் கொடுங்கோலாட்சி யாளர்கள் (ஸெய்ரேவை ஆட்சி செய்த மொபுட்டு, ஃபிலிப்பைன்ஸ் குடியரசுத் தலைவராக இருந்த மார்கோஸ்) சுய-விளம்பரம் செய்து கொள்ளவும் உதவின. மேலும், குத்துச் சண்டை என்பது உலகில், குறிப்பாக அமெரிக்காவில் ஊழலும் கையூட்டும் மலிந்த மாஃபியாக் களின் கட்டுப்பாட்டில் உள்ள சூதாட்டமாக, மிகவும் கறைபடிந்த பணம் புழங்குகின்ற 'விளையாட்டாக' உள்ளது. அலியுமே இதை உணர்ந்திருந்தார். எனவே அவர் தாம் ஈட்டிய பணத்தைக் கொண்டு உலகின் மிகப் பெரும் செல்வந்தர்களிலொருவராக விளங்க ஒரு போதும் விரும்பவில்லை.

தாம் நிறுவிய 'முகமத் அலி மையம்' என்ற அறக்கட்டளை மூலம் மனித உரிமைப் போராளிகளுக்கு 'முகமத் அலி மனிதாபிமான விருது' ஆண்டு தோறும் வழங்குவதற்கு ஏற்பாடு செய்தார். ஆஃப்ரோ-அமெரிக்க ஏழை மக்களின் மேம்பாட்டுக்காக, இலத்தின் அமெரிக்க நகரங்களிலுள்ள சேரிவாழ் மக்களின் நலன்களுக்காகத் தாம் ஈட்டிய பணத்தைச் செலவிட்டார். பஞ்சத்தால் பாதிக்கப்பட்ட பல்லாயிரக் கணக்கான ஆப்பிரிக்க மக்களுக்கு உணவு வழங்க ஏற்பாடு செய்தார். அமெரிக்காவின் பொருளாதாரத் தடையால் அல்லலுற்ற கூபா (Cuba) நாட்டு மக்களுக்கு மருந்துகள் போய்ச் சேரும்படி செய்தார். தென்னாப்பிரிக்க இனவெறி அரசுக்கு எதிரான போராட்டத்துக்கு உதவி செய்திருக்கிறார். 1999இல் நடந்த முதல் வளைகுடாப் போரின் போது இராக்குக்குச் சென்று சதாம் ஹுஸெய்னைச் சந்தித்து, அங்கு சிறையில் வைக்கப்பட்டிருந்த 15 அமெரிக்கப் போர்க் கைதிகளை மீட்டு வந்தார்.

இருமுறை இந்தியாவுக்கும் வருகை தந்திருக்கிறார். முதல் முறை இந்திய அரசின் விருந்தினராக. இரண்டாவது முறை - 1980களின் இறுதியில் - அறக்கொடைகள் வழங்குவதற்காக கேரளத்திற்கு வந்திருக்கிறார்.

விளையாட்டுகள் தொடர்பான இடதுசாரி விமர்சகர் டேவ் ஸிரின் (Dave Zirin) கூறுவது போல, விளையாட்டுகளையும் வன்முறையையும் வழிபடும் கலாசாரம் அமெரிக்காவில் மேலேங்கியுள்ளது. இந்தக்

கலாசாரம், ஆஃப்ரோ-அமெரிக்க விளையாட்டு வீரர்களை விக்கிரங்கள் போலப் பாவிக்கின்ற அதேவேளை, கறுப்புத் தோலுள்ளவர்களைக் குற்றவாளிகளாகவும் பார்க்கின்றது. இந்தக் கலாசாரச் சூழலில் தோன்றிய முகமத் அலி வீரம், உள உரம் என்பதற்குப் புதிய அர்த்தங்களை வழங்கினார். அது ஒடுக்கப்பட்ட மக்களின் கூட்டு வீரம், கூட்டு உள உரம். அது ஸோனி லிஸ்டன் போன்ற குத்துச் சண்டை வீரர்களை வீழ்த்தும் வீரம் அல்ல; அதிகாரத்தை எதிர்த்து நிற்கும், அதிகாரத்திற்கு எதிராகப் பேசும் ஒடுக்கப்பட்ட மக்களின் வீரம்.

எனினும், எந்தக் கலாசாரத்துக்கு எதிராக முகமத் அலி போராடினாரோ, அதே கலாசாரம் அவரையும் ‘ஆபத்தில்லாத’ விக்கிரகமாக்குவதில் கணிசமான வெற்றி பெற்றது. அமெரிக்க ஆக்கிரமிப்புப் போர்களைக் கொடூரமான வடிவத்திற்கு வளர்த்துச் சென்ற அமெரிக்கக் குடியரசுத் தலைவர்களான லிண்டன் ஜான்ஸன், ரிச்சர்ட் நிக்ஸன் ஆகியோரின் ஆட்சிக்காலத்தில் முகமது அலியின் தொலைபேசி உரையாடல்கள் அமெரிக்க உளவுத் துறையினரால் ஒட்டுக் கேட்கப்பட்டு வந்தன. அவர் தொடர்ந்து உளவுத் துறையின் கண்காணிப்பிலேயே இருந்து வந்தார். ஆனால், அதே முகமத் அலி, பின்னாளில் வெள்ளை மாளிகைக்கு அழைக்கப்பட்டு குடியரசுத் தலைவர் ஜெரால்ட் ஃபோர்டால் கௌரவிக்கப்பட்டார். நாட்டுப்பற்று இல்லாதவர் என்று எந்த லூயிவில் நகரத்தைச் சேர்ந்த வெள்ளையர்கள் பெரும்பாலானோரால் அழைக்கப்பட்டாரோ, அதே நகரத்திலுள்ள தெருவொன்றுக்கு அவரது பெயர் சூட்டப்பட்டது; அந்த நகரத்தில் அவரது பெயர் தாங்கிய அருங்காட்சியகமும் உள்ளது. அமெரிக்க இராணுவத்தில் சேர மறுத்ததற்காக எந்த மனிதரின் சாம்பியன் பட்டம் பறிக்கப்பட்டதோ, அதே மனிதர் 1996இல் அமெரிக்காவின் அட்லாண்டா நகரில் நடந்த ஒலிம்பிக்ஸில், ஒலிம்பிக் தீபத்தை ஏற்ற அழைக்கப்பட்டார். அவரது புகைப்படங்களும் அவர் இடம்பெறும் வீடியோ, சினிமா நறுக்குகளும் (footages) மென்பானங்களிலிருந்து கார்கள் வரை, பல்வேறு நுகர்வுப் பொருள்களுக்கான விளம்பரங் களுக்குப் பயன்படுத்திக் கொள்ளப்பட்டன. மிகவும் எளிதாக ஏற்றுக்கொள்ளப்படக்கூடிய இளமைக்கால அலியின் பிம்பங்கள், குத்துச்சண்டை வளையத்துக்குள், “ஆகப் பெரிய குத்துச் சண்டை வீரன் நான் தான்” என்று ஆடிப் பாடிக் கொண்டிருக்கும் அலியின் பிம்பங்கள் குழந்தைகளுக்கும் பெரியவர்களுக்கும் ஊட்டப்பட்டன. ‘முஸ்லிம்கள்

வாழும் நாடுகளுக்கு' அமெரிக்கா பற்றியும் ஆஃப்கானிஸ்தான் பற்றியும் விளக்கிக் கூறுவதற்காக ஹாலிவுட்டில் 2002இல் தயாரிக்கப்பட்ட விளம்பரப் படத்தில் நடிக்கவும் ஒப்புக் கொண்டார். போர் வெறி மிக்க ஜார்ஜ் டபிள்யூ புஷ் அமெரிக்கக் குடியரசுத் தலைவராக இருந்த போது, அமெரிக்கக் குடிமக்களுக்கான மிக உயர்ந்த விருதும் (Medal of the Union- 'பாரத ரத்னா' போன்றது) 'இருபதாம் நூற்றாண்டின் மிகச் சிறந்த விளையாட்டு வீரர்' என்ற பட்டமும் அலிக்கு 2005ஆம் ஆண்டில் வழங்கப்பட்டன.

இப்படி அவர் அமெரிக்காவிலுள்ள ஆதிக்க கலாசாரத்தால் தன்வயமாக்கிக் கொள்ளப்படுவதற்கு அவருமே ஓரளவு காரணம்: நீண்டகாலமாக அரசியலிலிருந்து விலகியிருந்ததும், பார்கின்ஸன் நோயால் தாக்கப்பட்டுப் பேச்சாற்றலை இழந்திருந்ததும், அடையாள அரசியலின் போதாமையை உணராமலிருந்ததும் (இதன் காரணமாகத் தான், ஒபாமா என்னும் 'கறுப்பர்' அமெரிக்கக் குடியரசுத் தலைவராகத் தேர்ந்தெடுக்கப்பட்டதை கறுப்பின மக்களுக்குக் கிடைத்த வெற்றி யாகக் கருதியவர்களிலொருவராக இருந்தார் அலி). அதனால்தான் மாண்டெலாவின் மறைவின் போது 'மாய அழுகை' அழுத ஏகாதிபத்தியவாதிகளும் போர் வெறியர்களும் இனவெறியர்களும் முகமத் அலியின் மரணத்துக்கு துக்கம் அனுட்டித்தனர். அவரது இறுதிப் பயணத்தில் கலந்து கொண்டனர். மறுபுறம் குத்துச் சண்டையில் அவர் புரிந்த சாதனைகள் புகழ்ந்து தள்ளப்பட்டன. மாண்டெலாவின் மரபுக்கு உரிமை கொண்டாடியதைப் போலவே ஒபாமா, அலியின் மரபுக்கும் உரிமை கொண்டாடினார். இப்படி அவரை 'புனிதராக' ஆக்கிக்கொண்ட ஆளும் வர்க்கங்கள், தாம் ஒரு காலத்தில் அவர் மீது சுமத்தி வந்த அவதூறுகளைப் பற்றி மூச்சு விடுவதில்லை.

அமெரிக்காவிலுள்ள ஆதிக்க கலாசாரத்தைப் பொறுத்தவரை ஒரு விளையாட்டு வீரன், அரசியல் பக்கம் எட்டிப் பார்க்கக்கூடாது. அப்படி எட்டிப்பார்க்க நேரிட்டால் அது அமெரிக்கக் கொடிக்கு 'சல்யூட்' அடிக்கக்கூடிய செயலாக மட்டுமே இருக்க வேண்டும். அல்லது அமெரிக்காவின் ஆக்கிரமிப்புப் போர்களை ஆதரித்துப் பேசும் செயலாகவே இருக்க வேண்டும்.

இந்தச் சூழலில், ஏகாதிபத்திய எதிர்ப்பாளர்களும் இனவெறிக்கும் சாதியத்துக்கும் மதவெறிக்கும் எதிராகப் போராடுபவர்களும் அமெரிக்க ஆதிக்க கலாசாரத்தால் விக்கிரகமாக்கப்பட்ட 'ஆபத்தில்லாத'

முகமத் அலியைப் புறந்தள்ளிவிட்டு, 'ஆபத்தான' போராளி முகமத் அலியின் வாழ்க்கைப் பயணத்தில் உள்ள முக்கிய மைல்களைப் பேணிப் பாதுகாக்க வேண்டும். அவற்றில், கட்டாய இராணுவ ஆள் சேர்ப்புக்கு எதிராக அவர் நடத்திய வெற்றிகரமான போராட்டத்தைத் தவிர, கீழ்க்கண்டவையும் அடங்கும்:

1. கறுப்பின மக்களின் உரிமைக்காகப் போராடி வந்த கிங், வியெத்நாமில் அமெரிக்கா நடத்தத் தொடங்கிய ஆக்கிரமிப்புப் போரை எதிர்க்கும் நிலைப்பாட்டை 1967இல் மேற்கொள்ளத் தொடங்கிய போது, அமெரிக்காவின் முதன்மைப் பத்திரிகைகளும் ஊடகங்களும் அவரைக் கடுமையாக விமர்சித்தன. அவரது ஆலோசகர்கள் சிலரும்கூட அமெரிக்காவின் 'வெளியுறவு விவகாரங்கள்' மீது கவனம் குவிப்பதைத் தவிர்க்க வேண்டும் என்று கூறினர். ஆனால், இவற்றையெல்லாம் புறந்தள்ளிவிட்டு போர் எதிர்ப்பு இயக்கத்தை முன்னெடுத்துச் செல்ல ஊக்கம் தந்தவர் அலி. கிங் கூறினார்: "முகமத் அலி கூறியது போல, நாம் அனைவரும் - கறுப்பர்கள், பழுப்பு நிறத்தவர், ஏழைகள் அனைவரும் - ஒரே ஒடுக்குமுறை அமைப்பால் பாதிக்கப்பட்ட வர்கள்தாம்."
2. தென் ஆப்பிரிக்காவின் வெள்ளை இனவெறி அரசால் ஆயுள் தண்டனை விதிக்கப்பட்டு ரோப்பென் தீவில் சிறை வைக்கப் பட்டிருந்த நெல்ஸன் மாண்டெலா, சிறைச் சுவர்கள் ஒரு நாள் தகர்ந்து விழும் என்னும் நம்பிக்கையைத் தந்தவர் முகமத் அலிதான் என்று குறிப்பிட்டுள்ளார்.
3. மெக்ஸிகோ நகரில் நடந்த ஒலிம்பிக்ஸ் போட்டிகளில் தடகள விளையாட்டுகளில் பதக்கங்கள் பெற்ற ஆஃப்ரோ -அமெரிக்க வீரர்கள் ஜான் கார்லோஸ், டாம்மி ஸ்மித் ஆகியோர், பதக்கம் அணிவிக்கப்படும் மேடையில் கறுப்பினப் போராளிகளைப் போல முஷ்டிகளை உயர்த்திக் காட்டி (Black Power Salute), 'முகமத் அலியின் சாம்பியன் பட்டத்தைத் திருப்பிக் கொடு' என்று முழக்கமிட்டனர்.
4. அமெரிக்காவிலுள்ள ஒடுக்கப்பட்ட மக்களின் உரிமைகளுக்காகப் போராடிய அமைப்புகளிலொன்று 'மாணவர் வன்முறையற்ற ஒருங்கிணைப்புக் குழு' (Students Non-Violent Co-Ordination Committee). அந்த அமைப்பின் ஊழியர்கள், அமெரிக்காவில் வெள்ளை இனவெறி மேலோங்கியிருந்த அலபாமா மாகாணத்தி

லுள்ள லொண்டெஸ் மாவட்டத்தில் 1965ஆம் ஆண்டில் ஓர் சுயேச்சையான அரசியல் கட்சியைத் தொடங்கினர். அந்தக் குழுதான் முதன் முறையாக 'கறுஞ்சிறுத்தை' சின்னத்தைப் பயன்படுத்தியது. அந்த சின்னத்தின் கீழே பொறிக்கப்பட்டிருந்த வாசகம் : WE Are the Greatest". இது முகமத் அலியின் கூற்றுகளி லொன்று.

5. விளையாட்டுப் போட்டிகளில் பெண் விளையாட்டு வீரர்களுக்கு சம உரிமையைப் பெற்றுத் தருவதைத் தமது குறிக்கோளாகக் கொண்டிருந்த டென்னிஸ் ஆட்டக்காரர் பில்லி ஜீன் கிங்கிற்கு உற்சாகத்தையும் உள உரத்தையும் தந்தவை முகமத் அலியின் சொற்கள்: "பில்லி ஜீன் கிங், நீங்கள்தான் இராணி".

முகமத் அலியை நாம் எப்போதும் கறுப்பு சூப்பர்மேனாக மட்டுமே நினைவுகூர வேண்டும்: ஒடுக்கப்பட்ட மக்களிடையே மிதந்த பட்டாம்பூச்சியாக, ஒடுக்குவோரைக் கொட்டி வந்த தேனீயாக!

முக்கியத் தரவு நூல்:

Dave Zirin, *What is My Name Fool,Sports and Resistance in the United States,* Hay Market Books, Chicago, 2005.

-உயிர் எழுத்து, ஜூலை 2016

7

கறுப்பினப் போராளி சிவானந்தன்

1

*2018 ஜனவரி 3*அன்று இலண்டனில் மறைந்த அம்பலவாணர் சிவானந்தன், *தி கார்டியன்* நாளேட்டால், 'நமது காலத்தின் மிக முக்கியமான கறுப்பின அறிவாளிகளிலொருவர்' என்று வர்ணிக்கப் பட்டவர். இருபதாம் நூற்றாண்டு ஐரோப்பிய, ஆப்பிரிக்க, அமெரிக்க, ஆஃப்ரோ- அமெரிக்க முற்போக்கு, மார்க்ஸிய, இடதுசாரிச் சிந்தனை யாளர்களான ஹெர்பர்ட் ஆப்தேகர், பேஸில் டேவிட்ஸன், ஸெட்ரிக் ராபின்ஸன், மான்னிங் மாரபில் போன்றோரோடு ஒப்பிடப்பட்டவர்.

2009இல் இலங்கையில் நடந்த இனக்கொலைக்குப் பிறகு, *நியூ லெஃப்ட் ரெவியூ* ஏட்டிற்குக் கொடுத்த நேர்காணலில்[1] அவர் தமக்கே உரிய நகைச்சுவை உணர்வோடு தமது பிறப்பு, வளர்ப்புப் பின்னணி பற்றிக் கூறுகிறார்:

> நான் 1923இல் கொழும்புவில் பிறந்தேன். ஆனால் எனது தந்தையின் குடும்பத்தினர் யாழ் மாகாணத்தில் சந்திலிபாய் கிராமத்தைச் சேர்ந்த குத்தகை விவசாயிகள். இலங்கைத் தீவின் வட பகுதி மேடுபள்ளமற்றதும் வறட்சியானதுமாகும் - அங்கு மரங்களோ, ஆறுகளோ, மலைகளோ ஏதுமில்லை. எனது பாட்டானாருக்கு இருந்ததோ வளமில்லாத மிகச் சொற்பமான நிலம். அவரால் வளர்க்க முடிந்ததெல்லாம் குழந்தைகள் மட்டுமே; மொத்தம் பதின்மூன்று குழந்தைகள் அவருக்கு. அவற்றில் ஏழு பிறக்கும்போதோ, மிக இளம் வயதிலோ இறந்து போயின. 'பசுமை ஆண்குறி' யுள்ள விவசாயி என்று அந்த வட்டாரத்தில் அழைக்கப்படக்கூடிய அளவுக்கே அவர் வளமானவர். அவரது இளைய குழந்தைகளில் இரண்டாமவர் எனது தந்தை. அறிவுக்கூர்மையுடைய அவர், உள்ளூர் பள்ளியில் நன்கு படித்து, கொழும்புவிலுள்ள கத்தோலிக்கப் பள்ளியில் படிப்பதற்கான உதவித் தொகை பெற்றவர். வேலை வாய்ப்புக் கிடைப்பதற்கும்

1. A.Sivanandan, An Island Tragedy-Buddhist Ethnic Cleansing in Sri Lanka, *New Left Review*, 60, November-December 2009.

சமுதாயத்தில் முன்னேறுவதற்கும் தமிழர்களுக்கு இருந்த ஒரே வழித்தடம் கல்விதான். பிரிட்டிஷ் காலனி ஆட்சியின் போது இலங்கைத் தீவில் மலேரியா நோய் பரவியிருந்த உட்பகுதியில் ஏதோவொரு இடத்திற்கு - அதை வெளிஉலகுக்குத் திறந்து விடும் பொருட்டு- ஏராளமான தமிழர்கள் அதிகாரிவர்க்கப் பதவிகளை நிரப்புவதற்காக அனுப்பப்பட்டனர். தொடக்கப் பள்ளியில் தமிழிலும் ஆங்கிலத்திலும் கல்வி கற்ற எனது தந்தை, தமது குடும்பத்துக்கு உதவியாக இருப்பதற்காகப் பதினாறாம் வயதிலேயே அஞ்சல் சேவைத் துறையில் சேர்ந்தார். நான் பிறந்த போது அவர் கண்டியில் துணை அஞ்சல் அதிகாரியாக (sub-postmaster) இருந்தார். ஆனால் எனது குழந்தைப் பருவக் காலம் முழுவதிலும் அவர் அடிக்கடி இட மாற்றலுக்கு உட்படுத்துப்பட்டு வந்தார். எனவே எனக்கு பத்து, பதினொன்று வயது இருக்கும் போது படிப்பிற்காக கொழும்புவிலிருந்த புனித ஜோசப் கல்லூரிக்கு அனுப்பப்பட்டேன். அது நகரின் மையப் பகுதிலிருந்த மிகப் பெரும் பள்ளிக்கூடம். ஆனால் அதைச் சுற்றிலும் குறுகலான தெருக்களும் குடிசைப் பகுதிகளும் இருந்தன. அவற்றினூடாகப் பயணித்துத்தான் செல்வந்தர் வீட்டுப் பிள்ளைகள் வகுப்புகளுக்கு வந்தனர்.

சிவானந்தன் ஏழைக் குடும்பத்தைச் சேர்ந்தவர் என்பதால் அவருக்குக் கல்விக் கட்டணம் பாதியாகக் குறைக்கப்பட்டது. ஏழைகள் மீது கரிசனம் காட்டியவரும் புகழ்பெற்ற தாவரவியலாளருமான லெ காக் (Le Goc - அவர் பிரெஞ்சுக்காரர்), இங்கிலாந்தின் புகழ்பெற்ற எழுத்தாளர்களிலொருவரான ஜி.கே.செஸ்டர்டனின் படைப்புகளைப் பதிப்பித்தவரும் அவரது நண்பருமான ஜே.பி. டி ஃபொன்ஸேகா (அவர் ஒரு புர்கர், அதாவது இலங்கையருக்கும் போர்ச்சுகீசியர்களுக்கும் பிறந்தவர்களின் வழித்தோன்றல்) ஆகியோர் அந்தப் பள்ளியில் ஆசிரியர்களாக இருந்தது சிவானந்தனின் நற்பேறு. வீட்டில் பேசக் கூடிய தமிழும், பள்ளியில் கற்பிக்கப்பட்ட ஆங்கிலமும் இளம் வயதிலேயே அவரது நாவில் அழகாக அமர்ந்தன. மதப்பற்றும் இறை நம்பிக்கையும் கொண்டிருந்த இளம் சிவானந்தன் தேவாரப் பாடல்களைப் பாடுவதுண்டு. இவ்வாறு தமிழ்-இந்து கலாசார அடித்தளமும் அதன் மீது மேற்கட்டுமானமாக அமைந்த ஆங்கில மொழிக் கல்வியும் அன்றைய காலனி இலங்கைச் சமூகக் கட்டமைப்பைப் பிரதிபலித்ததாகக் கூறுகிறார் சிவானந்தன்.

இலங்கையின் காலனியச் சூழலைப் பற்றிக் கூறுகிறார் சிவானந்தன்: ஐரோப்பியர்கள் முதன் முதலில் 16ஆம் நூற்றாண்டில் இலங்கைக்குள் நுழைந்தபோது, அங்கு மூன்று தனித்தனி அரசுகள்

இருந்தன. தென் கிழக்கில் முதன்மையாக சிங்கள, பௌத்தர்கள் இருந்த கண்டி அரசு. கடலோரப் பகுதிகளிலும் சிங்கள, பௌத்தர்கள் பெரும்பான்மையாக இருந்தாலும், அராபிய முஸ்லிம்கள், கேரளத்திலிருந்து வந்த முஸ்லிம் வணிகர்கள், டச்சு அல்லது போர்ச்சுகீசியர்களுக்கும் இலங்கையர்களுக்கும் பிறந்த புர்கர்கள் ஆகியோரும் அங்கு இருந்தனர். வறட்சிப் பகுதியான வடக்கில் தமிழர்கள் (இந்துக்கள்) பெரும்பான்மையாக இருந்த போதிலும் சாதி அமைப்பின் இறுக்கம், 17ஆம் நூற்றாண்டிலிருந்து கிறிஸ்தவ மிஷனரிகள் இலங்கையின் வேறு எந்தப் பகுதியையும் விட அதிகமாக, வட இலங்கைக்குள் நுழைவதற்கு இடம் கொடுத்தது. கண்டிப் பகுதியில் நிலவுடைமை மேற்குடியினரின் (முழுக்க முழுக்க சிங்களர்கள்) ஆதிக்கம் செலுத்தினர். மேற்குக் கடற்கரைப் பகுதி பல இனத்தவரின் கலவையாகக் காட்சியளித்தது. வட இலங்கையில், நிலம் உயர்சாதியினரான வேளாளர்களிடம் இருந்தது. அவர்களது எண்ணிக்கை அதிகமாக இருந்ததால், காலப் போக்கில் நிலவுடைமை சிறிதாகவும் சிதறுண்டதாகவும் அமைந்திருந்தது. பெரிய தமிழ் நிலவுடைமையாளர்கள் என்று யாரும் இருக்கவில்லை.

ஏறத்தாழ 450ஆண்டுக் கால டச்சு, போர்ச்சுகீசிய, ஆங்கிலேய காலனியாதிக்கவாதிகளால் சுரண்டப்பட்டுவந்த இலங்கை 1815இல் ஆங்கிலேயர்களின் முழுக்கட்டுப்பாடுக்கு வந்ததையும் அவர்கள் தமிழகத்திலிருந்து கூலித் தொழிலாளர்களை வேலைக்கு அமர்த்தி பெருந்தோட்டப் பொருளாதாரத்தை வளர்த்ததையும் குறிப்பிடும் சிவானந்தன், ஆங்கிலேயர்கள் பொருளாதாரரீதியாக இலங்கையை ஐக்கியப்படுத்தும் பொருட்டு, அரசியல்ரீதியாக பிரித்தாளும் கொள்கையைக் கையாண்டனர் என்று கூறுகிறார். அதாவது கல்வி, அரசாங்க, நிர்வாக வேலை வாய்ப்புகளைத் தமிழர்களுக்குக் கூடுதலாக வழங்கினர். சிங்கள பௌத்தர்கள் செல்வச் செழிப்புடன் இருந்தாலும், அரசாங்கப் பதவிகளில் தமிழர்கள் மேலோங்கி யிருந்ததை அவர்கள் விரும்பவில்லை. ஆகவே, பிரிட்டிஷ் காலனி யாட்சிக்கு எதிராக எல்லா மக்களும் இணைந்த எதிர்ப்பு இயக்கம் உருவாவதற்கு வாய்ப்பு இல்லாமல் போயிற்று.

இலங்கையில் காலனிய எதிர்ப்புணர்வு கூர்மையடையாமல் போனதற்கான இன்னொரு காரணத்தையும் கூறுகிறார் சிவானந்தன்: 1931ஆம் ஆண்டு ஆங்கிலேயர்கள் கொண்டு வந்த டொனாமூர் அரசமைப்புச் சட்டத்தின்படி ஓரளவு ஜனநாய சாயலிலான சுயாட்சி கிடைத்தது. 1939இல் கல்வியும் பின்னர் மருத்துவ சிகிச்சையும் இலவசமாக்கப்பட்டன. பிரிட்டிஷார் இலங்கையை, தமக்கு ஒத்து வருகின்ற, முன்மாதிரியான காலனியாக உருவாக்குவதில் விருப்பம்

கொண்டிருந்தனர். இலங்கையின் சுதந்திரப் போராட்டம் என்பது, இந்திய சுயராஜ்ஜியப் போராட்டத்தின் முதுகில் சவாரி செய்த ஒன்றுதான்.

1942இல் பள்ளிப் படிப்பை முடித்தவுடன், இலவசக் கல்வி முறை இருந்ததன் காரணமாக கொழும்புவிலிருந்த சிலோன் பல்கலைக் கழகத்தில் பயின்ற சிவானந்தன், தென் இலங்கையில் நீண்டகாலமாக இருந்தபோதிலும் தமிழன் என்ற உணர்வு அக்காலத்தில் தமக்கு ஒருபோதும் ஏற்பட்டதில்லை என்று கூறுகிறார்.

பல்கலைக்கழகத்தில் படிக்கும்போதுதான், இடதுசாரி முற்போக்குச் சிந்தனைகளால் தாம் ஈர்க்கப்பட்டதாகச் சொல்கிறார். அப்போது, லங்கா சம சமாஜக் கட்சியின் முக்கியத் தலைவர்கள் டாக்டர் என்.எம்.பெரைரா, டோரிக் டி சௌஸா ஆகியோர் சிவானந்தனின் ஆசிரியர்களாக இருந்தனர். லங்கா சம சமாஜக் கட்சி பற்றிய சில சுவாரசியமான தகவல்களைத் தருகிறார் சிவானந்தன்: அக் கட்சியின் தலைவர்களில் பலர் மருத்துவர்கள். 1934-35இல் இலங்கை முழுவதிலும் மலேரியா நோய் பரவிய போது, கிராமப்புறங்களில் இலவச மருந்தகங்களை நிறுவி, கொய்னா மருந்தை ஆயுர்வேத மருந்துகளுடன் கலந்து மக்களுக்குக் கொடுத்தனர். வேறு சில தலைவர்கள் 'இலண்டன் ஸ்கூல் ஆஃப் எகனாமிக்ஸ்' என்னும் புகழ்பெற்ற நிறுவனத்திலிருந்த பேராசிரியர் ஹரால்ட் லாஸ்கியின் மாணவர்கள். தொடக்கத்தில் அந்தக் கட்சி, ஏழை மக்களுக்கு உதவி செய்வதில் ஈடுபட்டிருந்ததேயன்றி வர்க்க உணர்வை வளர்ப்பதில் அல்ல. ஆனால், நாளடைவில் கிராமப்புறத்தில் ஒரு காலையும் பாட்டாளி வர்க்கமாக நகர்ப்புறத்தில் இன்னொரு காலையும் வைத்திருந்த விவசாயிகளிடையே அவர்கள் வேலை செய்யத் தொடங்கினர். இந்தக் காரணியும் நாட்டில் படிப்பறிவு விகிதம் அதிகமாக இருந்ததும் அந்தக் கட்சிக்கு பரந்த வெகுமக்கள் அடித்தளத்தை உருவாக்கியிருந்தன.

பல்கலைக்கழகப் பட்டப் படிப்பு முடிந்ததும், பெருந்தோட்டப் பகுதியொன்றில் பள்ளி ஆசிரியராகப் பணியாற்றி சிங்கள, தமிழ் மாணவர்களுக்குக் கற்பிக்கத் தொடங்கிய சிவானந்தன், தோட்டத் தொழிலாளர்களுடன் நட்புறவு பேணியதன் காரணமாக அங்கிருந்து வெளியேற்றப்பட்டார். அதன் பிறகு கண்டியிலுள்ள சிங்கள, பௌத்தக் கல்லூரியில் சேர்ந்தார். மாணவர்கள் புகை பிடிப்பதை அனுமதித்ததாலும் மார்க்ஸியத்தைக் கற்றுக் கொடுக்கத்

தொடங்கியதாலும் அங்கிருந்தும் வெளியேற்றப்பட்டார். பின்னர் கொழும்புவில் சிலோன் வங்கியின் வெளிநாட்டுப் பிரிவில் வேலை செய்யும்போதுதான் சிங்கள இனவாதத்தை நேரடியாக அனுபவித்தார். 1958இல் தமிழர்கள் மீது சிங்களர்களால் நடத்தப்பட்ட வன்முறைத் தாக்குதல்களின் போது, கொழும்புவில் இருந்த அவர் சிங்கள மொழியை நன்கு பேசத் தெரிந்திருந்ததால் தப்பித்தார். அவரது வீட்டிலேயே ஏறத்தாழ முப்பது தமிழர்கள் 'அகதிகளாக' தங்க வைக்கப்பட்டிருந்தனர். சிங்களக் க்த்தோலிக்கப் பெண்ணைத் திருமணம் செய்து கொண்டிருந்த அவர், தமது மகளிடமே (அப்போது அவளுக்கு நான்கு வயது) சிங்கள இனவாத மனப்பான்மை குடிகொண்டிருந்தைக் கண்டிருக்கிறார். ஒரு நாள் தமது வீட்டுக்குச் சென்ற போது, யாரோ ஒருவர் அங்கிருந்து வெளியே வந்து கொண்டிருப்பதைக் கண்டார். முன்பின் தெரியாதவர்களைக்கூட 'அங்கிள்', என்றழைப்பது வழக்கமாதலால், "யார் அந்த அங்கிள்" என்று ஆங்கிலத்தில் மகளிடம் கேட்டிருக்கிறார். அவரது மகளோ சிங்களத்தில் "அவர் அங்கிள் அல்ல, தமிழர்" என்று பதில் சொல்லி யிருக்கிறாள்.

இதைத் தாங்கிக் கொள்ளமுடியாத சிவானந்தன், உடனடியாக நாட்டை விட்டு வெளியேறி இலண்டனுக்குப் போய்ச் சேர்ந்தார். அவர் அங்கு வந்து சேர்ந்ததற்குச் சிறிது காலத்துக்கு முன்புதான் இலண்டனில் நாட்டிங்ஹில் என்னுமிடத்தில் கறுப்பின மக்கள் மீது வெள்ளை இனவாதிகளின் வன்முறைத் தாக்குதல்களும் நடை பெற்றிருந்தன. ஆக, இரண்டு தீவுகளிலும் நிறுவனமயமாக்கப் பட்டிருந்த இனவாதத்தைப் புரிந்துகொள்ள அவரது சொந்த, தனிப்பட்ட அனுபவமும் உதவியிருக்கின்றது.

டட்லி சேனநாயகவின் தலைமையிலிருந்த ஐக்கிய தேசியக் கட்சி யானாலும் சரி, எஸ்.டபிள்யூ.ஆர்.பண்டாரநாயக (Solomon West Ridgeway Dias Bandaranaike - பண்டாரநாயகவின் தாயாரும் இலங்கையின் வெள்ளைக்கார கவர்னராக இருந்த ஜோசப் வெஸ்ட் ரிட்ஜ்வேவும் நண்பர்கள், எனவே அந்த வெள்ளைக்காரர் மீது இருந்த விசுவாசத்தின் காரணமாகத்தான் அவர் பெயரை மகனின் பெயரோடு சேர்த்திருக்கிறார்) தொடங்கிய ஸ்ரீலங்கா சுதந்திரக் கட்சியானாலும் சரி இரண்டுமே தொடர்ந்து இலங்கைத் தமிழர்களுக்கும் மலையகத் தமிழர்களுக்கும் எதிரான சிங்கள,பௌத்த இனவாத அரசியல், பொருளியல், பண்பாட்டுக் கொள்கைகளைக் கடைப்பிடித்து

வந்ததையும் லங்கா சம சமாஜக் கட்சி, இலங்கைக் கம்யூனிஸ்ட் கட்சி ஆகிய இரண்டும் அந்தக் கொள்கைகளுக்குத் துணை நின்றதையும் (இவை நமக்கு நன்றாகவே தெரியும்) விரிவாக எடுத்துரைக்கும் சிவானந்தன், இந்த இரண்டு கட்சிகளும் ஒட்டுமொத்த இலங்கை மக்களையும் பாதித்த ஒரு விஷயத்திலும்கூடக் கோழைத்தனமாக நடந்து கொண்டதை எடுத்துக் கூறுகிறார்:1953இல் டட்லி சேனநாயக அரசாங்கம், அதுவரை அரிசிக்குக் கொடுத்து வந்த மானியத்தை இரத்து செய்தது. அதன் காரணமாக இனவேறுபாடின்றி நாட்டு மக்கள் அனைவரும் கொதித்தெழுந்தனர். லங்கா சம சமாஜக் கட்சியும் இலங்கைக் கம்யூனிஸ்ட் கட்சியும் கூட்டாக விடுத்த அறைகூவலை ஏற்று நடத்தப்பட்ட அர்த்தால் போராட்டம் நாடு முழுவதையும் ஸ்தம்பிக்க வைத்தது. அதைக் கண்டு அஞ்சி நடுங்கிய டட்லி சேனநாயக அரசாங்க அமைச்சர்கள் அனைவரும் கொழும்புத் துறைமுகத்திலிருந்த ஒரு கப்பலில் ஒளிந்து கொண்டு, அங்கிருந்து மேற்சொன்ன இரு கட்சிகளையும் பேச்சு வார்த்தைக்கு அழைத்தனர். அதற்கு ஒப்புக் கொண்டன அந்த இரு கட்சிகளும். நாட்டு மக்களுக்கு எந்தப் பலனையும் அளிக்காத அந்தப் பேச்சுவார்த்தை, அந்த அமைச்சர்கள் மீண்டும் பத்திரமாக கொழும்பு நகரை அடையவும் மீண்டும் அதிகாரத்தைக் கையில் எடுத்துக் கொள்ளவும் மட்டுமே வழிவகுத்தது. இரண்டு இடதுசாரிக் கட்சிகளின் தலைமை மத்திய தர வர்க்கத்திடம் இருந்தது. எனவே அந்தக் கட்சிகளின் அர்த்தால் போராட்டத்திற்குக் கிடைத்த வெற்றி அவற்றின் தலைவர்களுக்கே அச்சமூட்டிவிட்டது. அந்தக் கட்சிகள் இரண்டும் பின்னாளில் சீரழிந்ததற்கான தொடக்கமாக இந்த நிகழ்வைக் கூறலாம்.

இந்த இரண்டு 'இடதுசாரிக் கட்சி'களின் துணையுடன் முதன் முறையாக ஆட்சிக்கு வந்த ஸ்ரீமாவோ பண்டாரநாயக, இலட்சக் கணக்கான மலையகத் தமிழர்களை நாட்டைவிட்டு வெளியேற்றினார் என்றால், அவர் இரண்டாவது முறை ஆட்சிக்கு வந்தபோது சிங்கள மக்களுக்கும் எதிரான கொடூரமான கொலைவெறி, வன்முறைத் தாக்குதலை நடத்திக் காட்டினார். சீன ஆதரவு கம்யூனிஸ்ட் கட்சியிலிருந்து விலகிய சிங்கள மார்க்ஸியவாதிகள் 1965இல் நிறுவிய 'ஜனத விமுக்தி பெரமுன' என்னும் அமைப்பு நடத்திய ஆயுதமேந்திய கிளர்ச்சி 1971இல் இந்த இரு கட்சிகளின் சம்மதத்துடனும் அமெரிக்கா, பிரிட்டன், பாகிஸ்தான் ஆகிய முதலாளித்துவ நாடுகளுடன் சோவியத் யூனியன், சீனா, யூகோஸ்லேவியா ஆகிய சோசலிச நாடுகளும் சேர்ந்து வழங்கிய முழு உதவிகளுடனும் ஒத்துழைப்புடனும் இரத்த வெள்ளத்தில் மூழ்கடிக்கப்பட்டது. அந்தக் கட்சி சிங்கள வெகுமக்களிடையே பெரும் ஆதரவைப் பெற்றிருந்தது என்றாலும் வட, கிழக்கு மாகாணங்களிலுள்ள தமிழர்களின் பிரச்சினைகளைக்

கருத்தில் கொள்ளவில்லை. 'இந்திய விஸ்தரிப்புவாதம்' என்று அந்தக் கட்சி தெளிவற்ற முறையில் கூறியது, தவறாக அர்த்தப்படுத்திக் கொள்ளவும் மலையகத் தமிழர்கள் அந்தக் கட்சியின் மீது அச்சம் கொள்ளவும் வழிவகுத்தது.

இலங்கை அரசால் நிறுவனமயமாக்கப்பட்ட சிங்கள பௌத்த இனவாதக் கொள்கையால் பாதிக்கப்பட்ட தமிழ் மக்களின் நியாயமான, நீதியான கோரிக்கைகளைக் கையில் எடுத்துக் கொண்ட தமிழ் தேசிய அமைப்புகளின் பூர்ஷ்வாத் தலைமையின் வரம்புகளை எடுத்துக் கூறும் சிவானந்தன், எவ்வித ஜனநாயகரீதியான தீர்வுக்கும் இடம் கொடுக்காத அந்த அரசுக்கு எதிராக இளைஞர்கள் ஆயுமேந்திய போராட்டத்தை நடத்த வேண்டியிருந்த வரலாற்று நியாயத்தை விளக்குகிறார். அதேவேளை, தேசிய விடுதலை இயக்கத்தில் மார்க்ஸியக் கருத்துகளுடன் 'ஆண்ட பரம்பரை' பற்றிய பெருமிதக் கருத்துகளும் சேர்ந்திருந்த விநோதத்தையும் எடுத்துக்காட்டுகிறார். மேலும், புலிகளை முற்றிலுமாகத் துடைத்தெறிய சிங்கள இராணுவம் உருவாக்கிய இனக்கொலை என்னும் 'இறுதித் தீர்வை' விளக்குவதோடு விடுதலைப் புலிகள் செய்த தவறுகள் என்று சிலவற்றை அடையாளப்படுத்துகிறார்: மற்ற விடுதலை இயக்கங்களுடன் இணைந்து போராடாமல் அவற்றை ஒழித்துக் கட்டியது; இலங்கைப் பிரதமர் பிரேமதாச, இந்தியாவின் முன்னாள் பிரதமர் ராஜிவ் காந்தி ஆகியோரைக் கொலை செய்தது; முஸ்லிம்களை வெளியேற்றும் இன சுத்திகரிப்பைச் செய்தது; இராணுவவாதத்தைத் தூக்கிப் பிடித்தது: இன்ன பிற. இவை விடுதலைப் புலிகளை தமிழ் மக்களிடமிருந்தே அந்நியப்படச் செய்தன: "அல்ஜீரியா, வியெத்நாம், ஆப்பிரிக்காவிலிருந்த போர்ச்சுகீசிய காலனி நாடுகள், பங்களாதேஷ் ஆகியவற்றிலிருந்த எதிர்ப்பு இயக்கங்களைப் போலல்லாது, புலிகள் அரசியல் ரீதியாக குறைவளர்ச்சியையும் இராணுவரீதியாக கூடுதலாக நிர்ணயிக்கப்பட்டவர்களாகவும் இருந்தனர். ஆயுதங்கள் ஆணையில் இருந்தன, அரசியல் அல்ல. இது மிக முக்கியமான பலகீனம். அது 2009இல் அவர்களது இறுதித் தோல்விக்கான நிலைமைகளை உருவாக்கியது. அவர்கள் பல வாய்ப்புகளை இழந்துவிட்டனர்".

சிவானந்தன் கூறுகிறார்: பல்வேறு வடிவங்களிலும் பல்வேறு நோக்கங்களுடனும் இந்தியா உள்ளிட்ட பல நாடுகள் புலிகளை ஒழித்துக்கட்ட இலங்கை அரசுக்கு முழு ஒத்துழைப்புத் தந்தன. தடை செய்யப்பட்ட பயங்கரவாத அமைப்புகளின் பட்டியலில் புலிகள் சேர்க்கப்பட்டனர். இதை 1992இல் முதலில் செய்தது இந்தியா; பிறகு 1997இல் அமெரிக்காவும் 2000த்தில் பிரிட்டனும் செய்தன. இலங்கைக்கும் பிரிட்டனுக்கும் உள்ள தொடர்பு நீண்டகாலமாக

இருந்து வருவது. இலங்கைக்கு இராணுவ ஆயுதங்கள் வழங்குவதில் முதலிடம் அதற்குத்தான். பிறகு இஸ்ரேல், பாகிஸ்தான், ரஷியா,சீனா ஆகியனவும் இராணுவ உதவி செய்தன.

சிவானந்தன் மேலும் கூறுகிறார்: 2009இல் இனக்கொலை செய்யப்பட்டவர்களின் எண்ணிக்கை 80000 என்று ஐ.நா. அறிக்கை கூறுகிறது (இது கொஸாவோவில் கொல்லப்பட்டவர்களின் எண்ணிக்கையை விட பன்மடங்கு அதிகம்.) ஆனால், மேற்கு நாடுகள் கைகட்டிக் கொண்டு வேடிக்கை பார்த்தன. மேற்கு நாட்டு மனிதாபி மானப் படைகள் அப்பாவித் தமிழர்கள் கொலை செய்யப்பட்டபோது மௌனம் காத்தன. மேற்கு நாடுகளிலுள்ள சிலர் 'உள்நாட்டு எதிரிகளை' ஒழித்துக்கட்ட பாகிஸ்தானும் ஸ்ரீலங்காவைப் போலவே ஈவிரக்கமின்றி நடந்துகொள்ள வேண்டும் என்று சொல்கிறார்கள்'. இத்தனைக்கும் அந்த மேற்கு நாடுகளில் புலம் பெயர்ந்து வாழும் தமிழர்களின் எண்ணிக்கை, உள்நாட்டுப் போருக்கு முன் இலங்கை யிலிருந்த மொத்த தமிழர்களின் எண்ணிக்கையில் சரிபாதி என்று சொல்லலாம். புலிகள் ஒழித்துக்கட்டப்பட்ட பிறகு அமெரிக்கா, இந்தியா, சீனா, இஸ்ரேல், ஜப்பான் முதலிய நாடுகள் ஸ்ரீலங்காவில் தங்கள் பொருளியல் ஆதாயங்களைத் தேடும் ஏற்பாடுகளைச் செய்து வருகின்றன. இலங்கையில் இப்போது தேசிய பூர்ஷ்வா வர்க்கம் ஏதும் இல்லை; பன்னாட்டு மூலதனத்துக்குச் சேவை செய்கிற, சர்வதேச மயமாக்கப்பட்டுவிட்ட பூர்ஷ்வா வர்க்கம்தான் இருக்கிறது. அந்நிய மூலதனத்துக்குக் கதவைத் திறந்து வைக்கும் கொள்கை - ஜெயவர்தன வால் தொடங்கப்பட்டது- இப்போது முனைப்புடன் செயல்படுகிறது. "அறுபதாண்டுகளுக்கு மேலாக சுதந்திர இலங்கை, புத்த பிக்குகள், தனியார் படைகள் ஆகியோரின் உதவியுடன் நிலப்பிரபுத்துவப் பழக்கவழக்கங்கள், திரிக்கப்பட்ட வரலாறு ஆகியவற்றை அடிப்படை யாகக் கொண்ட இனமையவாதக் கொள்கையை உருவாக்கியுள்ளது. இந்தக் கொள்கையில் இனத்துவப் பெரும்பான்மைக்கு என்றென்றைக் குமான அதிகாரம் உத்தரவாதமளிக்கப்பட்டுள்ளது".

இந்த நேர்காணலின் இறுதியில் சிவானந்தன் கூறுகிறார்: "என்னால் நம்பிக்கையின் நாற்றுகள் சிலவற்றைப் பார்க்க முடிகின்றது. எடுத்துக்காட்டாக, புலிகள் இயக்க முன்னாள் போராளிகள் சிலர் - இப்போது நாடு கடந்து வாழ்கிறவர்கள்- அரசியல் போராட்டத்துக்கு அழுத்தம் கொடுத்து வருகிறார்கள். போரில் ஏராளமானோர் மடிந்துள்ளனர், எதற்காக? என்று அவர்கள் கேட்கிறார்கள். இராணுவ மூலோபாயம் எந்தத் தீர்வையும் வழங்கவில்லை. தமிழர்கள் தங்கள் உரிமைகளைக் கோருவதும் தங்களது துயரம் சர்வதேச அளவில் புரிந்து கொள்ளப்படச் செய்வதும் தேவை என்று கூறுகிறார்கள் -

அவர்கள் ஈழத்தைப் பற்றிப் பேசுவதில்லை. ஆனால் தடைகளோ பெரியவை. இந்த (இலங்கை) அரசாங்கம், தனது ஒட்டுமொத்தமான இராணுவரீதியான அணுகுமுறை சரியானது என்று நிரூபிக்கப்பட்டு விட்டதாகக் கருதுகிறது. அதனால் ஏற்பட்ட விளைவுகளை நியாயப்படுத்த ஜனநாயக ஜோடனைகளைப் பயன்படுத்துகிறது. அது தமிழர்களுக்கு அவர்களது உரிமைகளைக் கொடுக்கப் போவதில்லை. அதனுடைய எதேச்சாதிகாரத்தின் பொருள் என்னவென்றால் அடுத்தபடியாக அவதிக்குள்ளாகக் கூடியவர்கள் சிங்கள மக்கள்தான் என்பதாகும். முக்கியமானது என்னவென்றால், எண்பது வயதைத் தாண்டிவிட்ட நான் சொல்வது என்னவென்றால், நாம் முயற்சியைக் கைவிடக் கூடாது. தொடர்ந்து நாம் உண்மையை எழுதவும் பேசவும் ஒவ்வொரு அக்கிரமத்தையும் எதிர்த்துப் போராடவும் செய்ய வேண்டும். நம்மால் விதைக்கப்படக்கூடிய விதைகள் இவைதாம்".

2

இலங்கையிலும் இங்கிலாந்திலும் அவர் பெற்ற அனுபவங்கள், ஒடுக்கப்பட்ட மக்களை இனரீதியாகவும் மதரீதியாகவும் பிரித்துப் பார்க்கும் அரசியல் அனைத்தையும் சந்தேகக் கண் கொண்டு பார்க்கும் படி செய்தன. ஏகாதிபத்தியத்தாலும் இனவாதத்தாலும் ஒடுக்கப்படும் எல்லா மக்களையும் குறிக்கவே 'கறுப்பினத்தவர்' என்னும் சொல்லைப் பயன்படுத்தினார்.

அவரது படிப்பிற்கும் அனுபவத்திற்கும் ஏற்ற வகையில் இங்கிலாந்தில் அவருக்கு வங்கி எதிலும் வேலை கிடைக்கவில்லை. அங்கிருந்த இனவாதம்தான் அதற்குக் காரணம். வாவஸ்ஸெயுர் அண்ட் கம்பெனி என்னும் நிறுவனத்தில் எழுத்தராகச் சிறிதுகாலம் வேலை பார்த்தபின் பல்வேறு பொது நூலகங்களில் நூலகராகப் பணியாற்றி னார். 1964இல் இலண்டனிலுள்ள 'இனங்களுக்கிடையிலான உறவுகளுக்கான நிறுவனத்தில் (Institute of Race Relations) முதன்மை நூலகராக அமர்த்தப்பட்டார். இனங்களுக்கிடையிலான உறவுகள் பற்றி அவர் அங்கு திரட்டிவைத்த நூல்கள் அனைத்தும் (அவர் எழுதியவை உட்பட), 2006 ஆம் ஆண்டில் இங்கிலாந்திலுள்ள வாரிக் பல்கலைக் கழகத்திற்கு (University of Warwick) எடுத்துச் செல்லப்பட்டு, 'சிவானந்தன் திரட்டியவை' என்ற பெயரில் உலகின் பல்வேறு பகுதிகளிலிருந்து வரும் ஆராய்ச்சியாளார்களுக்குப் பயன்படும் வகையில் பாதுகாக்கப் படுகின்றன.[2]

---

2. அ.சிவானந்தனின் செயல்பாடுகள், படைப்புகள் பற்றி விரிவாக அறிந்து கொள்ள: The Role of A Sivanandan, Institute of Race Relations, London, *http://www.irr.org.uk/about/people/siva/* (Accessed on 10.02.2018.)

அரசியல், பொருளாதாரக் காரணங்களுக்காகத் தங்கள் நாடுகளிலிருந்து புலம் பெயர்ந்து அகதிகளாக இங்கிலாந்துக்கு வருபவர்களின் நலன்களையும் உரிமைகளையும் பாதுகாப்பதற்காக உருவாக்கப்பட்டதாகச் சொல்லப்படும் அந்த நிறுவனத்தின் நிர்வாகிகள், பழைமைவாதிகளாகவும் அரசாங்கத்தின் தயவை நாடுபவர்களாகவும் இருந்தனர். 1972இல் அந்த நிறுவனத்தில் இருந்த முற்போக்குவாதிகளுடன் இணைந்து, அதன் நிர்வாகிகளை எதிர்த்துப் போராடினார் சிவானந்தன். அந்த நிறுவனம் எவ்வகையான ஆராய்ச்சிகளை நடத்த வேண்டும் என்பதில் அவருக்கும் நிர்வாகிகளுக்கும் கருத்து வேறுபாடுகள் இருந்தன. மேலும், அந்த நிறுவனத்தில் பணியாற்றுபவர்களின் கருத்துச் சுதந்திரம், நிர்வாகிகளை விமர்சிக்கும் சுதந்திரம் ஆகியவற்றுக்காகவும் அவரும் அவரது தோழர்களும் போராடினர். அந்தப் போராட்டம் வெற்றி பெற்று அந்த நிறுவனம் அவரது மற்றும் அவரது தோழர்களின் கட்டுப்பாட்டுக்குள் வந்தது. சிவானந்தன் அந்த நிறுவனத்தின் புதிய இயக்குநராக நியமிக்கப்பட்டார். அந்த நிறுவனம் இனியும் புள்ளிவிவரங்களைத் திரட்டி, அவற்றை அரசாங்கத்துக்கு சமர்ப்பிப்பதாக இல்லாமல், இனவாதத்துக்கு எதிரான செயலூக்கமுள்ள போராட்டத்தின் பகுதியாக இருக்க வேண்டும் எனச் சூளுரைத்துச் செயல்படத் தொடங்கினார். இனங்களுக்கிடையிலான உறவுகள் பற்றி அதுவரை அந்த நிறுவனம் கொண்டிருந்த கருத்தை மாற்றி அந்த உறவுகளை மறுவரையறை செய்தார். வெள்ளையரல்லாத அகதிகள் இங்கிலாந்தில் இருப்பதற்குக் காரணம், இங்கிலாந்தின் காலனியாதிக்க வரலாறும் அதன் பொருளாதாரத் தேவைகளும்தான் என்றும், இனவாதத்தால் பாதிக்கப்பட்டவர்களை ஒரு 'பிரச்சினையாக' பார்ப்பதை விடுத்து, வெள்ளை சமுதாயம்தான் - குறிப்பாக அரசாங்கமும் அரசுக் கொள்கைகளும்தான் - இனவாதத்தை உருவாக்குவதிலும் அதை வலுப்படுத்துவதிலும் தலையாய பாத்திரம் வகிக்கின்றன என்று அவரும் அவரது தோழர்களும் வாதாடினர்.

அவரும் அவரது தோழர்களும் அந்த நிறுவனத்தைத் தம் கட்டுப்பாட்டில் கொண்டு வந்த பிறகு, அதை 'நிவாரணங்களை' வழங்கும் அரசு சாரா நிறுவனங்களிலொன்றாகவோ, வெறும் கல்விப்புலம் சார்ந்த ஆராய்ச்சி நிறுவனங்களிலொன்றாகவோ ஆக்கவில்லை. மாறாக, ஒருபுறம் ஆராய்ச்சியாளர்கள், சிந்தனையாளர்கள் ஆகியோருக்கும் மறுபுறம் இனவாதத்தை எதிர்த்துப் போராடும் வேர்க்கால் மட்டப் போராளிகளுக்கும் இடைப்பட்ட, இரு தரப்பினரையும் ஒன்றிணைக்கின்ற நிறுவனமாக்கினர். பாதிக்கப்பட்ட இனங்களைச் சேர்ந்த மக்களுக்கு உதவியளிப்பதற்காக

அதிகாரத்திலுள்ளோரின் தயவை நாடி, அவர்களிடமிருந்து நிதி உதவியைக் கறக்கும் அரசுசாரா நிறுவனங்களுக்கு மாறாக, அந்த மக்களிடம் நேரடியாகப் பேசுகின்ற, அவர்களது போராட்டங்களை ஊக்குவிக்கிற நிறுவனமாக ஆக்கினர். "எந்த மக்களுக்காக நாம் போராடுகிறோமோ, அந்த மக்களுக்குத்தான் நாங்கள் எழுதுகிறோம்" என்பதுதான் அவரது கோட்பாடு.

அந்த நிறுவனம் நடத்தி வந்த ஏட்டின் பெயரை - அந்த ஏட்டின் ஆசிரியராக 1974இல் நியமிக்கப்பட்டவுடனேயே - *Race & Class-Journal for Black and Third World Liberation* - என்று மாற்றினார் சிவானந்தன். இனவாதத்துக்கு எதிரான போராட்டம் வர்க்கப் போராட்டம் என்பதன் கீழ் உட்படுத்தப்படப்பட வேண்டியது என்ற கருத்தை அவர் ஏற்றுக் கொள்ளவில்லை. 2013இல் இலண்டனில் நடந்த 'வரலாற்றுப் பொருள்முதல்வாதம்' மாநாட்டின் போது அவெரி கோர்டன் (Avery Gordon) என்பவருக்குக் கொடுத்த நேர்காணலில் கூறினார்: "வர்க்கப் போராட்டம் வெற்றி பெறுகையில் இனவாதம் மறைந்துவிடுமாதலால் இனப்போராட்டம் என்பது வர்க்கப் போராட்டம் என்பதன் கீழ் உட்படுத்தப்பட வேண்டிய ஒன்று என்னும் வைதிக மார்க்ஸியத்தை மறுத்து வந்தோம். இந்தக் கருத்து கறுப்பின உழைக்கும் வர்க்கத்தின் வாழ்ந்துபெற்ற அனுபவத்தோடு தொடர்பற்றது. இனவாதத்திற்கு அதற்கே உரிய அசைவியக்கம் உள்ளது. 'வெள்ளையரும் கறுப்பர் களும் ஒன்றிணைக' என்பது அடைய முயற்சி செய்யப்பட வேண்டிய இலக்குதான்.ஆனால் யதார்த்தத்தில் அப்படியொன்றும் இருப்பதில்லை. எனவே வெள்ளையர்களும் கறுப்பர்களும் அவர்கள் சந்திக்கும் பொதுவான இடத்தையும் நேரத்தையும் அடையத் தனித்தனி பாதையைக் கடந்து செல்ல வேண்டும். இனவாதம் என்பது பாசிசத்தின் கூறுகளிலொன்று என்ற கருத்தை நாம் மறுதலித்து வந்தோம். மாறாக, இனவாதம் என்பது பாசிசத்தை உற்பத்தி செய்யும் களம் என்பதுதான் நமது கருத்து".[3]

'வர்க்கம்' என்பதற்குள் தொழிற் கூடங்களிலும் வேலை செய்யும் இடங்களிலும் பணிபுரிவோரை மட்டுமல்லாது, நாடற்றவர்களாய் மேற்கு நாடுகளின் தெருக்களில் சுற்றித் திரிய வேண்டிய நிலைக்கு ஆளாக்கப்பட்டவர்களையும் உள்ளடக்கினார். அவரது கருத்துகள் சிலவற்றுடன் உடன்பட முடியாத இடதுசாரிகளும்கூட, அவை சிந்தனையைக் கிளர்பவையாய் இருப்பதை ஒத்துக் கொண்டனர். அதிநவீனத் தொழில்நுட்பமும் உலகமயமாக்கலும் உழைக்கும் வர்க்கத்திடமிருந்து அதன் சக்தியை அகற்றிவிட்டன என்ற அவரது கருத்தை மறுத்து எழுதிய இடதுசாரிகளுடன் நடைமுறைப்

3 Interview with A.Sivanandan by Avery Gordon, *https://soundcloud.com/irr-news/interview-with-a-sivanandan-by* (Accessed on 10.02.2018)

பிரச்சினைகளுக்கான போராட்டத்தில் இணைந்து செயலாற்றவும் அவர் தயங்கியதில்லை.

இனவாதத்துக்கு எதிரான ஆராய்ச்சிக் கட்டுரைகளையும் அறைகூவல் கட்டுரைகளையும் தாங்கி வந்த அந்த உலகப் புகழ்பெற்ற *Race & Class* காலாண்டுப் பருவ ஏட்டின் ஆசிரியர் குழுவில் ஓர்லாண்டோ லெடெலியெர், இக்பால் அஹ்மது, மால்கம் கால்ட் வெல், ஜான் பெர்ஜெர், பேஸில் டேவிட்ஸன், தாமஸ் ஹெட்ஜின், யான் கரூ, மான்னிங் மாரபில் போன்ற தலைசிறந்த அறிவாளிகள் இடம் பெற்றிருந்தனர். தங்கள் ஆய்வு, அரசியல் கட்டுரைகள் மூலம் எட்வர்ட் சைத், ஏஞ்செலா டேவிஸ் போன்றோரும் அந்த ஏட்டிற்குப் பெருமை சேர்த்தனர்.

தனிப்பட்ட மனிதர்களிடையே இருக்கும் இனவாதத் தப்பெண்ணங்கள், தற்சாய்வுகள் ஆகியவற்றை அரசாங்கத்தாலும் ஆளும் வர்க்கங்களாலும் உருவாக்கப்படும் நிறுவனமயமாக்கப்பட்ட இனவாதத்திலிருந்து வேறுபடுத்திப் பார்த்தார் சிவானந்தன். 'அடையாள அரசியல்', 'மற்ற இனங்களின் கலாசாரத்தை அறிந்து கொள்தல்', 'பண்பாட்டுப் பன்மைத்துவம்' போன்ற சொல்லாடல் களுக்கு எதிரான தமது கருத்தை முன்வைத்தார்: "இனவாதத்துக்கு எதிரான போராட்டத்தை கலாசாரத்துக்கான போராட்டமாகக் குறுக்க முடியாது. மற்ற மக்களினங்களின் கலாசாரத்தைப் பற்றி அறிந்து கொள்ளச் செய்வதன் மூலம் இனவாதிகளை இனவாதம் குறைந்தவர் களாக மாற்றிவிட முடியாது. மேலும், எதிர்த்துப் போராடப்பட வேண்டியது தனிமனிதத் தப்பெண்ணம் அல்ல (அதற்குப் பின்னால் அதிகாரம் ஏதும் இல்லை), மாறாக நிறுவனமயமக்கப்பட்ட இனவாதம்தான். அதாவது காலனியத்தாலும் அடிமைமுறையாலும் பல நூற்றாண்டுகளாக சமுதாயத்தின் கட்டமைப்புக்குள்ளும் அரசாங்கத்தின் கருவிகள், நிறுவனங்கள் ஆகியவற்றுக்குள்ளும் நெய்யப்பட்டுள்ள இனவாதம்தான்". மேலும் அவர் கூறினார்: "கல்வி நிறுவனங்களிலோ, மற்ற பொது வெளிகளிலோ கற்பிக்கப்பட வேண்டியது கலாசார பன்மைத்துவம் அல்ல, மாறாக இனவாத எதிர்ப்புக் கல்விதான்; அது தன் இயல்பிலேயே, இதர கலாசாரங் களைப் பற்றிய படிப்பை உள்ளடக்கியுள்ளது".[4] இத்தகைய கருத்துகளைக் கொண்டிருந்ததால்தான் அவர் பின்நவீனத்துவம் பிரபலமடையத் தொடங்கிய 1980களிலேயே அதை விமர்சித்துக் கட்டுரைகள் எழுதியுள்ளார். அதேபோல ஐரோப்பியக் கம்யூனிஸ்ட் கட்சிகள் மேற்கொண்ட சீர்திருத்தவாதப் பாதைகளையும் கண்டனம் செய்ய அவர் தயங்கியதில்லை.

---

4. Ambalavaner Sivanandan, 1923-2018, *socialistreview.org.uk/432/ambalavaner-sivanandan-1923-2018* (Accessed on 03.02.2018.)

9/11 நிகழ்வுக்குப் பிறகு முஸ்லிம்கள் பெரும்பான்மையாக உள்ள நாடுகள் மீது அமெரிக்க ஏகாதிபத்தியத்தின் தலைமையில் நடைபெற்று வரும் இராணுவத் தாகுதல்கள், அமெரிக்காவிலும் ஐரோப்பிய நாடுகளிலும் முஸ்லிம்கள் மீது நடத்தப்படும் வன்முறைத் தாக்குதல்கள், இஸ்லாம் பற்றிச் செய்யப்படும் பொய்ப் பிரசாரங்கள் ஆகியவற்றுக்கு எதிரான கட்டுரைகளைத் தொடர்ந்து எழுதி வந்தார். முகமது நபியை அவதூறு செய்யும் விதமாக டென்மார்க் நாளேடொன்று வெளியிட்ட கேலிச்சித்திரங்களைக் கடுமையாகக் கண்டனம் செய்த சிவானந்தன், கருத்துரிமை என்பது முழுமுற்றானது அல்ல என்றும், அதை ஒடுக்கும் இனத்துக்கும் ஒடுக்கப்படும் இனத்துக்குமிடையிலான உறவு என்னும் பின்னணியில் வைத்துத்தான் பார்க்க வேண்டும் என்றும் எழுதினார். நேர்காணலொன்றில் சிவானாந்தன், இஸ்லாம் மார்க்கத்தைப் பற்றிய பீதியை உருவாக்கும் மேற்கு நாட்டு இனவாதம் பற்றிக் கூறிய கருத்துகள் சில பின்வருமாறு:

> ஒவ்வொரு இனவாதமும் வித்தியாசமானது; ஒவ்வொரு இனவாதமும் ஒரேமாதிரியானது. மேற்கு நாட்டுக் கலாசாரம், அது வெற்றியின், அடிமைப்படுத்தலின் கலாசாரமாக இருப்பதால், இனவாத, வெளிநாட்டார்-எதிர்ப்புக் கருத்துகளால் நிறைக்கப் பட்டிருக்கிறது. இத்தகைய கருத்துகள், அடிமை முறை அல்லது இனஒதுக்கல் முறை ஆகியன போன்ற பொருளாதார, அரசியல் செயல்திட்டத்துடன் இணைக்கப்படும்போது முழுமை பெற்ற கருத்துநிலையாக வளர்ச்சியடைகிறது. ஆனால், அந்தக் கருத்துகள் வேலை வாய்ப்பு, வீட்டு வசதி போன்றவற்றில் சுதேசித் தொழிலாளர்களுக்கும் புலம்பெயர்ந்து வந்த தொழிலாளர்களுக்கும் போட்டி நிலவுகிற கடினமான பொருளியல் நிலைமைகள் உள்ள பகுதிகளிலும் காலங்களிலும்கூட பாரபட்சம் காட்டப்படுதலை நியாயப்படுத்தும், இனவாத வன்முறையைத் தோற்றுவிக்கும் பொருண்மைச் சக்தியாக ஆகக் கூடும். வீட்டு வசதி, வேலை வாய்ப்பு, சமூக சேவைகள் ஆகியவற்றைப் பெறும் பொருட்டு நிறம், அந்நியத்தன்மை, கலாசார வேற்றுமை ஆகியவற்றால் குறிக்கப்படுகின்றவர்களும், தங்களது கடின நிலைக்கான வெளிப்படையான காரணிகளாக இருப்பவர்களாகத் தோன்றுகின்றவர் களுமான (வெளிநாட்டு) மனிதர்கள் மீது சுதேசி, வெள்ளை இன ஏழைத் தொழிலாளிகள் பகைமை காட்டுவது அவர்களுக்கு 'இயல்பான தொன்றுதான்'. இத்தகைய பகைமைக்கு அரசாங்கக் கொள்கைகள் (உள்நாட்டு, வெளியுறவுக் கொள்கைகள்) நியாயம் வழங்கும் போதும், தேர்தல் ஆதாயத்துக்காக அரசியல் கட்சிகள் அந்தக் கருத்துகளைத் தங்களுடன் இணைத்துக்கொள்ளும் போதும், அவை ஓரளவிலான இனவாதக் கருத்துநிலையாக உறுதிப்பட்டு, பின் தம் பங்குக்கு வெகுமக்கள் இனவாதத்திற்கு ஊட்டமளிக்

கின்றன. இனவாதத்தின் கூறுகள் - கலாசார, பொருளியல், சமூகக் கூறுகள் -எப்போதுமே ஒரேமாதிரியானவைதான். ஆனால், தொழில்மய சமுதாயம் தொழில்மய சமுதாயத்துக்குப் பிந்திய சமுதாயமாக அடையும் மாற்றம் இனவாதத்தின் கூறுகளுக்கு வித்தியாசமான கனதியைக் கொடுக்கின்றது. தொழில்துறை முதலாளியத்தின் இனவாதம் சுரண்டல், அடிமைமுறை, காலனியாதிக்கம், ஒப்பந்தத் தொழிலாளி முறை, புலப்பெயர்வு ஆகியவற்றுடன் இணைக்கப்பட்டிருந்தது. உழைப்பைச் சுரண்டுவதும் இனவாதமும் ஒன்றின் மேலொன்று கவிந்திருந்தன. இனவாதம் மாற்றமடைந்த, வடிவமைக்கப்பட்ட, செயல்பட்ட விதத்தில் பொருளியல் காரணி மேலோங்கியதாக இருந்தது. தொழில்மய சமுதாயத்துக்குப் பிந்திய முதலாளியத்தில், உழைப்பைச் சுரண்டுதல் என்பது அதன் பழைய அர்த்தத்தில் ஓர நாடுகளில் ஒருமுனைப்பட்டிருக்கையில், (மைய நாடுகளில்) அரசியல், கலாசார கூறுகள் மேலோங்கியுள்ளன. ஊடகங்களால் ஆதிக்கம் செலுத்தப்படும் தகவல்மய சமுதாயத்தில், பொருளியல் காரணிகளைப் பொருட்படுத்தாமலேயே கருத்துகள் பொருண்மைச் சக்திகளாகின்றன. வேறுவிதமாகச் சொல்வதென்றால், இங்கு இனவாதக் கருத்துக்கும் இனவாதச் செயலுக்கும் இடையே மிக அற்ப அளவிலான வேறுபாடே உள்ளது. அந்தக் கருத்தும் செயலும் ஒன்றோடொன்று கலந்து விடுகின்றன.[5]

3

Race & Class ஏட்டின் சில இதழ்களை 1970களின் பிற்பகுதியில் மைசூர் பல்கலைக் கழக நூலகத்தில் பார்த்திருக்கிறேன். 1980இல் சென்னைக்குக் குடிபெயர்ந்தவுடன் காலஞ்சென்ற தோழர் ச.சீ.கண்ணன், பி.என்.ஆர். ஆகியோரைப் போல 'கார்ல் மார்க்ஸ் நூலகத்'தின் நிறுவனர்களிலொருவனாக இருந்தேன். ஏறத்தாழ ஓராண்டுக் காலம் அந்த நூலகம் நான் குடியிருந்த வாடகை வீட்டின் ஒரு பகுதியில்தான் இயங்கி வந்தது. போலிஸ் ஒடுக்குமுறைக்குத் தாக்குப் பிடிக்க முடியாமல், ச.சீ. கண்ணன், அந்த நூலகத்தைத் தமது வீட்டுக்கே கொண்டு சென்றுவிட்டார். அந்த நூலகத்திற்காக வாங்கப்பட்ட பல பருவ ஏடுகளில் *Race & Class*ம் ஒன்று. செலவைக் குறைக்க வேண்டும் என்பதற்காக அந்த ஏட்டை வாங்குவது சில ஆண்டுகளுக்குப் பிறகு நிறுத்தப்பட்டது. பின்நவீனத்துவம் பற்றிய மார்க்ஸியத் திறனாய்வு, கொலம்பஸின் பயணத்துக்கு முன்பும் பின்பும் இருந்த வெள்ளை இனவாதம், கார்ல் யுங்கின் உளவியலுள்ள இனவாதம் போன்றவற்றை அந்த ஏட்டிலிருந்துதான் தெரிந்து கொண்டேன். மேலும், அனைத்துலக

5 **FIGHTING ANTI-MUSLIM RACISM: AN INTERVIEW WITH A. SIVANANDAN,** ***http://www.irr.org.uk/news/fighting-anti-muslim-racism-an-interview-with-a-sivanandan/*** (Accessed on 10.02.2018.)

அளவில் புகழ்பெற்ற அந்த ஏட்டின் ஆசிரியராகவும் அதை நடத்தும் நிறுவனத்தின் இயக்குநராகவும் தமிழைத் தாய்மொழியாகக் கொண்ட ஒருவர் நடத்துவது எனக்கு வியப்பளித்தது. ஆகவே, 1996இல் முதல் முறையாக இங்கிலாந்துக்குப் பயணம் சென்ற போது, நான் பார்க்க, சந்திக்க விரும்பிய மனிதர்களிலொருவராக சிவானந்தன் இருந்ததில் வியப்பில்லை. அந்த ஆண்டு ஆகஸ்ட் மாதம் முதல் முறையாக அவரது அலுவலகத்தில் சிவானந்தனைச் சந்தித்தேன். என்னை முதலில் அங்கு அழைத்துச் சென்றவர் இலண்டனிலுள்ள எழுத்தாளர் யமுனா ராஜேந்திரன். அவருக்கு சிவானந்தன் ஏற்கெனவே அறிமுகமாகி யிருந்தார். இரண்டாம் முறையாக நண்பர் ராகவனுடன் (நிர்மலா ராஜசிங்கத்தின் துணைவர்) சிவானந்தனைச் சந்தித்தேன். முதல் சந்திப்பின் போது, முகமன் கூறியவுடனேயே தம்மை 'சிவா' என்றே அழைக்கும்படி வற்புறுத்தினார். இந்திய -இலங்கை ஒப்பந்தம், ராஜிவ் காந்தி கொலை செய்யப்பட்டதால் இந்திய அரசியலில் ஏற்பட்ட மாற்றங்கள், பிரிட்டனிலுள்ள இனவாதம் முதலியவை பற்றிப் பேசினோம். இரு சந்திப்புகளின் போதும் அவர் தம்முடன் பணியாற்றுபவர்களை அறிமுகப்படுத்தினார். பேச்சிலும் எழுத்திலும் காரம் சேர்க்கும் அவரது தன்னடக்கம் என்னை வியப்பிலாழ்த்தியது.

நான் தங்கியிருந்த இடத்துக்கு வந்த பிறகுதான், அவரது அலுவலகத்துக்குச் சென்ற போது அணிந்திருந்ததும் அங்கு கழற்றி வைக்கப்பட்டதுமான விலை உயர்ந்த ஜாக்கெட்டை (எனது தங்கை மகனிடமிருந்து இரவல் வாங்கியது) அங்கேயே விட்டு வந்துவிட்டதை உணர்ந்தேன். அடுத்த நாள் சனிக்கிழமை. சனி, ஞாயிறு இரண்டும் இங்கிலாந்தில் விடுமுறை நாள்கள். இருப்பினும் நானும் நண்பர் ராகவனும் அவரது மகளுடன் கிங்க்ஸ் க்ராஸ் ரயில் நிலையம் சென்று, லீக்ஸ் தெருவிலுள்ள சிவாவின் அலுவலகத்துக்குச் சென்றோம் - ஒரு வேளை ஏதேனும் முக்கியமான விஷயத்திற்காக அந்த சனிக்கிழமை அவரது அலுவலகம் திறந்திருக்குமோ என்று. ஆனால் அங்கோ பெரிய பூட்டு தொங்கிக் கொண்டிருந்தது.

மீண்டும் 1999 ஆகஸ்ட்டில் இங்கிலாந்து செல்லவும் சிவாவைச் சந்திக்கவும் வாய்ப்புக் கிடைத்தது. சந்திப்பு முடிந்து விடை பெறும் முன், மூன்றாண்டுகளுக்கு முன் நான் அங்கு வந்திருந்த போது விட்டுச் சென்ற ஜாக்கெட்டைப் பற்றிப் பேச்சு வாக்கில் குறிப்பிட்டேன். அவர் தமது அலுவலகத்தில் கோட்டுகளையும் ஜாக்கெட்டுகளையும் மாட்டும் இடத்தையும், பலர் விட்டுச் சென்ற கோட்டுகள் முதலிய வற்றையும் சுட்டிக் காட்டி, அவற்றில் ஏதேனுமொன்று என்னுடையதா என்று பார்க்கச் சொன்னர். எனது அவப்பேறு, அவற்றில் நான் தேடியது இருக்கவில்லை. "அதனால் என்ன, ஏதாவது ஒரு ஜாக்கெட்டை எடுத்துக் கொள்ளுங்கள்; வேண்டுமானால், எனது 'பெண் நண்பர்கள்' எவரையேனும்கூட எடுத்துக் கொள்ளுங்கள்" என்றார் சிரித்துக்

கொண்டே. 'பெண் நண்பர்கள்' என்று அவர் குறிப்பிட்டது அங்கு அவரது சக ஆராய்ச்சியாளர்களாகவும் அலுவலக நிர்வாகிகளாகவும் பணியாற்றிய பெண்மணிகளைத்தான். அவரோடு சேர்ந்து அவர்களும் குலுங்கிக் குலுங்கிச் சிரித்தார்கள்.

புனைவிலக்கியத்தில் ஆழமான படிப்பு இருந்ததால்தான் அவரால் 75ஆம் வயதில் ஒரு நாவலை எழுத முடிந்திருக்கிறது. புலிகளுக்கும் இலங்கை அரசுக்குமான போர் நடந்து கொண்டிருந்த சமயத்தில் இலங்கைக்குச் சென்று வந்த அவர், தமது வாழ்க்கை அனுபவங்களின் அடிப்படையில் எழுதிய, 1998இல் காமல்வெல்த் எழுத்தாளர் பரிசு பெற்ற When Memory Dies என்ற நாவல் சிங்கள, தமிழ் மக்களிடையே ஒரு காலத்தில் இருந்த, எதிர்காலத்தில் இருக்க வேண்டிய நல்லுறவைப் பற்றிச் சற்று அதீதமான நம்பிக்கையுடன் பேசுகிறது. இருப்பினும், இலங்கை இனப் பிரச்சினை பற்றிய வரலாற்றை அறிந்து கொள்பவர்களுக்கு அது பயன்படும். பிரிட்டனின் இனவாதத்துக்கு எதிரான இசை நிகழ்ச்சிகளிலும் அவர் கலந்து கொண்டு பாடவும் செய்திருக்கிறார்.

எனினும் எனக்கு ஒரு குறை இருக்கத்தான் செய்கிறது. இனவாதத்துக்கு எதிரான அவரது சிந்தனையை இந்தியாவிலுள்ள சாதியப் பிரச்சினைக்கு, தலித் மக்கள் மீதான ஒடுக்குமுறை பற்றிய பிரச்சினைக்குப் பொருத்திப் பார்க்க Race & Class ஏட்டைச் சேர்ந்தவர்களோ, இந்திய இடதுசாரிச் சிந்தனையாளர்களோ போதிய முனைப்புக் காட்டவில்லை என்பதுதான் அது. இனவாதத்தின் பல கூறுகள் சாதியத்துடன் ஒத்துப் போகின்றன.

- உயிர் எழுத்து, மார்ச் 2018

8

ஃப்ராங்கைன்ஸ்டைன்: ஐரோப்பாவிலும் அராபியாவிலும்

நவம்பர் மாதத்தில், மனச்சோர்வு தரும் இரவொன்றில் என் கடும் உழைப்புகளின் சாதனையைப் பார்த்தேன். கிட்டத்தட்ட மனவேதனைக்கு ஒப்பான கவலையுடன் என்னைச் சுற்றிலுமிருந்த வாழ்க்கைக் கருவிகளைத் திரட்டினேன். என் பாதங்களுக்குக் கீழே இருந்த உயிரற்ற பொருளுக்கு ஒரு ஜீவப் பொறியை நான் ஊட்டக்கூடும் என நினைத்தேன். அது ஏற்கெனவே காலை மணி ஒன்று. ஜன்னல் கண்ணாடிகளை சோகத்துடன் தடதடவென்று அடித்துக் கொண்டிருந்தது மழை நீர். என்னிடமிருந்த மெழுகுவத்தி கிட்டத்தட்ட எரிந்துபோயிருந்த நிலையில், பாதி அணைந்திருந்த வெளிச்சத்தின் மினுக்கத்தைக் கொண்டு அந்தப் பிறவியின் மங்கலான மஞ்சள் நிறக் கண்கள் திறப்பதைக் கண்டேன். அதன் மூச்சு இரைத்தது, வலிப்பு கொண்ட ஓர் இயக்கம் அதன் கால்களை அசைத்தது.

- மேரி ஷெல்லி, ஃப்ராங்கைன்ஸ்டைன்

1816ஆம் ஆண்டுக் கோடை காலம். உலகப் புகழ்பெற்ற ஆங்கிலக் கவிஞர் பைரன், ஸ்விட்ஸர்லாந்தில் ஜெனீவா ஏரிக்கரையோரமிருந்த வசதி மிக்க வீடொன்றை வாடகைக்கு எடுத்திருந்தார். அவருடைய நண்பரும் முற்போக்குக் கவிஞருமான பெர்ஸி பைவ்ஷ் ஷெல்லி, அவரது காதலி மேரி ஷெல்லி, மேரியின் சிற்றன்னையின் மகளும் பைரனின் காதலியுமான க்ளேர் க்ளிமென்ட் ஆகியோர் சிறிய வாடகை வீடொன்றில் தங்கியிருந்தனர்.

அந்த ஆண்டில் ஸ்விட்ஸர்லாந்தில் கோடைகாலம் முழுவதிலும் மழை கொட்டித் தீர்த்துக் கொண்டிருந்ததால் எல்லோரும் வீட்டுக்குள் அடைபட்டுக் கொண்டிருந்த நிலை. ஒரு நாளிரவில் பைரனின் ஸ்விஸ் வீட்டில் அவரும் ஷெல்லியும் மேரியும் குளிர் காய்ந்து கொண்டு ஜெர்மனியிலிருந்து வந்திருந்த புத்தகங்களில் உள்ள பேய்க்கதைகளைப் படித்துக் கொண்டிருக்கையில் அவை போன்ற கதைகளை எழுதும் ஆவல் அவர்களுக்குத் தோன்றியதாகவும், ஆனால், தாம் மட்டுமே

ஒரு கதையை எழுதியதாகவும் மேரி ஃப்ராங்கைன்ஸ்டைன் அல்லது நவீன புரொமிதியஸ் நாவலின் முன்னுரையில் குறிப்பிடுகிறார்.

1818ஆம் ஆண்டு தொடக்கத்திலேயே மேரி ஷெல்லி எழுதி முடித்த மேற்சொன்ன நாவல் வெறும் பேய்க்கதை அல்ல. மாறாக, அறிவியல் புனைவிலக்கியப் படைப்புகளின் முன்னோடிகளிலொன்று என இன்று பரவலாகக் கருதப்படும் நாவல். அவர் அந்த அறிவியல் புனைகதையை எழுதிய காலத்தில் மின் பல்புகள் கண்டுபிடிக்கப் பட்டிருக்கவில்லை. அந்த நாவல் வெளிவந்த ஒரு நூறாண்டுக்கும் மேலான காலத்துக்குப் பிறகுதான் வானத்தில் காணப்படும் பால் வீதி, எல்லையற்ற பேரண்டத்தின் சிறு பகுதியாக அமைந்துள்ள நட்சத்திரக் கூட்டம்தான் என்பது கண்டறியப்பட்டது. அப்போது புகைப்படக் கலையும் கண்டுபிடிக்கப்பட்டிருக்கவில்லை. அணு பிளக்கப்படக் கூடியது என்பதோ, நெப்டியூன் என்னும் கோள் இருப்பதோ, மரபணு, ஒளியின் வேகம் ஆகியன பற்றியோ யாருக்கும் தெரியாது. எனினும் அவர் தமது காலத்தில் நடந்த அறிவியல் சொற்பொழிவுகளைக் கேட்டு வந்ததுடன், அது தொடர்பான விவாதங்களை உன்னிப்பாகக் கவனித்தும் வந்தார். அவரது நாவல் அறிவியல் கண்டுபிடிப்புகளைப் பற்றிய எச்சரிக்கையை, அதாவது படைப்பவன் தனது படைப்புக்கும் அதனால் ஏற்படும் விளைவுக்கும் பொறுப்பேற்க வேண்டும் என்னும் எச்சரிக்கையை விடுக்கும் புனைவியல் படைப்பு. மனிதர்களுக்கும் இயற்கைக்குமுள்ள உறவு, மனிதர்கள் பரஸ்பரம் கொள்ளும் சமூக உறவுகள், அந்த உறவுகளைச் சாத்தியப்படுத்துவதில் மொழி வகிக்கும் முதன்மைப் பாத்திரம், மனிதர்கள் இயற்கையிடமிருந்தும் பிற மனிதர்களிடமிருந்தும், ஏன் தங்களிடமிருந்துகூட அந்நியமாதல் முதலிய பிரச்சினைகளை விவாதிக்கின்ற தத்துவ நாவலென்றும் கூறலாம். இந்த நாவலின் முதல் பதிப்பில் பல மாற்றங்கள் செய்யப்பட்டு 1834இல் இன்னொரு பதிப்பு வெளிவந்தது. அதில் கதை நிகழ்வுகள் சில மாற்றப்பட்டிருந்தன; ஒரு முக்கியப் பாத்திரத்துக்கும் கதைத் தலைவனுக்குமுள்ள உறவு முறை வேறுவிதமாகக் காட்டப்பட்டிருந்தது. 1818ஆம் ஆண்டு வெளி வந்த முதல் பதிப்பைத்தான் இலக்கிய ஆராய்ச்சியாளர்கள் அசலானதாகக் கருதுகின்றனர். அதன் அண்மையப் பதிப்பொன்று அமெரிக்காவில் வெளியிடப்பட்டுள்ளது.[1] மேலும், அந்த நாவலின் கதைத்தலைவனின் பெயர்தான் ஃப்ராங்கைன்ஸ்டைன் என்பதும் மனதில் கொள்ளப்பட

1 *Frankenstein; or, the Modern Prometheus, Mary Wollstonecraft Shelly, the Original text,* third edition, edited by D.L.Macdonald and Kathleen Scherf, Broadview Press, USA, 2012.

வேண்டும். ஏனெனில் பெரிய எழுத்தாளர்கள் உட்படப் பலர், அது கதாநாயகனால் உருவாக்கப்பட்ட பிறவியின் பெயர் என்று தவறாகக் கருதுகிறார்கள்.

அறிவியல் ஆராய்ச்சிகளை நடத்திப் புகழ் பெறும் நோக்கத்துடன் வடதுருவத்திற்குச் செல்லும் பாதையைக் கண்டுபிடிப்பதற்காகப் பயணம் செய்யும் கப்பல் தலைவன் ராபர்ட் வால்ட்டன், தனது அனுபவங்களைத் தங்கை மார்கரெட்டுக்கு எழுதும் கடிதங்கள் வடிவத்தில் கட்டமைக்கப்பட்டுள்ள இந்த நாவல், கதைக்குள் கதையாக, முக்கியப் பாத்திரங்கள் ஒருவருக்கொருவர் நடத்தும் உரையாடல்கள், நேரடியான எடுத்துரைப்புகள் ஆகியவற்றுடன் கூடவே, நாவலின் பாத்திரங்கள் எழுதும் கடிதங்கள் வழியாக வெளிப்படும் எடுத்துரைப்புகளுடனும் முக்கியப் பாத்திரங்களின் வெவ்வேறு நோக்குநிலைகளுடனும் பல அடுக்குகளாக விரிவடைகிறது.

வால்ட்டனின் கப்பல் கடலில் மிதக்கும் பனிப்பாறைகளில் சிக்கிக் கொண்டு நகர முடியாமல் இருக்கையில், பனிப்பிரதேசத்தில் பயன்படுத்தப்படுவதும் நாய்களால் இழுத்து வரப்படுவதுமான ஸ்லெட்ஜ் வண்டியில் பெருத்த சரீரம் கொண்ட உருவம் சென்று கொண்டிருப்பதை அவனும் அவனது ஊழியர்களும் பார்க்கிறார்கள். சில மணி நேரங்களுப் பிறகு, இன்னொரு ஸ்லெட்ஜில் (அதை இழுத்துவரும் நாய்களில் ஒன்றைத் தவிர மற்றவை அனைத்தும் இறந்து விட்டன) குற்றுயிரும் குலையுமாக இருக்கும் விக்டர் ஃப்ராங்கைன்ஸ்டைனைத் தங்கள் கப்பலுக்குக் கொண்டு வருகின்றனர். உடலில் சற்றுத் தெம்பு வந்ததும் விக்டர், அறிவியல் சாகசங்களைச் செய்வதன் மூலம் புகழ்பெற விரும்பும் வால்ட்டனுக்கு எச்சரிக்கை விடுக்கும் வகையில், தனது கதையைக் கூறுகிறான்.

ஜெனீவாவில் செல்வந்தக் குடும்பமொன்றில் பிறந்தவன் விக்டர். அவனது தந்தையின் சகோதரியும் அவளது கணவனும் இறந்து விட்டதால், அவர்களது மகள் எலிஸபெத்தை அவனது சகோதரி போல வளர்க்கிறார்கள் அவனது பெற்றோர்கள். பள்ளி நாள்களிலேயே அவனுக்கு ஹென்றி க்ளேவில் என்ற அருமையான நண்பன் கிடைக்கிறான். இளம் வயதிலிருந்தே இரசவாதம், அறிவியலால் கண்டறியப்பட முடியாத மறைஞானம் (occult) ஆகியவற்றில் ஆர்வம் கொண்டிருக்கிறான் விக்டர். அவனது தந்தை அந்தக் கருத்துகளெல்லாம் நவீன அறிவியலால் தகர்க்கப்பட்டு விட்டன என்று கூறி அவனை அறிவியல் பாதையில் செலுத்த முனைகிறார். ஜெர்மன் பல்கலைக்கழகமொன்றில் மருத்துவம், வேதியியல் முதலிய

அறிவியல் துறைகளைக் கற்பதற்காக அவன் செல்வதற்குச் சில நாள்களுக்கு முன் அவனது தாய் நோய்வாய்ப்பட்டு இறந்து போகிறாள். இது, செத்தவர்களைப் பிழைக்கவைப்பது போன்ற விஷயங்களில் அவனுக்கு ஏற்கெனவே இருந்த ஆர்வத்தைத் தூண்டிவிடுகிறது. வேதியியல், உடற்கூறு இயல் முதலிய அறிவியல் துறைகளில் அவனுக்கிருந்த ஆழமான அறிவைக் கொண்டு, இறந்து போனவர்களின் உடல் பாகங்கள் இருக்கும் இடங்களிலிருந்து கிடைக்கப்பெற்ற சிலவற்றையெல்லாம் சேர்த்து முழு உருவமாக்கி, மின்காந்தவியலின் உதவியுடன் அதற்கு உயிரூட்டுகிறான். ஆனால் அவன் கண்டதோ மஞ்சள் நிறக் கண்களும், எட்டடி உயரமும், இரத்த நாளங்களும் நரம்புகளும் வெளியே தெரியும் படியாக அமைந்த 'விகாரன்' ஒருவனைத்தான் (மேரி ஷெல்லியின் நாவலில் அவன் 'Monster' என்று குறிப்பிடப்படுகிறான். அந்த ஆங்கிலச் சொல் தமிழில் வழக்கமாக 'அசுரன்' என்றோ, 'அரக்கன்' என்றோ மொழிபெயர்க்கப்படுகிறது. ஆனால், நாவலைப் படிப்பவர்கள் அவனுக்கு மற்ற மனிதர்களுக்குள்ள அறிவு, உணர்ச்சிகள், சிந்தனை ஆகியன இருப்பதைப் புரிந்து கொள்வார்கள் என்பதால், இந்தக் கட்டுரையில் அவனைக் குறிப்பதற்கு 'விகாரன்' என்ற சொல்லைப் பயன்படுத்துவது பொருத்தமானதாகத் தோன்றுகிறது.) விகாரமான தோற்றத்தையும் பெருத்த சரீரத்தையும் கொண்ட அந்த செயற்கைப் பிறவியைக் கண்டு பீதியுற்ற விக்டர் அங்கிருந்து தப்பியோடுகிறான். மனமும் உடலும் பாதிக்கப்பட்ட விக்டரை அவனோடு அந்தப் பல்கலைக்கழகத்தில் படிக்கச் சென்ற அவனது நண்பன் ஹென்றி சிறிதுகாலம் பராமரிக்கிறான். சில நாள்கள் கழித்து விக்டரின் தந்தையிடமிருந்து தந்திச் செய்தி வருகிறது - அவனது தம்பி வில்லியம் கொலை செய்யப்பட்டுவிட்டான் என்று. ஜெனீவா நகரை அடைவதற்கு காடொன்றின் வழியாக வரும் போது, விகாரன் அங்கு சட்டென்று தோன்றி மறைந்து விடுவதைப் பார்க்கிறான். வில்லியத்தைக் கொலை செய்த குற்றம் அவன் வீட்டில் பணி புரியும் ஜஸ்டின் என்னும் பெண் மீது சுமத்தப்பட்டு அவள் தூக்கிலிடப் படுகிறாள். ஆனால், அந்தக் கொலையைச் செய்தது விகாரன்தான் என்பதில் விகடருக்கு சந்தேகம் ஏதுமில்லை. தான் அந்தப் பிறவியை உருவாக்கியதையும் அதுதான் தனது தம்பியைக் கொலை செய்தது என்பதையும் யாருக்கும் தெரியாமல் மறைத்து வைத்துக் கொண்டே இருக்கும் விக்டரின் உடல் நிலையில் சரிவு ஏற்படவே, அவனது தந்தை ஆல்ப்ஸ் மலைப் பகுதியில் அவன் சில நாள்களைக் கழிக்க அனுமதிக்கிறார்.

மலைகளும் காடுகளும் தரும் இயற்கைக் காட்சிகள் அவனுக்கு ஆறுதல் அளித்துக் கொண்டிருந்த நேரத்தில் ஒரு நாள் விகாரனைச் சந்திக்கிறான். விக்டரை ஒரு குகைக்குச் அழைத்துச் சென்று தனது அனுபவங்களைச் சொல்லத் தொடங்குகிறான் விகாரன். தன்னைப் படைத்த விக்டரால் கைவிடப்பட்ட அவனது தோற்றத்தைக் கண்டு எல்லோரும் பீதியடைந்து வந்ததால், உயிர் வாழும் பொருட்டு அந்த மலைப்பகுதிக்கு வந்ததாகவும், அங்கிருந்த மக்களும்கூட அவனது கோர உருவத்தைக் கண்டு அஞ்சி ஓடுவதால், சிதிலமடைந்த ஒரு குடிசையில் பதுங்கி வாழ்ந்து வந்ததாகவும் கூறுகிறான். அந்தக் குடிசைக்கு அருகில் உள்ள வீட்டின் சுவரில் இருந்த விரிசலினூடாக அவனால் அந்த வீட்டிலுள்ளவர்களைப் பார்க்கவும் அவர்கள் ஒருவருக்கொருவர் பேசுவதைக் கேட்கவும் முடிகின்றது. அவர்களின் பேச்சின் ஒலிகள், உதட்டசைவுகள், உடலசைவுகள் ஆகியவற்றின் உதவியுடன் அவன் அவர்களது மொழியைப் புரிந்து கொள்ளவும் பேசவும் கற்றுக் கொள்கிறான். அந்த வீட்டிலுள்ள இளைஞனின் காதலி துருக்கியப் பெண் என்பதால் தனது தாய்மொழியை அந்தப் பெண் கற்றுக் கொள்ளும் பொருட்டு, வோல்னி என்னும் பிரெஞ்சு வரலாற்றாசிரியர் எழுதிய ‘இடிபாடுகள், அல்லது, பேரரசுகளின் புரட்சிகள் பற்றிய ஆழ்ந்த சிந்தனை’ *(The Ruins, or, Meditation on the Revolutions of Emipres)* என்னும் புத்தகத்தை அந்த இளைஞன் கொஞ்சம் கொஞ்சமாகப் படித்துக் காட்டுவதை உன்னிப்பாகக் கேட்டு வந்த விகாரன் அதிலிருந்து உலக வரலாற்றை ஓரளவு புரிந்துகொள்கிறான். உலகிலுள்ள முக்கிய மதங்கள் எல்லாவற்றைப் பற்றிய விமர்சனமும் அந்தப் புத்தகத்தில் உள்ளது. காட்டில் யாரோ தவறுதலாக விட்டுச் சென்ற தோள் பையொன்றில் இருந்த சில துணிமணிகளையும் புத்தகங்களையும் விகாரன் தனது குடிசைக்குக் கொண்டு வருகிறான். அந்தப் புத்தகங்கள் : 1. ஜெர்மானிய இலக்கிய மேதை கெதெ எழுதிய ‘இளம் வெர்தெரின் துயரங்கள்’ *(The Sorrows of Young Werther)*. கடித வடிவத்தில் கட்டமைக்கப்பட்டுள்ள இந்த நாவலின் கதைத் தலைவனும்கூட தன்னைப் போலவே குடும்ப பந்தங்கள், பரிவுகள் ஆகியவற்றிலிருந்து அந்நியமாக்கப்பட்டுள்ளதாகக் கருதுகிறான் விகாரன்; 2. பண்டைக்கால ரோமானிய அறிஞர் ப்ளூடார்க் எழுதிய ‘வாழ்க்கைச் சரிதங்கள்’ (Lives; இந்தப் புத்தகத்தின் சரியான தலைப்பு: Lives of Noble Greeks and Romans). புகழ்பெற்ற மனிதர்களின் செயல்பாடுகள் மீதும் வாழ்க்கைகள் மீதும் அவரவரது தனிப்பட்ட குணம் எவ்வாறு தாக்கம் ஏற்படுத்துகிறது என்பதை கூறும் நூல் இது; 3. ஜான் மில்ட்டனின் காவியத்தின் மூன்றாம் பாகமான ‘இழந்த சொர்க்கம்’ (Paradise Lost). ஆதாமும் ஏவாளும் சொர்க்கத்திலுள்ள

அறிவுக் கனியைப் புசித்ததையும் அதன் காரணமாக அவர்கள் சொர்க்கத்திலிருந்து வெளியேற்றப்பட்டதையும் சித்திரிக்கும் இந்த நூலை புனைவிலக்கியம் என்றல்ல, உண்மையான வரலாற்று நூல் என்றே கருதுகிறான் விகாரன். அதில் சித்திரிக்கப்படும் சம்பவங்களும் தனது வாழ்க்கை அனுபவங்களும் ஒத்திருப்பதாக உணரும் அவன் தான் ஒரே சமயத்தில் ஆதாமாகவும் சாத்தானாகவும் இருப்பதாகக் கருதுகிறான். அவன் படித்த இந்த மூன்று நூல்கள், இன்னொருவன் படிக்கக் கேட்ட 'இடிபாடுகள்' ஆகிய தவிர, அவன் மொழியைக் கற்றுக் கொள்கின்ற, அறிவு வளர்ச்சியைப் பெறுகின்ற முறை மேரி ஷெல்லியின் தாயும் பெண்ணிலைவாதச் சிந்தனையாளருமான மேரி வோஸ்டன்க்ராஃப்ட் எழுதிய 'பாடங்கள்' (Lessons) என்னும் நூலில் சொல்லப்பட்டுள்ள கற்பிக்கும் முறையை ஒத்திருப்பதாக அந்த நாவலின் அண்மையப் பதிப்பின் பதிப்பாசிரியர்கள் (D.L.Macdonald and Kathleen Scherf) குறிப்பிட்டுள்ளனர்.

சமூக உறவுகளை உருவாக்கிக் கொள்ள வேண்டும் என்ற ஆவலால் உந்தித் தள்ளப்படும் அவன், தனது குடிசையிலிருந்து பார்த்துக் கொண்டிருந்த குடும்பத்தினருடன் நட்பு ஏற்படுத்திக்கொள்ள விரும்புகிறான். அந்தக் குடும்பத்தின் தலைவன் கண் பார்வையற்ற வனாதலால், பிற குடும்ப உறவினர்கள் அந்த வீட்டில் இல்லாத சமயத்தில் அவனைச் சந்தித்து, தனது நிலைமையை விளக்கிக் கூறி அவனது அனுதாபத்தைப் பெற்ற பிறகு அந்தக் குடும்பத்தின் பிற உறுப்பினர்களின் கரிசனத்தையும் பெற முடியும், தனது தோற்றம்தான் விகாரமாக உள்ளதேயன்றி, மனதளவில் தான் மென்மையானவன் என்று நிரூபிக்க முடியும் என்று கருதுகிறான். ஒரு நாள் அவன் கண் பார்வையற்றவனுடன் பேச்சுக் கொடுத்துக்கொண்டிருக்கும்போது, வெளியே சென்றிருந்தவர்கள் எதிர்பாராத விதமாக வீட்டுக்குத் திரும்பி வருகின்றனர். அவனது கோர வடிவத்தைப் பார்த்து அலறத் தொடங்குகின்றனர். அந்த வீட்டு இளைஞன் விகாரனை விரட்டி யடிக்கிறான். எங்கு சென்றாலும், தான் வெறுக்கப்படுவதையும் விரட்டி யடிக்கப்படுவதையும் காணும் அவன் மனிதர்கள் எல்லோரையும் அழித்துவிட வேண்டும் என்று முடிவு செய்கிறான். தான் 'பிறப்பெடுத்த' முதல் நாளிலேயே விக்டரால் கைவிடப்பட்டபோது, விக்டரின் வீட்டிலிருந்து அவன் திருடிக் கொண்டு வந்த ஆடைகளின் பாக்கெட்டுகளில் விக்டர் தனது ஆராய்ச்சிகளைப் பதிவு செய்து வந்த குறிப்பேடும் இருக்கிறது. இப்போது நன்கு படிக்கத் தெரிந்து கொண்டிருந்த அவனுக்கு, அந்த குறிப்பேட்டைப் படிக்கையில்தான் தெரிய வருகிறது, தன்னைப் படைத்தவன் விக்டர்தான் என்பது.

எனவேதான் அவன் முதலில் மலைப் பகுதியிலிருந்து கீழே இறங்கி வந்து நேராக ஜெனீவாவுக்குச் சென்று விக்டரின் தம்பியைக் கழுத்தை நெரித்துக் கொன்றிருக்கிறான்.

இந்த விஷயங்களையெல்லாம் மலைக் குகையில் விக்டரிடம் ஒளிவுமறைவின்றிக் கூறும் அவன், தனது 'கர்த்தா'வாகிய விக்டர், தன்னை 'ஆதாமாக' அல்லாமல் 'சாத்தானாக' படைத்தது ஏன் என்று கேட்கிறான். மனித சகவாசத்துக்கு ஏங்கும் அவன், தனக்கு ஜோடியாகத் தன்னைப் போன்ற ஒரு பெண்ணை உருவாக்கித் தர வேண்டும் என்றும், விக்டர் அப்படிச் செய்தால் அந்தப் பெண்ணுடன் மனித வாடையே இல்லாத வடதுருவப் பகுதிக்குச் சென்றுவிடுவதாகவும், தனது வேண்டுகோள் ஏற்றுக் கொள்ளப்படாவிட்டால் விக்டரின் குடும்பத்தைச் சேர்ந்த அனைவரையும் கொன்றுவிடப் போவதாகவும் கூறுகிறான்.

தனது படைப்பைப் பற்றி யாருக்கும் சொல்லாமல் தொடர்ந்து இரகசியமாக வைத்திருக்கும் விக்டர், தனது உற்றார் உறவினர்களைப் பாதுகாப்பதற்காக விகாரனின் வேண்டுகோளுக்கு இணங்குகிறான். இரண்டாண்டுக் காலம் உயர் படிப்பை மேற்கொள்ள விரும்புவதாக தன் தந்தையிடம் பொய் கூறிவிட்டு இங்கிலாந்துக்குச் செல்லும் அவனுடன் அவனது நண்பன் ஹென்றியும் செல்கிறான். ஆனால் ஹென்றிக்கு தெரியாமல் ஸ்காட்லந்துக்கு அருகிலுள்ள தீவில் விகாரனுக்கான பெண் ஜோடியை உருவாக்கும் வேலையில் ஈடுபட்டுக் கொண்டிருக்கையில் விக்டர், தன்னை விகாரன் கண்காணித்துக் கொண்டிருப்பதைப் பார்க்கிறான். அவனது மனதுக்குள் அச்சம் ஏற்படுகிறது. விகாரனுக்கு ஜோடியாக ஒரு பெண்ணை உருவாக்கி, அவர்கள் இருவரும் குழந்தைகளைப் பெற்றால், ஒரு விகார இனமே உருவாகி மனிதகுலத்துக்கு அழிவு ஏற்படுத்தும் என்று நினைத்து, அவன் உருவாக்கிக் கொண்டிருந்த பெண்ணுக்கான கூறுகளைக் கடலில் எறிந்துவிடுகிறான். தன்னை ஏமாற்றிய விக்டரைப் பழிவாங்குவதற்காக முதலில் விக்டரின் நண்பன் ஹென்றியையும் பிறகு விக்டரின் அத்தை மகளும் மனைவியுமான எலிஸபத்தையும் கொன்றுவிடுகிறான் விகாரன். எலிஸபத் கொலை செய்யப்பட்ட செய்தியைக் கேட்ட விக்டரின் தந்தை அதிர்ச்சியால் இறந்துவிடுகிறார்.

எனவே தன்னால் உருவாக்கப்பட்ட விகாரனை ஒழித்துக்கட்ட முடிவு செய்கிறான் விக்டர். பனிப் பிரதேசம் வரை துரத்திக் கொண்டு வந்தும் விக்டரால் விகாரனைக் கண்டுபிடிக்க முடியவில்லை. அயர்ச்சியாலும் உடல் வெப்பம் குறைந்ததாலும் நடக்க முடியாமல் பனிக்கட்டிகளிடையே விழுந்த போதுதான் அவனை வால்ட்டனும்

அவனது ஆட்களும் கப்பலுக்குக் கொண்டு வருகின்றனர். பனிக்கட்டி களுக்குள் சிக்கித் தவிக்கும் கப்பலிலுள்ள மாலுமிகள் சிலர் இறந்து விடுகின்றனர். எனவே இங்கிலாந்திற்குத் திரும்ப முடிவு செய்கிறான் வால்ட்டன். இதற்கிடையே ஒரு நாள் விக்டர் படுக்க வைக்கப் பட்டிருந்த அறையிலிருந்து ஒரு விநோதமான ஓலம் வருகின்றது. வால்ட்டன் அங்கு ஓடிச் சென்று பார்க்கையில், விக்டரின் சடலத்துக்கருகே விகாரன் ஓலமிட்டு அழுது கொண்டிருப்பது தெரிகிறது. வால்ட்டனிடம் தான் பட்ட வேதனைகளையும் துயரங் களையும் சொல்கிறான் விகாரன். தீமை செய்வதற்கான கருவியாகத் தான் பயன்பட்டுவிட்டதாகக் கூறி அழுகின்றான். தன்னைப் படைத்தவனே இறந்து போன பிறகு தான் மட்டும் ஏன் உயிர் வாழ வேண்டும் என்று கூறிவிட்டு இருளில் மறைந்துவிடுகிறான். அறிவியல் ஆராய்ச்சிகளில் சாகசங்கள் புரிய நினைப்பது அபாயகரமான விஷயம் என்பது விக்டரின் கதை மூலம் தனக்கு விடுக்கப்பட்ட எச்சரிக்கை என்பதை உணர்ந்த வால்ட்டன் தாயகம் திரும்புவதைத் துரிதப்படுத்து கிறான்.

மேரி ஷெல்லியின் நாவலுக்கு 'நவீன புரோமிதியஸ்' என்ற தலைப்பும் கொடுக்கப்பட்டிருக்கிறது. கிரேக்கத் தொன்மங்களின்படி, விண்ணுலகில் கடவுள்களுக்கு மட்டுமே சொந்தமானதாக இருந்த நெருப்பைத் திருடிக் கொண்டு பூமிக்கு வந்து விடுகிறான் புரொமிதியஸ். அதன் காரணமாக, கடவுள்களின் தலைவன் ஜீயஸ் புரொமிதியஸுக்குத் தண்டனை வழங்குகிறான். பாறையில் சங்கிலியால் கட்டி வைக்கப்பட்டுக் கழுகுகளால் கொஞ்சம் கொஞ்சமாகக் குத்திக் குதறப்பட்டு சாக வேண்டும் என்பதுதான் அந்தத் தண்டனை.

இந்த நாவலில் நெருப்பு, இரு தன்மைகளைக் கொண்டதாகக் காட்டப்படுகிறது. ஒன்று அது ஒளி சிந்தக் கூடியது; மற்றொன்று, எரித்து அழிக்கக்கூடியது. விகாரனுமே நெருப்பை இப்படித்தான் அறிந்து கொள்கிறான். பச்சை மாமிசத்தை வேக வைத்து உண்பதற்கு நெருப்பு பயன்பட்டது; அதே நெருப்பு அவனது கையையும் ஒரு முறை சுட்டு விட்டது. அறிவியலும் அறிவும் இப்படி இரு முகம் கொண்டவைதான்.

2

அலைக்கழித்துக் கொண்டிருக்கிறது உலகம்
மக்கள் ஓலங்கள் யுத்தகாலங்களைப் பரிகசிக்கின்றன
வித்தைக்காரர்களின் கையசவிற்காய்

ஏற்பாடு செய்யப்பட்ட கனவான்கள்
இரத்தம் கக்கக் காத்திருக்கிறார்கள்
முகங்களை மறைத்து மக்கள் நடுவே
- தேவேந்திர பூபதி

இராக்கியப் பத்திரிகையாளர்-எழுத்தாளர் - கவிஞர் - கார்ட்டூனிஸ்ட் -ஆவணத் திரைப்பட இயக்குநர் எனப் பல பரிமாண ஆளுமை கொண்ட அஹ்மெத் ஸாடவியால் (Ahmet Saadawi) அந்த நாட்டில் அமெரிக்கக் கூட்டணிப் படைகள் ஆக்கிரமிப்புப் போர் தொடங்கிய 2003ஆம் ஆண்டிலிருந்து 2008ஆம் ஆண்டு வரை எழுதப்பட்டு, முதலில் அரபு மொழியில் வெளியிடப்பட்டதும், பின்னர் 2017இல் ஆங்கிலத்தில் மொழிபெயர்க்கப்பட்டதுமான பாக்தாதில் ஃப்ராங்கைன்ஸ்டைன்[2] நாவல் இதுவரை 30 உலக மொழிகளில் மொழியாக்கம் செய்யப்பட்டுள்ளது. அந்த நாவல், மிகச் சிறந்த அராபிய இலக்கியப் படைப்புக்கு ஆண்டு தோறும் எகிப்தில் வழங்கப்படும் பரிசையும் 2014இல் பெற்றுள்ளது. இது போக 'அதிகற்பனை' நாவலுக்காக பிரான்ஸில் வழங்கப்படும் பரிசொன்றும் இதற்குக் கிடைத்துள்ளது. மேரி ஷெல்லியின் ஆங்கில நாவல் வெளிவந்து கிட்டத்தட்ட இருநூறு ஆண்டுகளுக்குப் பிறகு இந்த நாவல் வெளிவந்திருக்கிறது. இரண்டு நாவல்களுக்கும் 'ஃப்ராங்கைன்ஸ்டைன்' என்ற பெயர் ஒற்றுமை உள்ளது. மேரி ஷெல்லியின் நாவலைத் தழுவி தயாரிக்கப்பட்டதும் 1994இல் வெளிவந்ததுமான ஹாலிவுட் திரைப்படமொன்று இந்த நாவலில் மூன்று இடங்களில் குறிப்பிடப்படுகிறது. இவற்றுக்கு மேல் இந்த இரண்டு நாவல்களுக்கும் வேறு எந்த ஒற்றுமையும் இல்லை. மேரி ஷெல்லியின் நாவலில் காணப்படுவது போல இயற்கை, இலக்கியம், அறிவியல் ஆகியன பற்றிய வர்ணனைகள் ஏதும் ஸாடவியின் நாவலில் இல்லை. இரண்டு நாவல்களிலும் பல்வேறு மனிதர்களின் உடல்பாகங்களை ஒன்றிணைத்து உயிரூட்டப்படும் 'விகாரன்கள்' இருக்கிறார்கள். இருவருமே பழிவாங்கும் உணர்ச்சியுடன் கொலை களைச் செய்கிறார்கள் - ஆனால் வெவ்வேறு நோக்கங்களுடன். எனினும், இந்த இரு நாவல்களையும் இணைக்கும் மெல்லிய, கண்ணுக்குப் புலப்படாத இழை என்று, விக்டர் உருவாக்கிய விகாரன் படிக்கும் நூல்களிலொன்றைக் கூறலாம். அது பிரெஞ்சு வரலாற்றறிஞர் வோல்னி எழுதிய 'இடிபாடுகள்'. அதில் வோல்னி, பேரரசுகள் நடத்திய போர்களின் விளைவாக மத்தியதரைக் கடலோரப் பகுதிகள்

2 Ahmed Saadawi, *Frankenstein in Baghdad*, Translated by Jonathan Wright, Penguin Books, 2018.

நெடுக இடிபாடுகளும் சிதிலங்களும் நிரம்பியிருப்பதைக் கூறுகிறார். அந்த இடிபாடுகளையும் சிதிலங்களையும் கொண்ட நகரங்களிலொன்று இப்போது சிரியாவிலுள்ள பல்மைரா. உலக நாகரிகங்களில் மிகத் தொன்மையானவொன்றைக் கொண்டிருந்த மெஸபடோமியாவின் பகுதிகளாக இருந்தவைதான் இன்றைய இராக்கும் சிரியாவும். இந்த இரண்டு நாடுகளிலுமுள்ள வரலாற்றுப் புகழ்மிக்க தொல்பொருள் களையும் தொல்சின்னங்களையும் அமெரிக்காவும் அதன் கூட்டாளிகளும் ஒருபுறமும் அல்-கொய்தா, இஸ்லாமிய அரசு போன்ற பயங்கரவாத அமைப்புகள் மறுபுறமும் போட்டி போட்டுக் கொண்டு அழித்தன, அழித்து வருகின்றன.

அஹ்மெத் ஸாடவியின் நாவலின் முக்கிய நிகழ்வுகள் பெரும் பாலும் பாக்தாத் நகரத்தின் படாவீன் (Bataween) பகுதியில்தான் நடக்கின்றன. அது நீண்ட நெடுங்காலமாக - சதாம் ஹுஸெய்னின் ஆட்சிக் காலத்திலும்கூட - முஸ்லிம்களின் இரு முக்கிய பிரிவினர், அராபியக் கிறிஸ்தவர்கள், யூதர்கள், அராபியரல்லாத பிற இனத்தவர் ஆகியோர் அருகருகே வசித்து வந்த, பல்வேறு மொழிகளும் பண்பாடுகளும் சேர்ந்த பன்மைத்துவம் நிலவிய இடம். முக்கியப் பத்திரிகைகளின் அலுவலகங்களும் பதிப்பகங்களும் அங்குதான் இருந்தன. 2003ஆம் ஆண்டு அமெரிக்கக் கூட்டணிப் படையினர் அந்த நாட்டை ஆக்கிரமித்து சதாம் ஹுஸெய்னின் ஆட்சியைக் கவிழ்த்த பிறகு, முஸ்லிம் மதப் பிரிவினருக்கிடையேயும், அமெரிக்க ஆக்கிரமிப்புப் படைகளுக்கும் அவற்றை எதிர்க்கும் கிளர்ச்சியாளர் களுக்கும், பல்வேறு இனக்குழுக்களுக்கும் நடந்து வரும் சண்டை களின் காரணமாக சிதிலமடைந்து புழுதியும் அழுக்கும் மண்டிக் கிடக்கும் பகுதியாக, ஏழைகளும் பாலியல் தொழிலாளிகளும் அதிகமாக வசிக்கும் பகுதியாக படாவீனைச் சித்திரிக்கும் ஸாடவியின் நாவல் அதன் மையப் பாத்திரமான ஹாதி குடியிருக்கும் இடத்தை ‘யூதர்களின் இடிபாடு’ என்று குறிப்பிடுகிறது.

சர்வதேச (அமெரிக்க) கூட்டணிப் படைகளைச் சேர்ந்த இராணுவ அதிகாரியொருவரின் தலைமையில் இராக்கிய பாதுகாப்புப் படைகள், உளவு நிறுவனங்கள் ஆகியவற்றின் பிரதிநிதிகளை உள்ளடக்கிய விசாராணைக் குழுவின் அறிக்கையிலிருந்து இந்த நாவலின் கதை தொடங்குகிறது. அந்தப் படைகளின் சிவில் நிர்வாகப் பிரிவின் கட்டுப்பாட்டுக்கு ஓரளவு உட்படுகின்ற ‘கண்காணிப்பு மற்றும் தேடிச் செல்லும் துறை’யின் இயக்குநர் பிரிகேடியர் மஜீதையும் அவரது உதவியாளர்களையும் விசாரணை செய்ததில், அந்தத் துறை தனக்கு வழங்கப்பட்டுள்ள அதிகாரங்களுக்குப் புறம்பாகச் சில

நடவடிக்கைகளை மேற்கொண்டது தெரிய வந்ததாக அந்த அறிக்கை கூறியது. பாக்தாத் நகரின் மீது எங்கிருந்து, யாரால் தாக்குதல் தொடுக்கப்படும் என்பதை முன்கூட்டியே அறிந்துகொள்வதற்காக சோதிடர்கள், ஆருடம் கூறுபவர்கள் ஆகியோரை மஜீதின் தலைமையிலுள்ள அந்தத் துறை வேலைக்கு அமர்த்தி, இராக்கிய அரசாங்க நிதியிலிருந்து அவர்களுக்கு ஊதியம் கொடுத்துவந்ததாகவும், அந்தத் துறையில் இருந்த அரசாங்கக் கோப்புகளிலிருந்த செய்திகள் கசியவிடப்பட்டதாகவும் கூறிய அந்த அறிக்கை, அந்தத் துறையின் அலுவலகத்திலிருந்து 'எழுத்தாளன்' என்று மொட்டையாகக் குறிப்பிடப்பட்ட ஒரு நபருக்கு மின்னஞ்சல்கள் மூலம் சில ஆவணங்கள் அனுப்பப்பட்டதும் அந்த நபர் ஒரு ஓட்டலில் தங்கிருந்ததும் கண்டுபிடிக்கப்பட்டது என்றும், அந்த நபர் கைது செய்யப்பட்ட போது அவனிடமிருந்து அரசாங்க ஆவணங்கள் ஏதும் இருக்கவில்லை, ஆனால் பதினேழு அத்தியாயங்களைக் கொண்ட 250 பக்கக் கதை ஒன்று இருந்தது என்றும், அந்த கதை சட்டத்துக்கு எதிரானது அல்ல என்றாலும் முன்னெச்சரிக்கையின் நிமித்தம் அந்தக் கதையிலுள்ள தகவல்கள் எந்தக் காரணம் கொண்டும் பிரசுரிக்கப்பட அனுமதிக்கக்கூடாது என்றும், அந்தக் கதை எழுதப்படவே கூடாது என்றும் கூறிய அந்த அறிக்கை, பிரிகேடியர் மஜீதை அந்தத் துறையிலிருந்து வேறு அரசாங்கத் துறைக்கு மாற்றும்படியும் அவனால் நியமிக்கப்பட்ட சோதிடர்களையும் ஆரூடக்காரர்களையும் உடனடியாக வேலையை விட்டு நீக்கும்படியும் பரிந்துரைத்தது. மேலும், மேற்சொன்ன 'எழுத்தாள'னின் அடையாள அட்டையில் தவறான தகவல்கள் இருப்பதால் அவனை மீண்டும் கைது செய்து அவனுடைய உண்மையான அடையாளத்தையும் அவனுக்கும் மஜீதின் துறைக்குமிருந்த தொடர்பையும் கண்டறியுமாறும் பரிந்துரை செய்தது.

நாவலின் அடுத்த பகுதி: படாவீன் பகுதியின் ஏழாவது சந்தில் வசித்துவரும் அஸ்ஸிரிய கிறிஸ்தவப் பெண்மணி எலிஷ்வா ஒரு ஞாயிற்றுக்கிழமை வழக்கம் போல தேவாலயத்துக்குச் செல்ல பேருந்தொன்றில் ஏறிய சில நிமிடங்களுக்குள் பாக்தாதின் மையப்பகுதியிலுள்ள டாயரன் சதுக்கத்தில் கார் வெடிகுண்டொன்று வெடிக்கிறது. கார், லாரி, மனித வெடிகுண்டுகள் வெடிப்பதும், மனித உடல்கள் துண்டு துண்டாகச் சிதறுவதும் அல்லது நாவலாசிரியர் கூறுவது போல மனிதர்கள் 'இளஞ்சிகப்புப் புகையாக மாறுவதும்' பாக்தாதில் அன்றாட நிகழ்வுகள் தான். ஆனால், எலிஷ்வா தங்களுக்கு அருகே இருக்கும் போது அப்படிப்பட்ட குண்டு வெடிப்புகளோ, வேறு வகை அபாயங்களோ நடப்பதில்லை என்றும் அதற்குக் காரணம் அவளிடம் ஏதோ தெய்வீக சக்தி இருப்பதுதான் என்றும் அவளது

அண்டை வீட்டார் கருதுகின்றனர். எலிஷ்வா ஞாயிற்றுக்கிழமை தவறாமல் தேவாலயம் செல்வது பிரார்த்தனைக்காக மட்டுமல்ல; ஆஸ்திரேலியாவில் புகலிடம் தேடிக்கொண்ட அவளது இரு மகள்களுடன் கோவில் பாதிரியாரின் தொலைபேசி வழியாகத் தொடர்பு கொள்வதற்கும்தான். அவர்கள் இருவரும் ஆபத்துகள் நிறைந்த பாக்தாதை விட்டுத் தங்களுடன் வந்து சேருமாறு எலிஷ்வாவை விடாது வற்புறுத்துகின்றனர். ஆனால் அந்தக் கிழவியோ அதற்கு உடன்படுவதிலை. தனது பூர்வீக வீட்டை விட்டு வெளியேறும் விருப்பம் அவளுக்கில்லை என்பது ஒரு காரணம்; சதாம் ஹுஸெய்ன் ஆட்சிக்காலத்தில் இராக் இராணுவத்தில் வலுக்கட்டாயமாகச் சேர்க்கப்பட்ட தனது மகன் டேனியல் என்றேனும் ஒரு நாள் திரும்பி வருவான் என்ற நம்பிக்கை அவளிடம் இருபதாண்டுகளாக இருந்து வருவது மற்றொரு காரணம். டேனியலைத் திரும்பக் கொணரும்படி அவள் தனது வீட்டிலுள்ள புனித ஜார்ஜின் உருவப்படத்துக்கு முன் தினந்தோறும் செபித்துக் கொண்டிருப்பாள். அவளது அண்டை வீட்டுக்காரர்களில் அபு சலிமும் அவனது மனைவியும் எலிஷ்வா வுடன் நட்பு பாராட்டுபவர்கள்; ரியல் எஸ்டேட் வணிகத்தில் ஈடுபட்டுள்ளவன் இன்னொரு அண்டை வீட்டுக்காரனான ஃபராஜ். வன்முறைகளும் கொலைத் தாக்குதல்களும் அன்றாட நிகழ்வுகளாக உள்ளதால் தங்கள் வீடுகளை விட்டு வேறு இடங்களுக்கோ நாடுகளுக்கோ சென்றுவிட்டவர்கள், கொல்லப்பட்டவர்கள் ஆகியோரின் வீடுகளைக் குறைந்த விலையின் மூலமோ, அப்பட்ட மான அபகரிப்பின் மூலமோ தனக்குச் சொந்தமாக்கிக் கொள்பவன். எலிஷ்வாவின் வீட்டின் மீதும் அவனுக்கு எப்போதுமே ஒரு கண். அந்தப் பெண்மணியின் வீட்டுச் சுவரொன்றை ஒட்டினாற் போல் தகரக் கூரையை அமைத்து தனக்கான குடியிருப்பை அமைத்துக் கொண்டுள்ள ஹாதி, பழைய சாமான்களை வாங்கி விற்பவன்; சாராயத்துக்கு அடிமை; மனைவி இறந்து போனதால் பாலியல் தொழிலாளிகளுடன் நேரத்தைக் கழிப்பவன். அது மட்டுமல்ல, அஜிஸ் என்னும் எகிப்தியர் நடத்தும் காப்பிக் கடைக்கு வருபவர்களிடம் கதை சொல்பவன் ('கதை விடுபவன்'). அவன் கூறுவனவற்றை உண்மை என்று வழக்கமாக எவரும் எடுத்துக் கொள்வதில்லை என்றாலும் சுவாரசியமாக இருக்கும் அவற்றை அந்தக் கடையின் வாடிக்கையாளர்கள் விரும்பிக் கேட்பார்கள். தற்செயலாக ஒரு முறை எலிஷ்வாவின் வீட்டுக்குள் வரும் வாய்ப்பைப் பெறும் ஹாதிக்கும்கூட அங்குள்ள பழங்கால, அரிதான பொருள்களை எப்படியாவது அவளிடமிருந்து வாங்கிவிட வேண்டும் என்ற தணியாத ஆசை ஏற்படுகிறது.

அபு அம்மார் என்பவனுக்குச் சொந்தமான ஒரூபா ஓட்டலில் தங்கியிருக்கும் பத்திரிகையாளர்களும் அஜிஸின் வாடிக்கையாளர்கள். அபு அம்மாரும் ஃபராஜுூம் ஒருவரையொருவர் வெறுப்பவர்கள். 2003ஆம் ஆண்டுக்குப் பிறகு ஒரூபா ஓட்டலுக்கு வருபவர்களை விரல் விட்டு எண்ணக் கூடிய நிலை. அதற்கு ஃபராஜுூம் காரணம். தான் அபகரித்த சில வீடுகளை விருந்தினர் இல்லங்களாக மாற்றி குறைந்த வாடகைக்கு அவற்றை விடுவதால், அபு அம்மார் ஓட்டலுக்கு வரக்கூடிய பல வாடிக்கையாளர்கள் அந்த விருந்தினர் இல்லங்களுக்குச் சென்று விடுகிறார்கள். அந்த ஓட்டலையும் தன்வசப்படுத்த முயன்று கொண்டிருக்கிறான் ஃபராஜ்.

ஒரு நாள் அஜிஸ் தமது கடைக்கு தேநீர் அருந்த வரும் ஜெர்மன் பெண் ஆவணப் படத் தயாரிப்பாளர், அவருக்கு மொழிபெயர்த்துச் சொல்லும் பாக்தாத் பத்திரிகையாளன் மஹ்மூத் அல்-சாவ்டி, பாலஸ்தினப் புகைப்படக்காரர் ஆகியோரை மகிழ்ச்சிப்படுத்த ஹாதியை வரவழைக்கிறார். இந்த நாவலின் முக்கியப் பாத்திரங்களி லொன்றான மஹ்மூத் அல்-சாவ்டி (சுருக்கமாக 'மஹ்மூத்') வாசகர்களுக்கு இங்குதான் முதன் முதலாக அறிமுகம் செய்யப்படு கிறான். ஹாதி கூறும் கதையையெல்லாம் கேட்டு முடித்தவுடன் அந்த ஜெர்மானியப் பெண் கூறுகிறாள் - அந்த ஆள் திரைப்படமொன்றின் கதைப் பின்னலை திரும்பச் சொல்கிறார் என்று: "ராபர்ட் டி நீரோ நடித்த படத்தின் கதையை இவன் திருடியிருக்கிறான்". அந்தப் பெண்மணியின் கூற்றை ஆமோதிப்பது போல, மஹ்மூத் கூறுகிறான், ஹாதி நிறைய சினிமா பார்க்கிறவன், இந்த பகுதியில் அவனை எல்லோருக்கும் தெரியும் என்று. "அப்படியானால் அவன் ஹாலிவுட்டுக்குப் போயிருக்க வேண்டும்" என்று கூறிவிட்டுப் புறப்படுகிறாள் அந்த ஜெர்மானியப் பெண். அவள் குறிப்பிடுவது மேரி ஷெல்லியின் நாவலைத் தழுவி 1994இல் வெளிவந்த ஹாலிவுட் திரைப்படமான 'ஃப்ராங்கைன்ஸ்டைன்'. இதில் ராபர்ட் டி நீரோ விகாரன் பாத்திரத்தில் நடிக்கிறார். அந்தத் திரைப்படத்தில் விக்டர் பலரது உடல் பாகங்களைச் சேர்த்துத் தைத்து, உயிரூட்டி விகாரனைப் படைப்பது காட்டப்படுகிறது.

அந்தப் பெண் கூறுவதைப் பொருட்படுத்துவதில்லை ஹாதி. ஒரு திரைப்படம் பிடிக்காவிட்டால், பாதியிலேயே இரசிகர்கள் எழுந்து வந்து விடுவதில்லையா என்று கேட்கிறான். ஜெர்மன் பெண்மணியை வழியனுப்பி விட்டு வரும் மஹ்மூத், ஹாதி பாதியில் நிறுத்திவிட்ட கதையை அஜிஸின் கடைக்கு வந்துள்ள மற்றவர்களோடு சேர்ந்து கேட்பதற்கு மீண்டும் உட்காருகிறான். ஹாதியிடம் ஒரே கதையை

இரண்டு , மூன்று முறை கேட்டு, அவன் முன்னுக்குப் பின் முரணாகப் பேசுகிறானா என்பதைக் கண்டறிவதில் மஹ்மூதுக்கு மிகுந்த விருப்பம். எனவே, குண்டு வெடிப்பு நிகழ்ச்சியைப் பற்றி மீண்டும் சொல்லுமாறு கேட்கிறான். ஹாதி விவரிக்கும் நிகழ்ச்சிகள் மூலமாக இந்த நாவல் கூறும் கதையின் முக்கிய அம்சத்துக்கு வந்து சேர்கிறோம்:

டயாரன் சதுக்கத்தில் நடந்த குண்டு வெடிப்பின் போது, ஹாதி காலை உணவு அருந்திக் கொண்டிருந்தான்(குண்டு வெடிக்கும் சத்தம் கேட்டதும் சம்பவம் நடந்த இடத்துக்குச் சென்றதாக அவன் கூறுகையில், அந்தப் பகுதியின் அன்றாட வாழ்க்கைக் காட்சிகள் அனைத்தையும் கண் முன் கொண்டு வருகிறார் நாவலாசிரியர்.) குண்டு வெடிப்பால் ஏற்பட்ட நாசங்களையும் அழிவுகளையும் பார்க்கும் ஹாதியின் கழுகுக் கண்களுக்கு ஒரு பொருள் (யாரோ ஒருவருடைய மூக்கு) தென்படுகிறது. அதைச் சட்டென்று எடுத்து கான்வாஸ் துணியில் சுற்றிப் பாக்கெட்டுக்குள் வைத்துத் தன் வீட்டுக்குக் கொண்டு வருகிறான். அங்கு பழைய சாமன்களுடன் சாமான்களாகக் கிடத்தி வைக்கப்பட்டிருக்கும் ஒரு சவத்தின் அருகே உட்காருகிறான். சிராய்ப்புகளும் காயங்களும் கசிந்து கொண்டிருக்கும், திரவங்களும் ஆங்காங்கே இரத்தத் துளிகளும் காணப்படும் அந்த சவத்திற்கு மூக்கு மாத்திரம் இல்லை. அவன் கொண்டு வந்த மூக்கு அந்த சவத்திற்குக் கச்சிதமாகப் பொருந்துகிறது. குண்டு வெடிப்பு களால் உடல் சிதறிச் செத்துப் போன பலரது உடல் பாகங்களைச் சேர்த்துத் தைத்து ஹாதியால் உருவாக்கப்பட்டதே அந்த சவம் என்பது நாவலில் குறிப்பால் உணர்த்தப்படுகின்றது.

காப்பிக் கடைக்காரர் அஜிஸ், மஹ்மூதிடம் ஒரு சம்பவத்தைக் கூறுகிறார்: பழைய சாமான்களை வாங்கி விற்கும் தொழிலில் ஹாதியின் கூட்டாளியாக இருந்தவனும் அவனது நெருக்கமான தோழனுமான நெஹிம் ஒரு நாள் கார் வெடிகுண்டுக்குப் பலியாகின்றான். தனது நண்பனின் உடலைத் தேடி சவக்கிடங்குக்குச் செல்லும் ஹாதி, அங்கே மனித உடல்களின் பாகங்கள் தனித்தனியாகக் கிடப்பதைப் பார்க்கிறான். முழுமையான உடலைத்தான் முறைப்படி அடக்கம் செய்ய முடியும். இருந்தாலும் அந்த சவக் கிடங்கில் வேலை செய்பவனின் ஆலோசனைப்படி அங்குள்ள உடல் பாகங்கள் ஒன்றிரண்டை எடுத்துக் கொண்டு, நெஹிமின் மனைவியுடனும் குழந்தையுடனும் இடுகாட்டுக்குச் சென்று அவற்றைப் புதைக்கும் ஹாதி இரண்டு வாரங்கள் யாருடனும் பேசாமலே இருந்தான். அதன் பிறகு அதைப் பற்றிய நினைவே இல்லாதது போல நடந்து கொண்டிருந்தான்.

எனினும் அந்த சம்பவம் அவன் மனதை உறுத்திக் கொண்டே இருந்திருக்க வேண்டும். உடல் சிதறிச் செத்துப்போனவர்களுக்கு மரியாதை செலுத்த வேண்டியது பற்றி அரசாங்கத்தின் கவனத்தை ஈர்க்க அவன் முயன்றிருக்க வேண்டும். தன் வீட்டிலிருந்த சவத்தின் முகத்தில் மூக்கை ஒட்ட வைத்த கதையைக் காப்பிக் கடையில் மஹ்மூதுக்கும் பிறருக்கும் சொல்லிக் கொண்டிருக்கையில் ஹாதி கூறுகிறான்: "அது, தெருவில் குப்பைப் பொருள் போல் கிடந்த முழுமையான சடலம் என்பதால் அதை தடயவியல் துறையிடம் ஒப்படைக்க விரும்பினேன். அது ஒரு மனித ஜீவி, நண்பர்களே, அது ஒரு நபர். அது குப்பைப் பொருளாகக் கருதப்படக்கூடாது என்பதற் காக அதை முழுமையாக்கினேன் - இறந்துபோன மற்றவர்களைப் போலவே இதுவும் மரியாதை செய்யப்பட்டு முறைப்படியான சவ அடக்கத்தைப் பெற வேண்டும் என்பதற்காக".

இறந்து போனவர்களின் சடலங்களை, அவற்றுக்குரிய மரியாதை யுடன், முறைப்படி அடக்கம் செய்ய வேண்டும் என்பது இஸ்லாமியப் பண்பாட்டின் கூறுகளிலொன்று. இதை குண்டு வெடிப்புகளால் சிதறிப் போன உடல்கள் விஷயத்தில் எப்படிக் கடைப்பிடிப்பது என்பது நடைமுறை சார்ந்த, அறமும் பண்பாடும் சார்ந்த பிரச்சினை. இந்தப் பிரச்சினையை மையமாக வைத்து எழுதப்பட்ட முக்கிய அராபிய நாவலை இங்கு குறிப்பிட வேண்டும் : இராக்கியக் கவிஞரும் மஹ்மூத் தார்விஷின் கவிதைகள் பலவற்றை ஆங்கிலத்தில் மொழியாக்கம் செய்தவருமான சினான் அண்டூன் - இவர் இப்போது அமெரிக்கப் பல்கலைக் கழகமொன்றில் பேராசிரியராகப் பணியாற்று கிறார் - அரபு மொழியில் எழுதிய நாவலின் ஆங்கில மொழியாக்க மான 'சவம் கழுபவர்'[3].

பழைய சாமான்களை வாங்கி விற்கும் தனது தொழிலின் நிமித்தமாக வெளியே சென்று வீட்டுக்குத் திரும்பும் வழியில் ஓர் உணவகத்தில் சாப்பிட்டுக் கொண்டிருக்கையில் அங்குள்ள தொலைக் காட்சிப் பெட்டியில் பாக்தாதில் ஒரே நாளில் மூன்று இடங்களில் நடந்த கார் வெடிகுண்டு தொடர்பான காட்சிகள் காட்டப்படுவதைப் பார்க்கிறான் ஹாதி. அமெரிக்க ஆக்கிரமிப்புக்குப் பிறகு கட்டவிழ்த்து விடப்பட்டவையும் பல்வேறு தரப்பினரால் நடத்தப்பட்டவையுமான கார் குண்டுத் தாக்குதல்களைத் தடுத்து நிறுத்த இயலாத இராக்கிய அரசாங்கம், 'அல்-கொய்தாவும் பழைய ஆட்சியாளர்களின் மிச்சசொச்சங்களும் நூறு கார் குண்டுத் தாக்குதலை நடத்தத்

3 Sinan Antoon, *The Corpse Washer*, The Yale University Press, New Haven and London, 2013)

திட்டமிட்டிருந்தனர் என்பது உளவுத் துறையினர் மூலமாகத் தெரியவந்தது' என்றும் 'ஆனால் கூட்டணிப் படைகளும் இராக்கியப் பாதுகாப்புப் படையினரும் அந்தத் திட்டத்தை முறியடித்ததால், பதினைந்து குண்டு வெடிப்புகள் மட்டுமே நடந்தன' என்றும் கூறி நிலைமையை சமாளிக்க முயன்றதை நினைவுகூர்ந்து கொண்டே வீட்டுக்குத் திரும்பி வந்து கொண்டிருக்கிறான். அவன் நடந்துவந்து கொண்டிருக்கும் சாலையில் ஓர் ஆடம்பர ஓட்டல் உள்ளது. அழுக்கும் கிழிசலுமுள்ள உடையுடன் அந்த ஓட்டல் அருகே நடந்தால், அங்குள்ள காவலாளிகள் அவன் மீது சந்தேகப்படுவார்கள், ஏசுவார்கள் என்பதால் அவன் எப்போதுமே அந்த ஓட்டலின் எதிர்ப் பக்கத்தில்தான் நடந்து வருவான். ஆனால் அன்று ஏதோ ஞாபகத்தில் ஓட்டலின் சுற்றுச்சுவரோரமாக நடந்து வரும் அவன் மீது அந்த ஓட்டலின் நுழைவாயிலுக்கு உள்ளே இருக்கும் ஒரு பாதுகாப்புக் காவலாளியின் கவனம் திரும்பி விடுகிறது. அவன் யார் என்பதைத் தெரிந்து கொள்ள அந்தக் காவலாளி நுழைவாயிலுக்கு அருகில் வருகிறான். அப்போது எதிர்பாராமல், சாலை விதிகளை மீறி ஒரு குப்பை லாரி மிக வேகமாக வந்து கொண்டிருப்பதைப் பார்க்கிறான் ஹாதி. அந்த லாரி பயங்கரமான வெடிகுண்டுகளை ஏற்றி வந்திருக்கிறது. அந்த ஆடம்பர ஓட்டல் மீது தாக்குதல் நடத்த அது வந்திருக்க வேண்டும். ஆனால், அது அந்த ஓட்டலின் வாயில் அருகேயே வெடித்துவிட்டது. குண்டு வெடிப்பு ஏற்படுத்திய அதிர்வுகளால் ஹாதியும் தூக்கியெறியப் பட்டுக் காயமடைந்திருக்கிறான். அப்போது அந்த வழியாக வந்த சிலர் அவனைத் தூக்கி நிறுத்தியிருக்கின்றனர். ஆனால் பீதியடைந்த அவனோ அங்கிருந்து தப்பித்தோம் பிழைத்தோமென்று ஓடி வீட்டுக்கு வந்து சேர்ந்து களைப்பு மிகுதியால் உறங்கி விடுகிறான். மறுநாள் காலை வானொலி சத்தம் கேட்டு பிறகு விழித்துக் கொண்ட அவனுக்குத் தெரிய வருகின்றது - அந்த குண்டு வெடிப்பால் அவனது தகர ஷெட் சேதாரமடைந்துள்ளது மட்டுமல்ல, அங்கிருந்த சவமும் காணாமல் போயிருந்தது! அக்கம் பக்கம் எங்கு தேடியும் அது கிடைக்கவில்லை. எப்படி ஒரு சவத்தால் எழுந்து நடக்கவும் வெளியே செல்லவும் முடியும் என்பது தனக்குப் புரியவில்லை என்று கூறுகிறான். 'அதற்கென்னபெயர்' (Whatitsname) என்பது அதற்கு அவன் சூட்டும் பெயர் (அரபு மொழியில் 'ஷெஸ்மா' [shesm]; வசதி கருதி இந்தச் சொல்லையே இக்கட்டுரையில் பயன்படுத்தலாம்.)

சூடான் நாட்டைச் சேர்ந்த பயங்கரவாதி ஓட்டிக் கொண்டு வந்த குப்பை லாரிக் குண்டுவெடிப்பில் கொல்லப்பட்டவர்களிலொருவன் அந்த ஓட்டலில் பாதுகாப்புக் காவலாளியாக வேலை செய்து வந்த இருபத்தியோரு வயது ஹஸிப் மொஹமது ஜாஃபர். இளம்

மனைவியையும் கைக்குழந்தையும் விட்டுச் சென்றுவிட்டான் அவன். கருகிப்போன அவனது காலணிகள், சின்னாபின்னமாகக் கிழிந்து போன அவனது உடைகள், சிதறல்களாகக் கிடைத்த அவனது உடலின் சதை, எலும்புத் துண்டுகள் ஆகியனவற்றை மட்டுமே அவனது சவப்பெட்டியில் வைத்து அடக்கம் செய்ய முடிகின்றது. ஆனால், முழு உடலாகப் புதைக்கப்படாததால் விண்ணுலகத்திற்குச் செல்ல முடியாத அவனது ஆவி நிம்மதியில்லாமல் அலைந்து கொண்டிருக் கிறது. ஒரு நாளிரவு இடுகாட்டில் அவனது சமாதிக்கு அருகில் உள்ள இன்னொரு சமாதியின் மேல் அமர்ந்திருக்கிறது ஒரு சிறுவனின் ஆவி. விண்ணுலகை அடைய வேண்டுமானால், புதைக்கப்படுவதற்கு முழு உடலொன்று வேண்டும் என்று அது ஹஸிபின் ஆவியிடம் கூறுகிறது. அதனால்தான் ஹஸிபின் ஆவி, ஹாதியின் வீட்டிலிருந்த சவத்திற்குள் -“ உச்சந்தலையிலிருந்து கால் விரல்கள் வரை” - புகுந்து கொள்கிறது. அதன் பிறகு அந்த சவம் அசையவும் நகரவும் தொடங்கி எலிஷ்வாவின் வீட்டிற்குள் செல்கிறது. அவளோ, தான் பல ஆண்டுகளாக யாருக்காகக் காத்திருந்தாளோ, அவன் - டேனியல் - திரும்பி வந்துவிட்டான் என்று கருதுகிறாள். மங்கலான பார்வையைக் கொண்ட அவளுக்கு அங்கு வந்த உருவம் நிர்வாணமாக இருப்பது தெரியவில்லை. “வா, டேனியல்”என்று அந்த உருவத்தை அழைக்கிறாள். ஹாதியால் உருவாக்கப்பட்ட, ஹஸிபின் ஆவியால் உயிரூட்டப்பட்ட அந்த சவத்திற்கு இப்போது ‘டேனியல்’ என்ற அடையாளம் கிடைத்துவிடுகிறது. எலிஷ்வா சமைத்துக் கொண்டிருக்கும்போது இந்த புதிய டேனியல் (பாக்தாத் விகாரன் - ஷெஸ்மா), கண்ணாடி பிரேம் போட்ட உண்மையான டேனியலின் புகைப்படத்தைப் பார்க்கிறான். அந்தக் கண்ணாடியில் தனது முகத்தைப் பார்க்கும் அவன், தான் விகாரமானவனாக இருப்பதை உணர்கிறான் (விக்டரின் விகாரன் குளத்து நீரில் தனது பிம்பத்தைப் பார்த்தது போல.) உண்மையான டேனியலின் உடைகள் மூன்றை அணிந்து கொள்கிறான். அவை அவனுக்குக் கச்சிதமாகப் பொருந்துகின்றன. அவன் எந்தெந்த உடல் பாகங்களால் உருவாக்கப்பட்டானோ, அவைதான் அவனது நினைவுகளுக்கான ஊட்டங்களாக அமைகின்றன.

அநீதி இழைக்கப்பட்டவர்கள் சார்பில் பழி வாங்கும் நடவடிக்கையைத் தொடங்குகிறான் ஷெஸ்மா. விநோதமான சம்பவமொன்று நிகழ்கிறது. நான்கு பிச்சைக்காரர்களின் உடல்கள், அவர்கள் ஒவ்வொருவரும் ஒருவர் குரல்வளையை மற்றவர் நெரித்துக் கொண்டிருப்பது போன்ற தோற்றத்தில் தெருவொன்றில் அமர்த்தப் பட்டிருக்கின்றன. எப்படி இந்த நால்வரும் ஒரே மாதிரி ஒருவரை யொருவர் கொன்றிருக்க முடியும் என்பது அமெரிக்க இராணுவப்

போலிசுக்கோ, இராக்கிய ஆயுதப் போலிசுக்கோ விளங்குவதில்லை. அந்த நால்வரோடு சேர்த்து இன்னொரு பிச்சைக்காரனையும் ஃபராஜுக்குத் தெரியும். முதல் நாளிரவு அந்த நான்கு பிச்சைக்காரர்களுடன் பெருத்த சரீரம் கொண்ட இன்னொருவனும் இருந்ததைத் தான் பார்த்ததாகச் சொல்கிறான் அந்த ஐந்தாவது பிச்சைக்காரன்.

இதற்கிடையே மஹ்மூதைத் தனது பத்திரிகையின் பொறுப்பாசிரியராக்குகிறான் அதன் உடைமையாளன் சய்தி. அமெரிக்கத் தூதராலாயம், இராக்கிய அரசாங்க அதிகாரிகள், லெபனான் அரசாங்கம் எனப் பல்வேறு இடங்களில் தொடர்பு இருக்கிறது சய்திக்கு. ஒரு நாள் அவன், மஹ்மூதை பிரிகேடியர் மஜீதின் அலுவலகத்துக்கு அழைத்துச் சென்று அவனை அறிமுகம்செய்து வைக்கிறான். அது போன்ற தொடர்புகள் எப்போதேனும் பயன்படும் என்பது சய்தியின் கருத்து. தனது துறையில், சோதிடர்களும் ஆவிகளுடனும் குட்டிச்சாத்தான்களுடனும் பேசுபவர்களும் ஆரூடம் கூறுபவர்களும் குறி சொல்பவர்களும் அமர்த்தப்பட்டுள்ளனர் என்றும், வன்முறை எங்கிருந்து வருகிறது, வெறுப்பைத் தூண்டிவிடுபவர்கள் யார் என்பனவற்றை மேற்சொன்னவர்களின் துணை கொண்டு முன்கூட்டியே அறிந்துகொள்ள முடியும் என்று கூறும் மஜீத், நான்கு பிச்சைக்காரர்கள் கொல்லப்பட்ட விதம் ஒரு செய்தியை அறிவிக்கிறது என்றும், விருப்பமிருந்தால் சய்தியின் பத்திரிகை சம்பந்தப்பட்ட போலிஸ் நிலையத்தின் உதவியுடன் இந்த விஷயத்தை புலனாய்வு செய்யலாம் என்றும் கூறுகிறான். மேலும், சில குற்றவாளிகளைப் பிடிக்க முடியவில்லை, அவர்களைச் சுட்டாலும் குண்டுகள் அவர்கள் உடல்களில் பாய்வதில்லை என்பன போன்ற செய்திகள் தனது அலுவலகத்துக்கு வந்து கொண்டிருப்பதாகவும் கூறுகிறான்.

அடுத்தடுத்து மர்மக் கொலைகள் நடக்கின்றன. ஓர் இளைஞன் எலிஷ்வாவின் வீட்டுக்குள் வருவதும் போவதுமாக இருக்கிறான், சந்தேகத்துக்கு இடமளிக்கும் வகையில் ஒரு விகாரமான மனிதன் உலாவிக் கொண்டிருக்கிறான், யாருக்கும் அகப்படா வண்ணம் சுவருக்கு சுவர், மாடிக்கு மாடி தாவி படு வேகமாகச் சென்று விடுகிறான் என்பன போன்ற வதந்திகள் பரவுகின்றன. ஒரு நாள் மாலை ஹாதி, தனது வீட்டுக்கு ஷெஸ்மா வந்திருப்பதைக் கண்டு பீதியடைகிறான்.

மஜீத், தான் வேலைக்கு அமர்த்தியிருக்கும் சோதிடர்கள், குறி சொல்பவர்கள் முதலியோர் மூலம் சில தகவல்களை அறிந்து கொள்கிறான். அன்றாடம் இரண்டு, மூன்று கொலைகள் நடக்கின்றன. கழுத்து நெரிக்கப்பட்டே பெரும்பாலோர் உயிரிழந்துள்ளனர். எனவே

ஒரே ஒரு நபர்தான் எல்லாக் குற்றங்களுக்கும் மூலகாரணம் என்று ஊகிக்கிறான் மஜீத். அவன் யார் என்பதை அடையாளம் கண்டு விட்டதாக மஜீதிடம் கூறுகிறான் மூத்த சோதிடன். 'பெயரில்லாத ஒருவன்' என்பதுதான் அவனது பெயர் என்கிறான்.

ஹாதியை ஒரு ஓட்டலில் எதிர்பாராதவிதமாகச் சந்திக்கும் மஹ்மூத், ஷெஸ்மா பற்றிய தகவல்களைச் சொல்லுமாறு கேட்கிறான். யாரிடமும் சொல்லாமல் தான் இரகசியமாக வைத்திருக்கும் செய்தியைச் சொல்ல வேண்டுமானால், மஹ்மூதும் தன் பங்குக்கு அவனது இரகசியங்கள் ஒன்றைச் சொல்ல வேண்டும் என்று ஹாதி நிபந்தனை விதிக்கிறான். ஒரு நாள் ஹாதியின் வீட்டுக்குச் சென்று, ஷெஸ்மா பற்றி அவன் கூறுவதையெல்லாம் குறிப்பெடுத்துக் கொள்கிறான் மஹ்மூத். அவற்றை மறக்காமலிருப்பதற்காகத் தனது அறைக்கு வந்ததும் அவற்றைத் தானே ஒரு முறை மீண்டும் சொல்லித் தனது டிஜிடல் ரிகார்டரில் பதிவு செய்து கொள்கிறான். தனது குடும்பத்தினர் உண்மையான அராபியர்களோ, முஸ்லிம்களோ அல்லர் என்பதுதான் ஹாதியிடம் அவன் கூறிய இரகசியம். ஷெஸ்மாவை ஒரு முறை சந்திக்க ஏற்பாடு செய்யுமாறு ஹாதியிடம் கேட்கிறான். அது சாத்தியமில்லை என்று கூறும் ஹாதி, மஹ்மூத் தனது ஒலிப்பதிவுக் கருவியை ஷெஸ்மாவுக்குக் கொடுத்தால் அவனே தனது நேர்காணலைப் பதிவு செய்து தருவான் என்று வாக்களிக்கிறான்.

ஷெஸ்மா தன்னிடம் சொல்லியதாக ஹாதி மஹ்மூதிடம் கூறியவை : அந்த நான்கு பிச்சைக்காரர்களில் இருவரை மட்டுமே அவன் கொன்றிருக்கிறான்; அந்த நான்கு பேரும் அவனைக் கொல்ல முயன்றனர்; குடிபோதையில் இருந்த அவர்களில் இருவர் இருட்டில் அடையாளம் தெரியாததால் ஒருவரையொருவர் கொன்றுவிட்டனர்; எனவே மற்ற இருவரும் இறந்தாக வேண்டும் என்று கருதி ஷெஸ்மா அவர்களைக் கொன்றிருக்கிறான்; டேனியலை வலுக்கட்டாயமாக இராணுவத்தில் சேர்த்ததற்காக சவரக் கடைக்காரனையும் தனது உடலிலுள்ள கைவிரல்களுக்குச் சொந்தமானவனைக் கொன்றதற்காக போலிஸ் அதிகாரியையும் கொலை செய்திருக்கிறான்; தனது நோக்கம் குற்றங்களைப் புரிவதல்ல, மாறாக நீதியை நிலைநாட்டுவதுதான் என்றும் பாக்தாதில் உள்ள நியாயவான் தான் ஒருவன் மட்டுமே, ஆனால் மக்கள் இதைப் புரிந்து கொள்வதில்லை என்றும் சொல்லியிருக்கிறான்; மேலும், தான் குறிப்பிட்ட காலக்கெடுவுக்குள் குறிப்பிட்ட நபர்களுக்காகப் பழிவாங்காவிட்டாலோ, குறிப்பிட்ட காலக்கெடுவுக்குள் பழி வாங்கிவிட்டாலோ, தனது உடலிலிருந்து சில சதைப் பகுதிகள் அழுகி உதிர்ந்துவிடுகின்றன என்பதால், அவற்றுக்கு மாற்றீடாக புதிய உடல் பாகங்களைத் திரட்டித் தரும் பொறுப்பை ஹாதி ஏற்றுக் கொள்ளும்படி செய்திருக்கிறான்.

ஒலிப்பதிவுக் கருவியில் ஷெஸ்மா தானே பதிவு செய்த நேர்காணலும் மஹ்மூதுக்கு வந்து சேர்கிறது. அதில் ஷெஸ்மா கூறுகிறான்: அமெரிக்கக் கூட்டணிப் படைகள், இராக்கிய தேசியக் காவல் படை, ஷியா குடிப்படைகள், ஸுன்னி பிரிவினரின் குடிப்படைகள் ஆகிய அனைத்து தரப்பினரின் சண்டைக் களமாக இருப்பதும் எந்த ஒரு பிரிவினரின் கட்டுப்பாட்டுக்குள்ளும் கொண்டுவரப்படாததுமான பகுதியொன்றில் அவன் வசித்து வருகிறான். அவனுக்குக் கடந்த மூன்று மாத காலமாக ஏராளமான ஆதரவாளர்கள் திரண்டுள்ளனர். அவனது உடல் பாகங்களில் ஏதேனுமொன்று அழுகி உதிர்ந்துவிட்டால் அதற்கான மாற்றுகளைத் திரட்டித் தருகிறார்கள். அவனது ஆதரவாளர்களில் முக்கியமானவர்கள் ஒரு மந்திரவாதி, ஒரு தத்துவவாதி, 'எதிரி' என்று தன்னால் அழைக்கப்படுகின்ற, ஆனால் இராக்கிய அரசாங்கத்தின் உயர் மட்டத்திலுள்ள அதிகாரி. அந்த அதிகாரிதான் அவனுக்கு அரசாங்கத்தின் இரகசியத் தகவல்களைத் தருகின்றார். இவர்கள் தவிர மூன்று பைத்தியக்காரர்கள் அவனுடன் இருக்கிறார்கள். அவர்களில் மிக இளையவன் "குறைந்தது முதலாம் ஃபய்ஸல் அரசர் காலத்திலிருந்து இதுவரை இராக்கிய அரசு உருவாக்கத் தவறிய முன்மாதிரியான குடிமகன் ஷெஸ்மாதான்" என்று கருதுகிறான். "ஏனெனில் பல்வேறு பின்புலங்களைச் சேர்ந்தவர்களின் - அதாவது பல்வேறு இனத்துவ, பழங்குடி, மரபின, சமூக வர்க்கங்களைச் சேர்ந்தவர்களின் உடல்பாகங்களால் நான் ஆக்கப்பட்டுள்ளதால், கடந்த காலத்தில் ஒருபோதும் சாதிக்கப்பட்டிருக்காத அசாத்தியமான கலவையை நான் பிரதிநிதித்துவம் செய்கிறேன்" என்று அந்த நேர்காணலில் கூறுகிறான் ஷெஸ்மா.

அமெரிக்க-இராக்கிய அரசாங்க ஆதரவாளர்கள், அல் கொய்தா பயங்கரவாதிகள், ஸுன்னி, ஷியா குடிப்படையைச் சேர்ந்தவர்கள், வெடிகுண்டுகளையும் ஆயுதங்களையும் விற்பனை செய்கிறவர்கள் என்று மக்களுக்குத் தீமை விளைவித்தவர்களைக் கொலை செய்து கொண்டே வருகிறான் ஷெஸ்மா.

ஹாதி தன்னிடம் கூறிய செய்திகள், ஷெஸ்மா ஒலிப்பதிவுக் கருவியில் பதிவு செய்து தந்த நேர்காணல் ஆகியவற்றின் அடிப்படையில் ஒரு கட்டுரையை எழுதி, தான் பொறுப்பாசிரியராக இருக்கும் பத்திரிகையில் வெளியிட்டுப் பிரபலமடைய விரும்புகிறான் மஹ்மூத். அந்தப் பத்திரிகையின் உரிமையாளர் சய்தி அதற்கு சம்மதித்தாலும், 'தெருக்களில் பேசப்படும் கட்டுக்கதைகள்' என்று அந்தக் கட்டுரைக்கு மஹ்மூத் கொடுத்திருந்த தலைப்பை, 'பாக்தாதில் ஃப்ராங்கைன்ஸ்டின்' என்று மாற்றி, அந்தக் கட்டுரையை அலங்கரிப்பதற்கு மேரி ஷெல்லியின் நாவலைத் தழுவி எடுக்கப்பட்ட 'ஃப்ராங்கைன்ஸ்டைன்'

படத்தில் விகாரனாக நடிக்கும் ராபர்ட் டி நீரோவின் புகைப்படத்தைச் சேர்க்கிறான்.

இந்தக் கட்டுரை மஜீதின் கவனத்தை ஈர்க்கிறது. அவனது அலுவலகத்துக்கு விசாரணைக்கு அழைத்துச் செல்லப்படுகிறான் மஹ்மூத். அந்த சமயத்தில் சய்தி இராக்கை விட்டு எங்கோ போயிருந்தான். ஹாதி சொன்னவற்றைத்தான் தனது கட்டுரையில் எழுதியதாகவும், அது வாசகர்களைக் குஷிப்படுத்துவதற்காக எழுதப்பட்டதே தவிர அதை உண்மையென்று எடுத்துக் கொள்ளக் கூடாது என்று மஹ்மூத் கூறுகிறான். ஆனால் ஹாதி கூறுவதிலும் ஏதோ உண்மை இருக்குமென்று முடிவு செய்கிறான் மஜீத். அவன் அனுப்பும் உளவுப் போலிசார் ஹாதியின் வீட்டுக்குச் சென்று 'ஷெஸ்மா' பற்றிய உண்மையைச் சொல்லுமாறு அவனைச் சித்திரவதை செய்கின்றனர். அங்கிருந்த கன்னி மேரி சிலையை உடைத்ததுடன் ஹாதி சேகரித்து வைத்திருந்த பணத்தையும் பழைய சாமான்கள் சிலவற்றையும் களவாடிச் சென்றுவிடுகின்றனர். ஹாதியைத் தேடி வரும் ஷெஸ்மா, அவனைத் தூக்கிக் கட்டிலில் கிடத்துகிறான். ஹாதியும்கூட தன்னால் கொல்லப்பட வேண்டியவனே என்றும் சில சமயம் அவன் நினைப்பதுண்டு. ஏனெனில் தனது உடலில் புகுந்துள்ள ஆவியின் சொந்தக்காரனாகிய ஹஸிப், லாரி வெடிகுண்டால் இறந்து போனதற்கு ஹாதியும் காரணம் என்று கருதுகிறான். அவன் மட்டும் ஓட்டலின் எதிர்ப் பக்கம் நடந்து சென்றிருந்தால் அந்தக் காவலாளியின் கவனம் திருப்பப்பட்டு ஓட்டலின் நுழைவாயிலுக்கு வந்திருக்க மாட்டான் அல்லவா? இருப்பினும் ஹாதியைக் கொல்வதில் அவனுக்குத் தயக்கமும் இருந்து கொண்டே இருக்கிறது. ஹாதியைத் துன்புறுத்தியவர்களை அவனால் எளிதாகக் கொன்றுவிட முடியும். ஆனால் அது ஹாதிக்குத்தான் தொல்லை விளைவிக்கும் என்பதை உணர்கிறான். யாரோ அங்கு வரும் அரவம் கேட்டு, கூரையின் மேல் ஏறி எலிஷ்வாவின் வீட்டுக்குச் செல்லும் அவன், அந்தக் கிழவியிடம் தனக்குள்ள சிக்கல்களைச் சொல்கிறான்: கொல்லப்பட வேண்டியவர் களின் பட்டியல் நீண்டுகொண்டே போகிறது; கார் குண்டுகளாலும் ஆட்சியாளர்களாலும் அநியாயமாகக் கொல்லப்பட்டவர்களின் உடல்களின் பாகங்களிலிருந்தே அவன் முதலில் உருவாக்கப் பட்டிருந்தாலும், போகப் போக அவனது உடலிலிருந்து உதிர்ந்த பாகங்களுக்கான மாற்றீடுகளாகக் கிடைத்தவற்றில் கணிசமான பகுதி குற்றவாளிகளின் உடல்களிலிருந்தும் தன்னால் கொலை செய்யப் பட்டவர்களின் உடல்களிலிருந்தும் எடுக்கப்பட்டவையாதலால் தனது செயல்பாடுகள் அறம் சார்ந்தவைதானா என்ற சந்தேகம் அவனுக்குத் தோன்றுகிறது. "முழுக்க முழுக்கக் களங்கமற்றவர்கள் யாரும் இல்லை, முழுக்க முழுக்கக் குற்றவாளிகளாக இருப்பவர்களும்

யாருமில்லை.” ஆனால் அவனது சிக்கலான வாதங்களை எலிஷ்வாவால் புரிந்துகொள்ள முடிவதில்லை. நீண்டகாலத்துக்குப் பின் திரும்பி வந்துள்ள தன் மகன் எதைப் பேசினாலும் அது அவளுக்கு ஆறுதல் அளிக்கிறது.

இதற்கிடையே மஜீதால் நியமிக்கப்பட்ட சோதிடர்களுக்குள்ளே போட்டியும் பொறாமையும் ஏற்படுகின்றன. இளைய சோதிடன், கார் குண்டு வெடிப்பில் இறந்து போன ஓட்டல் காவலாளியின் குடும்பத்துடன் தொடர்பு கொண்டு தனது சோதிட, மந்திர ஆற்றல்கள் மூலம் ஷெஸ்மாவின் உடலில் அந்தக் காவலாளியின் ஆவி புகுந்துள்ளதை அறிந்து கொண்டு, தனது செல்பேசி அதிர்வலைகள் மூலம் ‘பெயரில்லாத ஒருவனை’ குறிப்பிட்ட தெருவில் குறிபிட்ட நேரத்தில் நிற்க வைக்க ஏற்பாடு செய்கிறான். மூத்த சோதிடனோ, படாவீன் பகுதியில் ‘பெயரில்லாத ஒருவன்’ தங்கியிருக்கும் இடத்தைக் கண்டுபிடித்துவிட்டதாகக் கூறி மஜீதை அங்கு அழைத்துச் செல்கிறான். ஆனால், அவர்கள் அங்கு சென்றதும் அந்த இடம் பாதுகாப்புப் படையினரால் சுற்றி வளைக்கப்பட்டிருப்பது தெரிய வருகின்றது. ஏனெனில் அங்கொரு தற்கொலைக் கார் குண்டு நிறுத்தி வைக்கப்பட்டுள்ளது. இதற்கிடையே ஃபராஜ், அபு அமாரின் ஓட்டலை மட்டுமின்றி எலிஷ்வாவின் வீட்டையும் விலைக்கு வாங்கியிருந்தான். ஆஸ்திரேலியாவிலுள்ள அவளது பேரனே - அவன் பெயரும் டேனியல்தான் - நேரில் வந்து அந்த வீட்டை விற்றுவிட்டுத் தன்னுடன் ஆஸ்திரேலியாவுக்கு வர அந்தக் கிழவியைச் சம்மதிக்க வைத்திருந்தான். தன்னுடன் எடுத்துச் செல்லும் ஓரிரு பொருள்களைத் தவிர மற்ற வீட்டு சாமான்கள் எல்லாவற்றையும் அந்தக் கிழவி ஹாதிக்கு விற்றிருந்தாள். அவை அனைத்தையும் தனது இருப்பிடத்துக்கு எடுத்துச் சென்றிருந்தான் ஹாதி. அவள் செல்லமாக வளர்த்து வந்த பூனைகளில் உயிரோடு இருந்த ஒன்று அவளுடன் செல்ல விருப்பமில்லாமல் வீட்டுக் கூரையின் மீது ஏறிக் கொள்கிறது.

சில நிமிடங்களில் அந்தக் கார் குண்டு வெடிக்கிறது. எலிஷ்வாவின் வீடு உள்ளிட்ட பழைய வீடுகளோடு சேர்த்து ஃபராஜ் வாங்கியிருந்த ஓட்டல் கட்டடமும் தரைமட்டமாகிறது. அந்தக் குண்டு வெடிப்பால் மூண்ட நெருப்பு ஹாதியின் இருப்பிடத்தையும் அவன் அங்கு சேர்த்து வைத்திருந்த பொருள்களையும் எரித்துச் சாம்பலாக்கு வதுடன் அவனுக்குக் கடும் தீக்காயங்களையும் ஏற்படுத்துகிறது. எலிஷ்வாவின் அண்டை வீட்டுக்காரர் சலிமும் படுகாயமடைந்து மருத்துவமனையில் சேர்க்கப்படுகிறார்.

தனது அலுவலகத்துக்குத் திரும்பி வரும் மஜீத் சோதிடர்கள், ஆரூடக்காரர்கள் போன்ற அனைவரையும் பதவி நீக்கம்செய்கிறான். டாக்ஸியில் செல்லும் மூத்த சோதிடனைப் பாதி வழியிலேயே இறக்கி விட்டுச் சென்று விடுகிறான் டாக்ஸி டிரைவர். தன்னந்தனியனாக நடந்து சென்றுகொண்டிருக்கும் மூத்த சோதிடனின் கண்ணுக்குப் புலப்படுகிறது ஓர் உருவம். அழுகிக் கொண்டிருக்கும் தனது கைகளுக்கு மாற்றைத் தேடிக் கொண்டிருக்கும் ஷெஸ்மா, தன்னிடமிருந்த கோடரியால் மூத்த சோதிடனின் இரண்டு கைகளையும் வெட்டி யெடுத்துக் கொள்கிறான்.

மஹ்மூத் பொறுப்பாசிரியராகப் பணியாற்றும் பத்திரிகையின் உரிமையாளர் சயீதி சில மாதங்களுக்கு முன்பே இராக்கை விட்டுச் சென்றிருந்தான். அவன் அரசாங்கப் பணத்தைத் திருடிக் கொண்டு போய்விட்டதாகக் கூறி மஹ்முதை விசாரணை செய்வதற்கு மஜீதின் அலுவலகத்துக் கொண்டு செல்கின்றனர் போலிசார். கடுமையான விசாரணைக்குப் பிறகு விடுவிக்கப்படும் அவன், பாக்தாதை விட்டுச் சொந்த ஊருக்குப் போகத் தீர்மானிக்கிறான். சக ஊழியர்களுக்குரிய சம்பளப் பாக்கியைத் தர வேண்டியது தார்மிகக் கடமை என்று கருதி, தன்னிடமுள்ள பொருள்களையெல்லாம் விற்கிறான்.

தான் தங்கியிருந்த ஓட்டலில் சந்திக்கும் ‘எழுத்தாளனிடம்’ தனது டிஜிடல் ரிகார்டரை - அதற்கும் அதிலுள்ள கதைக்குமாகச் சேர்த்து - விலை பேசுகிறான் மஹ்மூத். அதை விலைக்கு வாங்கி, அதில் பதிவு செய்யப்பட்டுள்ளதைக் கேட்கும் ‘எழுத்தாளன்’ அது தொடர்பான கூடுதல் செய்திகளைத் தெரிந்துகொள்ள மருத்துவமனையில் சேர்க்கப்பட்டுள்ள சலிமைச் சந்திக்கிறான். அதே மருத்துவ மனையில் கடும் தீக்காயங்களின் காரணமாக சேர்க்கப்பட்டிருந்த ஹாதி, கழிப்பறையிலுள்ள கண்ணாடியில் தனது முகத்தைப் பார்த்து அது விகாரப்பட்டிருப்பதைக் கண்டு அதிர்ச்சியடைகிறான்; ஒரு நாள் மருத்துவமனையிலிருந்து காணாமல் போய்விடுகிறான்.

மஹ்மூதிடமிருந்து வாங்கிய டிஜிடல் ரிகார்டரில் பதிவு செய்யப்பட்டவை, மருத்துவமனையில் பார்த்தவை ஆகியவற்றை அடிப்படையாகக் கொண்டு ‘எழுத்தாளன்’ ஒரு நாவலை எழுதத் தொடங்குகிறான். அவனுக்கு மஜீதின் அலுவலகத்திலிருந்து ‘இரண்டாவது உதவியாளன்’ என்னும் பெயரில் எவனோ முக்கியமான ஆவணங்களையும் அனுப்பிக் கொண்டிருக்கிறான். அந்த நாவலின் 17 அத்தியாயங்கள் மட்டுமே எழுதி முடிக்கப்பட்டிருந்த சமயத்தில் அந்த ‘எழுத்தாள’னும் கைது செய்யப்பட்டு விசாரணைக்கு அழைத்துச் செல்லப்படுகிறான். அந்தக் கதை அவனிடமிருந்து

கைப்பற்றப்படுகிறது. அதை மீண்டும் எழுதக்கூடாது என்ற நிபந்தனையுடன் விடுதலை செய்யப்படும் அவன் தன்னிடமிருந்த போலி அடையாள அட்டையைத் தூக்கியெறிந்துவிட்டு பாக்தாதை விட்டு வெளியேறுகிறான்.

ஒரு நாள் அரசாங்க அறிவிப்பொன்று வெளியிடப்படுகிறது: 'ஷெஸ்மா' பிடிபட்டுவிட்டான் என்றும் படாவீன் பகுதியில் இத்தனை காலம் நடந்த எல்லாக் கொலைகளையும் குற்றங்களையும் தான் செய்ததை ஒப்புக் கொண்டுவிட்டான் என்றும் கூறும் தொலைக்காட்சி சேனலில் அந்தக் குற்றவாளியின் புகைப்படம் காட்டப்படுகிறது. தீக்காயங்களால் முகம் விகாரப்பட்டுப் போன ஹாதிதான் அந்தக் குற்றவாளி! 'கேசை' எப்படியாவது முடிக்க வேண்டும் என்பதற்காக அரசாங்கம் செய்த ஏற்பாடுதான் அது.

படாவீன் பகுதியிலுள்ள மக்கள் எல்லோரும் அந்த மகிழ்ச்சிச் செய்தியைக் கேட்டுக் குதுகலிக்கிறார்கள்; நடனமாடுகிறார்கள்; கன மழை அந்தக் கொண்டாட்டங்களை நிறுத்துகிறது. அந்தக் கொண்டாட்டங்களை இடிந்து போன ஒருபா ஓட்டலில் கண்ணாடி இல்லாத ஜன்னல் வழியாக ஒரு ஜோடிக் கண்கள் பார்த்துக் கொண்டிருக்கின்றன. மக்கள் தத்தம் வீடுகளுக்குள் சென்றதும், அந்தக் கண்களுக்குரியவன் கீழே குனிந்து எலிஷ்வா விட்டுச் சென்ற பூனையைத் தடவிக் கொடுக்கிறான். இருவரும் நண்பர்களாகின்றனர்.

3

இராக்கை ஆக்கிரமித்த அமெரிக்கக் கூட்டணிப் படைகள் கட்டவிழ்த்துவிட்ட வன்முறை பல்வேறு வடிவங்களில் தொடர்கிறது. இராக்கில் நீண்டகாலமாக இருந்து வந்த இனத்துவ, பண்பாட்டுப் பன்மைத்துவமும் தொன்மைக் கலாசாரச் சின்னங்களும் அழிக்கப் படுவதை, ஸுன்னி முஸ்லிம்கள் பாலைவனப் பகுதிகளுக்குத் துரத்தப்படுவதை, அவர்களது குடிப்படைகள் அரசாங்கத்துக்கும் ஷியா பிரிவினருக்கும் எதிரான வன்முறைத் தாக்குதலை நடத்துவதை, வன்முறையாளர்களுக்கு ஆயுதங்களையும் வெடிபொருள்களையும் வழங்கும் 'மரண வணிகர்களின்' எண்ணிக்கை பெருகுவதை, இந்தக் குழப்பத்துக்கூடாக அல்-கொய்தா போன்ற மதவாத பயங்கரவாதிகள் நுழைவதை, அரசாங்கத்தின் எல்லா மட்டங்களிலும் இலஞ்சமும் ஊழலும் தலைவிரித்தாடுவதைத் தொடங்கி வைத்தது அமெரிக்க ஆக்கிரமிப்புதான் என்றாலும் அரசாங்கத்தையோ அமெரிக்க ஆக்கிரமிப்பையோ, பிற இன, மதங்களைச் சேர்ந்தவர்களையோ எதிர்த்துப் போராடுவதாகச் சொல்லிக் கொள்பவர்களின் வன்முறையை

தார்மிகரீதியில் நியாயப்படுத்துவது கடினம் - அஹ்மெத் ஸாடவியின் நாவல் சொல்லும் செய்தி இதுதான். அதனால்தான் அவரது நாவல் நெடுக இராக்கில் இருந்து வந்த இனத்துவ, பண்பாட்டுப் பன்மைத் துவம் திரும்பத் திரும்ப நினைவூட்டப்படுகிறது. இந்தப் பன்மைத் துவத்துக்கான உருவகமாக ஒரு விஷயம் பல்வேறு அத்தியாயங்களில் இடம்பெறுகிறது. ஹாதியின் வீட்டில், கார் குண்டு வெடிப்பில் இறந்துபோன அவனது நண்பனால் சுவரில் மாட்டப்பட்டிருந்த கண்ணாடிச் சட்டகமொன்று உள்ளது. அதில் குரான் வாசகங்கள் சில உள்ளன. ஒரு நாள் ஷெஸ்மா அந்த சட்டகத்தைப் பியத்தெறிகிறான். அந்த சட்டகம் இருந்த இடத்தில் ஒரு மாடம் தென்படுகிறது. அந்த மாடத்தில் கன்னி மேரியின் சிலையொன்று காணப்படுகிறது. ஹாதியின் வீட்டை சோதனையிட்டு அவனிடம் ஷெஸ்மா பற்றிய தகவல்களை அறிந்துகொள்ள வரும் புலனாய்வுத் துறையைச் சேர்ந்த ஒருவன் அந்த சிலையை உடைக்கிறான் (சிலைகளை வைத்திருப்பது இஸ்லாமிய நெறிகளுக்கு விரோதமானது என்பதால்.) அந்த சிலை இருந்த இடத்தில் கையை நுழைத்துப் பார்க்கும் ஹாதிக்கு அங்கே யூதர்கள் பயன்படுத்தும் மெழுகுவத்தி ஸ்டாண்ட்(மெனோரா) ஒன்று தென்படுகிறது.

இராக்கின் புராதனச் சின்னங்கள் அழிக்கப்பட்டு வருவதற்கு எடுத்துக்காட்டாக இருப்பது இந்த நாவலில் இடம்பெறும் ஒரு நிகழ்ச்சி : படாவீன் பகுதியில் எலிஷ்வா வீடு உட்படப் பழைய வீடு களையும் ஒருபா ஓட்டலையும் தரைமட்டமாக்கிய கார் வெடிகுண்டு வெடித்த இடத்தில் பெரும் குழியொன்று ஏற்பட்டிருந்தது. அந்தக் குழியில், ஏறத்தாழ 1400 ஆண்டுகளுக்கு முன் இராக்-சிரியா பகுதிகளை ஆண்டு கொண்டிருந்த அப்பாஸிட் (காலிஃப்கள்) ஆட்சிக் காலத்தில் கட்டப்பட்ட சுவரொன்று காணப்படுகிறது. “கார் குண்டு வெடிப்புகளால் சில நன்மைகளும் ஏற்படுகின்றன. இந்த அருமையான புராதனச் சின்னம் இப்போது கிடைத்திருக்கிறதல்லவா” என்று சிலாகிப்பவர்களும் இருக்கிறார்கள். ஆனால், அந்தச் சுவரால் ஏற்படும் பிரச்சினைகளை நன்றாக உணர்ந்துள்ள ஆட்சியாளர்கள், அதன் அருமைபெருமையைப் பற்றித் தெரிந்து கொள்வதை எதிர்கால சந்ததியினருக்கு விட்டுவிடலாம் என்று கூறி அந்தக் குழியை அவசரம் அவசரமாக மூடிவிடுகின்றனர்.

பாக்தாதின் சதர் நகரப் பகுதியில் (ஷியா முஸ்லிம்கள் பெரும்பான்மையினராக உள்ள பகுதி) பிறந்த அஹ்மெத் ஸாடவியின் தந்தை மோட்டார் வாகனங்களை ஓட்டப் பழகிக் கொடுக்கும் வேலையைச் செய்து வந்தவர். அமெரிக்க ஆக்கிரமிப்புக்கு பிறகு இராக்கில் தொடர்கதையாக நடந்து வந்த கார் குண்டு வெடிப்புகளில்

அஹ்மெதின் ஆறு பெரியப்பாக்களும் சித்தப்பாக்களும் கொல்லப் பட்டனர். அஹ்மெதும்கூட ஒரு முறை நூலிழையில் உயிர் தப்பியிருக்கிறார். கார்ஸியா மார்க்வெஸ்ஸையும் ஹெமிங்வேயையும் தமது அபிமான எழுத்தாளர்களில் சிலராகக் கருதும் அவரது நாவல் மாய யதார்த்தப் புனைவிலக்கியம், மேற்கு நாட்டு கோதிக் நாவல்கள், அங்கத இலக்கியம், அதிகற்பனை இலக்கியம், அறிவியல் புனைகதைகள் ஆகிய அனைத்தையும் இராக்கிய மணம் கமழும் வகையில் கூட்டிணைவுக்குள் கொண்டு வந்துள்ளது. பன்னூறாண்டுக் கால வளமான அரபு இலக்கிய மண்ணில் வளர்ந்த புதுவகை மரம் இது.

- ஜுன் 2018

9

பாட்டின் நிறம் சிகப்பு

1

பள்ளி நாள்களில் 'கம்யூனிஸ்ட்' என்று எனக்கு முதன் முதலில் தெரிய வந்தவர் காலஞ்சென்ற 'சரஸ்வதி' விஜயபாஸ்கரன். எங்கள் குடும்பத்தால் மிகவும் மதிக்கப்பட்டவரும் இந்திய தேசிய விடுதலைப் போராளிகளிலொருவருமான ப.து.வடிவேலுப் பிள்ளையின் மகன் என்பதாலேயே அந்தக் 'கம்யூனிஸ்டை' அறிந்திருந்தேன். அவரது தந்தை 1952இல் நடந்த பொதுத் தேர்தலில் கம்யூனிஸ்ட் கட்சியையும் உள்ளடக்கியிருந்த ஐக்கிய முன்னணியின் சார்பில் எங்கள் (தாராபுரம்) தொகுதி சட்டமன்றத் தேர்தலில் போட்டியிட்ட போது, அவரை ஆதரித்துப் பேசுவதற்காக இந்தியக் கம்யூனிஸ்ட் கட்சியைச் சேர்ந்தவர்களும் (அவர்கள் யார் என்பது நினைவிலில்லை) வந்தனர். காங்கிரஸ், சோசலிஸ்ட், திமுக, தி.க., ஆகியன மட்டுமே அப்போது கணிசமான ஆதரவாளர்களைக் கொண்டிருந்தன.

எப்படியிருந்தாலும், நாளடைவில் எங்கள் ஊருக்கும் கம்யூனிஸ்ட் கட்சி வந்து விட்டது. ஒரே ஒரு திரையரங்கு மட்டுமே இருந்த அங்கு, அண்டை கிராமத்தைச் சேர்ந்த நிலக்கிழாரொருவர் புதிய திரையரங்கொன்றைக் கட்ட முன் வந்தார். கடன் சுமை தலைக்கு மேல் போய்விட்டதால் அந்தத் திரையரங்குக் கட்டுமானம் பல ஆண்டுகள் பாதியில் நின்றுபோய் விட்டது. 'விசாலாட்சி தியேட்டரி'ன் அரைகுறையான அரங்கிற்குள் ஓரிரு கம்யூனிஸ்ட் கட்சிக் கூட்டங்களோ, தொழிற்சங்கக் கூட்டங்களோ நடைபெறுவது வழக்கம். அந்தக் கூட்டங்கள் விநோதமாக இருக்கின்றன என்றும் ஒருமுறை நானும் அந்தக் கூட்டங்களிலொன்றைப் பார்க்க வர வேண்டும் என்றும் எனது நண்பனொருவன் கூறியதற்கிணங்க இருவரும் அங்கு சென்றோம். அங்கு தலைவர்கள், முக்கிய உறுப்பினர்கள் என்று சொல்லப்பட்டவர்கள் கோவையிலிருந்த ஆலைத் தொழிலாளிகள் போல அரைக் கால் சட்டை (டிரவுசர்) அணிந்திருந்ததும், பிறகு எல்லோரும் கைமுட்டியை உயர்த்தி பட்டினி, பஞ்சம் என்று ஏதோ சில வார்த்தைகளைப் போட்டு ஒரு பாட்டுப் பாடியதும் எங்களுக்கு வேடிக்கையாக இருந்தது. அது உலகம்

முழுவதிலுமுள்ள கம்யூனிஸ்டுகளால் பாடப்படும் பாடல் என்பது அப்போது எங்களுக்குத் தெரிந்திருக்கவில்லை.

அடிக்கடி கோவை நகருக்குச் செல்லும் வாய்ப்பைப் பெற்றிருந்ததால், கோவை ரயில் சந்திப்புக்கு அருகில் மேம்பாலத்துக்கு அடியில் நுழைந்தால், இப்போதும் தென்படும் ராயல் தியேட்டருக்கு அருகில் அப்போது இருந்த என்சிபிஎச் புத்தக நிலையத்தில் 'கம்யூனிஸ்ட் கட்சி அறிக்கை'யின் பிரதியொன்றை மட்டுமல்லாது, 300-400 பக்கங்கள் உள்ள சில புத்தகங்களை இரண்டு ரூபாய்க்கும் ஐந்து ரூபாய்க்கும் வாங்கினேன். அவ்வளவு பெரிய புத்தகங்களை மலிவாகக் கொடுக்கக் கூடியது என்பதுதான் 'கம்யூனிசம்' பற்றிய எனது முதல் புரிதலாக இருந்தது! 'கம்யூனிஸ்ட் கட்சி அறிக்கை'யைப் படித்தேனேயன்றி புரிந்து கொள்ள முடியவில்லை. 'பூர்ஷ்வா', 'கில்ட்' போன்ற வார்த்தைகள் திகிலூட்டின.

அதன் பிறகும், கம்யூனிஸ்டுகள் நடத்தும் ஓரிரு கூட்டங்களுக்குச் சென்றிருக்கிறேன். என்னைப் போன்ற சாமானியர்களுக்குப் பிடிபடாத மொழியில் அவர்கள் பேசுவது போலவே தோன்றும். இத்தனைக்கும், பள்ளி நாள்களிலும் இரண்டே ஆண்டுகள் நீடித்த கல்லூரி விடுமுறை நாள்களிலும் எங்கள் குடும்பம் முழுவதுமே விரும்பிச் சென்று காலம் கழித்து வந்த தூரத்து உறவினர் வீட்டில் (ஈரோட்டில்) அண்ணாமலைப் பல்கலைக்கழகத்தில் படித்த கம்யூனிஸ்ட் ஒருவர் இருந்தார். அவரது நெருங்கிய நண்பர்கள் எல்லோரும் கம்யூனிஸ்டுகள்-கே.டி.ராஜு (அவர் 1952இல் சென்னைப் பெருமாநில சட்டமன்றத்துக்கு நடந்த பொதுத் தேர்தலில் இந்தியக் கம்யூனிஸ்ட் கட்சியின் சார்பில் போட்டியிட்டு வெற்றி பெற்றவர்), 'இன்டெர் முத்து' (அண்ணா மலைப் பல்கலைக்கழகத்தில் இன்டெர்மீடியட் வகுப்போடு படிப்பை நிறுத்திக் கொள்ளும் அளவிற்கு கம்யூனிஸ்ட் இயக்கத்தில் தீவிர ஈடுபாடு கொண்டிருந்ததால் அவர் பெயருக்கு முன்னால் 'இன்டெர்' சேர்ந்தது)-முதலியோர். எனது உறவினர் எனக்கு 'கம்யூனிஸ்ட் போதம்' (இந்தச் சொல்லை அன்று கம்யூனிஸ்டுகள் பயன்படுத்து வார்கள்) வழங்குவதற்காக தடிமனான புத்தகத்தைக் கொடுத்தார். 'தொழிற்சங்கங்களைப் பற்றி காரல் மார்க்ஸ்' என்னும் புத்தகம். ஒன்றரை மாத காலம் முயன்றும் ஏதும் விளங்கவில்லை.

இளமைக் காலத்தில் திமுக மீது எனக்கிருந்த பற்றுதல் நீங்கியதற்கும் கம்யூனிசத் தத்துவத்தில் ஈடுபாடு ஏற்படத் தொடங்கியதற்கும் இரு காரணங்கள் இருந்தன. எங்களால் மிகவும் நேசிக்கப்பட்ட ஈ.வெ.கி. சம்பத், திமுகவிலிருந்து வெளியேறிய பிறகு தமிழ் தேசியக் கட்சியை நிறுவி, இந்தியாவிலுள்ள தேசிய

இனப் பிரச்சனையைத் தீர்ப்பதற்கு சோவியத் யூனியனை முன்னுதராணமாகக் கொள்ளலாம் எனப் பேசத் தொடங்கியதும், சோவியத் யூனியன் குறித்த பல தகவல்களை எங்களோடு பகிர்ந்து கொண்டதும், அவரது கட்சியில் சென்னையிலிருந்த பெரும் தொழிற்சங்கத் தலைவரும் வட சென்னை நாடாளுமன்ற உறுப்பினராக இருந்தவருமான எஸ்.சி.சி.அந்தோனி பிள்ளையும் அவரது தோழர்கள் பலரும் இணைந்ததும் ஒரு காரணம். நேருவின் பொருளாதார, அயல் நாட்டுக் கொள்கைகளை சம்பத் ஆதரித்துப் பேசத் தொடங்கியதால் அவரது கட்சியை திமுகவினர் 'குட்டி காங்கிரஸ்' என அழைத்து வந்தனர். கடைசியில் அவரும் காங்கிரஸில் சேர்ந்துவிட்டார். சம்பத்தின் ஆளுமை என் மீது செலுத்திய தாக்கத்தால் எனக்கும் நேரு மீது பற்று ஏற்பட்டது. சுகர்னோ, செள என்லாய், நாஸர், நைரிரே போன்ற உலகத் தலைவர்களைப் பற்றித் தெரிந்துகொள்ள ஆரம்பித்தேன். இரண்டாவது காரணம், பெருந்துறையிலுள்ள காச நோய் மருத்துவமனையில் (சானடோரியம்)1961-62இல் கிட்டத்தட்ட ஐந்துமாத காலம் சிகிச்சை பெற்று வந்தபோது, அங்கு நோயாளிகளாகச் சேர்க்கப்பட்டிருந்த கோவை ஆலைத் தொழிலாளிகளுடன் ஏற்பட்ட நட்பு. அவர்களில் பெரும்பாலோர் மோகன் குமாரமங்கலம், பார்வதி கிருஷ்ணன், ஜீவா போன்றோரைப் போற்றியவர்கள். ஒருவர் பி. ராமமூர்த்தி(பி.ஆர்.)பற்றிக் கூறுவார். இந்தியப் பொருளாதாரமோ, அரசியல் ஒடுக்குமுறையோ, உலக நிகழ்வுகளோ ஏதானாலும் தனது ஜிப்பாப் பைக்குள் இருந்து புள்ளிவிவரங்களை அனாயசமாக அள்ளி வீசுபவர் பி.ஆர்.என்று அப்போது எல்லோரும் சொல்வார்கள். ஆனால், அந்தத் தொழிலாளிகளிலொருவர் கொடுத்த 'வீரம் விளைந்தது' (இரண்டு பாகங்கள்) என்னும் நூல்தான் என்னை 'கம்யூனிஸ்ட் ஆதரவாளனாக்'கியது. நிக்கோலாய் ஓஸ்ட்ராவ்ஸ்கியின் வீர வரலாற்றால் உள் உந்துதல் பெறாதவர்கள் இருக்க முடியுமா?

மருத்துவ சிகிச்சை முடிந்து ஊட்டி திரும்பிய ஓராண்டுக்குப் பின்னர்தான், சுற்றுலாத் துறையில் வேலை கிடைத்தது. அப்போது நீலகிரி மாவட்டத்துக்கான தனி மாவட்ட நீதிபதி இல்லை. கோவை மாவட்ட நீதிபதிதான் மாதமொருமுறை ஊட்டிக்கு வந்து சம்பந்தப்பட்ட வழக்குகளை விசாரணை செய்வார். எனவே நீலகிரிப் பகுதியிலுள்ள கட்சிக்காரர்களுக்காக வழக்காடி வந்த இரு கோவை வழக்குரைஞர்கள் - சிபிஐயைச் சேர்ந்த மருதாசலம், ஜெயராஜ் ஆகியோர் - சுற்றுலா விடுதியில் தங்குவர். கட்சிக்குள் நடந்து வந்த தத்துவார்த்தப் பிரச்சனைகள், சீனாவுக்கும் சோவியத் யூனியனுக்கும் ஏற்பட்ட பிளவு, இந்திய-சீன எல்லைப் போர் முதலியவற்றை அவர்களது கண்ணோட்டத்திலிருந்து மிகத் தெளிவாகவும்

எளிதாகவும் விளக்குவர். இருவருக்கும் அபாரமான ஆங்கில அறிவு. 'இடது கம்யூனிஸ்டுகள்' என்று சொல்லப்பட்டவர்களைப் பிளவு வாதிகள் என்று விமர்சிப்பார்கள். கம்யூனிஸ்ட் கட்சி, கட்டுப்பாடு மிக்க கட்சி என்று பெருந்துறை சானடோரியத்தில் ஆலைத் தொழிலாளிகள் கூறியதற்கும் கட்சியில் ஏற்பட்ட நெருக்கடிக்கும் இருந்த முரண்பாடு என்னைக் குழப்பத்தில் ஆழ்த்தியது. கட்சி இரண்டாக உடைந்துவிட்டது.1964 இறுதியில் கல்கத்தாவில் 'இடது கம்யூனிஸ்டுகள்' நடத்திய கம்யூனிஸ்ட் கட்சியின் ஏழாவது காங்கிரஸில் சிபிஐ(எம்) கட்சியும் உருவாக்கப்பட்டு, ஒரு சில நாள்களுக்குள் அக் கட்சியின் மூத்த தலைவர்கள் எல்லோரும் 'இந்தியப் பாதுகாப்புச் சட்டத்தின்' கீழ் சிறையில் அடைக்கப்பட்டனர். இதற்கிடையில், ஊட்டியில் காங்கிரஸ் ஆதரவாளராக இருந்த தமிழாசிரியரொருவர் நடத்தி வந்த இலக்கிய சங்கமொன்றில் ஜீவா சொற்பொழிவாற்ற வந்திருந்தார். "சென்னைத் துறைமுகம் தொகுதியில் போட்டியிட்டு டெபாசிட் இழந்த ஜீவா உங்கள் முன் நிற்கிறேன்" என்று அவர் பேசத் தொடங்கியபோது கண் கலங்கியவர்களில் நானும் ஒருவன். அப்படிப்பட்ட மாற்றம் எனக்குள் ஏற்பட்டிருந்தது.

இந்தி எதிர்ப்புப் போராட்டத்துடன் சம்பந்தப்பட்டவன் என்ற குற்றச்சாட்டின் பேரில் சுற்றுலாத் துறையிலிருந்து பதவியிறக்கம் செய்யப்பட்ட பிறகு சில மாதங்கள் வேலையில்லாமலிருந்து, பொள்ளாச்சியிலிருந்த தனியார் உரக் கம்பெனியொன்றில் சேர வேண்டியிருந்தது. உர விற்பனை தொடர்பாக நீலகிரி, வால்பாறை, மூணார் தேயிலைத் தோட்டப்பகுதிகளுக்கு ஓயாத பயணங்கள். அப்போது சிபிஐ மும்மொழிக் கொள்கையை ஆதரித்தது; சிபிஎம் கட்டாய இந்தித் திணிப்பை எதிர்த்தது. அது மட்டுமின்றி சி.பி.ஐ காங்கிரஸ் ஆதரவு நிலைப்பாட்டையும் கொண்டிருந்தது. மார்க்ஸியத் தத்துவத்தில் அறிமுகம் பெறத் தொடங்கியிருந்த நான், நேருவுக்குப் பின் வந்த காங்கிரஸ் தலைமை மட்டுமல்ல, ஒட்டுமொத்த காங்கிரஸுமே 'பூர்ஷ்வாக் கட்சி' என்னும் முடிவுக்கு வந்திருந்தேன். அந்தச் சூழலில், எனக்கு பொள்ளாச்சியில் கவிஞர் சிதம்பரநாதனின் மூலமாக சிபிஎம் கட்சியின் பொள்ளாச்சி நகரக் கமிட்டி செயலாளர் சி.ப.வேலுசாமி அறிமுகமானார். அவர் கவிஞரும்கூட. கலை இலக்கியத்தில் மிகுந்த ஈடுபாடுகொண்டிருந்தவர். அவரது அண்ணன் சி.ப.கந்தசாமி, சிபிஐயில் இருந்தார். 'சிபக' என அன்புடன் அழைக்கப்பட்டு வந்த அவர், 1951இல் சேலம் சிறையில் இருந்த கம்யூனிஸ்ட் கைதிகள் மீது துப்பாக்கி சூடு நடந்த போது காயமடைந்த கைதிகளின் உடல்களுக்கடியில் படுத்துக் கொண்டதால் உயிர் தப்பினார் என்று பலரும் சொல்லக் கேள்விப்பட்டேன். சகோதரர்கள்

இருவரும் விளம்பரப் பலகைகள் எழுதும் தொழிலில் இருந்தனர். இளம் வயதிலிருந்தே அரசியல் சுரம் எனது இரத்தத்தில் இருந்து வந்ததாலும் கம்யூனிஸத்தில் பற்று ஏற்பட்டிருந்ததாலும் சிபிஎம் கட்சியின் தேர்வு நிலை உறுப்பினனாகச் சேர்ந்தேன்.

2

எனினும், 1950களின் இறுதியில் முதன் முதலில் கேட்க நேரிட்ட 'சர்வதேச கீதம்' (Internationale) குறித்து சிபிஎம் கட்சியிலிருந்தோ, படித்த நூல்களிலிருந்தோ அதிகம் தெரிந்து கொள்ளவில்லை. கட்சிக் கூட்டங்களில் அந்தப் பாடல் பாடப்பட்ட நிகழ்வு ஏதும் நினைவில் இல்லை. எனினும் கட்சி மாநாடுகளில் அந்தப் பாடல் கட்டாயம் பாடப்படும் என்று கூறுவார்கள். கலை, இலக்கியம் குறித்து லெனின் எழுதிய கட்டுரைத் தொகுப்பொன்றில் அந்தப் பாடல் பற்றிய கட்டுரையைப் படித்த நினைவு உள்ளது.

1970களில் பார்த்த 'டாக்டர் ஷிவாகோ' திரைப்படத்தில் அந்தப் பாடல் இடம் பெறுகிறது என்றாலும் அது 'சர்வதேச கீதம்' என்பது எனக்குத் தெரிந்திருக்கவில்லை (ஜான் ரீடின் புத்தகத்தைத் அடிப்படையாகக் கொண்ட 'தெ ரெட்ஸ்' என்னும் திரைப்படத்திலும் அந்தப் பாடல் வருகிறது.) சாரு மஜூம்தாரின் மறைவுக்கு முன்னரே சிபிஐ (எம்.எல்) கட்சிக்குள் நடந்த கருத்து மோதல்கள், கொடிய அரசு ஒடுக்குமுறை ஆகியவற்றின் விளைவாக அக் கட்சி பல்வேறு குழுக்களாக உடைந்தது. 'அவசரநிலை' காலகட்டம் முடிந்த பின், அந்தக் குழுக்கள் வெகுமக்கள் அமைப்புகளைக் கட்டத் தொடங்கிய காலத்தில் பொதுக்கூட்டங்களிலும் கலை நிகழ்ச்சிகளிலும் 'சர்வதேச கீதம்' பாடப்பட்டது: "பட்டினிக் கொடுஞ்சிறைக்குள் பதறுகின்ற மனிதரே..." எனினும், அது எந்த மெட்டில் பாடப்படுகிறது, பாடப்பட வேண்டும் என்பதை முதன் முதலில் தெரிந்து கொண்டது 1981இல்தான். இந்திய-சீன நட்புறவுக் கழகத்தின் சார்பில் காலஞ்சென்ற நிமாய் கோஷ் முதலானோருடன் சீனாவுக்குச் சென்றுவந்தவர்களிலொருவரான பெங்களூர் குணா, அப்போது சென்னைவாசியாக இருந்த எனது வேண்டுகோளின் பேரில் சில சீன இசைத்தட்டுகளை வாங்கி வந்தார். காகிதம் போல் மெல்லியதாக பிளாஸ்டிக்கில் செய்யப்பட்ட மூன்று இசைத்தட்டுகள். பின்னாளில் (டெங் ஸியாவோ பெங்கின் ஆட்சியின் போது) தடை செய்யப்பட்ட, கலாசாரப் புரட்சி காலப் பாடல்கள் இரண்டு - 'கிழக்கு சிவக்கிறது', 'கப்பலைச் செலுத்துவது மாபெரும் மீகானைப் பொறுத்தது' -ஒரு இசைத் தட்டில் இருந்தன. இன்னொரு இசைத்தட்டில் ஒருபுறம்

'சர்வதேச கீத'த்தின் சீன மொழியாக்கக் குழுப் பாடலும் இன்னொரு பக்கம் அதன் கருவி இசை வடிவமும் (instrumental version) இருந்தன.

ஆந்திரா, மேற்கு வங்கம், டெல்லி ஆகியவற்றில் நக்ஸலைட் குழுக்கள் நடத்திய கலை நிகழ்ச்சிகளிலும் பொதுக்கூட்டங்களிலும் கலந்து கொள்ளும் வாய்ப்புப் பெற்ற போது, 'சர்வதேச கீதம்', சீன இசைத்தட்டில் இருந்த அதே மெட்டில் பாடப்பட்டதைக் கேட்க முடிந்தது. மேற்கு வங்கத் தோழர்கள், 'சர்வதேச கீத'த்தின் ஒவ்வொரு பத்திக்கும் இடையே கடந்தகால, நிகழ்காலப் புரட்சிகரப் போராட்டங்களை வர்ணிப்பர். 'சர்வதேச கீத'த்துடன் செரபாண்ட ராஜுவின் 'கம்யூனிஸ்டுலம், கஷ்ட ஜீவிலம்' பாட்டையும் பாடுவார்கள். அவற்றைக் கேட்கையில் இரத்த நாளங்கள் புடைக்கும்; நரம்புகள் முறுக்கேறும். தமிழ்நாட்டில் ஓரிரு இடங்களில் செயல்பட்டுவந்த எஸ்.யு.சி.ஐ. கட்சியைச் சேர்ந்தவர்கள் அதனை ஆங்கிலத்திலும் வங்காள மொழியிலும் அருமையாகப் பாடுவார்கள் -சீன இசைத்தட்டில் இருந்த அதே மெட்டில். பின்னர் நேபாள மொழியிலும் அதே மெட்டில்தான் அந்தப் பாட்டு பாடப்படுவதைக் கேட்டேன். இன்டெர்நெட் யுகத்தில், சர்வதேச கீதத்தின் பல்வேறு மொழியாக்கங்களைக் கேட்கவும் அவற்றை நமது கணினிகளில் இறக்கிக் கொள்ளவும் முடிகின்றது. தமிழில் மட்டும் இன்னும் ஐம்பது, அறுபது ஆண்டுகளுக்கு முன்பு இருந்தது போல, பாட்டாகவும் இல்லாமல் வசனமாகவும் இல்லாமல் 'பட்டினிக் கொடுஞ்சிறைக்குள் இன்னும் ஏன் பதறிக் கொண்டிருக்க' வேண்டும்? உலகம் முழுவதிலுமுள்ள கம்யூனிஸ்டுகள் அனைவருக்கும் சொந்தமான 'சரவதேச கீத'த்தை, அதன் அசல் மெட்டிலேயே பாடி, பதிவு செய்து, இசைக் குறுந்தகடாகக் கொண்டுவர முடியாதா என்ன?

3

உலகின் முதல் பாட்டாளி வர்க்க அரசான பாரிஸ் கம்யூனின் வீழ்ச்சிக்குப் பிறகே, 'சர்வதேச கீதம்' உதயமானது வரலாற்று முரண். முடிமன்னராட்சியைத் தூக்கியெறிந்த 1789ஆம் ஆண்டு பிரெஞ்சுப் புரட்சி, அது நடந்த சில ஆண்டுகளுக்குப் பிறகு நெப்போலியன் போனபார்ட்டின் புதிய வகையான முடியாட்சிக்கு வழிகோலியது. ஐரோப்பாவிலும் ஆப்பிரிக்காவிலும் தென்னமெரிக்காவிலும் சில நாடுகளை ஆக்கிரமித்து முதல் பிரெஞ்சுப் பேரரசை உருவாக்கிய நெப்போலியனின் படைகள் ரஷியாவில் பெருந் தோல்வியைத் தழுவின. எனினும் நெப்போலியனின் ஆக்கிரமிப்புக்கு உள்ளான ஐரோப்பிய நாடுகளில் நிலப்பிரபுத்துவத்துக்கு எதிரான பிரெஞ்சுப் புரட்சியின் இலட்சியக் கருத்துகள் பரவத் தொடங்கியதால்,

ஐரோப்பாவின் பிற்போக்கு அரசுகள் ஒன்றிணைந்து அவனைத் தோற்கடித்தன. 'முதலாம் நெப்போலியன் போனபார்ட்' என அழைக்கப்பட்ட அவன் முறியடிக்கப்பட்ட பிறகு, பிரெஞ்சுப் புரட்சியின் செல்வாக்கை ஒழித்துக்கட்டுவதற்காக ஐரோப்பாவின் பிற்போக்கு அரசாங்கங்கள் 1812 முதல் 1815 வரை கடுமையான நடவடிக்கைகளை மேற்கொண்டன. 1815இல் ஆஸ்திரியத் தலைநகர் வியென்னாவில் நடந்த ஐரோப்பிய அரசுகளின் மாநாட்டில் (Vienna Congress) ஆஸ்திரியா, ஜார் ரஷியா, பிரஷ்யா ஆகிய மூன்று முடியாட்சி நாடுகளைக் கொண்ட 'புனிதக் கூட்டணி' உருவாக்கப்பட்டது. ஐரோப்பாவில் ஆதிக்கம் செலுத்தி வந்த அந்த 'புனிதக் கூட்டணி', பிரான்ஸில் பழைய பூர்போன் வம்ச முடிமன்னராட்சியை மீண்டும் கொண்டு வந்தது. ஏறத்தாழ பதினைந்து ஆண்டுக் காலம் ஐரோப்பாவில் நிலவிய பிற்போக்கு சக்திகளுக்குச் சிறிது பின்னடைவை ஏற்படுத்தும் வகையில் 1830இல் பிரான்ஸில் நடந்த புரட்சி பூர்போன் வம்ச ஆட்சியைத் தூக்கியெறிந்தது. ஆனால், அரசு அதிகாரம் லூயி ஃபிலிப் என்பவனின் கைக்குப் போய் சேர்ந்தது. புதிய ஓர்லியனிஸ்ட் முடியாட்சி என்று சொல்லப்பட்ட லூயி ஃபிலிப்பின் ஆட்சி, முடியாட்சி வடிவமும் ஜனநாயகமும் வடிவமும் சேர்ந்த கலவை. ஃப்ளெமிஷ் மொழி பேசும் மக்களையும் பிரெஞ்சு பேசும் மக்களின் ஒரு பிரிவினரையும் உள்ளடக்கிய பெல்ஜியம் என்னும் புதிய நாடு உருவாக்கப்பட்ட போதிலும், அது ஹாலந்து போல தேசிய விடுதலைப் போராட்டத்தின் விளைவாக உருவான நாடு அல்ல. போலந்தில் நடைபெற்ற புரட்சி முயற்சிகள் 'புனிதக் கூட்டணி' நாடுகளால் ஈவிரக்கமின்றி நசுக்கப்பட்டன.

முடியாட்சிகளையும் நிலப்பிரபுத்துவத்தையும் எதிர்த்து 1848இல் ஐரோப்பிய நாடுகள் பலவற்றில் நடந்த புரட்சி, 'புனிதக் கூட்டணி'யை ஒழித்துக்கட்டியது என்றாலும், புரட்சி நடந்த அந்த நாடுகளின் பூர்ஷ்வா வர்க்கத்தின் கோழைத்தனத்தின் காரணமாக அது முழுமையான பூர்ஷ்வா (முதலாளி வர்க்க) புரட்சியாக வளராமல் தடுக்கப்பட்டது. நிலப்பிரபுத்துவத்தையும் முடியாட்சியையும் ஒழித்துக்கட்டுவதில் குறிப்பிட்ட கட்டத்திற்கு மேல் பூர்ஷ்வா வர்க்கத்தால் செல்ல முடியவில்லை. ஐரோப்பாவில் முதல் முறையாக சுயேச்சையான அரசியல் பாத்திரத்தை - அது கருநிலையிலான பாத்திரம் என்றாலும் - பாட்டாளிவர்க்கம் வகித்தது அந்தப் புரட்சியில்தான். ஆயுதமேந்திய பாட்டாளி வர்க்கம் பிரான்ஸில் மீண்டும் அரசியல் குடியரசை உருவாக்க வேண்டும் என்னும் கோரிக்கையுடன் நின்று கொள்ளவில்லை; மாறாக, சமூகரீதியான குடியரசும் (பொருளாதார சமத்துவம்) வேண்டும் என்னும் முழக்கத்தை

எழுப்பியது. அதாவது முதலாளிகளின் குடியரசுக்குப் பதிலாக ஏழைகளின், உழைக்கும் மக்களின் குடியரசு உருவாக்கப்பட வேண்டும் என்னும் கோரிக்கையுடன் களமிறங்கியது. எனினும் அந்த வர்க்கத்தாலும் முழு வெற்றி பெற முடியவில்லை. தனது சித்தத்தை, விருப்பத்தை சமுதாயத்தின் மீது நிறுவ முடியவில்லை. பாட்டாளி வர்க்கத்தின் ஆயுதமேந்திய கிளர்ச்சியையும் எழுச்சியையும் கண்டு அதிர்ச்சியும் பீதியுமடைந்த பூர்ஷ்வா வர்க்கம், அதனை மூர்க்கத்தனமாக ஒடுக்கி இரத்த வெள்ளத்தில் மூழ்கடித்தது. ஒரு வர்க்கம் என்னும் முறையில் தனது ஆட்சியைத் தானே நேரடியாக நிறுவுவதற்கான அரசியல் வடிவத்தை உருவாக்குவதற்குக் கையாலாக திருந்த அந்த பூர்ஷ்வா வர்க்கத்துக்குள், தனது நலன்களுக்கு மிகவும் சேவைபுரியக் கூடியது பூர்போன் முடியாட்சியா, ஓர்லியனிஸ்ட் முடியாட்சியா என்பதில் கருத்து வேறுபாடு இருந்தது. பாட்டாளி வர்க்கத்தின் கிளர்ச்சி ஒடுக்கப்பட்டது என்றாலும் அதன் புரட்சி உணர்வு நீறுபூத்த நெருப்பு போல இருந்து வந்தது. எனவே, வெகுமக்கள் கீழேயிருந்து ஓர் அரசு ஆட்சி வடிவத்தை உருவாக்கும் சாத்தியப்பாட்டைத் தடுப்பதற்காக ஒரு வகைப் போலிக் குடியரசை உருவாக்க இசைவு தந்தது பூர்ஷ்வா வர்க்கம். பிரான்ஸில் அன்று சிதறிக் கிடந்த, தன்னைத்தானே ஒழுங்கமைத்துக் கொண்டு தனது சொந்த அரசியல் பிரதிநிதிகளை உருவாக்கிக் கொள்ள முடியாத நிலையில் இருந்த விவசாயி வர்க்கம் தனது நலன்களைப் பிரதிநிதித்துவம் செய்யக்கூடியவன் நெப்போலியன் போனபார்ட்டின் சகோதரன் மகனான லூயி நெப்போலியன் போனபார்ட்தான் எனக் கருதியது. அது போலவே தமது வர்க்கத்தன்மையை இழந்த நகர்ப்புறத்தினரும் அவனை ஆதரிக்கத் தொடங்கினர். அந்த இரு சமூகப் பிரிவினரின் ஆதரவுடனேயே லூயி நெப்போலியன் போனபார்ட், பிரெஞ்சுக் குடியரசின் தலைவனாகத் தேர்ந்தெடுக்கப்பட்டான். அவன் தேர்ந்தெடுக்கப்பட்டதைக் கண்டு பிரெஞ்சு பூர்ஷ்வா வர்க்கம் முதலில் அதிர்ச்சியடைந்தது என்றாலும், தனது ஆட்சிக்கான நிலையான அரசு வடிவத்தை உருவாக்குவதற்கான பாதையை அவன் சுட்டிக்காட்டியதாலும், முடியாட்சியைக் கொண்டு வருவதில் வெவ்வேறு முடிமன்னர் வம்சங்களுக்கிடையே நடந்து வந்த போட்டிகளுக்கான தீர்வொன்றை வழங்கியதாலும் அவனது 'குடியாட்சி முறை'க்கு ஒப்புதல் தந்தது.

லூயி நெப்போலியன் போனபார்ட் குடியரசுத் தலைவனாகத் தேர்ந்தெடுக்கப்பட்ட ஓராண்டுக்குப் பிறகு தன்னை நாட்டின் முடிமன்னனாக 'மூன்றாம் நெப்போலியனாக' அறிவித்துக் கொண்டான். பிரெஞ்சு நாட்டை 'இரண்டாவது பேரரசு' என

அறிவித்தான். பிரெஞ்சு நாடாளுமன்றத்தை வலுவற்றதாக்கி, வாய் பேசாமல் தனது முடிவுகளுக்கு ஒப்புதலளிக்கும் முத்திரையாக மாற்றினான். இலஞ்சமும் ஊழலும் நிறைந்த அவனது சர்வாதிகார ஆட்சியின் கீழ் முன்னுவமை இல்லாத அளவு விபசாரத் தொழிலும் நிதி மோசடிகளும் நடந்தன. அதேவேளை, பூர்ஷ்வா வர்க்கம் அரசியல் செயல்பாடுகளிலிருந்து ஓய்வு பெற்று, தன் தொழில், நிதி நலன்களை மேம்படுத்திக் கொள்வதில் முழு கவனம் செலுத்தவும் அந்த சர்வாதி காரம் உதவியது. அதன் காரணமாக பிரான்ஸ் துரிதமாக தொழில் மயமாக்கப்பட்டது; உற்பத்திச் சக்திகள் பெருமளவில் வளர்ச்சி பெற்றன.

1870இல் பிரான்ஸுக்கும் பிரஷ்யாவுக்கும் நடந்த போர் மூன்றாம் நெப்போலினின் ஆட்சிக்கு முடிவு கட்டியது. அவன் 1870ஆண்டு செப்டம்பர் 2ஆம் நாள் பிரஷ்யத் துருப்புகளால் சிறைபிடிக்கப் பட்டான். ஜெர்மானிய நகரமான மெட்ஸில்(Metz) பிரெஞ்சுத் துருப்புகள் அவமானகரமான தோல்வியைத் தழுவின. அச் சமயம், ஜெர்மனி பல சிற்றரசர்களையும் முடிமன்னர்களையும் கொண்ட சிறு சிறு நாடுகளாக இருந்தது. அவற்றில் பலமிக்கதாக இருந்த பிரஷ்யா, பிஸ்மார்க்கின் தலைமையின் கீழ் ஜெர்மானியப் பிரதேசங்களை ஒன்றிணைத்து ஐக்கிய ஜெர்மானிய தேசத்தை உருவாக்கும் முயற்சியை மேற்கொண்டது. மூன்றாம் நெப்போலியனின் படைகளைத் தோற்கடித்த பிரஷ்ய இராணுவம், பிரெஞ்சு மாநிலமான அல்ஸாஸ் லொர்ரெய்னைக் கைப்பற்றிக் கொண்டதுடன் பிரான்ஸின் மற்ற பகுதிகளையும் அச்சுறுத்தியது.

மூன்றாம் நெப்போலியன் சிறைபிடிக்கப்பட்ட இரண்டு நாள்களுக்குப் பிறகு, அதாவது 1870 செப்டம்பர் 4இல், இரண்டாவது பிரெஞ்சுப் பேரரசைக் கலைத்து பிரான்ஸைக் குடியரசு நாடாக அறிவிப்பதில் பாரிஸ் நகரப் பாட்டாளிவர்க்கம் முதன்மைப் பாத்திரம் வகித்த போதிலும் அரசியல் அதிகாரம் பூர்ஷ்வா வர்க்கத்திடம் சேர்ந்துவிட்டது. "எதிரி பாரிஸ் நகரத்தின் கதவைத் தட்டுகின்ற அளவுக்குக் கிட்டத்தட்ட வந்துள்ள வேளையில், புதிய அரசாங்கத்தைக் கவிழ்க்க மேற்கொள்ளும் முயற்சியனைத்தும் முரட்டுத் துணிச்சலான அறிவற்ற செயல்" என்று மார்க்ஸ் முதல் அகிலத்தின் கூட்டமொன்றில் பேசினார். ஆனால், பிரெஞ்சு பூர்ஷ்வா வர்க்கமோ, பாட்டாளி வர்க்கம் அரசியல் அதிகாரத்தைக் கைப்பற்றுவதைத் தடுக்கும் பொருட்டு எத்தகைய பிற்போக்குச் சக்திகளிடமும் கூட்டுச் சேரத் தயாராக

இருந்தது. மறுபுறம், மூன்றாம் நெப்போலியனின் ஆட்சியின் கீழ் இருந்த நாடாளுமன்றத்தில் பாரிஸ் நகரப் பிரதிநிதிகளாக இருந்தவர்கள், தொடர்ந்து பிரஷ்ய இராணுவத்தின் முற்றுகையின் கீழ் இருந்த பாரிஸைப் பாதுகாப்பதற்கு என்று ஒரு அரசாங்கத்தை உருவாக்க ஒப்புதல் தந்தனர். இராணுவம் போன்ற அமைப்பான 'தேசியக் காவலர்கள்' (National Guards) என்னும் படையில் ஆயுதம் ஏந்தும் ஆற்றலுள்ள அனைவரும் சேரலாம் என்று அறிவித்தனர். பாரிஸ் நகர மக்களில் மிகப் பெரும்பாலானோர் உழைக்கும் மக்களாதலால், அந்தப் படையில் சேர்ந்தவர்களில் பெரும்பாலானோரும் அவர்களாகத்தான் இருந்தனர். எனவே, ஆயுதமேந்திய தொழிலாளர் களுக்கும் புதிதாக உருவாக்கப்பட்ட பூர்ஷ்வா அரசாங்கத்துக்கு மிடையே பகிரங்கமான மோதல் ஏற்படுவது தவிர்க்கமுடியாத தாகியது. தோல்வியைத் தழுவும் நிலைக்குத் தள்ளப்பட்ட பூர்ஷ்வா வர்க்கம், பிரஷ்ய இராணுவம் பிரான்ஸுடன் நடத்தி வந்த போருக்கு முற்றுப்புள்ளி வைத்துவிட்டு, 'சட்டம் ஒழுங்கை' நிலைநாட்டப் பிரஷ்யத் துருப்புகள் தனக்கு உதவ வேண்டும் என விரும்பியது. ஆக, பூர்ஷ்வா வர்க்கம் உருவாக்கிய 'தேசியப் பாதுகாப்புக்கான அரசாங்கம்' *1871*ஜனவரி *28* அன்று பிரஷ்யர்களிடம் சரணடைந்ததுடன் பாரிஸ் நகரையும் அவர்களிடம் ஒப்படைக்க முடிவு செய்தது. ஆனால், பாட்டாளி வர்க்கம் ஆயுதமேந்தியிருந்ததால் அந்த விருப்பம் நிறைவேறவில்லை. ஆயுதமேந்திய பாரிஸ் தொழிலாளர்களை சமாளிப்பது லூயி நெப்போலியன் போனபார்ட்டின் இராணுவத்தைத் தோற்கடித்ததை விட மிகக் கடினமானது என்பதை உணர்ந்த பிரஷ்யர்கள், 'தேசியக் காவலர்க'ளுடன் தனியாக ஒரு போர் நிறுத்த ஒப்பந்தத்தைச் செய்து கொண்டனர்.

எனவே பூர்ஷ்வா வர்க்கம், பாரிஸ் நகரத் தொழிலாளிகளின் செல்வாக்கை ஒழிப்பதற்காகப் போட்டி அதிகார மையமொன்றை உருவாக்க முடிவு செய்து, வெர்ஸே நகரைக் கைப்பற்றி, 1789ஆம் ஆண்டுப் பிரெஞ்சுப் புரட்சியால் தூக்கியெறியப்பட்ட பதினாலாம் லூயி மன்னனும் பிற பிரெஞ்சு அரசர்களும் ஆட்சி புரிந்து வந்த கோட்டைக்கு பிரெஞ்சு நாடாளுமன்றத்தைக் கொண்டு சென்று, அதில் மாற்றங்கள் செய்தது. பூர்ஷ்வா வர்க்கத்தின் நடவடிக்கைக்குத் தலைமை தாங்கிய அடால்ஃப் தியெ (Adolphe Thiers), பிரெஞ்சு முடியாட்சியை ஆதரித்த பூர்ஷ்வாக்களின் ஓர்லியனிஸ்ட் பிரிவின் தலைவனாவான். பாட்டாளிவர்க்கத்தின் மீது தியெ நடத்திய மிக மூர்க்கத்தனமான தாக்குதல்களை முதல் அகிலம் எனப்படும் சர்வதேச

தொழிலாளர் சங்கத்தில் ஆற்றிய உரையில் ('பிரான்ஸில் உள்நாட்டுப் போர்') மார்க்ஸ் எடுத்துக் கூறினார். பாரிஸ் நகரத் தொழிலாளிகளைப் பெரும்பான்மையினராகக் கொண்ட 'தேசியக் காவலர்க'ளை நிராயுதபாணியாக்குவதுதான் வெர்ஸேவிலிருந்த பூர்ஷ்வா அரசாங்கத்தின் முதல் நடவடிக்கை. பாரிஸ் நகரிலுள்ள மோன்மோர்த் என்னு மிடத்தில் தேசியக் காவலர்கள் வைத்திருந்த பீரங்கியைத் திருடிக்கொண்டு வருமாறு தியெ தனது ஆட்களை அனுப்பினான். ஆனால், பாரிஸ் நகர வெகுமக்கள், தேசியக் காவலர்கள், பூர்ஷ்வா அரசாங்கத்தின் இராணுவத்திலிருந்து வெளியேறி பாரிஸ் தேசிய காவலர்களுடன் சேர்ந்துகொண்ட படைவீரர்கள் ஆகியோரின் கூட்டு முயற்சியால் தியெவின் திட்டம் தகர்க்கப்பட்டது. பாரிஸ் கம்யூனில் பங்கேற்றவரும் அதன் வரலாற்றை எழுதியவருமான லிஸ்ஸகரே (Lissagaray) [அவர் பிரெஞ்சு மொழியில் எழுதிய நூல்,மார்க்ஸின் மகள் எலியனார் மார்க்ஸால் ஆங்கில மொழியாக்கம் செய்யப்பட்டது.அதன் இந்தியப் பதிப்பொன்று பல ஆண்டுகளுக்கு முன் பி.டி.ரணதிவேயின் அறிமுகவுரையுடன் வெளியானது], தியெ அனுப்பிய படைவீரர்களை முற்றுகையிட்டவர்களின் முன்னணியில் நின்றவர்கள் பெண்கள் என்று கூறுகிறார். தியெ அனுப்பிய படைவீரர்களுக்குத் தலைமை தாங்கிய லெகோம்தெ, க்ளெமெண்ட் தாமஸ் ஆகியோர் புரட்சிகரத் தொழிலாளிகளால் உடனடியாகச் சுட்டுக் கொல்லப்பட்டனர். ஆனால் இதுபோன்று, பாரிஸ் நகரத் தொழிலாளிகள் சிறிதும் தயக்கம் காட்டாமல் எதிரிகளை ஒழித்துக்கட்டிய நிகழ்ச்சிகள் மிக அரிதாகவே நடந்தன.

பாரிஸ் 'தேசியக் காவலர்க'ளை நிராயுதபாணிகளாக்கச் செய்யப்பட்ட முயற்சி முறியடிக்கப்பட்டதும், அவர்களது மத்திய குழு அரசியல் அதிகாரத்தைத் தனது கையில் எடுத்துக் கொண்டு, 1871 மார்ச் 26ஆம் தேதி கம்யூனுக்கான தேர்தலை நடத்தி 28ஆம் தேதி, தேர்ந்தெடுக்கப்பட்ட பிரதிநிதிகளிடம் அதிகாரத்தை ஒப்படைத்தது. வயது வந்த ஆண்கள் அனைவருக்கும் வாக்குரிமை என்னும் அடிப்படையில் நடந்த முதல் தேர்தல் அதுதான். பொருளாதாரத் தகுதி, சமூகத் தகுதி என்னும் அடிப்படையில் மட்டுமே வாக்குரிமை வழங்கப்பட்ட வந்த அந்த நாட்டில் அது மிகவும் முற்போக்கான நடவடிக்கைதான் என்றாலும், பெண்களுக்கு வாக்குரிமை தரப்படாதது பெருங்குறை - சமூக, பொருளாதார, பண்பாட்டுத் துறைகள்

அனைத்திலும் கம்யூனில் பெண்களுக்கு சம உரிமை வழங்கப் பட்டிருந்தபோதிலும்.

பாரிஸ் கம்யூன் என்பது கிட்டத்தட்ட இலண்டன், மும்பை, சென்னை போன்ற பெருநகரங்களிலுள்ள நகராட்சி அமைப்பு போன்றதாகும். அச்சமயம் பாரிஸ் நகரம் இருபது மாவட்டங்களாக (districts or arrondisements) பிரிக்கப்பட்டிருந்தது. அவைதான் தேர்தல் தொகுதிகள். பிரஷ்ய-பிரெஞ்சுப் போருக்குப் பிறகு பாரிஸ் பூர்ஷ்வா வர்க்கமும்கூட பாரிஸ் கம்யூனுக்குத் தேர்தல் நடத்த முடிவு செய்திருந்தது. அதனுடைய திட்டத்தின்படி ஒவ்வொரு மாவட்டமும் மூன்று உறுப்பினர்களை (கவுன்சிலர்கள்) தேர்ந்தெடுக்க வேண்டும். அதாவது பாரிஸ் கம்யூனுக்கு மொத்தம் 60 உறுப்பினர்கள் தேர்ந்தெடுக்கப்பட வேண்டும். ஆனால், பூர்ஷ்வா வர்க்கம் முன்பு தீட்டியிருந்த திட்டப்படி, ஒவ்வொரு தொகுதியிலும் உள்ள மக்கள் தொகையைக் கணக்கிலெடுத்துக் கொள்ளாமல் ஒவ்வொரு தொகுதிக்கும் ஒரே சீராக மூன்று உறுப்பினர்கள் என்று வைத்துக் கொள்வது அந்த வர்க்கத்துக்குத்தான் இலாபம். ஏனெனில், பாரிஸின் 11ஆவது தொகுதியில் இருந்த மக்களின் எண்ணிக்கை 1,50,000; ஆனால் பூர்ஷ்வாக்கள் வாழ்ந்து வந்த மேட்டுக்குடி தொகுதியில் மக்கள் எண்ணிக்கை 45,000 மட்டுமே. எனவே இரண்டு தொகுதிகளுக்கும் தலா மூன்று உறுப்பினர்கள் என்பது உண்மையான மக்கள் பிரதிநிதித்துவம் ஆகாது என்பதால் 'தேசியக் காவலர்க'ளின் மத்தியக் குழு பாரிஸ் நகரில் ஒவ்வொரு இருபதாயிரம் பேருக்கும் ஒரு பிரதிநிதி என்று கணக்கு வைத்துத் தேர்தலை நடத்தியது. அந்த அடிப்படையில் மொத்தம் 90 உறுப்பினர்கள் தேர்ந்தெடுக்கப்பட்டனர்.

தேர்ந்தெடுக்கப்பட்ட உறுப்பினர்களைக் கொண்ட கம்யூன் செய்த பணிகளை மார்க்ஸ் 'பிரான்ஸில் உள்நாட்டுப் போர்' கட்டுரையில் பட்டியலிட்டுக் காட்டியுள்ளார்: 1871 ஏப்ரல் 30ஆம் தேதி, (பழைய அரசுகள் கடைப்பிடித்து வந்ததற்கு மாறாக)நிலையான இராணுவத்துக்குக் (Standing Army) கட்டாயமாக ஆள் சேர்க்கும் வழக்கம் ஒழித்துக்கட்டப் பட்டது; 'தேசியக் காவலர்கள்' மட்டுமே ஒரே இராணுவப் படை என்று அறிவிக்கப்பட்டு, ஆயுதமேந்தும் தகுதியுள்ள அனைவரும் அதில் சேரலாம் என்ற ஆணை பிறப்பிக்கப்பட்டது; போர்க்காலத்தில் பிரெஞ்சு அரசு வாங்கியிருந்த கடன்கள் அனைத்தும் இரத்து செய்யப்பட்டன; ஏழைகளிடமிருந்து கைப்பற்றப்பட்ட பொருள்களை விற்பது தடை செய்யப்பட்டது; "கம்யூனின் கொடி உலகக் குடியரசின் கொடியே" என்னும் முழக்கத்துடன் வெளிநாட்டவர்கள் கம்யூனுக்குத் தேர்த்தெடுப்படுவதற்கு ஒப்புதல் தரப்பட்டது; நீதிபதிகள் உள்ளிட்ட

அனைத்து அதிகாரிகளும் அலுவலர்களும் கம்யூனால் தேர்ந்தெடுக்கப் படுவர்; பயிற்சி பெற்ற (skilled) தொழிலாளர்களுக்குத் தரப்படும் அதே ஊதியம்தான் அவர்களுக்கும் தரப்படும்; மக்களின் அதிருப்திக்கு உள்ளாகும் பிரதிநிதிகள் திருப்பி அழைத்துக் கொள்ளப்பட்டு, அவர் களுக்குப் பதிலாக மக்களின் நம்பிக்கைக்குப் பாத்திரமானவர்கள் தேந்தெடுக்கப்படுவர்; மத நிறுவனங்களும் அரசும் வெவ்வேறாகப் பிரிக்கப்பட்டு திருச்சபையின் உடைமைகள் நாட்டுடைமையாக்கப் பட்டன; பள்ளிக்கூடங்களில் மதச் சின்னங்களைப் பயன்படுத்துவது தடை செய்யப்பட்டது; சிரச்சேதம் செய்து மரண தண்டனையை நிறைவேற்றுவதற்குப் பயன்படுத்தப்பட்டு வந்த கியோட்டின் கருவி பகிரங்கமாக தீயிட்டுக் கொளுத்தப்பட்டது; போர் வெறி, பிற நாடுகளை வெற்றி கொள்ளுதல் ஆகியவற்றின் குறியீடாகவும் நெப்போலியன் போனபார்ட்டின் நினைவுச் சின்னமாகவும் இருந்த வெண்டூம் தூண் (Vendome Column) உடைத்தெறியப்பட்டது; தொழிற்சாலைகளில் முன்பு இருந்தவையும் அவற்றின் உடைமை யாளர்களால் இழுத்து மூடப்பட்டவையுமான தொழிலாளர் கூட்டுறவு அமைப்புகள் மீண்டும் தொடங்கப்பட்டன; ரொட்டி தயாரிக்கும் தொழிலாளர்கள் இரவு நேரங்களில் வேலை செய்வது தடை செய்யப்பட்டது; அடகுக் கடைகள் இழுத்து மூடப்பட்டன; 1789ஆம் ஆண்டு பூர்ஷ்வா புரட்சியின் போது பதினாலாம் லூயி சிரச்சேதம் செய்யப்பட்டதற்குக் கழுவாய் தேடிக் கொள்வதற்காகக் கட்டப்பட்ட தேவாலயம் (Chapel of Atonement) தரைமட்டமாக்கப்பட்டது.

கலை விவகாரங்களை நிர்வகிக்கவும், அருங்காட்சியகங்களில் உள்ள கலைப் பொருள்களைப் பாதுகாக்கவும் கலை ஆணைய மொன்றை அமைத்த கம்யூன் தலைமை, புகழ்பெற்ற பிரெஞ்சு ஓவியர் கிஸ்தாவ் கூர்பெவை (Gustav Courbet) அதற்குத் தலைவராக்கியது. கலைஞர்களின் சுதந்திரம், தனிமனித சுதந்திரம் ஆகியவற்றை வலியுறுத்தி வந்த அவரும் தேர்தலின் மூலம் கம்யூனுக்குத் தேர்ந்தெடுக்கப்பட்டவர்களிலொருவர்.

ஆனால், 'பிரான்ஸில் உள்நாட்டுப் போர்' புத்தகத்துக்கு எழுதிய முன்னுரையில் எங்கெல்ஸ் குறிப்பிடுவது போல, மேற்சொன்ன புரட்சிகரமான நடவடிக்கைகள் குறுகிய காலத்திலேயே முற்றுப் பெற்றுவிட்டன. காரணம், 1871ஆம் ஆண்டு மே மாதத்திலிருந்தே கம்யூனார்டுகளின் சக்தி முழுவதும், நாளுக்கு நாள் எண்ணிக்கை பலம் கூடி வந்த வெர்ஸே அரசாங்கத்தின் இராணுவத்தை எதிர்கொள் வதற்காகச் செலவிடப்பட்டது. எனவே, தங்கள் உயிர்களைப் பாதுகாத்துக் கொள்ளப் போராடும் நிர்பந்தத்துக்கு ஆளான அவர்களால் புரட்சிகர நடவடிக்கைகளைத் தொடர்ந்து மேற்கொள்ள முடியவில்லை. பாரிஸ்

நகரத்தின் மேற்கு, தெற்கு எல்லைகளிலிருந்து பிரஷ்யப் படை யெடுப்புகள் நடந்துகொண்டிருந்ததால், 'தேசியக் காவலர்கள்' பின்வாங்கிப் போரிட வேண்டியிருந்தது; பிரஷ்யப் படைகள் முன்னேறி வருவதைத் தாமதப்படுத்துவதற்காக, பாரிஸ் நகரத்தில் சில பகுதிகளுக்குக் கம்யூனார்டுகளே தீ வைத்தனர். கம்யூனார்டுகளை வேட்டையாடுவதில் பிரஷ்ய, ஜெர்மானியத் துருப்புகளைவிட அதிக முனைப்பும் வேகமும் காட்டியவை வெர்ஸேவிலிருந்த பிற்போக்குப் பிரெஞ்சுத் துருப்புகளாகும். பிரஷ்யத் துருப்புகளுக்கிடையே நுழைந்து தப்பிச் செல்லும் பேறு பெற்ற சில கம்யூனார்டுகள் அந்தத் துருப்புகளைச் சேர்ந்த சாமனியப் படைவீரர்களின் அனுதாபத்தையும் ஒருமைப்பாட்டையும் பெற்றனர். ஆனால் பிரெஞ்சுத் துருப்புகளோ கண்ணுக்குத் தென்பட்டவர்களையெல்லாம் சுட்டுத் தள்ளின. மே 28 அன்று பாரிஸின் கிழக்குப் பகுதியும் முதன்மையான பாட்டாளி வர்க்கத் தொகுதியுமான பெல்வீல் (Bellville) என்னுமிடத்தில் ஆயுத மேந்திய 'தேசியக் காவலர்க'ளின் கடைசிப் பிரிவும் தோற்கடிக்கப் பட்டது.

பூர்ஷ்வா இராணுவம் நடத்திய மூர்க்கதனமான தாக்குதலில் பல்லாயிரக்கணக்கானோர் (ஆண்கள், பெண்கள், குழந்தைகள்) சுட்டுக் கொல்லப்பட்டனர். ஆயிரக்கணக்கானோர் சிறையில் தள்ளப்பட்டனர். இன்னும் சில ஆயிரக்கணக்கானோர் பிரெஞ்சுக் காலனித் தீவான நியூ கடலோனியாவுக்குக் கொண்டு செல்லப்பட்டு அங்கு வதை முகாம்களில் அடைக்கப்பட்டனர். 1930களில் ஜெர்மனியில் ஆட்சிக்கு வந்த நாஜிகள் யூதர்களைச் சித்திரவதை செய்ய உருவாக்கிய வதை முகாம்களுக்கு முன்னோடியாக இருந்தன நியூ கடலோனியா முகாம்கள்.

1789ஆம் ஆண்டு பிரெஞ்சுப் புரட்சியின் போது பதினாலாம் லூயி மன்னன் கியோட்டின் கொலைக்கருவி மூலம் சிரச்சேதம் செய்யப்பட்டதற்குக் கழுவாய் தேடிக் கொள்ளும் பொருட்டு, பாரிஸிலுள்ள மோன்மோர்த் என்னுமிடத்தில் பூர்ஷ்வாக்களால் கட்டப்பட்ட தேவாலயம் கம்யூன் புரட்சிவாதிகளால் இடித்துத் தள்ளப்பட்டதலலவா? அதே இடத்தில் வெர்ஸெ பூர்ஷ்வாக்கள் புதிய தேவாலயத்தைக் கட்டினர்-கம்யூனார்டுகள் படுகொலை செய்யப் பட்டதைக் கொண்டாடுவதற்காக.

கம்யூனின் கலை ஆணையத்தின் தலைவராக இருந்த கிஸ்தாவ் கூர்பே மீதும் பூர்ஷ்வாக்களின் ஆத்திரம் திரும்பியது. நெப்போலியன்

போனபார்ட்டின் நினைவுச் சின்னமாக வைக்கப்பட்டிருந்த வெண்டும் தூண் இடித்துத் தகர்க்கப்பட்டது அல்லவா? அதை இடித்துத் தள்ள ஆணை பிறப்பித்தவர் கூர்பேதான் என்று பூர்ஷ்வா வர்க்கம் கருதியது. உண்மை அதுவல்ல என்றாலும், அவர்களால் சிறைப்பிடிக்கப் படுவதைத் தவிர்ப்பதற்காக ஸ்விட்ஸர்லாந்துக்குத் தப்பியோடி விட்டார் கூர்பே.

கம்யூனுக்குத் தேர்ந்தெடுக்கப்பட்ட வேறு சிலரும் எப்படியோ வெர்ஸே துருப்புகளிடம் பிடிபடாமல் தப்பித்துச் சென்றுவிட்டனர். அவர்களிலொருவர்தான் யூஜின் போட்டியெ (Eugene Pottier). அவர் எழுதியதுதான் 'சர்வதேச கீதம்'.

4

*1943*ஆம் ஆண்டில் இத்தாலிய பாசிஸ்ட் சர்வாதிகாரி முஸ்ஸோலினி வீழ்ந்ததையடுத்து அமெரிக்க அரசாங்கத்தின் போர் தகவல் அலுவலகம் (Office of War Information), ஓர் ஆவணப் படத்தை வெளியிட்டது. அது இத்தாலியின் புகழ்பெற்ற இசையமைப்பாளர் (composer) வெர்தியின் (Verdi) 'தேசங்களின் புகழ் பாட்டு' (Hymn of the Nations) என்னும் இசைப் படைப்பை இத்தாலிய இசைக் கலைஞர் அர்த்துரோ தோஸ்கோனினியின் (Arturo Toscanini) இயக்கத்தில் ஆர்கெஸ்ட்ராக் குழுவொன்று இசைப்பதைப் பற்றிய ஆவணப் படம். தோஸ்கானினி, முஸ்ஸோலியின் பாசிச சர்வாதிகாரத்தை எதிர்த்த இத்தாலியக் கலைஞர்களிலொருவர். பாசிசத்தின் ஒடுக்குமுறைக்குத் தாக்குப்பிடிக்க முடியாமல், அமெரிக்காவுக்குப் புலம்பெயர்ந்து சென்றவர். இரண்டாம் உலகப் போரில் நேச நாடுகளின் தாக்குதலின் விளைவாக, முஸ்ஸோலினியின் ஆட்சி வீழ்ந்த போது, அதைக் கொண்டாடுவதற்காக அமெரிக்க அரசாங்கம், தோஸ்கானினி இயக்கும் இசை நிகழ்ச்சிக்கு ஏற்பாடு செய்திருந்தது. பாசிசத்தை முழுமூச்சுடன் எதிர்த்தவரும் உலகில் என்றென்றும் அமைதி நிலவ வேண்டும் என்னும் விருப்பத்தைக் கொண்டிருந்தவருமான தோஸ் கானினி, வெர்தியின் மூல இசைப் படைப்பில் சில மாற்றங்களைச் செய்தார். வெர்தியின் மூல இசைப் படைப்பில் மகா பிரிட்டன், பிரான்ஸ், இத்தாலி ஆகியவற்றின் தேசிய கீதங்கள் மட்டுமே இடம் பெற்றிருந்தன. ஆனால் தமது இயக்கத்தில் அந்தப் படைப்பு இசைக்கப்படும்போது, தோஸ்கோனினி இரண்டாம் உலகப் போரில் நேச நாடுகளாக இருந்த அமெரிக்காவையும் சோவியத் யூனியனையும்

கௌரவிப்பதற்காக அமெரிக்காவின் தேசிய கீதத்தையும் 'சரவதேச கீதத்'தையும் சேர்த்திருந்தார்.

கெடுபிடிப் போர் (cold war) தொடங்கியவுடனேயே, அமெரிக்க அரசாங்கத்தின் தணிக்கை அதிகாரிகள் அந்த ஆவணப்படத்தில் காட்டப்படும் இசை நிகழ்ச்சியில் 'சர்வதேச கீதம்' பகுதியை நீக்கிவிட்டனர். ஆனால் 1980களில் அமெரிக்காவில் உள்ள லைப்ரரி ஆஃப் காங்கிரஸ் என்ற நிறுவனத்தில் திரைப்படங்களைப் பாதுகாத்து வைக்கும் பொறுப்பில் இருந்தவர்களின் முயற்சி காரணமாக, அந்த ஆவணப் படம் அதன் மூல வடிவத்தைப் பெற்றுவிட்டது. அதாவது 'சர்வதேச கீத'த்தை குழுப்பாடலாகப் பாடும் காட்சி மீண்டும் அந்தப் படத்தில் சேர்க்கப்பட்டது.

மானுட வரலாற்றில் காணப்படும் போராட்டப் பாடல்களில் முன்னுவமை இல்லாததும் இந்தப் பூமியில் உள்ள நாடுகள் அனைத்திலும் நூற்றுக்கணக்கான மொழிகளில் பாடப்பட்டுள்ளதுமான பாடலே 'சர்வதேச கீதம்'. பாரிஸ் கம்யூன் 1871 ஜூன் மாதம் நசுக்கப் பட்டு இரத்த வெள்ளத்தில் மூழ்கடிக்கப்பட்ட சில வாரங்களுக்குப் பிறகே அது எழுதப்பட்டது. முதல் அகிலம் (First International) எனச் சொல்லப்படும் 'முதல் சர்வதேசத் தொழிலாளர் சங்கத்தை'க் (International Working Men's Association:1864-76) குறிப்பிடுவதுதான் 'Internationale' என்னும் கவிதை. யூஜின் போட்டியெவின் மூலக் கவிதையை marxists.org என்னும் இணைய தளத்திற்காக வரிக்கு வரி அப்படியே ஆங்கிலத்தில் மொழியாக்கம் செய்துள்ள மிட்செல் அபிடோர் கூறுகிறார்: ஒடுக்குமுறையாளர்களால் மரண தண்டனை விதிக்கப்பட்ட போட்டியெ, அவர்களின் கண்ணுக்குத் தென்படாமல் தலைமறைவாக இருந்து கொண்டு, இலண்டனுக்குத் தப்பிச் செல்ல முயன்று கொண்டிருந்த நாள்களில் எழுதப்பட்ட கவிதைதான் அது. 1887ஆம் ஆண்டு வெளிவந்த அவரது கவிதைத் தொகுப்பான 'புரட்சிப் பாடல்கள்' என்னும் தொகுப்பில் இடம் பெற்றிருந்த அந்தக் கவிதை, கம்யூன் உறுப்பினரான லெஃப்ரான்ஸெஸ் (Lefrancaise) என்பவருக்கு அர்ப்பணிக்கப்பட்டிருந்தது. அந்தக் கவிதை எழுதப்பட்ட ஓராண்டுக்குப் பிறகு அதைப் பாட்டாகப் பாடும் வண்ணம் அதற்கான மெட்டு பியெர் டெ கிடெ(Pierre De Geyter) என்னும் மற்றொரு பிரெஞ்சுக்காரரால் அமைக்கப்பட்டது. ஆனால், அது சர்வதேசத் தொழிலாளர் அமைப்புகளிடையே உடனடியாகப் பிரபல்யம் அடையவில்லை. 1887இல் ஸ்விஸ் நகரமான ஜூரிக்கில் எங்கெல்ஸ் கலந்துகொண்ட சர்வதேசத் தொழிலாளர் காங்கிரஸில் அந்த மாநாட்டுக்கு வந்திருந்த

பிரதிநிதிகள், அந்தக் காலத்தில் புரட்சிப் பாடலாகக் கருதப்பட்டு வந்த மார்ஸேயய்ஸ் (Marseillaise) என்பதைத்தான் பாடினர். அது, பிரெஞ்சுப் பூர்ஷ்வா வர்க்கப் புரட்சியின் பாடல். பிரெஞ்சு சோசலிஸ்ட் கட்சியில் இருந்த ஜுல்ஸ் கெஸ்ட் (Jules Guesde) என்னும் தலைவரின் ஆதரவாளர்களாக இருதவர்கள்தான்- ட்ரெய்ஃபஸ் விவகாரத்தின்[1] போது- முதன்முதலாக அதை சோசலிஸ்டுகளின் பாடலாக ஏற்றுக்கொண்டனர் என்றும், 1900ஆம் ஆண்டு பாரிஸில் நடைபெற்ற சர்வதேச சோசலிஸ்ட் காங்கிரஸில் அதனை முதன் முதலாக இசைக்கச் செய்தனர் என்றும் மிகெய்ல் வினோக் (Michael Winock) என்னும் பிரெஞ்சு வரலாற்றாசிரியர் கூறுகிறார்.

ஆனால்,'Internationale' என்னும் ஆங்கில ஆவணப் படத்தைத் தயாரித்து 2000ஆம் ஆண்டில் வெளியிட்ட அமெரிக்க முற்போக்கு ஆவணப் பட இயக்குநர் பீட்டர் மில்லெர் கூறும் தகவல்கள் மேற்சொன்ன தகவல்களிலிருந்து சற்று வேறுபடுகின்றன: இந்த புவிக்கோளத்தில் நாயினும் கேடாய் நலிவுற்று வாடும் ஒடுக்கப்பட்ட, சுரண்டப்பட்ட மக்கள் ஒடுக்குவோர்களுக்கு எதிரான இறுதிச்

1. ஆல்ஃப்ரெட் ட்ரெய்ஃபஸ் (Alfred Dreyfus), ஜெர்மனியிடமிருந்து பிரான்ஸால் கைப்பற்றப்பட்ட அல்ஸாஸ் பகுதியிலிருந்த ஒரு யூதத் தொழிலதிபரின் மகன். அவரது தந்தை 1871 இல் பிரெஞ்சுக் குடியுரிமை பெற்றார். பிரெஞ்சுப் பள்ளிகளிலும் கல்லூரிகளிலும் படித்துப் பட்டம் பெற்ற ஆல்ஃப்ரெட் ட்ரெய்ஃபஸ், பிரெஞ்சு இராணுவத்தில் சேர்ந்து படிப்படியாக இராணுவத் தளபதி (captain) பதவியைப் பெற்றார். கல்லூரி நாள்களிலேயே யூத விரோதப் பிரசாரத்தால் பாதிக்கப்பட்ட அவர், இராணுவத்தில் பணியாற்றுகையிலும் அத்தகைய பிரச்சனைகளைச் சந்தித்தார். கடைசியில் தேசத் துரோகக் குற்றம் சாட்டப்பட்டு, இராணுவப் பதவியிலிருந்து நீக்கப்பட்டு, சிறைத் தண்டனை விதிக்கப்பட்டார். ‘சாத்தானின் தீவு’ (Devil's Island) என்னும் தீவிலுள்ள சிறைச்சாலையில் அடைத்துவைக்கப்பட்டிருக்கையில், தமது அனுபங்களைத் தொகுத்து எழுதினார். அன்று பிரான்ஸிலிருந்த யூத விரோதவாதத்தை எதிர்த்துப் போராடிய உலகப் புகழ் பெற்ற எழுத்தாளர் எமிலி ஜோலா (Emile Zola), பாரிஸ் நாளேடொன்றில் ‘நான் குற்றம் சாட்டுகிறேன்’ (J'accuse) என்னும் புகழ்பெற்ற கட்டுரையை எழுதினார். பிரெஞ்சு இராணுவத்திலும் அரசாங்கத்திலும் இருந்த யூதவிரோத மனப்பான்மையின் காரணமாக எவ்வாறு ட்ரெய்ஃபஸ் மீது பொய் வழக்கு போடப்பட்டு அவர் அநியாயமாகத் தண்டிக்கப்பட்டார் என்பதை அம்பலப்படுத்தியதுடன் அவரது வழக்கை மறு விசாரணைக்குக் கொண்டு வருவதற்கான இயக்கத்தை நடத்தினார். அவரது பிரசாரத்தின் விளைவாக ட்ரெய்ஃபஸுக்கு மன்னிப்பு வழங்கப்பட்டது. ஆனால் அரசாங்கத்தையும் நீதி மன்றத்தையும் அவதூறு செய்ததாக ஜோலா குற்றம் சாட்டப்பட்டு, அவருக்கு சிறைத் தண்டனையும் வழங்கப்பட்டது. சிறைக்குச் செல்வதைத் தவிர்ப்பதற்காக ஜோலா இங்கிலாந்திற்குத் தப்பிச் சென்றார். பிரான்ஸில் புதிய அரசாங்கம் பொறுப்பு ஏற்றுக்கொண்ட பிறகு திரும்பி வந்த அவர் நீண்ட நாள் வாழவில்லை.

சண்டையை நடத்துமாறு அறைகூவல் விடுக்கும் அந்தக் கவிதையையும் வேறு சில கவிதைகளையும் சேர்த்து 'புரட்சிப் பாடல்கள்' என்னும் கவிதைத் தொகுப்பாக 1887இல் வெளியிட்டார் போட்டியெ. அந்தக் கவிதைத் தொகுப்பு 1888ஜூன் மாதம் பியெர் டெகிடெவின் கைக்குக் கிடைத்தது. லீல் (Lille) என்னும் பிரெஞ்சு நகரத்தில் தொழிலாளர் இசைக் குழுவொன்றின் தலைவராக இருந்த அவர், அந்தக் கவிதையைப் பாடலாகப் பாடுவதற்கான மெட்டமைத்து, அதை எவ்வாறு பாட வேண்டும் என்பதைத் தனது குழுவிற்குக் கற்பித்தார். முற்போக்கான தொழிலாளர் இயக்க மரபையும் ஏராளமான தொழிலாளர் இசைக் குழுக்களையும் கொண்டிருந்த அந்த நகரத்தில் இந்தப் பாட்டு உடனடியாகப் பிரபல்யம் பெற்றது. 1896ஆம் ஆண்டு, லீல் நகரத்தில் பிரெஞ்சுத் தொழிலாளர் கட்சியின் (Workers Party of France) தேசியக் கூட்டம் நடந்தபோது, நாடெங்கிலுமிருந்தும் வந்திருந்த பிரதிநிதிகளால் அந்தப் பாட்டு இசைக்கப்பட்டது. அதன் பிறகு, பிரான்ஸ் முழுவதிலுமிருந்த சோசலிஸ்டுகள், ஆட்சிமறுப்பியர்கள், தொழிற்சங்கவாதிகள் ஆகியோரால் தங்களது பாடலாக ஏற்றுக் கொள்ளப்பட்டு அதுவரை பிரான்ஸின் புரட்சிகரப் பாடலாகக் கருதப்பட்டு வந்த 'மார்ஸேய்ஸ்' நிராகரிக்கப்பட்டது. பிறகு டென்மார்க்கின் தலைநகரமான கோபன்ஹேகனில் பிரெஞ்சு சோசலிஸ்டுகளின் முயற்சியால், 500 இசைவாணர்களும் பாடகர்களுமடங்கிய குழு அந்தப் பாடலை, பல்வேறு மொழிகளில் இசைக்க வைத்து, அது உடனடியாகப் பிரபல்யமடையும்படி செய்தது. பின்னாளில் அது 'சோவியத் யூனியனுடன் தொடர்புடைய பாடல்' என்னும் கருத்து மேன்மேலும் வளரத் தொடங்கியது என்றாலும், ஆசிய, ஆப்பிரிக்க, இலத்தின் அமெரிக்க நாடுகளின் விடுதலைப் போராட்ட இயக்கங்களாலும் பாடப்பட்டது. 1968இல் பாரிஸில் மாணவர்களும் இளந் தொழிலாளிகளும் நடத்திய புரட்சிகரப் போராட்டத்திலும், 1989இல் சீன மாணவர்கள் தியனென்மென் சதுக்கத்தில் நடத்திய போராட்டத்திலும் பாடப்பட்டது. நம்பிக்கை உணர்வையும் கிளர்ச்சி மனப்பான்மையையும் ஊட்டும் இந்தப் பாடல், அனைத்துலகத் தொழிலாளர்களின் ஒற்றுமை, ஒருமைப்பாடு ஆகியவற்றின் முக்கியத்துவத்தை முன்னெப்போதையும் விடக் கூர்மையாக உணர்த்துகிறது.

உலகிலுள்ள கம்யூனிஸ்டுகள், சோசலிச ஜனநாயகவாதிகள், ஆட்சிமறுப்பியர்கள் (anarchists) என உழைக்கும் மக்களின் இயக்கங்களோடு தொடர்புகொண்டிருந்தவர்கள் அந்தப் பாடலைத் தத்தம் மொழிகளில் பாடுவது - குறிப்பாக மே நாள் நிகழ்ச்சிகளின் போது - நூறாண்டுக்கும் மேலாகத் தொடர்கிறது. மெட்டமைக்கப்

பட்டுப் பாடப்படும் 'சர்வதேச கீதம்', போட்டியெவின் மூலக் கவிதையிலிருந்து சற்று வேறுபட்டுள்ளது.

ரஷியாவில் புரட்சி அலைகள் தோன்றத் தொடங்கியபோது, ஜார் முடியாட்சியின் போர்க் கப்பலான 'போடம்கினி'ல் இருந்த புரட்சிகர மாலுமிகள் அந்தப் பாடலைப் பாடினர் (உலகப் புகழ்பெற்ற புரட்சிகரத் திரைப்பட இயக்குநர் ஐஸென்ஸ்டின் 'Battleship Potemkin' என்னும் மௌனப் படத்தை இயக்கியுள்ளார்.) பின்னர் ரஷிய சோசலிச ஜனநாயகத் தொழிலாளர் கட்சி முழுவதும் அந்தப் பாடலைத் தனது பாடலாக ஏற்றுக்கொண்டது. 1917ஆம் ஆண்டு ரஷியப் புரட்சி நடத்த பத்தாண்டுகளுக்குப் பிறகு அது சோவியத் யூனியனின் அதிகாரபூர்வ மான தேசிய கீதமாக ஏற்றுக் கொள்ளப்பட்டது. 1930களில் ஸ்பெயினில் நடந்த உள்நாட்டுப் போரின் போது குடியரசுவாதிகளுக்கு ஆதரவாக உலகின் பல்வேறு நாடுகளைச் சேர்ந்த கம்யூனிஸ்டுகள், சோசலிஸ்டுகள், ஆட்சிமறுப்பியர்கள் ஆகியோர் ஆயுதமேந்திய தொண்டர்களாகப் போரிடச் சென்ற போது அவர்களும் அங்கு 'சர்வதேச கீதத்'தைப் பாடினர் (பிரிட்டிஷ் இடதுசாரித் திரைப்பட இயக்குநர் கென் லோச் [Ken Loach] இயக்கி, 1995இல் வெளிவந்த 'லேண்ட் அண்ட் ஃப்ரீடம்' என்னும் திரைப்படத்தில் - அதுவும் ஸ்பானிய உள்நாட்டுப் போர் பற்றிய படம் - 'சர்வதேச கீதம்' இடம் பெறுகின்றது.) உலகெங்கும் மே நாள் பேரணிகளின் போது இலட்சக்கணக்கான தொழிலாளர்களும் சோசலிச ஆதரவாளர்களும் அதைப் பாடி வந்துள்ளனர். லெனின் தோற்றுவித்த 'மூன்றாம் அகில'த்தின் அதிகாரபூர்வமான பாடலாகவும் அது 1944ஆம் ஆண்டு வரை நீடித்தது. இரண்டாம் உலகப் போரின் போது ஜோசஃப் ஸ்டாலின், அந்தப் பாடலுக்குப் பதிலாக வேறொரு தேசபக்தப் பாடலை சோவியத் யூனியனின் அதிகாரபூர்வமான தேசியப் பாடலாக ஆக்கினார்.

இன்றுவரை, உலகின் பல்வேறு பகுதிகளில் ஒடுக்கப்பட்ட மக்களின் எழுச்சிப் பாடலாக நூற்றுக்கணக்கான மொழிகளில் பாடப்படும் அந்தப் பாடல், பிரெஞ்சு மூலத்தின் சாரத்துக்கு ஊறு விளைவிக்காமல், அந்தந்த சூழ்நிலைகளுக்கு ஏற்ப சிறு சிறு மாற்றங்களுடனேயே பாடப்படுகிறது. குழுப் பாடலாகப் பாடப் படுவதற்காக பியெர் டெகிடெவால் மெட்டு அமைக்கப்பட்ட போதிலும், சொற்கள் இல்லாமல் கருவி இசைகளைக் கொண்டே இசைக்கும் வடிவம், ஜாஸ் இசை வடிவம், ரெக்கே பாட்டு வடிவம் எனப் பல வடிவங்களில் பாடப்பட்டும் இசைக்கப்பட்டும் வருகிறது.

பீட்டர் மில்லெரின் 'Internationale' ஆவணப் படம், பல்லாண்டுக்கால ஆராய்ச்சியின் விளைவு. மிக அரிதான ஆவணப் படங்களின் நறுக்குகள் (clippings) வழியாக, லெனின் பங்கேற்ற தொழிலாளர் கூட்டங்கள், ஸ்டாலின் பங்கேற்ற இராணுவ அணிவகுப்புகள், 1930களில் அமெரிக்கத் தொழிலாளர்கள் நடத்திய மே நாள் பேரணிகள், நேபாள மாவோயிஸ்டுகளின் கூட்டம், இலத்தின் அமெரிக்க நாடுகளில் நடந்த போராட்டங்கள், சீனாவில் தியெனென்மென் சதுக்கத்தில் நடந்த மாணவர் போராட்டம், எல்லாவற்றுக்கும் சிகரம் வைத்தாற்போல் ஸ்பானிய உள்நாட்டுப் போரின் போது சர்வதேசத் தொண்டர்கள் ஆயுதமேந்திப் போராடும் நிகழ்ச்சிகள் எனப் பல்வேறு காலகட்டப் போராட்டங்களை நம் கண் முன் நிறுத்துகிறது.

அமெரிக்காவின் முற்போக்குப் பாடகர் பீட் சீகர் (Pete Seeger), 'சர்வதேச கீத'த்தைப் பாடுவதை இந்த ஆவணப் படத்தில் பார்க்கிறோம். தியெனென்மென் சதுக்கத்தில் சீன மாணவர்கள் பாடிய 'சர்வதேச கீத'த்தின் வடிவம் தந்த தாக்கத்தின் அடிப்படையில், இருபதாம் நூற்றாண்டு சூழலுக்கு ஏற்றபடி 'சர்வதேச கீத'த்தை சில மாற்றங்களுடன் பாடியுள்ளதாகக் கூறுகிறார் பிரிட்டிஷ் இடதுசாரிப் பாடகர் பில்லி பிராக் (Billy Bragg). பீட்டர் மில்லெரின் ஆவணப்படத்தி லுள்ள சிறப்பம்சங்களிலொன்று, அமெரிக்கப் போர் தகவல் துறை 1944இல் வெளியிட்ட ஆவணப்படம் ('சர்வதேச கீத'த்தையும் இணைத்து அர்த்துரோ தோஸ்கானினி, வெர்தியின் இசையை இசைக்கச் செய்வதைக் காட்டும் படம்) முழுவதும் இதில் சேர்க்கப்பட்டிருப் பதாகும் (தோஸ்கானினியும்கூட, டெகிடெவின் மெட்டைத்தான் பயன்படுத்தியுள்ளார்.) 2001இல் அமெரிக்க வானொலியொன்று நடத்திய நிகழ்ச்சியொன்றில் அமெரிக்க இசைக் கலைஞர் டி.ஜெ.கென் ஃப்ரீட்மென்னும் தாமும் கலந்துகொண்டு, 'சர்வதேச கீத'த்தின் மொழியாக்கங்கள் எத்தனை தமக்குக் கிடைத்தனவோ அவை அனைத்தையும் அதன் வெவ்வேறு வடிவங்கள் அனைத்தையும் தாம் பாடியதாக கூறுகிறார் பீட்டர் மில்லெர்.

அமெரிக்கா, ஃபிலிப்பைன்ஸ், மெக்ஸிகோ, ரஷியா, சீனா, இஸ்ரேல் முதலிய நாடுகளைச் சேர்ந்த முற்போக்குச் சிந்தனை யாளர்கள், பாடகர்கள், களப் போராளிகள், மாணவர் தலைவர்கள், கறுப்பினப் போராளிகள் ஆகியோரின் நேர்காணல்கள் உள்ளன இந்த ஆவணப் படத்தில். ஸ்பானிய உள்நாட்டுப் போரில் ஜெனரல் ஃப்ராங்கோவின் பாசிசப் படைகளுக்கு எதிராகப் போரிடச் சென்ற பில் ஸூஸ்மன் (Bill Susman), இளமைக் காலத்தில் தமக்கிருந்த

கனவுகளை விவரிக்கிறார். அமெரிக்காவில் 1930களில் மே நாள் பேரணிகளில் கலந்துகொண்ட தொழிலாளிகளின் எண்ணிக்கை ஒவ்வோராண்டும் இரண்டு மடங்கு, மூன்று மடங்கு பெருகிக் கொண்டு வந்ததைக் கண்ட அவர், இன்னும் பதினைந்து ஆண்டுகளில் அமெரிக்க மக்கள் அனைவருமே 'சர்வதேச கீதத்தை' பாடத் தொடங்குவர் என்று நினைத்ததாகக் கூறுகிறார். ஸ்பெயினில் பாசிஸ்ட் சர்வாதிகாரி ஃப்ராங்கோவுக்கு எதிராகப் போரிடச் சென்ற சர்வதேசத் தொண்டர் படையின் அமெரிக்கப் பிரிவில் தாம் இருந்ததையும் அந்தப் போரில் படுகாயம் அடைந்து மருத்துவமனையொன்றில் சிகிச்சை பெற்றுவந்த போது கிடைத்த அனுபவமொன்றையும் கூறுகிறார்: மருத்துவமனையில் பல்வேறு நாடுகளைச் சேர்ந்த, காயமடைந்த போராளிகள் இருந்தனர். பொழுதுபோக்குவதற்காக அவரவர்கள் தங்களுக்குத் தெரிந்த பாட்டுகளைப் பாடுவர். பில் ஸுஸ்மன் தமக்குத் தெரிந்திருந்த ஸ்பானியப் பாடல்களைத் திரும்பத் திரும்பப் பாடி சலித்துப் போய்விட்டார். ஒரு நாள் அவருக்கு ஒரு யோசனை தோன்றியது: 'சர்வதேச கீத'த்தின் ஒரு வரியை ஒருவர் தமது மொழியில் பாட, அடுத்தவர் அடுத்த வரியை அவரது மொழியில் தொடர்ந்து பாட வேண்டும். இப்படியே ஒவ்வொருவரும் ஒரு வரியைப் பாடி முடித்த பிறகு அனைவரும் ஒரே நேரத்தில் அந்தப் பாடலைத் தத்தம் மொழியில் முழுமையாகப் பாட வேண்டும். ஒரு நாள், நாற்பத்தைந்து மொழிகளில் அந்தப் பாட்டு பாடப்பட்டதாகவும், முதன்முறையாக ஜாவானிய, தமிழ், ஜப்பானிய மொழிகளில் அந்தப் பாடலைக் கேட்டதாகவும் அவர் கூறும்போது நமக்கு வியப்பு மேலிடுகிறது. தமிழில் பாடியவர்கள் யாராக இருக்கும்?

4

இந்தியக் கம்யூனிஸ்ட் கட்சி 1934இல் நிறுவப்பட்டவுடனேயே பிரிட்டிஷ் இந்திய அரசாங்கத்தால் தடை செய்யப்பட்டது. சர்வதேசத் தொண்டர் படையின் அங்கமாகச் சென்ற இந்தியர்கள் யார்? அதில் தமிழர்கள் இருந்தனரா? இந்தோனீஷக் கம்யூனிஸ்ட் கட்சி 1920ஆம் ஆண்டிலும் தென்னாப்பிரிக்கக் கம்யூனிஸ்ட் கட்சி 1921ஆம் ஆண்டிலும், மலேயாக் கம்யூனிஸ்ட் கட்சி 1930ஆம் ஆண்டிலும், லங்கா சமசமாஜக் கட்சி 1935இலும் நிறுவப்பட்டன. இவற்றில் தமிழர்கள் உறுப்பினர்களாக இருந்திருக்கின்றனர். அவர்களில் யாரேனும் ஸ்பெயினுக்குச் சென்றனரா? முறையே 1939ஆம் ஆண்டிலும் 1943ஆம் ஆண்டிலும் நிறுவப்பட்ட பர்மா கம்யூனிஸ்ட் கட்சி, இலங்கை கம்யூனிஸ்ட் கட்சி ஆகியவற்றிலும் தமிழர்கள் இருந்திருக்கின்றனர். ஆனால், 1936-39 இல் நடந்த ஸ்பானிய

உள்நாட்டுப் போரில் பங்கேற்ற சர்வதேசத் தொண்டர் படையில் அவர்களில் எவரும் இருந்திருக்க முடியாது. அன்று பிரெஞ்சுக் காலனிகளாக இருந்த வியெத்நாம், கம்போடியா, லாவோஸ் ஆகியவற்றிலும் சில தமிழர்கள் வசித்து வந்தனர். அவர்களில் யாரேனும் 1930இல் நிறுவப்பட்ட இந்தோ-சீனக் கம்யூனிஸ்ட் கட்சியில் இருந்தனரா? அவர்களில் யாரேனும் ஸ்பெயினுக்குச் சென்றனரா? ஸ்பானிய உள்நாட்டுப் போரில் பாசிசத்துக்கு எதிராக ஆயுதம் ஏந்திப் போரிட பிரிட்டிஷ் எழுத்தாளர்களான கிறிஸ்டோஃபர் காட்வெல், ரால்ஃப் ஃபாக்ஸ், ஜார்ஜ் ஆர்வெல், அமெரிக்க எழுத்தாளர் எர்னெஸ்ட் ஹெமிங்வே ஆகியோர் சென்றிருக்கின்றனர். உலகின் பல்வேறு நாடுகளைச் சேர்ந்த கம்யூனிஸ்ட் கட்சிகள் அனுப்பிய தொண்டர் படைகளில் அங்கம் வகித்த பிரிட்டிஷ் படையொன்றுக்கு (battalion) பிரிட்டிஷ் நாடாளுமன்றத்தின் முதல் கம்யூனிஸ்ட் உறுப்பினரும் இந்திய வம்சாவளியைச் சேர்ந்தருமான ஷாபுர்ஜி சக்தலத்வாலாவின் பெயர் சூட்டப்பட்டிருந்தது.

இந்திய தேசிய காங்கிரஸின் இடதுசாரி அங்கமாக சில ஆண்டுகள் செயல்பட்ட 'காங்கிரஸ் சோசலிஸ்ட் கட்சி', ஸ்பெயினில் நடந்த உள்நாட்டுப் போரில் பாசிச-எதிர்ப்பு குடியரசு சக்திகளுக்கு ஆதரவாகத் தீர்மானம் நிறைவேற்றியதுடன், அந்த சக்திகளுக்கு சிறிது நிதி உதவியும் செய்தது. ஜவர்கலால் நேரு, வி.கே.கிருஷ்ணமேனனுடன் 1938இல் பார்ஸெலோனா நகரத்துக்குச் சென்று குடியரசுவாதிகளுக்கு ஆதரவு தெரிவித்தார். பிறகு இலண்டனுக்குச் சென்ற அவர், அந்த நகரிலுள்ள ட்ரஃபால்கர் சதுக்கத்தில் ஏறத்தாழ 3000 பேர் கூடியிருந்த கூட்டத்தில் குடியரசுவாதிகளுக்கு ஆதரவு தெரிவிக்கும் உரையாற்றினார். பார்ஸெலோனாவில் தமக்கு ஏற்பட்ட அனுபவத்தை 'சுதந்திரத்தை நோக்கி' (Toward the Freedom) என்னும் நூலில் பதிவு செய்துள்ளார்.

இலண்டனில் இயங்கி வந்த 'இந்தியா லீக்' அமைப்பின் பொறுப் பாளரான வி.கே.கிருஷ்ண மேனனின் முயற்சியால் ஸ்பெயினுக்கு உணவுப் பொருள்கள் வழங்குவதற்காக 'ஸ்பெயின்-இந்திய சங்கம்' என்னும் அமைப்பு உருவாக்கப்பட்டது. அதில் அப்போது ஆக்ஸ்ஃபோர்ட் பல்கலைக்கழகத்தில் பயின்று வந்த இந்திரா நேருவும் (பின்னாளில் 'இந்திரா காந்தி') பங்கேற்றிருக்கிறார். கிருஷ்ண மேனன் ஸ்பெயினில் பல மாதங்கள் தங்கியிருந்து பல்வேறு பத்திரிகைகளுக்கு உள்நட்டுப் போர் பற்றிய செய்திகளை அனுப்பிக் கொண்டிருந்தார். ரவீந்திரநாத் தாகூர் பாசிசத்துக்கு எதிராக 'மனிதகுலத்தின் மனசாட்சிக்கு' என்னும் புகழ்பெற்ற கட்டுரையை எழுதினார்.

தெலுங்குக் கவிஞர் ஸ்ரீஸ்ரீ குடியரசுவாதிகளுக்கு ஆதரவாக 'ஜெயபேரிகை' என்னும் கவிதை எழுதி வெளியிட்டார். எழுத்தாளர் முல்கராஜ் ஆனந்த், உள்நாட்டுப் போர் வெடிப்பதற்கு ஓராண்டுக்கு முன்பு ஸ்பெயினுக்குச் சென்று, மாட்ரிட் நகரில் நடந்த 'பாசிசத்துக்கு எதிரான எழுத்தாளர்களின் உலகப் பேராயத்'தில் (மாநாட்டில்) கலந்து கொண்டு பேசினார். சர்வதேச படைப் பிரிவொன்றில் பத்திரிகை நிருபராகப் பணியாற்றினார். அப்போதுதான் அவருக்கும் ஆங்கில எழுத்தாளர் ஜார்ஜ் ஆர்வெல்லுக்கும் நட்பு ஏற்பட்டது. ஸ்பெயினில் தான் 'Acroos the Black Waters' என்னும் நாவலை எழுதினார். 1938இல் கல்கத்தாவில் நடந்த அனைத்திந்திய முற்போக்கு எழுத்தாளர் சங்க'த்தின் [All India Progressive Writers Association (AIPWA)] இரண்டாவது மாநாட்டில் கலந்து கொண்டு தமது அனுபவங்களைப் பகிர்ந்து கொண்டார்.[2]

ஆனால், ஸ்பெயினில் உள்நாட்டுப் போர் நடந்தபோது, அந்தக் காலகட்டத்தில் காங்கிரஸ் சோசலிஸ்ட் கட்சியில் சேர்ந்திருந்த இந்தியக் கம்யூனிஸ்டுகள் யாரேனும் அங்கு சென்றனரா? ஸ்பெயினில் பாசிஸ்டுகளுக்கு எதிராகப் போர் புரிய அமெரிக்காவிலிருந்து சென்ற 'ஆப்ரஹாம் லிங்கன் படை' (Abraham Lincoln Brigade) நிறுவிய 'The Volunteer' என்னும் ஏட்டில் நான்ஸி ட்சூ (Nancy Tsou), லென் ட்ஸு (Len Tsou) என்னும் இரு பத்திரிகையாளர்கள் எழுதியுள்ள கட்டுரை ஷாபுர்ஜி சக்லதவாலா படையணியில் பல இந்தியர்கள் இருந்ததாகக் கூறுகிறது. முல்க்ராஜ் ஆனந்த் தவிர பின்வரும் வேறு ஐவரின் பெயர்களையும் குறிப்பிடுகின்றது: கோபால் ஹுட்டர் (Gopal Huddar), மென்ஹல்லால் அடால் (Menhanlal Atal), அயூப் அஹ்மெட் கான் (Ayub Ahmed Khan), மனுவேல் ரோச்சா பின்ட்டோ (Manuel Rocha Pinto), ராமசாமி வீரப்பன். இவர்களில் கோபால் ஹுட்டர், ஜான் ஸ்மித் என்னும் பெயரில் ஷாபுர்ஜி சக்லத்வாலா படையணியில் சேர்ந்து பாசிஸ்டுகளுக்கு எதிராகப் போராடி அவர்களால் போர்க் கைதியாக சிறை பிடிக்கப்பட்டு, பின்னர் 1938இல் விடுவிக்கப்பட்டார் என்றும், ஸ்பெயினிலிருந்து இங்கிலாந்திற்குத் திரும்பிய அவருக்கு

2. Maria Framke, Political humanitarianism in the 1930s:Indian aid for Republican Spain, European review of History, *https://www.tandfonline.com/doi/full/10.1080/13507486.2015.1117421;* Shirso Das Gupta, Eighty Years Later, A Homage to Catalonia, Indians and the Spanish Civil War, The Wire.in, *https://thewire.in/history/80-years-later-a-homage-to-catalonia-indians-and-the-spanish-civil-war* (Accessed on 12.08.2018).

இலண்டனிலிருந்த இந்தியா லீக் சார்பில் அளிக்கப்பட்ட வரவேற்புக் கூட்டத்தில் பிரிட்டிஷ் கம்யூனிஸ்ட் கட்சித் தலைவர் ரஜ்னி பாமி தத் கலந்து கொண்டார் என்றும் கூறுகிறது. மேற்சொன்ன ஐவரில் மூவர் மருத்துவர்கள் என்றும் ராமசாமி வீரப்பன் இந்திய மாணவர் என்றும் கூறும் அக்கட்டுரை, கோபால் ஹுட்டரைப் பற்றி மட்டும் கூடுதலான தகவல்களைத் தருகின்றது. மகாராஷ்டிராவைச் சேர்ந்த ஹுட்டர், கல்லூரிப் பட்டப் படிப்பு முடிந்த பிறகு ஆர்.எஸ்.எஸ். அமைப்பில் இருந்தார் என்றும், பின்னர் அந்த அமைப்பு இந்திய சுதந்திரத்திற்காகப் போராடக்கூடியதல்ல என்பதை உணர்ந்து அதிலிருந்து வெளியேறிய பின்னர் இந்தியக் கம்யூனிஸ்ட் கட்சியில் சேர்ந்ததாகக் கூறுகிறது.[3] இந்த விவரங்களைக் காலஞ்சென்ற மராத்திய எழுத்தாளரும் மார்க்ஸிய அறிஞருமான ஜி.பி.தேஷ்பாண்டெ 'எகனாமிக் அண்ட் பொலிடிகல் வீக்லி'யில் எழுதிய கட்டுரையிலும் காணலாம்.[4]

ராமசாமி வீரப்பன், இந்திய மாணவர் என்பதைத் தவிர அவரைப் பற்றிய வேறு எந்தத் தகவலும் இல்லை. எனினும் ஒரு தமிழர் ஸ்பானிய பாசிஸ்டுகளுக்கு எதிரான படையணியில் இருந்தார் என்பது உறுதிப்படுகிறது. இதுவே நமக்கு மகிழ்ச்சி தரப் போதுமானது. பல்வேறு நாடுகளிலிருந்து ஸ்பெயினுக்கு வந்திருந்த பாசிச-எதிர்ப்புப் போராளிகள் ஒன்றிணைந்து 'சர்வதேச கீதம்' பாடிய போது, அந்தப் பாடலின் ஒரு வரியை தமிழில் பாடியவர் இவராக இருக்குமோ?

5

'சர்வதேச கீத'த்தை முதலில் தமிழாக்கம் செய்தது யார்? பொதுவாகப் பலரும் ஜீவாதான் என்று கூறுகிறார்கள். ஒன்றாக சிறையில் இருந்த காலத்தில் ஜீவாவும் ஏ.எஸ்.கே.வும் இணைந்து அதனைத் தமிழாக்கம் செய்ததாக பேராசிரியர் நா.தர்மராஜன் கூறுகிறார். ஜீவாவின் மொழியாக்கம், "எழுமின் பசிக்கிரை புகுந்தீர், எழுமின் அநாதை உலகில்" எனத் தொடங்குவதையும் அது பிரெஞ்சு மூலத்தின் மெட்டில் அமைந்திருப்பதையும் சிபிஎம் கட்சியின் மூத்த உறுப்பினர்களிலொருவரான ஏ.எஸ்.பெருமாள் கூறுகிறார். அவர் அந்தத் தமிழாக்கத்தை பிரெஞ்சு மூலத்தின் மெட்டில் பாடியும் காட்டினார். தற்போது தமிழகத்தில் பயன்படுத்தப்பட்டு வரும் "பட்டினிக் கொடுஞ்சிறைக்குள் பதறுகின்ற மனிதர்காள்" எனத் தொடங்கும் தமிழாக்கத்தைச் செய்தவர் நாகை சாமிநாதன்

3. Nancy Tsou and Len Tsou *http://www.albavolunteer.org/author/lentsou/*, Gopal Mukund Huddar: An Indian Volunteer in the IBs, The Volunteer, 25.06.2016,*http://www.albavolunteer.org/2016/08/gopal-mukund-huddar-an-indian-volunteer-in-the-ibs/* (Accessed on 12.08.2018).

4. GPD, The Missed Centenary of Balaji Huddar, *Economic and Political Weekly,*August 23, 2003.

(ஒன்றுபட்டிருந்த இந்தியக் கம்யூனிஸ்ட் கட்சித் தோழர்) என்றும் ‘சர்வதேச கீத’த்தின் ஆங்கில மொழியாக்கத்தைத் தமிழில் ஏ.எஸ்.கே. விளக்கிக் கூற, அதன் அடிப்படையில் நாகை சாமிநாதன் தமிழாக்கம் செய்தார் என்றும் ஏ.எஸ்.பெருமாள் கூறுகிறார். எனக்குத் தெரிந்த மா-லெ குழுக்களைச் சேர்ந்தவர்களிடமிருந்து இது குறித்த உறுதியான தகவல் ஏதும் கிடைக்கவில்லை .‘மக்கள் யுத்தம்’ குழுவைச் சேர்ந்த சமரன் பதிப்பகம் 1980களின் தொடக்கத்தில் வெளியிட்ட ‘மக்கள் கலை மன்றப் பாடல்கள்’ தொகுப்பில் ‘சரவதேச கீதத்’தின் தமிழாக்கமும் உள்ளது. ‘மனிதர்காள்’ என்பது இங்கு ‘மனிதரே’ என்று மாற்றப்பட்டுள்ளதேயன்றி, நீண்டகாலமாகத் தமிழகத்தில் கம்யூனிஸ்டுகள் பாடி வரும் அதே ‘பட்டினிக் கொடுஞ்சிறைக்குள்’ வடிவம்தான் இது. தமிழாக்கம் செய்தவர் பற்றிய குறிப்பு ஏதும் இல்லை.

நாகை சாமிநாதனின் தமிழாக்கத்தில், இந்த நாட்டு நிலைமை களைக் கருத்தில் கொண்டு சேர்க்கப்பட்டுள்ள வரி “வேதம் ஓதி உடல் வளர்க்கும் காதகர்க்கிங்கிடமில்லை”. ஆனால், ஒன்றுபட்டிருந்த இந்தியக் கம்யூனிஸ்ட் கட்சியிலும் பின்னர் சிபிஎம் கட்சியிலும் இருந்த சில தலைவர்கள் அந்த வரியை நீண்டகாலம் ஏற்றுக்கொள்ளாமல் இருந்தனர். ஆனால், இன்று தமிழ்நாட்டில், இடதுசாரி இயக்கத்தைச் சேர்ந்த பல்வேறு கட்சியினரும் குழுக்களும் ‘சர்வதேச கீத’த்தைப் பாடும் போது,மேற்சொன்ன வரியையும் சேர்த்துத்தான் பாடுகிறார்கள். அந்தப் பாடலின் மூலவடிவத்தின் உணர்வை வெளிப்படுத்தும் வகையில் இந்தத் தமிழாக்கம் அமைந்துள்ளதேயன்றி, சர்வதேச மெட்டில் அல்ல. இந்தப் பாடலைப் பொறுத்தவரை, இந்தத் தலைமுறையைச் சேர்ந்த தமிழகக் கம்யூனிஸ்டுகளாவது அந்தத் தமிழாக்கத்தை எளிமைப்படுத்தி, காலத்திற்கேற்றாற் போல் சில மாற்றங்களைச் செய்து, அதற்குரிய ‘சர்வதேச’ மெட்டில் பாடுவதற்கான முயற்சிகளைச் செய்ய வேண்டும்.

- செப்டம்பர், 2018

10

'மூலதனம்' என்னும் கலைப் படைப்பு

ஏறத்தாழ 160 ஆண்டுகளுக்கு முன், வடக்கு இலண்டனில் மெய்ட்லாண்ட் பார்க் வீதியில் 1ஆம் இலக்கமிட்ட வீட்டிலிருந்த படிப்பறை. அதில் படிப்பதற்காகவும் எழுதுவதற்காகவும் மூன்றடிக்கு இரண்டி மேசை; எழுதுவற்குத் தேவையான தரவுகள் (நூல்களும் ஏடுகளும்) தாறுமாறாக (மற்றவர்கள் கண்ணுக்குத்தான்) அடுக்கி வைக்கப்பட்டிருந்த இன்னொரு சிறிய மேசை; அவ்வப்போது ஓய்வெடுத்துக் கொள்ள பழைய சோபா; கடனுக்கு வாங்கிய வற்றுக்குக் காசைக் கொடு என்று மளிகைக்கடைக்காரனும் இறைச்சிக் கடைக்காரனும் மிரட்டிக் கொண்டிருந்த நாள்கள்; இரவும் பகலுமாய் படிக்கவும் எழுதவும் செய்ததால் புட்டத்தில் ஏற்பட்ட கொப்புளங்கள். "இந்தக் கொப்புளங்கள் பூர்ஷ்வா வர்க்கத்துக்குரியதாகுக" என 'சாபம்' கொடுத்துவிடுகிறார் ஒரு மனிதர்.

அவர்தாம் உலகைப் புரட்டிப்போட வல்ல புத்தகத்தைத் தொடர்ந்து எழுதிக் கொண்டிருந்தவர். அந்த நூலின் கையெழுத்துப் படியைப் பதிப்பாளர்களிடம் தருவதற்கான காலக்கெடு 1856ஆம் ஆண்டிலேயே முடிவடைந்துவிட்டது. அப்போது மார்க்ஸ் சமாதானம் சொன்னார்:

இந்த நூலின் பொருள், பாணி ஆகிய இரண்டையும் மீண்டுமொரு முறை திருத்தி எழுதாமல், இதை வெளியிடக்கூடாது. இடைவிடாமல் எழுதிக் கொண்டிருக்கும் எழுத்தாளனால், ஆறு மாதங்களுக்கு முன் எழுதியதை சொல்லுக்குச் சொல் அப்படியே ஆறு மாதங்களுக்குப் பிறகு வெளியிட முடியாது.

பன்னிரண்டாண்டுகளுக்குப் பிறகும் அதை அவர் முடிக்கப் போவதாகத் தெரியவில்லை:

குறிப்பிட்ட விஷயங்களை அலசி ஆராய்ந்து முடிக்கப் பல ஆண்டுகளைச் செலவிட்ட பிறகு, அவற்றில் புதிய கூறுகள் தென்படத் தொடங்குகின்றன. எனவே அவற்றைப் பற்றி மேலும் சிந்திக்க வேண்டிய கட்டாயம் ஏற்படுகிறது.

1865இல் மார்க்ஸ், எங்கெல்ஸுக்கு எழுதினார்:

> இனி, எனது படைப்பைப் பற்றிய வெளிப்படையான உண்மையை உங்களுக்குச் சொல்லப் போகிறேன். எனது எழுத்துகளில் என்ன குறைபாடுகள் இருப்பினும், அவை முழுமையான கலைப் படைப்பாக அமைகின்றன என்பதுதான் அவற்றிலுள்ள அனுகூலம்.

மக்களின் உலகியல் தேவைகள், குறிக்கோள்கள், நலன்கள் ஆகியன பற்றிய உள்ளொளி பெறுவதற்கு மார்க்ஸ், தத்துவவாதி களையும் அரசியல் ஆய்வாளர்களையும் மட்டுமின்றி கவிஞர்களையும் நாவலாசிரியர்களையும் நாடினார். 1868 டிசம்பரில் எங்கெல்ஸுக்கு எழுதிய கடிதத்தில், பல்ஸக்கின் 'கிராமப் பாதிரியார்' என்னும் சிறுகதையிலுள்ள ஒரு பகுதியை எடுத்தெழுதி, பொருளாதார விவகாரங்கள் குறித்து எங்கெல்ஸ் பெற்றிருந்த அனுபவரீதியான உண்மைகளுடன் 'கிராமப் பாதிரியார்' பற்றிய பல்ஸக்கின் சித்தரிப்பு பொருந்திவருகிறதா எனத் தமக்குத் தெரிவிக்குமாறு கேட்டுக் கொண்டார்.

அறிவுத்தளத்தில் எத்தனையோ சாகசப் பயணங்களை மேற்கொண்ட மார்க்ஸின் 'மூலதனம்' (Das Capital) நூலின் முதல் பாகம் மட்டுமே 1867 செப்டம்பர் 14இல் ஜெர்மன் மொழியில் வெளிவந்தது. மற்ற பாகங்கள் யாவும், அவரது மறைவுக்குப் பிறகு, அவர் விட்டுச் சென்ற குறிப்புகள், உருவரைகள் ஆகியவற்றின் அடிப்படையில், மற்றவர்களால் நூல்களாகத் தொகுப்பட்டவையே.

இரண்டாயிரம் ஆண்டுகளாகப் பல்வேறு தத்துவவாதிகளுக்கும் பொருளாதார அறிஞர்களுக்கும்கூடப் புலப்படாதுபோன ஒன்றைத் தான் தமது நூல் எடுத்துக் கூறப் போவதாக மார்க்ஸ் 'மூலதனம்' முதல் பாகத்தின் முதல் (ஜெர்மன்) பதிப்புக்கு எழுதிய முன்னுரையில் கூறுகிறார். ஆனால், அவருக்குத் தெரியும், அந்த நூலின் முதல் இயலைப் புரிந்துகொள்வது கடினம் என்பது. மற்ற பகுதிகள் கடினமானவை என்று தம்மை யாரும் குற்றம் சொல்ல முடியாது என்றாலும், "புதியதொன்றைக் கற்றுக் கொள்ளவும். சுயமாகச் சிந்திக்கவும் சித்தமாக உள்ள வாசகரையே கருத்தில் கொண்டுள்ள" தாகக் கூறுகிறார். அந்தக் கடினமான பகுதியைக் கடந்து வருபவர் களுக்கு பொருளாதார, அரசியல், சமூகவியல், இயற்கை அறிவியல், சட்டவியல் தளங்களை மட்டுமல்ல, உலக இலக்கிய வாசல்களையும் திறந்து வைக்கிறார்.

இந்த நூலில் வளர்த்தெடுக்கப்படும் கோட்பாடுகளுக்கான முதன்மையான எடுத்துக்காட்டாக இங்கிலாந்தைப் பயன்படுத்தும் அவர்,

ஜெர்மனியில் இருந்த நிலைமையும் வேறுவிதமானது அல்ல என்று கூறுகிறார்: "தமது நாட்டில் நிலைமை அவ்வளவு மோசமில்லை என்று ஜெர்மானிய வாசகர் நன்னம்பிக்கையுடன் ஆறுதல் அடைவாரேயானால், அவருக்கு நான் தெளிவாகச் சொல்லியாக வேண்டும்: "De te fibula narrator!"

'கதை உங்களைப் பற்றியதுதான்' என்பதுதான் இந்த இலத்தின் வாக்கியத்தின் பொருள். கி.மு. முதல் நூற்றாண்டைச் சேர்ந்த ரோமானியக் கவிஞர் ஹொராஸின் அங்கதக் கவிதையொன்றிலுள்ள வரிதான் இது.

அதுமட்டுமல்ல; ஜெர்மனியிலுள்ள தொழிற்சாலை நிலைமைகள் இங்கிலாந்திலிருப்பதைவிட மோசமானதாக இருப்பதாகவும், நவீன முதலாளிய உற்பத்தி முறைகளால் ஏற்படும் கேடுகளுடன் பழைய உற்பத்தி முறைகளின் எச்சங்களும் சேர்ந்து ஜெர்மானியர்களை வாட்டி வதைப்பதாகவும் கூறுகிறார்: "உயிரோடு இருப்பனவற்றால் மட்டுமின்றி இறந்துபோனவற்றாலும் அவதிப்படுகிறோம்". கூடவே பிரெஞ்சுச் சொற்றொடரொன்றையும் சேர்க்கிறார்: Le mort saisit le vif.

இந்தப் பிரெஞ்சுச் சொற்றொடரின் நேரடிப் பொருள், 'இறந்தவன் உயிருள்ளவனைப் பிடித்துக் கொள்கிறான்'. இது பிரெஞ்சுச் சட்டம் தொடர்பான சொற்றொடர். அதாவது, நிலச்சொத்துடைய ஒருவன் இறந்தவுடனேயே அந்தச் சொத்து எந்த இடைவெளியும் இல்லாமல் அவனது வாரிசுகள் என உரிமை கோருபவர்களுக்கு வந்து சேர வேண்டும்.

இங்கிலாந்தில் கிடைத்தவற்றை ஒப்பிடுகையில், ஜெர்மனி உள்ளிட்ட ஐரோப்பிய நாடுகளில் கிடைக்கும் சமூகப் புள்ளிவிவரங்கள் மோசமானவை என்றாலும், தமக்குக் கிடைத்த அரைகுறைத் தகவல்களை விளக்க, அவருடைய அபிமான நாடகாசிரியர்களி லொருவரான எஸ்கைலஸின் நாடகங்களுக்கு அடிப்படையாக இருந்த கிரேக்கத் தொன்மங்களிலுள்ள பாத்திரங்களை உவமையாகப் பயன்படுத்துகிறார்: "முகத்திரைக்குப் பின்னாலுள்ள மெடுஸாவின் தலை சற்றேனும் நம் கண்ணுக்குப் படுமளவுக்கேனும் அவை முகத்திரையை விலக்குகின்றன". மெடுஸா என்னும் அரக்கிக்குத் தலைமுடிக்குப் பதிலாக நச்சுப் பாம்புகள் இருக்குமாம்; அவளை நேருக்கு நேர் பார்ப்பவர்கள் கல்லாக உறைந்து போயவிடுவார்களாம்.

அதாவது, ஜெர்மனியில் கிடைக்கும் அரைகுறை சமூகப்புள்ளி விவரங்களும்கூட மெடூஸாவைப் போல கொடூரமானவை.

சமூகக் கேடுகள், பொருளாதாரச் சுரண்டல் ஆகியன பற்றிய உண்மையான புள்ளிவிவரங்கள் ஜெர்மனியில் கிடைக்குமானால்,

"உள்நாட்டு நிலைமை நம்மைத் திடுக்கிடச் செய்யும்" என்றும், அவை இல்லாத காரணத்தால் நம்மை நாமே ஏமாற்றிக் கொள்ளும் நிலைக்குத் தள்ளப்படுகிறோம் என்றும் கூறுகிறார்: "தன்னால் வேட்டையாடப் பட்ட அரக்கர்கள் தன்னைப் பார்க்காதபடி பெர்சியஸ் மாயாஜாலக் குல்லாயை அணிந்து கொண்டான். அரக்கர்கள் யாருமில்லை என்று மறுக்கும் வண்ணம் நாமும் மாயாஜாலக் குல்லாய்களை நமது கண்களையும் காதுகளையும் மறைக்குமளவுக்கு இழுத்து வைத்துக் கொள்கிறோம்".

பெர்சியஸூம் கிரேக்கத் தொன்மத்திலுள்ள பாத்திரம்தான். அவனது தாயை மனைவியாக்கிக் கொள்ள விரும்பும் ஓர் அரசன், பெர்சியஸை எப்படியாவது ஒழித்துக்கட்டிவிட வேண்டும் என்ற எண்ணத்தில், மெடுஸாவைக் கொன்று அவளது தலையைக் கொண்டு வருமாறு சொல்கிறான். மெடுஸாவை நேருக்கு நேர் பார்ப்பவர் எவரும் கல்லாகிவிடுவார்களாதலால் கண்ணாடியைப் போல் பிரதிபலிக்கக்கூடிய கவசமொன்றையும் மாயாஜாலக் குல்லா யொன்றையும் எடுத்துச் செல்கிறான் பெர்சியஸ். அந்தக் குல்லாயை மாட்டிக் கொள்பவர்கள் யார் கண்ணுக்கும் தெரியமாட்டார்கள். மெடுஸாவின் பிம்பத்தை அந்தக் கவசத்தின் வழியாகப் பார்த்து அவளது தலையைக் கொய்யும் அவன், தேவைக்கேற்றபடி விரிந்து கொடுக்கும் பையில் அதைப் போட்டு, மாயாஜாலாக் குல்லாயை அணிந்து கொண்டு திரும்பி வந்து தனது தாயை மீட்கிறான்.

இந்த முகப்புரையின் இறுதியில், தமது நூலைப் பற்றிய அறிவியல்வகைப்பட்ட விமர்சனங்களை வரவேற்பதாகக் கூறுகிறார் மார்க்ஸ். ஆனால் "பொதுமக்கள் கருத்து என்று சொல்லப்படுவதன் விருப்பு வெறுப்புகளைப் பொறுத்தவரை, நான் ஒருபோதும் விட்டுக் கொடுத்ததில்லை - முன்போலவே இப்போதும் ஃப்ளோரென்ஸ் நகரப் பெருங்கவிஞரின் மூதுரைதான் எனதுமாகும்: 'Segui il tuo corso, e lascia dir le genti"

இந்த இத்தாலிய வாசகத்தின் பொருள்: "நீ உன் வழியே செல், பேசுவோர் பேசட்டும்'. ஆனால், பதினான்காம் நூற்றாண்டைச் சேர்ந்த கவிஞர் தாந்தெவின் நெடுங்கவிதையான 'Divine Comedy' யின் மூன்று பகுதிகளிலொன்றான 'பாவத்தைக் கழுவும் இடம்' (Purgatory) என்பதிலுள்ள 'Vien retro a me,e lascia dir le genti' ('என்னைப் பின் தொடர்ந்து வா, பேசுவோர் பேசட்டும்') என்னும் வாசகத்தை மார்க்ஸ் இங்கு சற்று மாற்றியுள்ளார்.

'மூலதனம்' முதல் பாகத்தில், குழந்தைத் தொழிலாளிகளைச் சுரண்டுவதை முதலாளிகள் எப்படி நியாயப்படுத்துகிறார்கள் என்பதை விளக்குவதற்காக, மார்க்ஸ், 'வெனிஸ் நகர வர்த்தகன்' என்னும்

ஷேக்ஸ்பியரின் நாடகத்தில் வரும் ஷைலக்கின் வார்த்தைகளை மூலதனமே பேசுவதாகக் காட்டுகிறார்.

'பணம் அல்லது சரக்குகளின் சுற்றோட்டம்' என்னும் அத்தியாயத்தில் உலகிலுள்ள எல்லா விஷயங்களையும், எல்லா மனிதர்களையும் சமதையாக்கும் ஆற்றலுள்ள பணத்தை வர்ணிக்க ஷேக்ஸ்பியரின் மற்றொரு நாடகமான 'ஏதன்ஸ் நகர திமோன்' என்பதிலிருந்து சில வரிகளை மேற்கோள் கட்டுகிறார்: 'மனிதர்கள் அனைவருக்குமான பொது வேசை'யே பணம். இதனை அடுத்து, பண்டைக் கிரேக்கத் துன்பியல் நாடகாசிரியர் சோஃபக்ளிஸின் 'ஆண்ட்டிகனி' நாடகத்தில் பணம் பற்றிக் கூறும் வரிகளையும் அடிக்குறிப்பாகத் தருகிறார். "பணம்!, பணத்தை விட மனிதனுக்குப் பெரும் சாபக்கேடு ஏதும் இல்லை!. அது நகரங்களைச் சிதைத்துத் தகர்க்கிறது; மனிதர்களை வீட்டை விட்டே துரத்துகிறது; நேர்மையான ஆன்மாவுக்கு ஆசை காட்டி, மயக்கி, வெட்கக்கேடான, அவமானகரமான செயல்களுக்கு இட்டுச் செல்கிறது." இவ்வாறு 'மூலதனம்' நூலின் முதல் பாகத்தில் ஷேக்ஸ்பியர், சோஃபக்ளிஸ், தாந்தே, கெதே போன்ற எண்ணற்ற இலக்கியவாதிகள் பவனி வருவதைப் பார்க்கலாம்.

இங்கிலாந்தை அடிப்படையாகக் கொண்டே 'மூலதனம்' நூலில் உள்ள முக்கிய கோட்பாடுகள் உருவாக்கப்பட்டன என்றாலும் அவை உலகுதழுவிய தன்மையைக் கொண்டவை. உலகின் அனைத்துக் கண்டங்களிலும் நடைபெற்ற, நடைபெறும் சுரண்டலைச் சுட்டிக் காட்டுபவை. எடுத்துக்காட்டாக:

> ஆங்கிலேயக் கிழக்கிந்தியக் கம்பெனி, இந்தியாவில் அரசியல் ஆட்சி நடத்தியதுடன், தேயிலை வணிகத்திலும், பொதுவாக சீன வணிகத்திலும், ஐரோப்பாவிற்கும் ஐரோப்பாவிலிருந்தும் நடந்த சரக்குப் போக்குவரத்திலும் தனி முற்றுரிமை பெற்றது தெரிந்ததே. ஆனால் இந்தியாவின் கடற்கரையோரத்தைச் சுற்றி நடந்த வணிகமும், கிழக்கிந்தியத் தீவுகளுக்கிடையிலான வணிகமும், இந்திய உள்நாட்டு வணிகமும் கம்பெனியின் உயர் அதிகாரிகளின் முற்றுரிமையாக இருந்தன. உப்பு, அபின், பாக்கு மற்றும் இதர சரக்குகளின் மீதிருந்த முற்றுரிமைகள் வற்றாத செல்வச் சுரங்கங்களாக இருந்தன. அதிகாரிகளே தம் விருப்பப்படி விலையை நிர்ணயித்து கெடுவாய்ப்புக்குட்பட்ட இந்தியர்களை தங்கள் விருப்பம் போல் கொள்ளையடித்தனர். இந்தத் தனியார் வணிகத்தில் கவர்னர் ஜெனரலுக்கும் பங்கிருந்தது. அவருக்கு வேண்டியவர்களுக்கு ஒப்பந்தங்கள் கிடைத்தன. இந்த ஒப்பந்தங்களைக் கொண்டு வெறுங்காற்றைத் தங்கமாக்குவதில் அவர்கள் இரசவாதிகளையும் மிஞ்சிவிட்டனர். மலை போன்ற செல்வம்

காளான் போலத் திடீரென்று முளைத்தது. சலிவன் என்பவர் இந்தியாவில் அபினி சாகுபடி செய்யும் பகுதியிலிருந்து தொலை வான பகுதிக்கு அரசாங்கப் பணி தொடர்பாகப் புறப்பட்டுக் கொண்டிருந்தபோது அபினிக்கான ஒப்பந்தம் அவருக்கு வழங்கப்பட்டது. தமக்குக் கிடைத்த ஒப்பந்ததை பின் என்பவருக்கு 40000 பவுண்டுக்கு விற்றார். பின் அதனை அதே நாளில் 60000 பவுண்டுக்கு விற்றார். அந்த ஒப்பந்தத்தைக் கடைசியாக வாங்கியவர் இத்தனைக்கும் பிறகு தமக்கு கொழுத்த இலாபம் கிடத்ததாகக் கூறினார். 1769க்கும் 1770க்கும் இடையில் ஆங்கிலேயர்கள் அரிசி முழுவதையும் வாங்கிவைத்துக் கொண்டு, கொள்ளை விலை கிடைத்தாலன்றி அதை மீண்டும் விற்க மறுத்து, பஞ்சத்தை உருவாக்கினர்.

ஆக, மார்க்ஸ் கூறியதைப் போல "உச்சந்தலையிலிருந்து உள்ளங்கால் வரை ஒவ்வொரு மயிர்க்காலிலிருந்தும் இரத்தமும் அழுக்கும் சொட்டச் சொட்ட உலகில் பிரவேசி"ப்பதுதான் மூலதனம்.

மார்க்ஸின் 'மூலதனம்' வேத நூலோ ஆரூட நூலோ அல்ல. மேற்கு நாடுகளில், பாட்டாளிவர்க்கம் தவிர்க்கமுடியாதபடி புரட்சிகர வர்க்கமாக உருவெடுத்து முதலாளிய அமைப்பைத் தூக்கியெறியும் என்று 'மூலதனம்' நூலில் அவர் கூறியது நிறைவேறவில்லை. ஆனால், தொழில்வளர்ச்சியடைந்த 'மைய' நாடுகள், தொழில்வளர்ச்சி குன்றிய 'ஓர' நாடுகளின் மூலவளங்களையும் உழைப்பாளிகளின் உழைப்பையும் சுரண்டுவதிலும் இந்த இருவகை நாடுகளுக்குமிடையே சரக்குப் பரிவர்த்தனையிலுள்ள ஏற்றத்தாழ்வையும் பற்றி அவர் எழுதியவை இன்னும் பொருத்தப்பாடுடையவை. இந்த 'ஓர' நாடுகளில் பல்வேறு வகைச் சுரண்டலுக்கும் ஏற்றத்தாழ்வான பரிவர்த்தனைகளுக்கும் உட்படும் விவசாயக் கூலிகள், ஏழை விவசாயிகள், சிறு உற்பத்தி யாளர்கள், தலித்துகள், பழங்குடிமக்கள் ஆகியோரையும் 'பாட்டாளி வர்க்க'த்தில் சேர்ப்பதற்கு மார்க்ஸின் ஆய்வுமுறைகள் இடம் கொடுக்கின்றன.

பிரிட்டிஷ் எழுத்தாளர் ஃபிரான்ஸிஸ் வீன் கூறியது போல "மூலதனம் இன்னும் உயிர் வாழ்ந்து கொண்டிருக்கும்போது 'தாஸ் கேப்பிட்டல்' எப்படி முடிவு பெறும்?"

'மூலதனம்' நூலின் மூன்று பாகங்களையும் தமிழாக்கம் செய்தும், அருமையான கலைச் சொற்களை அறிமுகப்படுத்தியும் பெரும் சாதனை புரிந்துள்ள தியாகுவும் அவரது பதிப்பாசிரியான காலஞ்சென்ற ரா. கிருஷ்ணையாவும் நமது போற்றுதலுக்குரியவர்கள்.

தி இந்து, 30.9.2017

11

மார்க்ஸின் கோட்டும் அடகுக் கடைகளும்

முதலாளிய சமுதாயத்தின் உயிரணு (cell) என்று மார்க்ஸ் வர்ணிக்கும் 'சரக்கு' (commodity) பற்றிய பகுப்பாய்விலிருந்தே 'மூலதனம்' நூலின் முதல் பாகம் தொடங்குகிறது. முதலாளிய உற்பத்தி முறையின் அனைத்து முரண்பாடுகளும், சரக்கின் அல்லது பண்டங்களின் சரக்கு வடிவத்தில் பொதிந்திருப்பதைச் சுட்டிக் காட்டுகிறது. மூளையைச் சற்றுக் கசக்கிக் கொண்டு இந்த அத்தியாயத்தைப் படித்துப் புரிந்து கொள்பவர்கள், கார்ல் மார்க்ஸ் முதலாளியப் பொருளாதாரத்தை விளக்குவதோடு, தத்துவ, புவியியல், மானுடவியல், வரலாற்று, இலக்கிய, அறிவியல், அறவியல் விருந்துகளைப் படைப்பதையும் காண்பார்கள். மார்க்ஸின் பார்வையில் இந்தத் துறைகள் அனைத்துமே ஒன்றோடொன்று பிணைக்கப்பட்ட முழுமை.

சரக்கு அல்லது பண்டத்தின் சரக்கு வடிவம் என்பது பயன் - மதிப்பு, பரிவர்த்தனை-மதிப்பு ஆகிய இரட்டைத் தன்மை கொண்டுள்ளதையும், ஒன்றுகொன்று முற்றிலும் வேறான பண்பு களையும் பயன்பாடுகளையும் கொண்டுள்ள பண்டங்கள் சரக்கு வடிவத்தில் முதலாளியச் சந்தையில் ஒன்றையொன்று சந்திப்பதையும், அவை ஒன்றுக்கொன்று, அவற்றின் மதிப்பின் அடிப்படையில், அதாவது அவை ஒவ்வொன்றிலும் பொதிந்துள்ள, குறிப்பிட்ட சமுதாயத்தின் வளர்ச்சி நிலையில் சமூகரீதியில் அவசியமான சராசரி மானுட உழைப்பின் அளவின் அடிப்படையில் பரிவர்த்தனை செய்யப்படுவதையும் மார்க்ஸ் விளக்குகிறார். எடுத்துக்காட்டாக ஒரு செல்பேசி, 100 சட்டைகளுக்குப் பரிவர்த்தனையாகின்றது. மேற் சொன்ன இரண்டும் 'சரக்குகள்' என்ற அருவங்களாகவே பரிவர்த்தனை செய்யப்படுகின்றன - அவற்றின் பொருளாயதப் பண்புகள் அனைத்தும், புலன்களுக்குத் தென்படுகின்ற, பயன்பாட்டுக்குத் தெரிகின்ற பண்புகள் அனைத்தும் நீக்கப் பெற்று.

இந்த அருவங்கள் எந்த உருவங்களிலிருந்து (தூலமான பண்டங் களிலிருந்து) பிரித்து எடுக்கப்படுகின்றனவோ, அந்தப் பண்டங்களை உற்பத்தி செய்கின்ற, இரத்தமும் சதையுமான தொழிலாளிகள், அவர்களிடமிருந்து உழைப்புச் சக்தி பிழிந்தெடுக்கப்படும்

தொழிற்சாலைகள், அவர்கள் ஊதியமாக (கூலி) பெறுகின்றதைவிடக் கூடுதலான உற்பத்தி செய்யும் உபரி- மதிப்பை அபகரிக்கும் முதலாளிகள், தொழிலாளர்களின் அவல நிலைமைகளை விளக்கும் அரசாங்க அதிகாரிகளின் ஆய்வறிக்கைகள், பல்லாயிரக்கணக்கான சரக்குகள் அனைத்துக்கும் பரிவர்த்தனை சாதனமாக உள்ள பணம், இந்தப் பணத்தின் அடித்தளமாக உள்ள தங்கம், வெள்ளி உலோகங்கள் உள்ள சுரங்கங்கள், இவை போன்றவற்றைச் சாத்தியப்படுத்தும் உற்பத்தி உறவுகள், வரலாறு, இயற்கை என உலகப் பயணத்திற்கு நம்மை அழைத்துச் செல்கின்றார் மார்க்ஸ்.

பரிவர்த்தனை செய்யப்படும் சரக்குகளுக்கான எடுத்துக்காட்டொன்றாக மார்க்ஸ் குறிப்பிடும் 'கோட்டுமே', அது சரக்கு வடிவத்தை எடுத்ததும், புலன்களால் உணரப்பட முடியாத 'மாயப் பொருளாகி' விடுகின்றது; அது மட்டுமின்றி, மார்க்ஸ் தாம் அணிந்து வந்த சொந்தக் கோட்டைப் பல சமயங்களில் அவரது கையிலிருந்து (அல்லது தோளிலிருந்து) இழக்கவும், அதை மீட்டெடுக்கவுமான போராட்டங்களினூடாகவே பல ஆண்டுகளைக் கழித்திருக்கிறார் என்பதை அவரும் அவரது துணைவியார் ஜென்னியும் எங்கெல்ஸுக்கும் பிறருக்கும் எழுதிய கடிதங்கள், இங்கிலாந்தில் புலம் பெயர்ந்து வாழ்ந்த அவரைக் கண்காணித்துக் கொண்டிருந்த பிரஷ்ய அரசாங்க உளவாளியின் குறிப்புகள் முதலியவற்றின் அடிப்படையில் எடுத்துக்காட்டியுள்ளனர் ஆராய்ச்சி அறிஞர்கள் பீட்டர் ஸ்டால்லிபிராஸ், டேவிட் மெக்காலன் போன்றோர்.

மார்க்ஸின் வாழ்க்கையில் மிக கடினமான ஆண்டுகளிலொன்று 1852. 'லூயி நெப்போலியனின் பதினெட்டாம் புருமேர்' ('பதினெட்டாம் புருமேர்' என்பது அரண்மனைப் புரட்சிக்கான உருவகம்) என்ற நூலை அப்போது எழுதிக் கொண்டிருந்த அவர், திடீரென்று நோய் வாய்ப்பட்டு அந்த ஆண்டு ஜனவரி முழுக்கப் படுக்கையில் கிடந்திருந்தார். எங்கெல்ஸ் அவ்வப்போது அனுப்பிக் கொண்டிருந்த சிறிது பணத்தையும், அவரது வீட்டிலிருந்த பொருள்கள் சிலவற்றை அடகுக் கடைகளில் அடகு வைத்துப் பெற்ற பணத்தையும் கொண்டுதான் நான்கு குழந்தைகளையும் மூன்று பெரியவர்களையும் கொண்ட அவரது குடும்பத்தைப் பராமரிக்க வேண்டியிருந்தது. சற்றுக் கூடுதலான வருமானத்திற்காக அவர் பத்திரிகைக் கட்டுரைகளையும் எழுத வேண்டியவரானார். 'மூலதனம்' நூலை எழுதுவதற்கான தரவுகளைத் தேடிக் கண்டறியும் பொருட்டு இலண்டனிலுள்ள

பிரிட்டிஷ் அருங்காட்சியக நூலகத்தில் நுழைவதற்கான நுழைவுச் சீட்டை இரண்டாண்டுகளுக்கு முன் பெற்றிருந்த போதிலும், அந்த ஆராய்ச்சிக்கான நிதியை அவர் பத்திரிகைக் கட்டுரைகள் எழுதுவதன் மூலமே திரட்ட முடிந்தது. இது ஒருபுறமிருக்க, நோய் வாய்ப்பட்ட காலத்தில் அவரால் அந்த அருங்காட்சியகத்துக்குச் செல்ல முடிய வில்லை. நோயிலிருந்து குணமடைந்த பிறகும் அவரால் அங்கு செல்ல முடியவில்லை. அதற்குக் காரணம், இறைச்சிக் கடைக்காரர், காய்கறிக் கடைக்காரார் முதலியோருக்கு அவர் தர வேண்டிய கடனை அவரால் அடைக்க முடியாதது மட்டுமல்ல, அடமானம் வைக்கப்பட்டிருந்த கோட்டை மீட்டெடுக்க முடியாததுமாகும். நோயால் பலகீன மடைந்திருந்த மார்க்ஸுக்கு இங்கிலாந்தின் கடுங்குளிர் காலத்தில் வெளியே செல்ல கோட்டுத் தேவைப்பட்டிருக்கும் என்பது மட்டுமல்ல அவர் நூலகத்துக்கு செல்வதற்கான தடையாக இருந்த காரணம்; அன்று பிரிட்டிஷ் அருங்காட்சியகம் விதித்திருந்த உடை விதிகளின்படி (dress code), நூலகத்துக்கு வருபவர்களிடம் கட்டாயம் கோட்டு இருக்க வேண்டும்.

1950களிலும் 1860களிலும் மார்க்ஸின் கோட்டு எண்ணற்ற முறை அடகுக் கடைக்குச் செல்வதும் திரும்பி வருவதுமாக இருந்தது. கோட்டு இல்லையென்றால் நூலகத்துக்குச் செல்ல முடியாது. கோட்டை அடமானம் வைத்தால், ஆய்வுப் பணிகளில் ஈடுபட முடியாது; ஆய்வுப் பணிகளால் அவருக்கு வருமானம் ஏதும் இல்லை. ஆய்வுப் பணிகளை நிறுத்திவிட்டு, பத்திரிகைக் கட்டுரைகளிலிருந்து பெறப்பட்ட சொற்ப வருமானம், எங்கெல்ஸ் அனுப்பி வைத்துக் கொண்டிருந்த உதவித் தொகை ஆகியவற்றைக் கொண்டுதான் அவரும் அவரது குடும்பத்தினரும் சாப்பிடவும், வீட்டு வாடகை கொடுக்கவும், கோட்டை அடகுக் கடையிலிருந்து மீட்கவும், அதை அணிந்து கொண்டு நூலகத்துக்குச் செல்லவும் முடிந்தது.

ஆனால், சொற்ப வருமானம் தரும் பத்திரிகைக் கட்டுரைகளை எழுதுவதற்குக்கூட பல சமயங்களில் அவரால் இயலவில்லை. கட்டுரை களுக்குத் தேவைப்படும் தரவுகளுக்காகப் படிக்க வேண்டியிருந்த வேறு பத்திரிகைகளையும், கட்டுரை எழுதுவதற்கான காகிதங்களையும் மசியையும் கட்டுரைகளை அனுப்புவதற்கான தபால் தலைகளையும் வாங்குவதற்கு அவரிடம் பணம் இருக்கவில்லை. அதனால்தான் அவர் வழக்கமாக எழுதிவந்த 'நியூயார்க் டெய்லி டைம்ஸ்' ஏட்டிற்கு 1852 செபடம்பரில் கட்டுரைகள் எழுத முடியவில்லை. காகிதங்களை வாங்குவதற்காக அவர் பல ஆண்டுகளுக்கு முன் வாங்கிய கோட்டை அக்டோபர் மாதம் மீண்டும் அடகு வைக்க வேண்டியதாயிற்று. 1844ஆம் ஆண்டு 'பாரிஸ் குறிப்பேடுக'ளில் அவர் ஏற்கெனவே எழுதியிருந்தார்:

பயணம் செய்வதற்கு என்னிடம் பணம் இல்லையென்றால், எனக்குப் பயணம் செய்யும் தேவையே இல்லை என்றாகிறது. அதாவது, உண்மையான, நிறைவு செய்யக்கூடிய தேவையே இல்லை என்றாகிறது. படிப்பதற்கு எனக்குச் சிறப்பார்வம் இருந்து, என்னிடம் பணம் இல்லையென்றால், படிப்பதற்கு எனக்குச் சிறப்பார்வமே இல்லை என்றாகிறது. அதாவது செயல்படுத்தப் படக் கூடிய, உண்மையான சிறப்பார்வம் இல்லை என்றாகிறது.

சமூகத் தகுதியின் அடையாளங்களாக இருந்த ஆடைகளும் உடைகளும் மார்க்ஸின் குடும்பத்தார் சமூக வெளியில் நடமாடு வதற்கும்கூட வரம்புகளிட்டன. 1866ஆம் ஆண்டு குளிர்காலத்தில் ஜென்னியால் வெளியில் தலைகாட்ட முடியாததற்குக் குளிர் மட்டுமே காரணமல்ல; 'மரியாதையை' வழங்கக்கூடிய உடைகளும் அவரிடம் இல்லை என்பது முக்கியக் காரணம். அடுத்த ஆண்டு, அவரது பெண் மக்கள் மூவருக்கு பிரான்ஸிலுள்ள பூர்தியோ என்னுமிடத்தில் விடுமுறைகளைக் கழிக்க அழைப்பு வந்தபோது, பயணத்துக்கான செலவை பைசாவாரியாக அவர்கள் கணக்கிட்டதுடன், வெளியே நடமாடுவதற்கு உகந்தவையாகக் கருதப்பட்ட அவர்களது ஆடைகளை அடகுக் கடைகளிலிருந்து மீட்கவும் வேண்டியிருந்தது. மார்க்ஸின் குழந்தைகள் சிலர் இறந்த போது, சவப்பெட்டி வாங்குவதற்குக்கூட அவரிடம் பணம் இருக்கவில்லை என்பதைப் பலரும் அறிவர். ஆனால், செல்வம் படைத்த உறவினர்களின் அல்லது நண்பர்களின் இறப்பு அவர்களுக்கு மகிழ்ச்சியைக் கொண்டு வருவதாக இருந்ததுதான் பெரும் அவலம். 1864இல் இறந்த வில்ஹெம் வொல்ஃப் (மார்க்ஸின் நண்பர்) தமது சேமிப்பில் கணிசமான தொகையை மார்க்ஸுக்குக் கொடுக்கும்படி உயில் எழுதி வைத்திருந்தார். அந்தப் பணத்தைக் கொண்டு "எனது குடும்பம் முழுவதற்கும் மான்செஸ்டர் பட்டுத் துணியை வாங்க விரும்புகிறேன்" என மார்க்ஸ் எழுதினார்.

முதலாளியம் எவ்வாறு செயல்படுகிறது என்பதை அவர், தமது ஆராய்ச்சிகள் மூலமும், தொழிலாளர் இயக்கத்துடன் அவருக்கிருந்த தொடர்புகள் மூலமும் அறிந்து கொண்டார் என்றால், அன்றைய தொழிலாளரின் குடும்ப வாழ்க்கை எப்படியிருந்தது என்பதை அவரது குடும்ப வாழ்க்கையே அவருக்குச் சொல்லிக் கொடுத்தது. 1844இல் எங்கெல்ஸ் எழுதிய 'இங்கிலாந்தில் தொழிலாளர் வர்க்கத்தின் நிலைமை', சார்லஸ் டிக்கன்ஸ் எழுதிய நாவல்கள் முதலியன அன்றைய தொழிலாளி வர்க்கத்தின் ஏழ்மையைப் படம் பிடித்துக் காட்டின. தொழிலாளர்கள் தங்கள் ஆடைகளையும் கருவிகளையும்

அடமானம் வைப்பது வழக்கமாக இருந்தது. இலண்டனில் மிக வறிய பகுதியொன்றில் மார்க்ஸ் மிகக் குறைந்த வாடகைக்கு எடுத்த வீடொன்றில் கிடந்த குப்பை கூளங்கள், உடைந்து போன தட்டு முட்டு சாமான்கள் முதலியவற்றைப் பார்த்து பழைய சாமான்களை வாங்கி விற்கும் வணிகன்கூட வெட்கப்பட்டிருப்பான் என்று பிரஷ்ய அரசாங்க உளவாளியொருவனின் குறிப்புகள் கூறுகின்றன. சற்றுக் கூடுதலான வசதிகள் கொண்ட இன்னொரு வாடகை வீட்டைப் பிடிப்பதற்காக முக்கிய வீட்டு சாமான்களை அவரது குடும்பத்தார் அடகு வைக்க வேண்டியிருந்தது.

மார்க்ஸின் துணைவியார் ஜென்னி பிரபுக் குடும்பத்தில் பிறந்தவர். சுவீகாரமாக அவருக்குக் கிடைத்த வெள்ளி சாமான்கள்கூட அடகுக் கடைகளுக்குச் சென்றுவிட்டன. அவர் அடகு வைத்த பொருள்களிற் சில பாரம்பரிய மதிப்புக் கொண்டவை. ஆனால், அடகுக் கடைகளில் அவற்றுக்குப் பரிவர்த்தனை மதிப்பு மட்டுமே வழங்கப்பட்டது. 1850களில் மார்க்ஸின் இல்லத்திற்கு நாள் தோறும் வருகை தந்துகொண்டிருந்த ஜெர்மானிய அகதியும்சோசலிஸ்டுமான வில்ஹெம் லீப்னெஹ்ட், அடகுக் கடைகளுக்குச் செல்வதும் அடகுவைக்கப்பட்ட பொருள்களை மீட்டெடுப்பதும், மீண்டும் அடகு வைப்பதும், சொற்ப வருமானத்தைக் கொண்டு குடும்பத்தை நடத்திச் செல்வதும் ஜென்னிக்கும் மார்க்ஸ் தம்பதியினருக்குப் பணிவிடை செய்துவந்த ஹெலன் அம்மையாருக்குமுரிய பணிகளாக இருந்ததைப் பதிவு செய்துள்ளார். இங்கும் ஆண் - பெண் வேலைப் பிரிவினை இருந்தது. எனினும், மார்க்ஸ் தாமாகவே அடகுக் கடைகளுக்குச் சென்று, அவமானப்பட்ட நிகழ்வுகளும் இருக்கத்தான் செய்தன. ஒருமுறை அவர் வெள்ளிப் பொருள்களை அடகுக் கடைக்கு எடுத்துச் சென்ற போது, அவர் அணிந்திருந்த அழுக்கு ஆடைகளும், சவரம் செய்யப்படாத முகமும், ஒழுங்காக சீவப்படாத தலைமுடியும், அவரது ஆங்கில உச்சரிப்பும் (இவை போதாதென்று அவரொரு யூதர் என்பதும்) அடகுக்கடைக்காரருக்கு சந்தேகத்தை ஏற்படுத்தின. அவர் கொடுத்த தகவலின் பேரில் மார்க்ஸ் ஒரு நாள் முழுக்கக் காவல் நிலையத்தில் இருந்தார்.

இத்தனை வறுமைக்கிடையிலும் மார்க்ஸ், தமது துணைவியாருடனும் பெண் மக்களுடனும் இலக்கிய இரசனையைப் பகிர்ந்து கொண்டிருந்தார். ஷேக்ஸ்பியரின் வரிகளை ஒப்புவிப்பதில் அவர்களுக்கிடையே போட்டா போட்டிகள் நிகழ்ந்தன. மார்க்ஸின் ‘மூலதனம்’ நூலைத் தெளிவாகப் படியெடுத்துக் கொடுத்தவர் ஜென்னி.

தமது குழந்தைகளுக்கு மார்க்ஸ் 'ஆயிரத்தோரு இரவுகள்' போன்ற கதைகளையும் சொல்வது வழக்கம். அவற்றில் ஈ.டி.ஏ. ஹாஃப்மனின் அதிகற்பனைப் படைப்புகளின் சாயலில் எழுதப்பட்ட 'ஹான்ஸ் ரோக்லே' கதை மிக முக்கியமானது என்று அவரது மகள் எலியனார் நினைவு கூர்ந்துள்ளார்:

> மந்திரவாதி போன்ற ஹான்ஸ் ரோக்லெ, விளையாட்டு சாமான் கடை வைத்திருந்தார். அவர் எப்போதும் 'கஷ்டத்தில்' இருந்தவர். அங்கு மரத்தாலான ஆண்கள், பெண்கள், அரக்கர்கள், குள்ளர்கள், அரசர், அரசியர், தொழிலாளர், ஆண்டையர், நோவா தனது படகில் திரட்டிக் கொண்டு வந்தது போல வகை வகையான விலங்குகள், பறவைகள், மேசைகள் , நாற்காலிகள், விதம் விதமான வண்டிகள், பெட்டிகள் முதலியன இருந்தன. ஹான்ஸ் மாய மந்திரம் தெரிந்தவ ராக இருந்த போதிலும், அவரால் பிசாசிற்கோ, கசாப்புக் கடைக்காரனுக்கோ உரிய கடமைகளைச் செய்ய முடியவில்லை. எனவே, தமது மனசாட்சிக்கு விரோதமாக, தமது விளையாட்டு சாமான்களை பிசாசுக்கு விற்பனை செய்யும் நிர்பந்தம் அவருக்கு எப்போதும் இருந்தது. இந்த விளையாட்டு சாமான்களோ, அதிசயத்தக்க வீரசாகசங்கள் புரிந்து இறுதியில் ஹான்ஸ் ரோக்லேவின் கடைக்கே திரும்பி வந்து சேர்ந்தன.

தொழிலாளிகளின் வியர்வையாலும் இரத்தத்தாலும் உற்பத்தி செய்யப்பட்ட, ஆனால் முதலாளிய உற்பத்தி முறையால் அவர்களிட மிருந்து அந்நியமாக்கப்பட்ட பொருள்கள் அனைத்தும் அவர்களிடமே திரும்பி வந்து சேரும் என்ற பொருளில்தான் மார்க்ஸ் இந்தக் கதையை எலியனாருக்குச் சொல்லியிருக்க வேண்டும். மார்க்ஸ், தமது பொருளாதார, அரசியல், தத்துவ எழுத்துகளில் புலப்படுத்தியது, தமக்கு ஏற்பட்ட சொந்த இழப்புகளை அல்ல; அடகு வைக்கப்பட்ட கோட்டை மீட்டெடுக்க முடியவில்லையே என்ற ஆதங்கத்தை அல்ல. குறிப்பாகப் பாட்டாளி வர்க்கத்திற்கும் பொதுவாக மானுட குலத்திற்கும், அதே போல இயற்கைக்கும் முதலாளிய உற்பத்தி முறை ஏற்படுத்தி வரும் இழப்புகளையும் அந்த இழப்புகளை மீட்டெடுக்கும் வழிமுறைகளையும்தான் அவர் எழுத்துக்கள் வெளிப்படுத்தின.

தாம் விரும்பிய சோசலிச, கம்யூனிச சமுதாயங்களிலும் 'உழைப்பு' கட்டாயம் இருந்தேதான் தீரும் என்று கூறிய அவர், அது எப்படி இருக்க வேண்டும் என்பது பற்றிய தமது தரிசனத்தை முன்வைத்தார்:

நாம் மானுடப் பிறவிகள் என்னும் முறையில் உற்பத்தி செய்வதாக வைத்துக் கொள்வோம். அப்போது நாம் ஒவ்வொருவரும் தனது உற்பத்தியில் தன்னையும் தனது சக மனிதரையும் இருவகையில் உறுதிப்படுத்துவோம்: *(1) எனது உற்பத்தியில் நான் எனது தனித்துவத்தின் குறிப்பிட்ட பண்பை உருத்திரட்சி செய்திருப்பேன். இக்காரணம் கருதியே எனது செயலின் போது எனது சொந்த, தனிப்பட்ட வாழ்வின் வெளிப்பாட்டை நான் மகிழ்வுடன் அனுபவித்திருப்பதுடன், எனது படைப்பை உற்று நோக்குங்கால், தனிப்பட்ட ஆனந்தத்தை அனுபவிப்பேன்; எவ்வித ஐயப்பாட்டுக்கும் இடம் தராத, புறநிலையில் புலனுணர்வுகளால் உணரத்தக்க ஓர் ஆற்றல் என்னும் வகையில் எனது ஆளுமையை நான் அனுபவிப்பேன். (2) எனது படைப்பை நீ பயன்படுத்தும்போதோ, மகிழ்வுடன் அனுபவிக்கும்போதோ, எனது உழைப்பின் மூலம் நான் ஒரு மானுடத் தேவையை நிறைவு செய்துவிட்டேன், அதாவது மானுட இயல்பை உருத்திரட்சி செய்து, அதன் காரணமாக மற்றொரு மானுடப் பிறவியின் தேவைகளுக்குப் பொருத்தமான ஒரு பொருளை சேகரித்துள்ளேன் என்னும் உடனடியான மனநிறைவையும் அறிவையும் பெற்று விடுவேன். (3) நான் உனக்கும் மானுட இனத்துக்கும் இடையிலான தொடர்பாளனாகப் பணியாற்றி, அதன் காரணமாக நான் உனது வாழ்வைச் செழுமைப்படுத்துபவன் என்றும், உனது சாராம்சமான பகுதியே நான் என்றும் உன்னால் ஏற்றுக்கொள்ளப்படுவேன். இவ்வாறு நான் உனது சிந்தனைகளிலும், உனது அன்பிலும் நிலைத்திருப்பதை அறிந்து கொள்வேன். (4) எனது சொந்த வாழ்வின் தனிப்பட்ட வெளிப்பாட்டில், நான் உனது வாழ்வின் உடனடியான வெளிப்பாட்டைக் கொண்டு வந்திருப்பேன். எனவே எனது தனிப்பட்ட செயலில், எனது அசலான தன்மையை, எனது மானுட, சமுதாய இயல்பை நேரடியாக உறுதிப்படுத்தி, அதைப் பயனுறச் செய்திருப்பேன்.* (அழுத்தங்கள் மார்க்ஸுடையவை)

- தி இந்து, 5.5.2017

12

மார்க்ஸ் : விடுதலையின் இலக்கணம்

“மூலதனத்தைத் திரட்டு, மூலதனத்தைத் திரட்டு. மோசேவும் தீர்க்கதரிகளும் இதுதான். மூலதனத் திரட்டலுக்காகவே மூலதனத் திரட்டல்; உற்பத்திக்காகவே உற்பத்தி” - இவை மார்க்ஸின் ‘மூலதனம்’ நூலின் முதல் பாகத்திலுள்ள புகழ்பெற்ற வரிகள். யூத தீர்க்கதரிசி மோசே மூலம் கர்த்தர் பிறப்பித்த கட்டளைகளுக்கு யூதர்கள் பணிந்து போக வேண்டும் என்பது போல, சந்தையின் கட்டளை களுக்கு முதலாளிகள் பணிந்து போக வேண்டியுள்ளது. அவர்கள் முதலாளிய உற்பத்தியை நீடித்து வைத்திருக்க வேண்டுமானால், தொழிலாளிகளை இடைவிடாது சுரண்டி அவர்கள் உருவாக்கும் உபரி-மதிப்பை மூலதனமாக்க வேண்டும்; இந்த மூலதனத்தைத் தொடர்ந்து பெருக்கிக் கொண்டே இருக்க வேண்டும். அப்போதுதான் அவர்களால் சந்தையில் நீடித்திருக்க முடியும்.

விவசாயிகளின் உடைமைகளைப் பறிப்பதையும் காலனி நாடுகளின் செல்வங்களைக் கொள்ளையடிப்பதையும் தனது ஆதிமூலதனத் திரட்டலுக்கான முதன்மையான வழிமுறைகளாகக் கொண்டிருந்த மேலை நாட்டு முதலாளி வர்க்கங்களுக்கு அந்த நாடுகளின் அரசுகளும் துணையாகவும் பாதுகாப்பாகவும் அமைந்தன. அத்தகைய ‘ஆதி மூலதனத் திரட்டல்’, அதே பாதுகாப்புடன் இன்று வேறு நாடுகளிலும் தொடர்வதைப் பார்க்கிறோம். வளர்ச்சியடைந்த, வளர்கின்ற நாடுகளின் முதலாளி வர்க்கங்கள் வளர்முக அல்லது குறை வளர்ச்சி நாடுகளின் நிலங்களை, கனிம வளங்களை, இயற்கைச் செல்வங்களைக் கொள்ளையடிப்பதையும் இந்தியாவின் கடற்கரைப் பகுதிகள், கனிமங்கள், மூலவளங்கள், தரிசு நிலங்கள், வேளாண் நிலங்கள், நன்னீர் முதலியன ஒதிஸா, சட்டிஸ்கர், குஜராத், ஜார்கண்ட், மகாராஷ்டிரம், தமிழ்நாடு முதலிய மாநிலங்களில் கார்ப்பரேட் நிறுவனங்களுக்கு அரசு உதவியுடன் தாரை வார்த்துத் தரப்படுவதையும் பார்த்து வருகின்றோம்.

இந்த ‘ஒளிரும் பொருளாதார வளர்ச்சி’ பற்றிய உண்மைகளை 2017 ஜுலையில் பிரெஞ்சுப் பொருளியல் அறிஞர்கள் லூக்காஸ் சான்செவும் தாமஸ் பிக்கெட்டியும் (இவர்கள் மார்க்ஸியவாதிகள்

அல்லர்) வெளியிட்ட அறிக்கையும் 2018 ஜனவரியில் ஆக்ஸ்ஃபாம் நிறுவனம் வெளியிட்ட அறிக்கையும் கூறுகின்றன: 2017இல் இந்தியாவில் உருவாக்கப்பட்ட மொத்த வருமானத்தில் 73 விழுக்காட்டை மக்கள் தொகையில் ஒரே ஒரு சதவீதமாக உள்ள பெருஞ்செல்வர்கள் உடைமையாகக் கொண்டிருந்தனர்; 2016இல் இந்த ஒரு விழுக்காட்டினர் நமது நாட்டின் செல்வத்தில் 58 விழுக்காட்டைக் கொண்டிருந்தனர். ஒரே ஆண்டில் இதில் 20.9 இலட்சம் கோடி ரூபாய் (2017-18ஆம் ஆண்டுக்கான மத்திய அரசாங்கத்தின் வரவு செலவுத் திட்டத் தொகைக்கு ஈடானது) அதிகரிப்பு ஏற்பட்டது. 67 கோடி ஏழை இந்தியர்களின் வருமானம் 2017இல் 1%தான் அதிகரித்தது.

இயற்கைக்கும் மானுடப் பிறவிகளுக்கும் பெருங் கேடுகளை உருவாக்கும் முதலாளியப் பொருளுற்பத்தியின் விளைவுகளைப் பற்றி மார்க்ஸ் கூறுகிறார்:

> மனிதர்கள் மீண்டும் குகைகளில் வாழச் செல்கின்றனர். ஆனால் இக்குகை இப்போது நாகரிகத்தால் சுவாசித்து வெளியேற்றப்பட்ட நாசகரமான நச்சுக் காற்றால் மாசுபட்டுள்ளது. அவர்கள் அங்கு இன்றோ, நாளையோ என்ற நிச்சயமின்மையுடன்தான் தங்கியிருக்க முடியும். வெளிச்சத்தில் வாழ்வதை எஸ்கலஸின் நாடகத் தலைவனான புரோமதியஸ் மாபெரும் பேறுகளிலொன்றாகக் கருதினான். அதனைக் கொண்டே காட்டுமிராண்டியை மானுடப் பிறவியாக மாற்றினான். ஆனால் (வெளிச்சம்) உழைப்பாளியைப் பொறுத்தவரைக் கிட்டாத ஒன்றாகிவிட்டது. ஒளி, காற்று முதலிய மிக மிகச் சாதாரணமான விலங்குக்கும் தேவையான தூய பொருள்கள் மனிதர்களுக்குரிய தேவையாக இப்போது இருப்பதில்லை. அழுக்கு - மனிதர்களின் இந்தச் சகதி நீரும் அழுகலும் - நாகரிகத்தின் சாக்கடை நீர் (இதை அதன் நேரடியான பொருளில் தான் கூறுகிறோம்) - அவர்களுக்குரிய வாழ்வின் அடிப்படைக் கூறுகளாக உருவாகியுள்ளன.

முதலாளிய சமுதாயத்தில் நிகழும் உற்பத்தியையும் நுகர்வையையும் பற்றி மார்க்ஸ் எழுதுகிறார்:

> பண்படுத்தப்படாத தேவையை மானுடத் தேவையாக மாற்றுவது என்பது (முதலாளியத்)தனிச் சொத்துடைமை அறியாத ஒன்று. கொடுங்கோலரசனைக் கேடுகெட்ட முறையில் நேருக்கு நேர் புகழ்பாடியோ, இன்பக் கேளிக்கைக்கான அவனது மங்கிச் சோர்ந்த ஆற்றலைத் தூண்டிவிடுவதற்காகக் கீழ்த்தரமான வழிமுறையைப் பயன்படுத்தியோ தனக்குச் சலுகை தேடிக்கொள்கிற நபும்சகனைக் காட்டிலும் கேவலமான முகஸ்துதியையும் கீழ்த்தரமான வழிமுறைகளையும் தொழிற்துறை முதலாளி என்னும் நபும்சகன்

பயன்படுத்தித் தனக்குச் சில செப்புக் காசுகளைக் கைப்பற்றிக் கொள்கிறான். கிறிஸ்தவ நெறிக்கிணங்க தன்னால் நேசிக்கப்படும் அண்டை அயலாரின் பைகளில் உள்ள தங்கப் பறவைகளை மந்திரம் போட்டு வரவழைக்கிறான். மற்றவனின் கீழ்த்தரமான ஆசைகளைப் பூர்த்தி செய்யும் சேவை புரிகிறான். மற்றவனுக்கும் அவனது தேவைகளுக்குமிடையே வேசித் தரகன் போல் நிற்கிறான். மற்றவனிடத்தில் உள்ள நசிவு இச்சைகளைத் தூண்டிவிடுகிறான். மற்றவனது பலவீனங்கள் ஒவ்வொன்றுக் காகவும் காத்திருக்கிறான். ஒவ்வொரு (முதலாளிய) உற்பத்திப் பொருளும் மற்றவனது வாழ்க்கையையே தந்திரமாகக் கைப்பற்றி விடுவதற்கான தூண்டிலாகும். (மனிதர்களின்) உண்மையான, உள்ளூறைந்த தேவை ஒவ்வொன்றும் பூச்சியைக் கோந்துப் புட்டியில் சிக்க வைப்பது போன்ற பலகீனமாகிவிடுகிறது.

மார்க்ஸ் கூறுகிறார்:

> நுகர்வு, மானுடச் செயலாகவே இருக்க வேண்டும். நமது உணர்வுகள், உடல் தேவைகள், நமது அழகியல் உணர்வுகள் ஆகிய அனைத்தும் உள்ளடங்கிய செயலாகவே இருக்க வேண்டும். திட்டவட்டமான, உணர்வுபூர்வமான மதிப்பீடு வழங்குகிற மனிதர்கள் என்ற முறையில் நாம் ஈடுபடுகிற செயலாக இருக்க வேண்டும். நுகர்வு, அர்த்தமுள்ள மானுடவகைப்பட்ட, ஆக்கபூர்வ மான அனுபவமாக இருக்க வேண்டும். நமது (முதலாளிய) கலாசாரத்திலோ, நுகர்வு என்பது செயற்கையாகத் தூண்டிவிடப் பட்ட அதீதக் கற்பனைகளை நனவாக்குவதாகவே உள்ளது.

நுகர்வு, ஓர் இலக்குக்கான வழிமுறையாக இருப்பதற்குப் பதிலாக அது தன்னளவிலேயே ஓர் இலக்காகிவிடுகிறது. முதலாளிய உற்பத்தியின் ஒட்டுமொத்தமான முழக்கம்: ‘வாங்கு, வாங்கிக் கொண்டே இரு. எதையாவது வாங்கு, வாங்காமல் வாழாதே’.

பழங்குடி மக்கள், ஏதோவொரு மரம், கல் போன்ற பொருளுக்குத் தெய்விகத்தன்மை இருப்பதாகக் கருதுவதை மானுடவியலாளர்கள் சுட்டிக்காட்டியுள்ளனர். மார்க்ஸ் இந்தக் கருத்தை, சரக்கு ஏதோ தெய்விகத்தன்மையை, மாயாஜாலத் தன்மையைப் பெற்றிருப்பதைப் போலத் தோற்றமளிப்பதை விளக்குவதற்குப் பயன்படுத்துகிறார்: ஒரு சரக்கு அதன் பயன் - மதிப்போடு பிணைக்கப்பட்டிருக்கும் வரை அது சர்வசாதாரணமான பொருளாக உள்ளது. எடுத்துக்காட்டாக மரத் துண்டு, மானுட உழைப்பால் மேஜையாக மாற்றப்படும்போது, அதன் பயன் - மதிப்பு (எழுதுவதற்கோ, சாப்பிடுவதற்கோ பயன்படுத்தப் படக்கூடிய, புலன்களுக்குப் பிடிபடுகிற பொருள்) என்பது தெளிவாகப் புலப்படுகிறது. ஆனால் அதே மேஜை எப்போது (விற்பனைச்) சரக்காக

மாறுகிறதோ, அதாவது எப்போது அது, சரக்குகளை ஒன்றோடொன்று பரிவர்த்தனை செய்வதற்கான பொது ஊடகமாக உள்ள பணத்துடன் (அதை வாங்கவோ விற்பதற்கோ தேவையான பணத்துடன்) பிணைக்கப்படுகிறதோ, அப்போது அது அதை உருவாக்கிய உழைப்பாளியின் கைகளிலிருந்து, மானுட உழைப்பின் விளைபொருள் என்ற உண்மையிலிருந்து துண்டிக்கப்படுகிறது. அந்த மேஜையின் மதிப்பு, அதற்குள்ளேயே நிரந்தரமாக இருக்கக்கூடிய ஒன்று என்று கருதுகிறோமேயன்றி, அதை உருவாக்குவதற்குச் செலவிடப்பட்ட உண்மையான மானுட உழைப்பின் அளவுதான் அந்த மேஜையின் மதிப்பு ஆகும் என்று பார்ப்பதில்லை. மனித உழைப்பின் பண்புகள் சரக்குகளின் பண்புகளாக, இந்த சரக்குகள் சமூகரீதியாகவும் இயல்பாகவும் பெற்றிருக்கின்ற தன்மைகளாகக் காட்சியளிக்கின்றன. மனிதர்களுக்கிடையிலான சமூக உறவுகள் பொருள்களுக்கிடையிலான உறவுகள் என்னும் விசித்திர வடிவத்தை மேற்கொள்கின்றன. இதற்குக் காரணம், சரக்குகளின் உண்மையான உற்பத்தியாளர்கள் பெரிதும் கண்களுக்குப் புலப்படாதவர்களாகவே இருக்கிறார்கள். பரிவர்த்தனைச் செயல்பாட்டால் சரக்குகளுக்கிடையே ஏற்படுத்தப்படும் உறவுகளின் மூலமாகவே நாம் உழைப்பாளிகளின் உற்பத்திப் பொருள்களை, சேவைகளை அணுகுகின்றோம். அவர்களது உழைப்பிலிருந்து இலாபத்தைக் கறக்கும் நிறுவனங்களுடன் நாம் கொள்ளும் பணப் பரிவர்த்தனை மூலமாகவே அந்த உழைப்பாளிகள் தங்கள் உழைப்பால் உற்பத்தி செய்த பொருள்களைப் பெறுகிறோம். பணப் பரிவர்த்தனை மூலமாக மட்டுமே நாம் இந்தப் பொருள்களுடன் உறவு கொள்வதால், சரக்குகளுக்குள் பொதிந்துள்ள இரகசியத்தை, மர்மத்தை, அதாவது மானுட உழைப்பை மறந்து விடுகிறோம். உலகிலுள்ள சரக்குகள் எல்லாவற்றையும் ஒன்றோடொன்று பரிவர்த்தனை செய்வதற்கான பொது அளவையாகப் பயன்படுத்தப்படும் பணமும் இப்போது தெய்விகத்தன்மை பெற்றுவிடுகிறது (தங்கமும் வெள்ளியும் 'மூல விக்கிரகங்கள்'; உலோக நாணயங்களும் காகிதப் பணமும் 'உற்சவ மூர்த்திகள்'.) சரக்குகளின் புழக்கத்திற்கான ஊடகம்தான் பணம்; ஆனால் நாம் வாழும் தலைகீழ் உலகத்தில், சரக்குகளின் புழக்கத்தை உருவாக்குவதே பணத்தின் நடமாட்டம்தான் என்ற தோற்றம் உருவாகிறது. மானுட உழைப்பின் நேரடி அவதாரம் என்று மார்க்ஸால் வர்ணிக்கப்பட்ட பணம், மானுடர்களை ஆளுகை செய்கிற, அவர்களை அச்சுறுத்துகிற அல்லது 'கடாட்சம்' தருகின்ற கடவுளாகிறது.

வாங்குவதற்குப் பணம் தேவையாதலால், பணம் அனைத்து வல்லமை பெற்ற சக்தியாகின்றது . மார்க்ஸ் கூறுகிறார் :

> பொருள்களைப் பெறுவதற்கான மானுட முறை, நான் எதைப் பெறுகிறேனோ அதற்குப் பொருத்தமான பண்புவகை முயற்சியைச்

செய்வதாகும். உணவும் உடையும் பெறுவதற்கான அடிப்படை, நான் உயிருள்ளவனாக இருக்கிறேன் என்பதும், புத்தகங்களையும் ஓவியங்களையும் பெறுவதற்கான அடிப்படை, நான் அவற்றைப் புரிந்து கொள்கிறேன், அவற்றைப் பயன்படுத்தும் ஆற்றல் உள்ளவனாக இருக்கிறேன் என்பதுமாகும்.

ஆனால் முதலாளியச் சமுதாயத்தில் பொதுவாக பணத்துக்குள்ள ஆற்றலின் அளவே தனிமனிதர்களின் ஆற்றலின் அளவாக அமைகின்றது :

நான் அவலட்சணமானவன். ஆனால் என்னால் பெண்களில் மிக அழகானவளை விலைக்கு வாங்கிக் கொள்ள முடியும். எனவே நான் அவலட்சணமானவல்லன். ஏனெனில் அவலட்சணம் விளைவிக்கும் அருவருப்பைப் பணம் நீக்கிவிடுகின்றது. நான் கால்கள் அற்றவன். ஆனால் பணம் எனக்கு இருபத்து நான்கு பாதங்களை வழங்குகிறது. எனவே நான் பாதங்கள் அற்றவனல்லன். நான் மோசமானவன், நேர்மையற்றவன், பழிபாவங்களுக்கு அஞ்சாதவன், மடையன். ஆனால் பணம் மரியாதைக்குரிய ஒன்று. எனவே அதை உடையவனும் மரியாதைக்குரியவனாகின்றான்.

மார்க்ஸின் அவதானிப்புகள் யாவும் உலகிலுள்ள எல்லா முதலாளிய நாடுகளுக்கும் பொருந்தும். மனித உழைப்புக்குரிய அதே மதிப்பையும் கனதியையும் இயற்கைக்கும் வழங்கி வந்த மார்க்ஸ், தமது கடைசி கால எழுத்துகளில், அவர் தொடக்கத்தில் நம்பிக்கை வைத்திருந்த முதலாளிய நவீனத் தொழில்நுட்பங்கள் மீது சந்தேகம் எழுப்பத் தொடங்கினார். இயற்கையை மானுட சமுதாயத்திற்குப் பயன்படுத்து வதற்கு வரம்புகள் இருப்பதைச் சுட்டிக் காட்டினார். காடுகள் அழிக்கப்படுவதால் ஏற்படும் பருவ நிலை மாற்றங்களைப் பற்றி அறிந்திருந்தார். ஒரு தலைமுறையைச் சேர்ந்த மனிதர்கள், தாங்கள் எதிர்கொண்டு தங்களுக்காகப் பயன்படுத்தும் இயற்கையை மேலும் வளப்படுத்தி, அடுத்த தலைமுறையினருக்கு ஒப்படைக்க வேண்டும் என்று ‘மூலதனம்’ நூலின் மூன்றாம் பாகத்தில் எழுதினார். நமக்குள்ள ஒரே வாழிடமாக உள்ள இந்த புவிக் கோளம் முன்னெப்போது மில்லாத வகையில் அழிவின் விளிம்பை நெருங்கிக் கொண்டிருக்கும் இந்தக் காலகட்டத்தில், சமுதாயத்தை எப்படி மறுவார்ப்பு செய்ய வேண்டும் என்பதுதான் பிரச்சினை. ஜெர்மானியப் புரட்சியாளர் ரோஸா லுக்ஸம்பர்க் நூறாண்டுகளுக்கு முன் எழுப்பிய கேள்விக்கு இன்று நாம் பதில் கண்டாக வேண்டியுள்ளது: ‘சோசலிசமா, காட்டுமிராண்டி நிலையா?’.

- தி இந்து, 04.05.2018

13

கறுப்பின இயக்குநரின் 'இளம் கார்ல் மார்க்ஸ்'

"*1843*ஆம் ஆண்டு ஐரோப்பா - வரம்பிலா முடியாட்சியின் கீழ் நெருக்கடிகள், பஞ்சம், பொருளாதார மந்தம் ஆகியவற்றில் சிக்கித் தத்தளித்து மாற்றத்தின் விளிம்பில் இருந்தது. இங்கிலாந்தில் ஏற்பட்ட தொழிற்புரட்சி உலக அமைப்பையே உருமாற்றி புதிய பாட்டாளி வர்க்கத்தைத் தோற்றுவித்துக் கொண்டிருந்தது. 'எல்லா மனிதர்களும் சகோதரர்களாக' இருக்கும் கற்பனாவாத கம்யூனிச உலகை அடிப்படையாகக் கொண்ட தொழிற்சங்கங்கள் அமைக்கப்பட்டு வந்தன. இரண்டு இளம் ஜெர்மானியர்கள் இந்தக் கருத்தைத் தகர்த்துப் போராட்டத்தையும் எதிர்காலத்தையும் உருமாற்ற வந்தனர்" - திரையில் விழும் இந்த வாக்கியங்களுடன் தொடங்கும் ஜெர்மன் திரைப்படம் 'இளம் கார்ல் மார்க்ஸ்' (The Young Karl Marx), மார்க்ஸுும் எங்கெல்ஸுும் கம்யூனிஸ்ட் புரட்சியாளர்களாக வளர்ச்சியடைந்த தற்கான அரசியல், பொருளாதார, சமூகச் சூழ்நிலைகளை சுருக்கமாகவும் செறிவாகவும் எடுத்துரைக்கிறது.

திரைப்படத்தின் முதல் காட்சியில், ஜெர்மானிய ஏழை விவசாயிகள் காடுகளில் கிடக்கும் சுள்ளிகளையும் காய்ந்துபோய்க் கீழே விழுந்த கிளைகளையும் சேகரித்துக் கொண்டிருக்கின்றனர். 'வாய்ஸ் ஓவராக' சில வாசகங்கள் சொல்லப்படுகின்றன: "பச்சை மரங்களைச் சேகரிக்க, ஒருவர் அதை உயிருள்ள மரத்திலிருந்து பலாத்காரமாகப் பிய்த்தெறிய வேண்டும். ஆனால் காய்ந்துபோன மரத்தைச் சேகரிப்பது உடைமையிலிருந்து எதனையும் அகற்றுவ தில்லை. உடைமையிலிருந்து ஏற்கெனவே பிரிக்கப்பட்டிருந்ததுதான் இப்போது அகற்றப்படுகிறது".

அப்போது சுள்ளி பொறுக்கிக் கொண்டிருக்கும் ஒரு பெண்மணி பார்க்கிறார், வனச் சொந்தக்காரர்களின் காவலர்கள் குதிரைகளில் வந்து கொண்டிருப்பதை. 'வாய்ஸ் ஓவர்' தொடர்கிறது: "ஊழல்களில் இரு வகை இருப்பதாக மொந்தெஸ்கு[1] கூறுகிறார்: ஒன்று, சட்டங்களை

1. மொந்தெஸ்கு (Montesquieu [1689-1755]) : பிரெஞ்சு நீதிபதியும், எழுத்தாளரும், அரசியல் தத்துவ அறிஞருமான மொந்தெஸ்குதான், அரசியல் அதிகாரங்கள் ஒரே இடத்தில் குவிந்திருப்பதற்குப் பதிலாக அவை பிரிக்கப்பட்டு நாடாளுமன்றம், அரசாங்க நிர்வாகம், நீதிமன்றம் ஆகியவற்றுக்குப் பகிர்ந்தளிக்கப்பட வேண்டும் என்பதை முதன் முதலில் பரிந்துரைத்தவர்.

மக்கள் அனுசரிக்காத போது; இன்னொன்று சட்டங்கள் மக்களை ஊழலப்படுத்தும்போது".

அந்தக் காவலர்கள் ஏழைகளை அடித்தும் வெட்டியும் சாய்க்கிறார்கள் - பெண்கள், குழந்தைகள், முதியவர்கள் என்று பாராமல். 'வாய்ஸ் ஓவர்' தொடர்கிறது: "திருட்டுக்கும் விறகு சேகரிப்பதற்குமுள்ள வேறுபாட்டை நீங்கள் அழித்துவிட்டீர்கள். அது உங்கள் நலனுக்கானது என்று கருதுவீர்களேயானால், நீங்கள் தவறு செய்தவர்களாகிறீர்கள். மக்கள் தண்டனையைத்தான் பார்க்கிறார்களே ஒழிய குற்றத்தையல்ல. நீங்கள் அவர்களைக் கண்டு அஞ்ச வேண்டும். ஏனெனில் அவர்கள் பழி தீர்த்துக்கொள்ளப் போகிறார்கள்".

இந்த 'வாய்ஸ் ஓவர்' முடியும் தருணத்தில் ஜெர்மனியின் கொலோன் நகரத் தெருவொன்றில் போலிஸ்காரன் ஒருவன் குதிரையில் செல்வதையும் பத்திரிகை அலுவலகமொன்றில் இளம் மார்க்ஸ் ஜன்னலருகே சுருட்டுப் பிடித்துக் கொண்டிருப்பதையும் பார்க்கிறோம்.

மார்க்ஸின் வாழ்க்கை வரலாற்றையும் அவரது எழுத்துப் பணிகளையும் அறிந்தவர்கள், மேற்சொன்ன வாசகங்கள் மார்க்ஸ் எழுதிய கட்டுரையொன்றில் இருப்பவை என்பதைப் புரிந்து கொள்வார்கள். 1843இல் ஜெர்மனி ஒன்றுபட்ட தேசமாக இருக்க வில்லை. பல பெரிய, சிறிய நாடுகளாக, மன்னர்களாலும் இளவரசர் களாலும் நிலப்பிரபுக்களாலும் ஆளப்படும் பகுதிகளாக சிதறுண்டு கிடந்தது. கொலோன் நகரம் ரைன்லாந்து பகுதியில் இருந்தது. அந்த நகரத்திலிருந்து வெளியிடப்பட்டுக் கொண்டிருந்த ரைனிஷ் ஸெய்டுங் என்னும் செய்தியேட்டில் கட்டுரைகள் எழுதுவதன் மூலம் பொது வாழ்வைத் தொடங்கிய மார்க்ஸ், மிக விரைவில் அதன் தலைமை ஆசிரியராக நியமிக்கப்பட்டார்.

1842இல் ரைன்லாந்து சட்டமன்றம், தனியாருக்குச் சொந்தமான காடுகளில் மரம் வெட்டுவதையும் கடத்துவதையும் சட்டவிரோத மாக்கும் சட்ட முன்வரைவைக் கொண்டு வந்தது. அதன்படி, கடுங்குளிர் ஜெர்மன் பிரதேசத்தில் சமையல் அடுப்புக்காக மட்டுமின்றி குளிரிலிருந்து பாதுகாக்கும் கணப்படுப்புகளுக்காகவும் விறகு தேவைப்படும் ஏழை மக்கள் இந்தக் காடுகளில் விறகு பொறுக்கினால் கூட அதற்குத் தண்டனையாக அபராதத் தொகை கட்ட வேண்டும்; அல்லது சம்பந்தப்பட்ட காட்டின் உடைமையாளர்களுக்கு குறிப்பிட்ட காலம் ஊதியமில்லாமல் வேலை செய்ய வேண்டும். பச்சை மரத்தை வெட்டுவதை மட்டுமல்ல, தானாகவே காய்ந்து விழுந்த சுள்ளிகளையும் குச்சிகளையும் பொறுக்குவதைக்கூட கடும் குற்றமாக்கிய இந்தச் சட்ட முன்வரைவைக் கடுமையாகக் கண்டனம்

செய்து மேற்சொன்ன செய்தியேட்டில் மார்க்ஸ் எழுதிய கட்டுரையிலுள்ள வாசகங்கள்தாம் இந்த 'வாய்ஸ் ஓவர்'. திருட்டுக்கும் விறகு சேகரிப்பதற்குமுள்ள வேறுபாட்டைக் காண மறுத்த ரைன்லாந்து சட்டமன்ற உறுப்பினர்களை விளித்து எழுதப்பட்ட அந்தக் கட்டுரையில் மார்க்ஸ் கூறுகிறார்: "உரிமை வேறு குற்றம் வேறு என்பதையே நீங்கள் காண மறுக்கிறீர்கள். ஒவ்வொரு உரிமையையும் குற்றமாக்கி நீங்கள் உரிமையையே ஒழிக்கிறீர்கள்".

ஆட்சியாளர்களுக்கு இந்தக் கட்டுரை ஆத்திரமூட்டியதால், மார்க்ஸையும் அவரது சக பத்திரிகையாளர்களையும் கைது செய்ய போலிஸார் வருவதாக இந்தத் திரைப்படம் காட்டுகிறது. அந்தப் பத்திரிகை அலுவலகம் போலிசாரால் முற்றுகையிடப்படுகையில் இளம் மார்க்ஸுக்கும் சகபத்திரிகையாளர்களுக்கும் (இடதுசாரி ஹெகலியர்கள் என்றும் இளம் ஹெகலியர்கள் என்றும் அழைக்கப்பட்ட மாக்ஸ் ஸ்டிர்னர், ப்ருனோ பௌர் முதலியோர்) சூடான விவாதம் நடக்கிறது. தமது கட்டுரை ஏழை மக்களிடம் உள்ள நியாயத்தையும் அரசாங்கத்தின் எதேச்சாதிகாரத்தையும் அம்பலப் படுத்தியுள்ளதாகக் கூறுகிறார் மார்க்ஸ். எழுதுவதில் சற்று நிதானத்தைக் கடைப்பிடிக்க வேண்டும் என்று கூறுபவர்களிடம் கேட்கிறார்: "விஷயங்களை நேரடியாக அல்லாமல் மறைகுறிப்புகளாகச் சொல்ல வேண்டும் என்று விரும்புகிறீர்களா? தெளிவற்ற சோசலிசக் கருத்துகள் எதையேனும் எழுத விரும்புகிறீர்களா? ஆபத்தில்லாத இலக்கிய விமர்சனக் கட்டுரைகளோடு நிறுத்திக் கொள்ள விரும்புகிறீர்களா? என்னை நானே தணிக்கை செய்து கொள்ள வேண்டுமா?". சக பத்திரிகையாளர் அர்னால்ட் ரூகெவிடம் சொல்கிறார்: "நான் இதுவரை குண்டூசிகளை வைத்துச் சண்டை போட்டேன். இனி எனக்குத் தேவைப்படுவது சம்மட்டி".

அவர்கள் எல்லோரும் கைது செய்யப்பட்டு போலிஸ் நிலையத்திற்கு அழைத்துச் செல்லப்படுகையில், இதைவிடச் சிறந்த பத்திரிகையை பாரிஸில் தொடங்கப் போவதாகக் கூறும் ரூகெ, அதில் சேர்ந்து பணியாற்ற விருப்பம் இருக்கிறதா என்று மார்க்ஸைக் கேட்கிறார்.

ரைனிஷ் ஸெய்டுங் நாளேடு அடுத்தடுத்து அரசாங்கத் தணிக்கைகளுக்கு உட்படுத்தப்பட்டுப் பிறகு ஒரேயடியாகத் தடைசெய்யப்பட்டதேயன்றி, அதில் எழுதி வந்த மார்க்ஸ் உட்பட எவரும் கைது செய்யப்படவில்லை. அவர் கைது செய்யப்படுவதாக இந்தத் திரைப்படத்தில் காட்டப்படுவது, அவரது சொல்லையும் செயலையும் முக்கியப்படுத்துவதற்காகத்தான்.

அடுத்த காட்சியில் 1843ஆம் ஆண்டுக்கால மான்செஸ்டர் நகரத்தில் இருந்த 'எர்மன் அன்ட் எங்கெல்ஸ்' என்னும் நிறுவனத்துக்குச் சொந்தமான நூற்பாலை காட்டப்படுகிறது. அதன் உரிமையாளர்களி லொருவர் எங்கெல்ஸின் தந்தை. அங்கு எங்கெல்ஸ், தந்தைக்கு உதவியாகப் பணிபுரிகிறார். ரோசின் என்ற தொழிலாளியின் கைவிரல்கள் இயந்திரமொன்றில் சிக்கி வெட்டப்பட்டுவிட்டதால் தொழிலாளர்கள் கிளர்ச்சி செய்து சில இயந்திரங்களைப் பழுதாக்கிவிடுகின்றனர். அந்தக் கிளர்ச்சியாளர்களுக்குத் தலைமை தாங்குபவராக அங்கு வேலை செய்யும் ஐரிஷ் பெண் தொழிலாளி மேரி பர்ன்ஸ் காட்டப்படுகிறார். இயந்திரங்களைப் பழுதுபார்ப்பதற்கு வேண்டிய செலவுத் தொகை, தொழிலாளிகளுக்குக் கூலியாகத் தரப்படும் பணத்தைவிட அதிகம் என்று கூறும் முதலாளிக்கு (எங்கெல்ஸின் தந்தை) சூடான பதில் தருகிறார் மேரி. அவரை வேலையை விட்டு நீக்கும் முதலாளி, தொல்லை தரும் தொழிலாளி களின் பட்டியலைத் தயாரிக்குமாறு ஆலை மேலாளரிடம் சொல்கிறார். அதை ஆட்சேபிக்கும் எங்கெல்ஸிடம், " நீ தொழிற்சாலையை நடத்த விரும்புகிறாயா?" என்று கேட்கிறார். "அது எனது விருப்பமல்ல" எனறு கோபமாகப் பதிலளித்த எங்கெல்ஸ், ஏற்கெனவே தொழிலாளிகள் மீது அனுதாபம் கொண்டிருந்த அவர், மேரி பர்ன்ஸ் வசிக்கும் சேரிப் பகுதிக்குச் செல்கிறார். செல்வச் சீமானின் மகன் அங்கு வந்தது தங்களை எள்ளி நகையாடவோ என்று சந்தேகிக்கும் தொழிலாளர்களிடம் மான்செஸ்டெர், லீட்ஸ் ஆகிய நகரங்களிலுள்ள தொழிலாளர்களின் நிலைமையை நேரடியாக அறிந்து கொள்ள அவர்களது உதவி தமக்குத் தேவைப்படுகிறது என்கிறார். 'தொழிலாளர்களை இப்படித்தான் உன்னால் நேரடியாக அறிந்துகொள்ள முடியும்' என்று கூறி ஒரு தொழிலாளி அவரைத் தாக்குகிறார். எங்கெல்ஸின் மூக்கு உடைகிறது. மேரி பர்ன்ஸ் ஓடி வந்து அவரைப் பாதுகாக்கிறார். இருவரும் காதல் வயப்படுகின்றனர். நிஜ வாழ்க்கையில் மேரி பர்ன்ஸ், அந்தத் தொழிற்சாலையில்தான் வேலை செய்தாரா, அங்கு கிளர்ச்சியைத் தூண்டிவிட்டாரா என்பது தெரியவில்லை என்றாலும் எங்கெல்ஸின் கட்டுரைகள், அவரது கடிதங்கள், எங்கெல்ஸ் பற்றி அண்மையில் எழுதப்பட்டுள்ள நூல்கள் ஆகியவற்றிலிருந்து மேரி பர்ன்ஸ், எங்கெல்ஸின் வாழ்க்கையில் முக்கியப் பாத்திரம் வகித்தார் என்பது உறுதிப்படுகின்றது. அவர்கள் இருவரும் முறைப்படி திருமணம் செய்து கொண்டவர்கள் அல்லர்; மாறாக, சேர்ந்து வாழ்ந்தவர்கள். மேரி பர்ன்ஸ் மறைந்த பிறகு, எங்கெல்ஸ் அவரது சகோதரி லிஸ்ஸி பர்ன்ஸுடன் சேர்ந்து வாழ்ந்தார். மேலும், எங்கெல்ஸின் தந்தை - ஜெர்மனியில் வசித்து வந்தவர்-

மான்செஸ்டரில் தமக்கு சொந்தமாக இருந்த தொழிற்சாலையை ஒருபோதும் நேரடியாக நிர்வகித்ததில்லை. ஆனால், அங்கு அவர் இருப்பதாகக் காட்டப்படுவது திரைப்பட இயக்குநரின் கலைச் சுதந்திரம்; எங்கெல்ஸ் தமது தந்தையுடன் எப்போதும் முரண்பட்டே வந்தவர் என்பதைக் காட்டுவதற்காகச் செய்யப்பட்டுள்ள உத்தி.

இப்படி அடுத்தடுத்த இரண்டு காட்சிகளில் இளம் மார்க்ஸும் அவரைவிட இரண்டு வயது இளையவரான எங்கெல்ஸும் தொழிலாளி வர்க்கத்தின் பக்கம் நிற்பவர்கள் என்பது நிறுவப்படுகிறது.

அடுத்த காட்சிகள்: ரூகெ தொடங்கிய புதிய பத்திரிகையில் எழுதுவதற்காக மார்க்ஸ் பாரிஸுக்குத் தமது மனைவி ஜென்னியுடன் வருகிறார். பெரும் பிரபுக் குடும்பத்தில் பிறந்த ஜென்னி, கார்ல் மார்க்ஸுக்கும் அவரது இலட்சியத்துக்கும் தம்மை முழுமையாக அர்ப்பணித்துக் கொண்டிருந்ததைப் பாரிஸ் காட்சிகள் காட்டுகின்றன. அவர்கள் வசிக்கும் வசதியற்ற வீட்டில் அன்றாடத் தேவைக்கான போதுமான பொருள்கள் இருப்பதில்லை. அவர்களது முதல் பெண் குழந்தை (அவள் பெயரும் ஜென்னிதான்) பிறந்தது பாரிஸில்தான். வீட்டு வேலைக்காக அமர்த்தப்பட்டிருந்த இளம் பெண், தங்கள் குழந்தையைச் சரியாகக் கவனிப்பதில்லை என்றும், அவள் வீட்டிலுள்ள பொருள்களைத் திருடுகிறாள் என்றும் ஜென்னி மார்க்ஸ் புகார் கூறுகையில், அந்தப் பணிப் பெண்ணுக்கு இரண்டு மாத சம்பள பாக்கி வைத்திருக்கும்போது அவளால் திருடாமலென்ன செய்ய முடியும் என்று கேட்கிறார் மார்க்ஸ். அவர் எழுதும் கட்டுரைகளுக்கு ரூகெ ஒழுங்காகப் பணம் தருவதில்லை. எனவே குடும்பத்தின் பொருளாதாரச் சிக்கலைத் தீர்க்கும் பொருட்டு, தற்காலிகமாவது ஜென்னி ஜெர்மனியிலுள்ள தமது சொந்த வீட்டிற்குப் போகலாமே என்று மார்க்ஸ் யோசனை சொல்கிறார். அது நியாயமற்ற பேச்சு என்று கூறிவிடுகிறார் ஜென்னி. அவர்கள் ஒருவருக்கொருவர் கொண்டிருந்த காதல் அற்புதமாகச் சித்திரிக்கப்படுகிறது - உடலுறவு கொள்வது உடபட (மார்க்ஸ், இந்தத் திரைப்படத்தில் புரட்சிகர இளைஞராக வேயன்றி 'புனிதரா'கச் சித்திரிக்கப்படவில்லை.)

பாரிஸில் புகழ்பெற்ற சோசலிசவாதியாக இருந்த புரூதோன் உரையாற்றும் கூட்டத்திற்கு மார்க்ஸும் ஜென்னியும் செல்கிறார்கள். அங்கு புரூதோன் தமது புகழ்பெற்ற கூற்றான "எல்லாச் சொத்தும் திருட்டே" என்பதைக் கூறுகிறார். "எல்லாச் சொத்துமா அல்லது தனியார் பூர்ஷ்வா சொத்தா?" என்று கேட்கிறார் மார்க்ஸ். அந்தக் கூட்டத்தில்தான் ஆட்சிமறுப்பிய (anarchist) சோசலிசவாதியும் பின்னாளில் மார்க்ஸின் கடும் அரசியல் எதிரியாக இருந்தவருமான

மிகெய்ல் பக்கூனின், அந்த நாளைய குட்டி பூர்ஷ்வா சோசலிச வாதிகளிலொருவரான கார்ல் க்ருன் ஆகியோர் மார்க்ஸுக்கு அறிமுகமாகின்றனர். சதுரங்கம் விளையாடும் போது மார்க்ஸுக்கும் பக்கூனினுக்கும் நடக்கும் உரையாடல் சுவாரசியமானதாக உள்ளது.

ரூகெவின் ஏட்டிற்குத் தமது கட்டுரையொன்றைக் கொடுப்பதற்காக இங்கிலாந்திலிருந்து எங்கெல்ஸ் வருகிறார். குறித்த நேரத்தில் மார்க்ஸ் தாம் வாக்களித்த கட்டுரைகளைத் தருவதில்லை என்று அவரிடம் ரூகெ புகார் சொல்லிக் கொண்டிருக்கும் நேரத்தில் அங்கு வந்து சேர்கிறார் மார்க்ஸ். எங்கெல்ஸை கார்ல் மார்க்ஸுக்கு அறிமுகம் செய்து வைக்கிறார் ரூகெ. ஓராண்டுக்கு முன்பே பெர்லினில் எங்கெல்ஸை சந்தித்ததாகக் கூறும் மார்க்ஸ், அவரிடம் சற்று முரட்டுத்தனமாக நடந்து கொள்கிறார் (மார்க்ஸுக்கும் எங்கெல்ஸுக்கும் நடந்த முதல் சந்திப்பு மகிழ்ச்சிகரமானதாக இருக்கவில்லை என்பது வரலாற்றுண்மைதான்.) ஆனால், எங்கெல்ஸோ மிகவும் பணிவுடன் நடந்து கொள்கிறார். பிறகு நடக்கும் உரையாடலில் எங்கெல்ஸ், மார்க்ஸ் எழுதிய *உரிமை பற்றிய ஹெகலின் தத்துவம் பற்றிய விமர்சனப் பகுப்பாய்வுக்கான பங்களிப்பு - ஓர் அறிமுகம்* கட்டுரையைப் பாராட்டுகிறார். மார்க்ஸ் தமது பங்குக்கு எங்கெல்ஸ் எழுதிய *இங்கிலாந்தில் தொழிலாளி வர்க்கத்தின் நிலைமைகள்* நூலில் தொழிலாளி வர்க்கத்தின் அவல நிலை, மேல்தட்டு வர்க்கங்களின் டாம்பீக வாழ்க்கை ஆகிய இரண்டையும் வேறு யாராலும் அப்படி அற்புதமாகச் சித்திரித்திருக்க முடியாது என சிலாகிக்கிறார். படிப்படியாக மார்க்ஸின் இறுக்கம் தளர்கிறது. ரிகார்டோ, ஆதாம் ஸ்மித், பெந்தாம் ஆகிய அரசியல் பொருளாதாரவாதிகளின் நூல்களைப் படிக்க வேண்டும் என்று மார்க்ஸை வற்புறுத்துகிறார் எங்கெல்ஸ். அரசியல் பொருளாதாரம் மீது மார்க்ஸின் கவனத்தைத் திருப்பியது எங்கெல்ஸ்தான் என்பதும் வரலாற்று உண்மைதான். இருவருக்கும் கருத்தொற்றுமை ஏற்படுவது மட்டுமல்ல; எங்கெல்ஸ் மார்க்ஸின் குடும்ப நண்பராகவும் ஆகிவிடுகிறார்.

இருவருமே வாழ்க்கையை இரசித்தவர்கள். மதுபான விடுதியில் இருவரும் சதுரங்கம் விளையாடிக் கொண்டு வெகுநேரம் உரையாடுவதாக ஒரு காட்சி. வீட்டுக்குத் திரும்புகையில் மார்க்ஸ், குடிபோதையில் வாந்தி எடுப்பதாகவும், அதன் பிறகு "தத்துவாதிகள் உலகைப் பல்வேறு வகைகளில் விளக்கியுள்ளனர். ஆனால் செய்ய வேண்டியதோ அதை மாற்றுவதுதான்" என்று அவர் கூறுவதாகவும், யாரைக் கொண்டு மாற்றுவது என்று எங்கெல்ஸ் கேட்கையில், "புருதோனின் உதவியுடன்" என்று மார்க்ஸ் பதில் சொல்வதாகவும் ஒரு காட்சி அமைந்துள்ளது. மார்க்ஸ், தமது இளம் வயதில் சில

வேளை அளவுக்கு அதிகமாகக் குடிப்பதுண்டு என்பதை அவரது நெருக்கமான தோழர்களே பதிவு செய்துள்ளனர். ஆனால், ஜெர்மன் பொருள்முதல்வாதத் தத்துவ அறிஞர் ஃபயர்பாஹைப் பற்றிய ஆய்வுரைகளில் பதினோராவது ஆய்வுரையில்தான் மார்க்ஸ், மேற்சொன்ன கூற்றை எழுதியுள்ளார். இந்த ஆய்வுரைகளை அவர் 1845ஆம் ஆண்டு வசந்தகாலத்தில் பெல்ஜியத்தின் தலைநகரான ப்ருஸ்ஸெல்ஸின் வசிக்கும்போதுதான் எழுதினார் என்பதுதான் வரலாற்று உண்மை.

பாரிஸில் வசித்த போது மார்க்ஸ் தொடக்கத்தில் புரூதோனை மிகவும் மதித்தார்; அவரும் எங்கெல்ஸுும் இணைந்து எழுதிய புனிதக் குடும்பம் நூலில் இளம் ஹெகலியர்களான புருனோ பௌர் முதலியோரின் கருத்துகள் கேலிக்குரியனவாக்கப்பட்டு, புரூதோனின் கருத்துகள் சில உயர்த்துப் பிடிக்கப்பட்டுள்ளன. இந்த நூலுக்கான தலைப்பை மார்க்ஸின் மனைவி வழங்கியதாக இந்தத் திரைப்படம் சொல்கிறது. இது வரலாற்று உண்மையோ இல்லையோ, மார்க்ஸின் எழுத்துப் பணிகளில் ஜென்னி குறிப்பிடத்தக்க பங்கு வகித்தார் என்பதும், தாம் எழுதியவற்றை ஜென்னிக்குக் காண்பித்து அவரது கருத்துகளை கேட்டறிவதிலும் அக்கருத்துகளை மதிப்பதிலும் மார்க்ஸ் அக்கறை கொண்டிருந்தார் என்பதும் பல வரலாற்றாசிரியர்களால் சொல்லப்பட்டுள்ள உண்மை. இதைச் சற்றுக் கலைச் சுதந்திரத்துடன் இந்தப் படத்தின் இயக்குநர் சித்திரித்துள்ளார். பாட்டாளி வர்க்கத்தினருடன் நெருங்கிப் பழகுவதற்கான வாய்ப்பை மார்க்ஸுக்கு பாரிஸ் வாழ்க்கைதான் வழங்கியது என்பதை இந்தத் திரைப்படம் சரியாகவே கூறுகிறது. தொழிலாளர் கூட்டமொன்றில், முதலாளி களின் சுரண்டலைப் பற்றி மார்க்ஸ் எடுத்துரைக்கும் காட்சியில் , அவர் பேசி முடித்த ։பின் அதே மேடையில் அவரது சமகால சோசலிச வாதியும், கருத்தாழமற்ற ஆனால் பேச்சாற்றல் மிக்க ஜெர்மானியர் - தையல் தொழிலாளி - வெய்ட்லிங் பேச அழைக்கப்படுவதாகக் காட்டப்படுகிறது.

பாரிஸ் நாளேடொன்றில் பிரஷ்ய மன்னரைக் கண்டனம் செய்து மார்க்ஸ் எழுதிய கட்டுரையின் காரணமாக, அந்த மன்னரின் நிர்பந்தத்தின் பேரில் மார்க்ஸும் அவரது மனைவியும் 24 மணி நேரத்தில் பாரிஸை விட்டு வெளியேற வேண்டும் என்ற ஆணை பிறப்பிக்கப்பட்டு அவர்களது கடவுச் சீட்டுகள் பறிமுதல் செய்யப்படுகின்றன. எங்கே போவது என்று திகைத்துப்போன அவர்கள் தங்கள் வீட்டு சாமான்கள் அனைத்தையும் விற்றுவிட முடிவு செய்கின்றனர். அந்த சமயத்தில் ஜென்னி மார்க்ஸ் மீண்டும் கருவுற்றிருந்தார்.

பெல்ஜியத் தலைநகர் ப்ருஸ்ஸெல்ஸுக்குப் போய்ச் சேர்கின்றனர் இருவரும். அவர்களுக்கு உதவியாக ஜென்னி மார்க்ஸ் குடும்பத்தின் உறுப்பினர் போலவே இருந்த லென்சென் (ஹெலன் டெமூத்) அங்கு வந்து சேர்கிறார். ஆனால், வறுமை அவர்களைப் பிடுங்கித் தின்கிறது. அஞ்சல் அலுவலக எழுத்தர் வேலைக்கு விண்ணப்பிக்கிறார் மார்க்ஸ். ஆனால் அவரது கையெழுத்து தெளிவில்லாததாக இருக்கிறது என்று அந்த வாய்ப்பும் மறுக்கப்படுகிறது. இதற்கிடையே மான்செஸ்டெர் போய்ச் சேர்ந்த எங்கெல்ஸுக்கும் அவரது தந்தைக்கும் கடும் கருத்து வேறுபாடுகள் ஏற்படுகின்றன. பாட்டாளிவர்க்கத்தின் நலன்களுக்கு எதிராக தாம் ஒரு முதலாளிய நிறுவனத்தின் வேலை செய்வதால் ஏற்படும் குற்றவுணர்ச்சியை மார்க்ஸுக்கு எழுதிய கடிதங்களில் வெளிப்படுத்துகிறார் எங்கெல்ஸ். மார்க்ஸ், தமது வறுமை நிலையையும் கருத்துமுதல்வாதத்தை முறியடிக்க இருவரும் சேர்ந்து எழுத வேண்டிய நூலின் தேவையையும் பற்றி பதில் எழுதுகிறார். எங்கெல்ஸ் அனுப்பிக் கொண்டிருக்கும் பணம் மார்க்ஸ் குடும்பத்தின் கடன் தொல்லைகளைப் பெருமளவுக்குப் போக்குகின்றன. ப்ருஸ்ஸெல்ஸில் பிறக்கும் இரண்டாவது பெண் குழந்தைக்கு லாரா (ஒளி) என்ற பெயர் சூட்டப்படுகிறது -லென்செனின் ஒப்புதலுடன். வறுமை, அகதி வாழ்க்கை, ஆராய்ச்சிப் பணிகளின் ஆகியவற்றின் காரணமாக 1843க்கும் 1845க்கும் இடைப்பட்ட காலத்தில் வாடி வதங்கிப் போய் சற்று முதுமை தட்டிவிட்டவர் போல் ஆகிவிட்டதாகக் காட்டப்படுகிறார் மார்க்ஸ்.

மறுபுறம், இங்கிலாந்தில் மேரி பர்ன்ஸ்தாம் எங்கெல்ஸுக்கு ஒரே ஆறுதலாகவும், அவருக்கு ‘நீதியாளர் கழகம்’ (League of the Just) என்ற தொழிலாளர் அமைப்புடன் தொடர்பு ஏற்படுத்திக் கொடுப்பவராகவும் இத் திரைப்படத்தில் காட்டப்படுகிறது. அந்த அமைப்புக்கு ஜெர்மனி, இங்கிலாந்து, பெல்ஜியம், ஸ்விட்ஸர்லாந்து முதலிய நாடுகளில் கிளைகள் இருந்தன. இந்தத் திரைப்படக் காட்சிகள் சொல்கின்றன: அந்த அமைப்புக்கு வழிகாட்டக் கூடிய வலுவான கருத்துகள் தேவைப்படுவதால் மார்க்ஸும் இலண்டனுக்கு வந்து அவர்களைச் சந்திக்க வேண்டும் என்றும் எங்கெல்ஸ் கடிதம் ப்ருஸ்ஸெல்ஸிலுள்ள மார்க்ஸுக்குக் கடிதம் எழுதுகிறார்; வேலைப் பளுவின் காரணமாக இலண்டனுக்குச் செல்வதை மார்க்ஸ் தவிர்க்க விரும்புகிறார்; ஆனால், இலண்டனுக்குச் சென்று நீதியாளர் கழகத்தைச் சேர்ந்தவர்களைச் சந்திப்பதன் மூலம் மார்க்ஸுக்குத் தமது இலட்சியங்களை நிறைவேற்றிக் கொள்வதற்கான பெரும் பாட்டாளி வர்க்க சேனை கிடைக்கும் என்று ஜென்னி அவரை உற்சாகப்படுத்துகிறார்; அதன் காரணமாக மார்க்ஸ் 1846 பிப்ரவரியில் இலண்டனுக்குச் சென்று

எங்கெல்ஸ், மேரி பர்ன்ஸ் ஆகியோர் உடன்வர நீதியாளர் கழகத் தலைவர்களைச் சந்திக்கிறார்; பூர்ஷ்வாக் குடும்பப் பின்னணி கொண்ட மார்க்ஸ், எங்கெல்ஸ் ஆகியோரை அந்தத் தலைவர்கள் சற்று சந்தேகக் கண் கொண்டு பார்க்கின்றனர்; அந்தத் தலைவர்களுடன் மார்க்ஸும் எங்கெல்ஸும் உரையாடிக் கொண்டிருக்கையில், அங்கு வந்து சேரும் வெய்ட்லிங், தாமும் பிரான்ஸிலிருந்து வெளியேற்றப்பட்டதாகவும் அதற்கு முன், ஆட்சியாளர்களால் கட்டி வைத்து உதைக்கப்பட்ட தாகவும் கூறி, தமது கால்களில் இருந்த காயங்களைக் காட்டுகிறார்; நீதியாளர் கழகத் தலைவர்களின் நம்பிக்கைக்கு ஆளாவதற்காக மார்க்ஸ், தாம் புரூதோனின் நெருக்கமான நண்பர் என்று கூறுகிறார்; அன்று தொழிலாளர் வர்க்க இயக்கத்தில் புரூதோன் செல்வாக்குப் பெற்றிருந்தவர்களிலொருவர்.

நீதியாளர் கழகத் தலைவர்களைச் சந்தித்துவிட்டுத் திரும்புகையில் மழையின் காரணமாக மார்க்ஸ், எங்கெல்ஸ், மேரி ஆகிய மூவரும் ஒரு செல்வந்தர் வீட்டுக் கட்டடத்தில் ஒதுங்குகிறார்கள். அங்கு எங்கெல்ஸின் குடும்ப நண்பரும் ஆலை முதலாளியுமான ஒருவர் வருகிறார். ஒருபுறம் அவருக்கும் மறுபுறம் மார்க்ஸ், மேரி பர்ன்ஸ் ஆகியோருக்கும் நடக்கும் உரையாடல் சுவாரசியமானதாக உள்ளது. தமது ஆலையில் குழந்தைத் தொழிலாளர்களை இரவும் பகலும் வேலைக்கு அமர்த்தியிருப்பதாகவும் ஆனால், உடல் ஆரோக்கியத்துக்கு எந்த பாதிப்பும் இல்லை என்றும் அந்த முதலாளி கூற, மேரி பர்ன்ஸோ "உங்கள் ஆரோக்கியத்திற்கா?" என்று கிண்டலாகக் கேட்கிறார். குழந்தைத் தொழிலாளர்களைத் தாம் அமர்த்தாவிட்டால், வேறு யாரேனும் அமர்த்துவார்கள், சமுதாயம் இப்படித்தான் இயங்குகிறது என்று அவர் கூறுகிறார். சமுதாயம் அல்ல, உற்பத்தி உறவுகள்தான் அப்படி இயங்குகின்றன என்று மார்க்ஸ் பதிலளிக்கிறார். மார்க்ஸ் பேசுவது, தமக்குப் புரியாத 'ஹீப்ரூ' மொழியைப் போன்றது என்று அந்த முதலாளி சொல்கிறார்.

அடுத்த காட்சிகளிலொன்று, ப்ருஸ்ஸெல்ஸில் மார்க்ஸுக்கும் வெய்ட்லிங்குக்கும் நடக்கும் காரசாரமான விவாதத்தைக் காட்டுகிறது. தொழிலாளர்களிடையே செல்வாக்குப் பெற்றவராக வெய்ட்லிங் விளங்கிய போதிலும், ஆழமான பகுப்பாய்வுக் கருத்துகளும் கோட்பாடுகளும் தொழிலாளர் புரட்சிக்குத் தேவையில்லை என்று வாதிடுகிறார். "நிலவுகின்ற எல்லாவற்றையும் தயவுதாட்சண்யமற்ற விமர்சனத்துக்கு உட்படுத்த வேண்டும்" என்ற தமது கொள்கைக் கேற்பவே மார்க்ஸ், வெய்ட்லிங்கின் நிலைப்பாட்டைக் கடுமையான விமர்சனத்துக்குட்டுத்துகிறார்.

அதன் பிறகு மார்க்ஸூம் எங்கெல்ஸூம் நீதியாளர் கழகத்தின் இலண்டன் கிளைத் தலைவரை மீண்டும் சந்திப்பதாகவும், வெய்ட்லிங்கிடம் அவர்கள் இருவரும் நடந்து கொண்ட விதத்தை அந்தத் தலைவர் கண்டனம் செய்வதாகவும், மார்க்ஸூம் எங்கெல்ஸூம் முறைப்படி அந்தக் கழகத்தில் சேர்ந்து, அதன் பணிகளை ஏற்றுக் கொண்டு, அதற்கான புதிய செயல் திட்டத்தை வரைந்து தர வேண்டும் என்றும் அந்த செயல்திட்டம் பின்னர் கழக உறுப்பினர்களால் விவாதிக்கப்படும் என்றும் அக் கழகத்தின் இலண்டன் கிளை ஒரு மனதாக முடிவு செய்துள்ளதாகக் கூறி, அந்த ஆண்டு இலையுதிர் காலத்தில் நடக்கவிருக்கும் கழகத்தின் பேராயத்தில் (Congress) அவர்கள் இருவரும் கலந்து கொள்ள வேண்டும் என்று அவர் கூறுவதாகவும் இந்தத் திரைப்படம் சொல்கிறது. மேலும், புரூதோனை அந்தக் கழகத்தில் இணைத்துக் கொள்ளும் பொறுப்பையும் அவர்கள் இருவரும் எடுத்துக் கொள்ள வேண்டும் என்றும் அந்த தலைவர் அறிவுறுத்துகிறார்.

திரைப்படத்தின் அடுத்த சில காட்சிகள்: 1846 மார்ச்சில் ப்ருஸ்ஸெல்ஸூக்கு வருகை தரும் புரூதோனைச் சந்திக்கின்றனர் மார்க்ஸூம் எங்கெல்ஸூம். கம்யூனிஸ்ட் கழகத்தின் பிரெஞ்சுப் பிரதிநிதியாக இருக்கும்படி மார்க்ஸ் விடுக்கும் வேண்டுகோளை ஏற்றுக் கொள்ள மறுக்கிறார் புரூதோன். தமக்கு ஏற்கெனவே நிறைய வேலைகள் இருப்பதாகக் கூறும் அவர், பாட்டாளி வர்க்க இயக்கத்திற்கு ஆழமான கோட்பாட்டுச் சிந்தனை தேவை என்பதை ஒப்புக்கொள்ள மறுக்கிறார். தமது ஆட்சிமறுப்பியக் கண்ணோட்ட திற்கு ஏற்ப, புதிய மதங்கள் ஏதும் தமக்கு வேண்டியதில்லை என்று அலட்சியமாகக் கூறுவதுடன், தாம் அண்மையில் எழுதிய வறுமையின் தத்துவம் நூலின் பிரதிகளை மார்க்ஸூக்கும் எங்கெல்ஸூக்கும் தருகிறார். வெய்ட்லிங்கின் தெளிவற்ற கருத்துகளை முறியடிக்க வேண்டியது எவ்வளவு அவசியமோ அவ்வளவு அவசியம் புரூதோனின் கருத்துகளை மறுதலிப்பதும் ஆகும் என்று முடிவு செய்து மார்க்ஸ், தத்துவத்தின் வறுமை என்ற நூலை எழுதி முடிக்கிறார். அதை மேரி பர்ன்ஸ் போன்றோர் விற்பனை செய்வதாகக் காட்டப்படுகிறது.

அடுத்ததாக 1847 நவம்பரில் இலண்டனில் நடைபெற்ற 'நீதியாளர் கழக'த்தின் பேராயத்தில் கலந்து கொள்ள மார்க்ஸூம் எங்கெல்ஸூம் செல்வதாகவும், அவர்களுடன் மேரி பர்ன்ஸூம் லிஸ்ஸி பர்ன்ஸூம் இருப்பதாகவும், அந்தப் பேராயத்தில் பெல்ஜிய நாட்டின் பிரதிநிதியாக எங்கெல்ஸ் கலந்து கொள்வதை சிலர் எதிர்ப்பதாகவும், பிறகு

வாக்கெடுப்பின் மூலம் அவர் பிரதிநிதியாக ஏற்றுக் கொள்ளப்படுவதாகவும், அந்தப் பேராயத்தில் 'நீதியாளர் கழகம்', 'கம்யூனிஸ்ட் கழகம்' என்று பெயர் மாற்றம் செய்யப்படுவதாகவும், அதே போல அதன் பழைய முழக்கமான "அனைத்து மனிதர்களும் சகோதரர்களே" என்பது "அனைத்து நாட்டுத்தொழிலாளர்களே, ஒன்றுபடுங்கள்" என்று மாற்றப்படுவதாகவும் காட்டப்படுகிறது.

அடுத்த காட்சி : மார்க்ஸ் தம்பதியினர், அவர்களது இரு புதல்விகள், எங்கெல்ஸ், மேரி பர்ன்ஸ் ஆகியோர் பெல்ஜியத்திலுள்ள ஓஸ்டென்ட் என்னும் நகரத்திலுள்ள கடற்கரையில் 1848 ஜனவரியில் ஒரு நாள் விடுமுறையைக் கழித்துக் கொண்டிருக்கின்றனர். 'கம்யூனிஸ்ட் கழகத்'தின் ஆணைக்கேற்ப கம்யூனிஸ்ட் கட்சி அறிக்கையை எழுதுவதற்கான காலக்கெடு நெருங்கிக் கொண்டிருக்கையில் மார்க்ஸ் அந்தப் பணியைச் செய்து முடிக்காமல் இருப்பதை எங்கெல்ஸ் சுட்டிக் காட்டுகிறார். அந்த அறிக்கைக்கு முன் தயாரிப்பாக எங்கெல்ஸ் எழுதிய கேள்வி - பதில் வடிவத்தை மார்க்ஸ் விமர்சிக்கிறார். அதன் போதாமையை எங்கெல்ஸும் ஒப்புக் கொள்கிறார். துண்டுப் பிரசுரங்கள், அறிக்கைகள் போன்றவற்றை எழுதுவதில் சலிப்படைந்து விட்ட தமக்குப் பெரிய நூல்களை எழுதும் விருப்பம் ஏற்பட்டு விட்டதாகவும், இது தவிர பிழைப்புக்காக நியூயார்க் ட்ரிப்யூன் ஏட்டிற்குக் கட்டுரைகள் எழுத வேண்டியிருப்பதாகவும் மார்க்ஸ் கூறுகிறார். அயர்லாந்து, பிரான்ஸ், ஜெர்மனி போன்ற நாடுகளில் ஏற்பட்டு வரும் அரசியல் கொந்தளிப்புகள் புரட்சியாக மாற வேண்டுமானால், அதற்கு வழிகாட்ட கம்யூனிஸ்ட் கட்சி அறிக்கை கட்டாயம் தேவை என்று எங்கெல்ஸ் வற்புறுத்தி அந்தப் பணியை மேற்கொள்ள மார்க்ஸை இசைய வைக்கிறார். இதற்கிடையே ஜென்னி மார்க்ஸுக்கும் மேரி பர்ன்ஸுக்குமிடையே சுவாரசியமான உரையாடல் நடக்கிறது. குடும்பம், குழந்தைகளைப் பெற்றெடுத்தல் போன்றவற்றில் ஜென்னி மார்க்ஸுக்குள்ள கருத்துகளுக்கும் குழந்தை பெற்றுக் கொள்வது தமது சுதந்திரத்துக்குக் குறுக்கீடாக இருக்கும் என்ற மேரி பர்ன்ஸின் கருத்துகளுக்குமுள்ள முரண்பாடு சுட்டிக் காட்டப்படுகிறது. எங்கெல்ஸ் குடும்பத்தின் இழிவான பணத்தைக் கொண்டு வாழ்வதைவிட ஏழையாக இருப்பதே மேல் என்றும், ஏழையாக இருந்தால்தான் உறுதியாகப் போராட முடியும் என்றும் மேரி கூறுகிறார்.

அடுத்ததாக, ப்ருஸ்ஸெல்ஸில் உள்ள மார்க்ஸின் வீட்டில் மார்க்ஸும் எங்கெல்ஸும் இரவு பகலாகப் பல நாள்கள் உட்கார்ந்து கம்யூனிஸ்ட் கட்சி அறிக்கையை எழுதுகிறார்கள். அவர்களுக்கு ஒத்தாசையாக இருக்கிறார்கள் ஜென்னியும் மேரியும். காலக் கெடு

முடிவதற்குள் கம்யூனிஸ்ட் கட்சி அறிக்கை அச்சிட்டு வெளியிடப் படுகிறது. அந்த அறிக்கையின் வாசகங்கள் 'வாய்ஸ் ஓவராக' திரையில் விழ, அவற்றுக்குப் பொருத்தமான மானுடப் பிம்பங்கள் - தொழிலாளர்கள், பெண்கள், குழந்தைகள் ஆகியோரின் பிம்பங்கள் - காட்டப்படுகின்றன.

மேற்சொன்ன காட்சிகளில் இடம் பெறும் சில நிகழ்ச்சிகள், வரலாற்று விவரங்களுக்கு முரண்பட்டவை:

ப்ருஸ்ஸெல்ஸில் இருந்த காலத்தில்தான் மார்க்ஸுக்கும் எங்கெல்ஸுக்கும் நீதியாளர் கழகத்துடன் நெருக்கமான தொடர்பு ஏற்பட்டது. அவர்களிருவரும் 1847ஆம் ஆண்டு வசந்த காலத்தில்தான் அதில் சேர்ந்தனர். அதற்கு முன்பு அவர்களில் ஒருவர்கூட இலண்டனிலுள்ள அக்கழகத் தலைமையுடன் நேரடித் தொடர்பு கொண்டதில்லை.

1847 ஜூன் மாதம் இலண்டனில் நடந்த நீதியாளர் கழக மத்தியக் குழுவின் முதல் பேராயத்தில் எங்கெல்ஸ் மட்டுமே கலந்து கொண்டார். நிதி வசதியில்லாததால் மார்க்ஸால் இலண்டனுக்குப் பயணம் செய்ய முடியவில்லை. மார்க்ஸ், எங்கெல்ஸ் ஆகியோரின் சிந்தனைத் தாக்கத்தின் காரணமாக, தனது கடந்தகால இரகசியச் செயல்பாடுகளைக் கைவிட்டு, கம்யூனிசக் கருத்துகளை வெளிப்படையாகப் பரப்புரை செய்யும் அமைப்பாக, கம்யூனிஸ்ட் கழகம் எனப் பெயர் மாற்றம் செய்யப்பட்ட அமைப்பாகச் செயல்படத் தொடங்கிய அந்த அமைப்பு ('நீதியாளர் கழகம்'), "பூர்ஷ்வா (முதலாளி) வர்க்கத்தைத் தூக்கியெறிதல், பாட்டாளிவர்க்க ஆட்சியை நிறுவுதல், வர்க்க முரண்பாடுகளை அடிப்படையாகக் கொண்டுள்ள பழைய சமுதாயத்தை முடிவுக்குக் கொண்டு வருதல், வர்க்கங்களோ, தனிச்சொத்தோ இல்லாத புதிய சமுதாயத்தை உருவாக்குதல்" ஆகிய குறிக்கோள்களைத் தனது சட்டதிட்டங்களின் முதல் விதியாக ஏற்றுக் கொண்டது. அக்கழகத்தின் முழக்கமாக இருந்த "அனைத்து மனிதர்களும் சகோதரர்களே" என்பது "அனைத்து நாட்டுத் தொழிலாளர்களே ஒன்றுபடுங்கள்" என்பதாக மாற்றப்பட்டது. அந்த மாற்றங்கள் ஏற்படுவதில் முக்கியப் பாத்திரம் வகித்தவர், அக்கழகத்தின் மத்தியக்குழுவின் முதல் பேராயத்தில் கலந்து கொண்டு, ஆழமான விவாதங்களை நடத்திய எங்கெல்ஸ்தாம்.

1847 நவம்பரில் நடந்த கம்யூனிஸ்ட் கழகத்தின் மத்தியக்குழுவின் இரண்டாவது பேராயத்தில்தான் எங்கெல்ஸோடு சேர்ந்து மார்க்ஸூம் கலந்துகொண்டார். இருவரது சிந்தனையாற்றலை 'நீதியாளர் (கம்யூனிஸ்ட்) கழகத்தைச் சேர்ந்தவர்கள் ஏற்கெனவே அறிந்திருந்தனர். அந்தப் பேராயத்தில், 'விமர்சனப்-பகுப்பாய்வுக் கம்யூனிசக்' கருத்துகளைப் பரப்புரை செய்வதற்காக *கம்யூனிஸ்ட் கட்சி அறிக்கை* என்னும் ஆவணத்தை எழுதும் பொறுப்பு மார்க்ஸ், எங்கெல்ஸ் ஆகியோரிடம் ஒப்படைக்கப்பட்டது. அந்த *அறிக்கை*யை எழுது வதற்கான அடிப்படை ஆவணங்கள் சில அவர்களிடம் தரப்பட்டன. எனினும் இருவரும் சேர்ந்து *அறிக்கை*யை எழுதவில்லை. அதை எழுதுவதற்காக இருவரும் ஒரே இடத்தில் சந்தித்து விவாதித்ததற்கான சான்றுகளும் இல்லை. எங்கெல்ஸ் எழுதிய ஆவணங்களின் அடிப்படையில் அந்த *அறிக்கை* முழுவதையும் எழுதியவர் மார்க்ஸ் ஒருவர் மட்டுமே.

கூலி உழைப்பு, மூலதனம் ஆகியன பற்றிய விளக்கவுரைகளை ப்ருஸ்ஸெல்ஸ் தொழிலாளர்களுக்கு வழங்குவதில் பெரும்பகுதி நேரத்தைச் செலவிட்டுக் கொண்டிருந்த மார்க்ஸ், அந்த *அறிக்கை*யை மேற்சொன்ன காலக்கெடுவிற்குள் எழுதி முடித்து, இலண்டனிலிருந்த கம்யூனிஸ்ட் கழகத்திற்கு அனுப்பியும் விட்டார்.

பிழைப்புக்காக *நியூயார்க் ட்ரிப்யூன்* ஏட்டிற்குக் கட்டுரை எழுத ஒப்புக்கொண்டிருப்பதாக, ஓஸ்டெண்ட் கடற்கரையில் எங்கெல்ஸிடம் மார்க்ஸ் கூறுவதாகத் திரைப்படத்தில் காட்டப்படுவதும் வரலாற்று உண்மையிலிருந்து முரண்படுகிறது. நாடற்ற அகதியாக இலண்டனில் மார்க்ஸ் குடியேறிய பிறகுதான் அந்த அமெரிக்க ஏட்டிற்குக் கட்டுரை எழுதத் தொடங்கினார்.

ரவுல் பெக்கின் 'இளம் கார்ல் மார்க்ஸ்' ஆவணப் படமல்ல; மாறாக, மார்க்ஸைப் (மற்றும் எங்கெல்ஸைப்) பற்றிய கதைப் படம் (feature film) என்பதை நினைவில் கொள்ள வேண்டும். மார்க்ஸ், எங்கெல்ஸ் ஆகியோரைப் பற்றிய வாழ்க்கை வரலாற்று நூல்களை யல்ல, அவர்கள் ஒருவருக்கொருவர் எழுதிய கடிதங்கள், அவர்கள் பிறருக்கு எழுதிய கடிதங்கள், அவர்களைப் பற்றிப் பிறர் எழுதிய கடிதங்கள் ஆகியவற்றையே தமது திரைக்கதைக்கு அடிப்படையாகக் கொண்டதாகக் கூறியுள்ளார் திரைப்பட இயக்குநர். தென்னமெரிக்கத் தீவு நாடான ஹெய்தியில் பிறந்தவரும் கறுப்பினத்தவருமான ரவுல் பெக், பல மொழிகளைக் கற்றவர்; பல்வேறு பண்பாடுகளை அறிந்தவர்; ஆப்பிரிக்க விடுதலைப் போராட்டத் தலைவர் லுமும்பா பற்றிய கதைப்படமும் ஆஃப்ரோ- அமெரிக்க மக்களின் விடுதலைக்காகப்

போராடிய எழுத்தாளர் ஜேம்ஸ் பால்ட்வின் பற்றிய ஆவணப் படமும் அவரது ஆக்கங்களில் மிகவும் பாராட்டப்படுபவை.

திரைப்படத்தில் காட்டப்படும் நிகழ்வுகள் பல, வரலாற்று விவரங்களுடன் முரண்பட்டவையாக இருந்தாலும், மார்க்ஸ், எங்கெல்ஸ் ஆகியோரின் சிந்தனையில் ஏற்பட்ட வளர்ச்சி; அன்று தொழிலாளர் வர்க்க இயக்கத்திலிருந்த கருத்து வேறுபாடுகள்; புரட்சிகரக் கருத்துகள், கோட்பாடுகள், செயல்பாடுகள் முதலியவற்றில் மார்க்ஸ் (மற்றும் எங்கெல்ஸின்) சமரசமற்ற தன்மை ஆகியன மிகச் சிறப்பாக, நம்பகத்தன்மை வாய்ந்த வகையில் சித்திரிக்கப்பட்டுள்ளன. பெண்களும், ஒடுக்கப்பட்ட இனங்களைச் சேர்ந்தவர்களும் புரட்சிகரப் போராட்டத்தில் வகிக்கும் பாத்திரத்துக்கு மிகுந்த முக்கியத்துவம் வழங்கப்பட்டுள்ளது. பாரிஸில் புரூதோன் உரையாற்றும் காட்சியில் கறுப்பினத் தொழிலாளியொருவர் கேள்வி கேட்பதாகவும், மேரி பர்ன்ஸ், ஜென்னி மார்க்ஸ் உள்ளிட்ட பெண்கள் விவாதங்களிலும் கருத்துப் பரப்புரையிலும் பங்கேற்பதாகவும் காட்டப்படுவது இந்தத் திரைப்படத்தின் சிறப்புகளிலொன்று.

திரைப்படத்தின் முடிவில் 'மோண்டேஜ்' போல, செ குவெரா, மாண்டெலா, லுமும்பா, நவதாராளவாதப் பொருளாதாரத்தை ஊக்குவித்த ரீகன், தாட்சர், சில ஆண்டுகளுக்கு முன் அமெரிக்காவில் நடந்த 'வால் ஸ்ட்ரீட்டைக் கைப்பற்றுவோம்' போராட்டத்தை நடத்தியவர்கள், ஏகாதிபத்திய ஆக்கிரமிப்பு இராணுவத்துக்கு எதிரான போராட்டத்தில் ஈடுபட்டவர்கள் ஆகியோரின் பிம்பங்களும், பன்னாட்டு நிறுவனங்கள் தயாரித்து விற்பனை செய்யும் துரித உணவு டப்பாவின் பிம்பமும் காட்டப்படுகின்றன, பாப் டைலனின் பாட்டொன்றுடன் - பொருளாதாரச் சுரண்டல், இன ஒடுக்குமுறை, ஏகாதிபத்திய ஆக்கிரமிப்பு, உலகமயமாக்கல் ஆகியவற்றுக்கு எதிரான போராட்டங்களைப் பொறுத்தவரை மார்க்ஸின் கருத்துகளுக்கு இன்றும் பொருத்தப்பாடு உள்ளது என்பதைச் சொல்வதற்காக. மார்க்ஸின் கருத்துகளுக்கு முதன் முதலில் செயல் வடிவம் கொடுத்த ரஷியப் புரட்சி பற்றிய பிம்பங்கள் ஏன் இடம் பெறவில்லை என்ற கேள்விக்கு நேர்காணலொன்றில் பதில் கூறினார் ரவுல் பெக்: "தமது கடைசி காலத்தில் லெனின், அந்தப் புரட்சி தோல்வியடைந்து விட்டதாகக் கருதினார்".[2]

2 Fred Mazelis , A conversation with Raoul Peck, director of The Young Karl Marx, World Socialist Web Site, 1 March 2018 (Accessed on 2 May 2018).

மார்க்ஸ், எங்கெல்ஸ், ஜென்னி, மேரி, புரூதோன் ஆகிய பாத்திரங்களில் நடிப்பதற்கு மிகவும் பொருத்தமான நடிகர்களைத் தேர்ந்தெடுத்திருக்கிறார் இயக்குநர். அவர்கள் நால்வரும் அற்புதமாக நடித்துள்ளனர்.

பொதுவாகக் கலை, இலக்கியம் பற்றியும் குறிப்பாகத் திரைப்படக் கலை பற்றியும் எண்ணற்ற மார்க்ஸிய நூல்களும் கட்டுரைகளும் வெளிவந்துள்ளன. ஆனால், மார்க்ஸைப் பற்றிய முதல் திரைப்படம் 'இளம் கார்ல் மாக்ஸ்'தான். இது, ஐரோப்பிய நாடுகளில் மட்டுமின்றி, இலத்தின் அமெரிக்க, ஆப்பிரிக்க, ஆசிய நாடுகளிலுள்ள இளைஞர்களிடையேயும் நல்ல வரவேற்பைப் பெற்றிருக்கிறது. இதுவரை மார்க்ஸைப் படிக்காமல் இருந்தவர்களுக்கு மட்டுமின்றி, மார்க்ஸைப் படித்தவர்களுக்கும் உற்சாகம் தரக்கூடிய இந்தத் திரைப்படத்தை இரண்டு, மூன்று முறை பார்ப்பது நல்லது.

- உயிர் எழுத்து, மே 2018

14

மார்க்ஸ் 200 : தூத்துக்குடியில் வர்க்கப் போராட்டம்

"இதுவரையிலான (ஏடறிந்த) வரலாறு முழுவதும் வர்க்கப் போராட்டத்தின் வரலாறே" என்று கார்ல் மார்க்ஸும் பிரெடெரிக் எங்கெல்ஸும் 170 ஆண்டுகளுக்கு முன் எழுதிய புகழ்பெற்ற வாசகத்தின் உண்மை, மார்க்ஸின் 200 ஆம் ஆண்டு நிறைவடையும் 2018ஆம் ஆண்டில் மே 22, 23இல் தூத்துக்குடியில் மீண்டும் மெய்ப்பிக்கப்பட்டுள்ளது.

உண்மையில் இந்தியாவின் பல்வேறு பகுதிகளில் வர்க்கப் போராட்டம் வெவ்வேறு வடிவங்களில் பல பத்தாண்டுகளாகவே நடைபெற்றுக் கொண்டிருக்கிறது. ஆனால் அந்தப் போராட்டத்தில் ஈடுபடும் ஒடுக்கும் சக்திகளுக்கும் ஒடுக்கப்படும் சக்திகளுக்குமுள்ள பலாபலம் மிகவும் ஏற்றத்தாழ்வானதாக இருப்பதால், அரசும் முதலாளி வர்க்கமும் ஒடுக்கப்படும் மக்கள் மீது நடத்திவந்துள்ள, வருகின்ற வர்க்கப் போராட்டம்தான் அரசு வன்முறையாக, போலிஸ் ஒடுக்குமுறையாக தொடர்ந்து வெற்றிகரமாக நிகழ்ந்து வருகின்றது.

(பூர்ஷ்வா ஜனநாயக அரசு என்பது) "முதலாளி வர்க்கத்தின் நிர்வாகக் குழு" என்று 'கம்யூனிஸ்ட் கட்சி அறிக்கை'யில் மார்க்ஸும் எங்கெல்ஸும் கூறினர். இந்தக் கருத்தை அவர்களும் அவர்களுக்குப் பின்னர் லெனின், மாவோ போன்ற மாபெரும் புரட்சியாளர்களும் வளர்த்தெடுத்தனர். அவர்கள் கண்டறிந்த உண்மையை 'நாடாளுமன்ற ஜனநாயகத்தின் தாய்' என்றழைக்கப்படும் இங்கிலாந்துக்குப் பொருத்திக் காட்டுவதன் மூலம், அந்தத் தாய்க்குப் பிறந்த எல்லா முதலாளிய ஜனநாயக நாடுகளுக்கும் உள்ள பொதுவான தன்மையை எடுத்துரைத்தார் பேராசிரியர் ஜார்ஜ் தாம்ஸன்:

(இங்கிலாந்தில்) 1823-30ஆம் ஆண்டுகளில் குற்றவியல் சட்டம் திருத்தியமைக்கப்பட்டு, மத்தியகால இரவுக் காவலாளிகளுக்குப் பதிலாக புதிய காவல் படை (போலிஸ்) உருவாக்கப்பட்டது. 1867-71இல் புதிய முதலாளி வர்க்கத்தின் கட்டுப்பாட்டின் கீழ் அரசு யந்திரத்தின் அதிகாரங்களை நடைமுறைப்படுத்துகிற காவல் படை, ஆயுதப் படைகள், நீதித் துறை, அதிகாரிவர்க்கம் ஆகியவற்றைக் கொண்டுவரும் வகையில் இராணுவமும் அரசாங்கப் பணித் துறையும் திருத்தியமைக்கப்பட்டன. அது நாள்

தொட்டு, நாடாளுமன்றத்தின் அதிகாரம் தொடர்ந்து குறைந்து கொண்டே வந்துள்ளது. சட்டமியற்றுவதும் விவாதம் நடத்துவதும் மட்டுமே நாடாளுமன்றத்தின் பணிகளாக மட்டுப்படுத்தப் பட்டுள்ளன. கோட்பாட்டளவில், மக்களால் தேர்ந்தெடுக்கப்பட்ட நாடாளுமன்றம்தான் மிக உயர்ந்த அதிகாரமுடையதாகும்; ஆனால், நடைமுறையிலோ அதன் அதிகாரம் மிகவும் வரம்புக்குட் பட்டுள்ளது. தேர்தல் வாக்குறுதிகளின் அடிப்படையிலேயே ஒரு கட்சி பெரும்பான்மை பெற்று வெற்றி யடைகிறது. இவ்வாக் குறுதிகளை நிறைவேற்ற வேண்டிய கட்டாயம் தேர்ந்தெடுக்கப் பட்ட பிரதிநிதிகளுக்கோ அரசாங்கத்துக்கோ இல்லை. அவற்றால் அவர்கள் கட்டுப்படுத்தப்படுவதில்லை. பிரதிநிதிகளைத் திரும்ப அழைத்துக் கொள்வதற்குச் சட்டத்தில் இடம் இல்லை. நாடாளுமன்றத்துக்குள்ளேயும்கூட உண்மையான அதிகாரம் பிரதிநிதிகளுக்கு இல்லை. மாறாக, அமைச்சரவைக்குத்தான் உண்டு. அமைச்சர்களோ, மூத்த அரசுப் பணி அதிகாரிகளிடமிருந்தே ஆலோசனைகள் பெறுகின்றனர். இந்த அதிகாரிகள், ஆளும் வர்க்கத் தால் பயிற்றுவிக்கப்பட்ட, அதன் நம்பிக்கைக்குரிய ஊழியர் களாவர். (அவர்கள்) மக்களால் தேர்தல் மூலம் தேர்ந்தெடுக்கப் பட்டவர்கள் அல்லர். இந்த அமைச்சரவைக்கு உள்ளேயும்கூட தலைமை உறுப்பினர் களைக் கொண்ட ஒரு சிறு குழு இருக்கிறது. இது உள் அமைச்சரவை யாகும். இவர்கள் நெருக்கடிக் காலங்களில் வங்கி அதிபர்கள் மற்றும் இதர ஏகபோக முதலாளிகளைக் கலந்தாலோசித்து முக்கியமான முடிவுகளை எடுப்பார்கள். அரசு அதிகாரம் உண்மையில் இங்குதான் உள்ளது. முக்கியமான பிரச்சனைகள் அனைத்தையும் வெறும் பரபரப்புச் செய்தி களாக்கியும் அவற்றை மிக அற்பமாகக் கருதும்படி செய்தும் மக்களின் மனங்களைக் குழப்புகின்ற மக்கள் தொடர்புச் சாதனங்களின் துணையுடன் மக்களின் ஒப்புதல் பெற்றே அரசாங்கம் நடத்தப்படுவதாக வெளியில் தோன்றும்படி செய்து, ஆளும் வர்க்கத்தினர் தமது சர்வாதிகார ஆட்சியைப் பேணிப் பாதுகாத்துக் கொள்கின்றனர். மக்கள் பணிந்து இருக்கும்வரை இம் முறையில் ஆட்சி நடத்திச் செல்வதையே அவர்கள் விரும்பு கின்றனர். ஆனால் அவர்களது பொருளாதாரச் சலுகைகளைத் தட்டிக் கேட்கும் அளவுக்கு வலிமை பெற்ற மக்கள் இயக்கம் தோன்றியதுமே 'சட்டத்துக்கும் ஒழுங்கு'க்கும் ஆபத்து வந்து விட்டதாகக் கூச்சலிட்டு, தாம் வழங்கிய நாடாளுமன்ற சுதந்திரங்களை ஒழித்துக்கட்டிவிட்டு, வெளிப்படையான சர்வாதிகார ஆட்சியை நிறுவுகிறார்கள்.[1]

---

1. ஜார்ஜ் தாம்ஸன், *முதலாளியமும் அதன் பிறகும்*, என்.சி.பி.எச்.(பி)லிமிடெட், சென்னை, 2014, ப.122-123.

அரசு பற்றிய ஜார்ஜ் தாம்ஸனின் மார்க்ஸிய விளக்கம் வேதாந்தா விவகாரத்தில் நூற்றுக்கு நூறு பொருந்தி வருவதை அந்த நிறுவனம் தொடர்பாக 'தி வயர்' இணையதள நாளேடு பல ஆண்டுகளாக வெளியிட்டு வரும் தகவல்கள்[2] மெய்ப்பிக்கின்றன.

இந்தியப் பிரதமர் நரேந்திர மோடிக்கும் அவரது பாரதிய ஜனதாக் கட்சிக்கும் மிகவும் வேண்டியவர் வேதாந்தா கார்ப்பரேட் நிறுவனத்தின் தலைமை நிர்வாக அதிகாரி அனில் அகர்வால் என்பதை அனைவரும் அறிவர். 2015இல் நரேந்திர மோடி இலண்டனுக்குச் சென்ற போது, அவரது வருகையை வரவேற்கும் விதமாக இலண்டனிலிருந்து வெளிவரும் பத்திரிகைகள் பலவற்றில் முழுப்பக்க விளம்பரங்களைச் செய்தவர் அனில் அகர்வால். ஸ்டெர்லைட் ஆலைக்கு எதிரான போராட்டம் நடந்துவந்ததால், தமிழக அரசாங்கத்தின் 'மாசுக் கட்டுப்பாட்டு வாரியத்தின்' ஆலோசனைப்படி, அந்த ஆலை 'தற்காலிகமாக மூடப்பட்டிருந்த' அந்த சமயத்தில் நரேந்திர மோடியும் இங்கிலாந்துப் பிரதமர் தெரஸா மேயும் கலந்து கொண்ட இங்கிலாந்து-இந்திய கார்பாரேட் நிறுவனங்களின் தலைமை நிர்வாக அதிகாரிகளின் சந்திப்பில் அனில் அகர்வால் கலந்து கொண்டார்.

22.05.2018 அன்று தூத்துக்குடியில் நடத்தப்பட்ட அரசுப் படுகொலைகளைக் கண்டனம் செய்து இலண்டனிலுள்ள தமிழர் அமைப்புகளும் சுற்றுச்சூழல் ஆர்வலர்களும் அங்குள்ள அனில் அகர்வாலின் சொகுசு மாளிகைக்கு முன்பு ஆர்ப்பாட்டம் நடத்தினர். தூத்துக்குடியில் ஆறாக ஓடிய மனித இரத்தத்தைப் பொருட்படுத்தாத அனில் அகர்வாலோ, நரேந்திர மோடியையும் தமது நிறுவனங்களி லொன்றையும் புகழ்ந்து தள்ளினார். அதாவது, கடந்த நான்காண்டு களில் இந்தியாவில் ஒரு இலட்சம் கிராமங்களுக்கு நரேந்திர மோடி இணையதள இணைப்புக் கொடுத்துள்ளதாகவும், அந்த 'டிஜிட்டல் இந்தியா' சாதனையில் வேதாந்தா நிறுவனங்களிலொன்றான 'ஸ்டெர்லைட் டெக்' முக்கியப் பங்கு வகித்துள்ளதாகவும் அந்தப் புகழுரைகள் கூறின.

ஒரு இலட்சம் கிராமங்களுக்கு இணையதள இணைப்புக் கொடுப்பதில் 'முக்கியப் பங்காற்றிய'தாக உரிமை பாராட்டிக் கொள்ளும் வேதாந்தாவின் நலன்களுக்காகத்தான் மே 22,23 தூத்துக்குடி துப்பாக்கிச் சூட்டிற்குப் பின், தமிழ்நாடு அரசாங்கம் நரேந்திர மோடியின் மத்திய அரசாங்கத்தின் உதவியுடன் தூத்துக்குடி,

2. The Wire Analysis, As Tuticorin Bleeds Over Sterlite Unit, a Look at Vedanta's Charm Offensive in India, The Wire, 24 May 2018, *https://thewire.in/rights/tuticorin-sterlite-copper-plant-vedanta-modi-human-rights* (Accessed on 24.5.2018)

திருநெல்வேலி, கன்னியாகுமரி ஆகிய மூன்று மாவட்டங்கள் முழுவதிலும் இணையதள இணைப்பை துண்டித்தது. கருத்துச் சுதந்திரத்தையும் தகவல் பரிமாற்றத்தையும் ஒடுக்குவதற்காக தமிழ்நாடு அரசாங்கம் மேற்கொண்ட முன்னுவமை இல்லாத இந்த நடவடிக்கைக்கு இணையாக போலிஸ் நடவடிக்கைகளின் இன்னொரு அங்கமாக, ஆஃப்கானிஸ்தான், பாகிஸ்தான், இராக், சிரியா போன்ற நாடுகளில் அமெரிக்கா பயன்படுத்தும் 'ட்ரோன்கள்' தூத்துக்குடியில் பறக்க விடப்பட்டன. இதுபற்றி 'சன் தொலைக்காட்சி' ஒளிபரப்பிய நேர்காணலொன்றில் தூத்துக்குடியில் 'இயல்பு நிலையை'க் கொண்டு வரும் பொறுப்பு ஒப்படைக்கப்பட்டுள்ள ஓர் உயர் போலிஸ் அதிகாரி 'தவறுகள் செய்பவர்கள் யார் என்பதைக் கண்காணித்துக் கண்டு பிடிப்பதற்கே' ட்ரோன்கள் பயன்படுத்தப்படுவதாகக் கூறினார். 'தவறுகள்' என்று அந்த அதிகாரி கூறியது போராட்டத்தைத்தான் என்பதைச் சொல்லத் தேவையில்லை.

சுற்றுச்சூழலுக்கு மாசு ஏற்படுத்துவதிலும் மனித உரிமைகளை மீறுவதிலும் வேதாந்தா நிறுவனம் 'உலகப் புகழ்' பெற்றுள்ளது.கடந்த 2000 முதல் 2010 வரை ஒதிஸா மாநிலத்தின் லஞ்சிகார் மாவட்டத்திலும் அங்குள்ள பழங்குடி மக்களின் வாழ்வாதாரத்தின் அடிப்படையாக உள்ள நியாம்கிரி மலைகளிலும் அலுமினிய, பாக்சைட் தாதுக்களை வெட்டி எடுப்பதற்கான சுரங்கங்களைத் தோண்டி, மிக மோசமான சுற்றுச்சூழல் கேடுகளை உருவாக்கியதுடன், இயற்கை வளங்கள் கொள்ளையடிக்கப்படுவதற்கு எதிராகப் போராடிய மக்கள் மீது ஒதிஸா அரசாங்கத்தின் போலிஸ் படையைக் கொண்டும் தனது அடியாட் களைக் கொண்டும் கொடிய ஒடுக்குமுறைகளை ஏவியது. ஒதிஸா விலும் இந்தியாவிலும் மட்டுமில்லாது இங்கிலாந்திலுமுள்ள சுற்றுச் சூழல், மனித உரிமை அமைப்புகள் வேதாந்தாவின் செயல்பாடுகளை அம்பலப்படுத்தி வந்ததால், வேதாந்தாவின் பங்குகளை வாங்கியிருந்த நோர்வே அரசாங்கமும் வேறு சில நிறுவனங்களும் தங்கள் முதலீடு களைத் திரும்பப் பெற்றுக் கொண்டன. ஒதிஸாவில் வனச்சட்டங்களை அப்பட்டமாக மீறியதற்காக, வேதாந்தா நிறுவனத்திற்குக் கொடுக்கப் பட்டிருந்த அனுமதியை இரத்து செய்ய வேண்டிய கட்டாயம் 2010இல் மத்திய அரசாங்கத்தின் சுற்றுச்சூழல் அமைச்சகத்திற்கும்கூட ஏற்பட்டது.

இந்தப் பத்தாண்டுகளில்தான் வேதாந்தா நிறுவனம், வெளிநாடு களிலிருந்து அரசியல் கட்சிகளுக்கு நிதி வழங்குவதை ஒழுங்கு முறைப்படுத்தும் சட்டத்தை (Foreign Contribution Regulation Act) மீறி பாரதிய ஜனதாக் கட்சிக்கும் காங்கிரஸ் கட்சிக்கும் இலட்சக்கணக்கில்

நிதி உதவி வழங்கியது. இதை டெல்லி உயர் நீதிமன்றம் கண்டனம் செய்தது. இந்த இரு கட்சிகளின் நலன்களைப் பாதுகாப்பதற்காக மேற்சொன்ன சட்டத்திற்குப் பல திருத்தங்கள் கொண்டுவரப் பட்டுள்ளன.

தனது விகார முகத்தை மூடிமறைப்பதற்காக வேதாந்தா நிறுவனம் 'கார்ப்பரேட் சமூகப் பொறுப்பு' என்ற முகமூடியை 2005ஆம் ஆண்டிலிருந்து தரித்துக் கொள்ளத் தொடங்கியது. அந்த நிறுவனத்தின் இலாப வேட்டையைத் திறம்பட செய்யத் தவறிய நிர்வாகிகளிடம் இந்த 'சமூகப் பொறுப்புகளை' மேற்கொள்ளும் பணி ஒப்படைக்கப் பட்டது.

அவர்களும் சுறுசுறுப்பாக இயங்கத் தொடங்கினர். நீண்டகாலம் வேதாந்தாவால் வாக்குறுதி அளிக்கப்பட்டிருந்தவையும் கிடப்பில் போடப்பட்டிருந்தவையுமான புற்று நோய் சிகிச்சை மற்றும் ஆராய்ச்சி நிறுவனமொன்றை சட்டிஸ்கர் மாநிலத்திலும் 'உலகத்தரம் வாய்ந்த, பல இலட்சக்கணக்கான ரூபாய் முதலீடு செய்யப்பட்ட' பல்கலைக் கழகமொன்றை ஒதிஸாவிலும் அந்த நிறுவனம் நிறுவத் தொடங்கியது.

அது மட்டுமல்லாமல் இந்தியாவிலுள்ள முக்கிய சமூகப் பிரச்சினைகளைப் பற்றிய 'விழிப்புணர்வை' மக்களுக்கு ஏற்படுத்து வதற்காக ஆவணப் படங்களைத் தயாரித்து வெளியிடுவது, கலாசார நிகழ்ச்சிகளை நடத்துவது போன்ற 'சமூகக் கடமையை'யும் வேதாந்தா ஆற்றத் தொடங்கியது.

தொலைக்காட்சி ஊடகங்களின் மூலம் தனது பிம்பத்தை அழகுபடுத்தும் முயற்சியில் ஈடுபட்ட வேதாந்தாவுடன் இணைந்து செயல்படத் தொடங்கிய என்.டி.டி.வி. தொலைக்காட்சி நிறுவனம் 2013இல், இந்தித் திரைப்பட பெண் நடிகர் பிரியங்கா சோப்ராவுடனும் இணைந்து, வசதிக் குறைவான குடும்பங்களில் பிறந்த ஏழைச் சிறுமிகளின் உடல் நலம், கல்வி, சத்தூட்டம் ஆகியன பற்றிய விழிப்புணர்வை ஏற்படுத்தும் இயக்கத்தைத் தொடங்கப் போவதாக அறிவித்தது. கார்ப்பரேட் சமூகப் பொறுப்புகளின் பொருட்டு, சம்பந்தப்பட்ட நிறுவனங்கள் ஒவ்வொன்றும் தமது ஒட்டுமொத்த வருமானத்தில் 2விழுக்காட்டைச் செலவிட வேண்டும் என்பது அரசாங்கச் சட்டம். ஆனால் தானோ தனது வருமானத்தில் 3 விழுக்காட்டை, அதாவது ரூ 300 கோடியை அந்த ஆண்டில் செலவிட்டதாக தம்பட்டம் அடித்துக் கொண்டது வேதாந்தா. 2 விழுக்காடோ 3 விழுக்காடோ, அது கார்ப்பரேட் நிறுவனங்கள் அடிக்கும் கொள்ளை இலாபத்திலிருந்தே செலவிடப்படுகிறதேயன்றி அவற்றின் 'கைக்காசி'லிருந்து அல்ல. 2012இல் வேதாந்தா நிறுவனம்

தனது 'சமூகப் பொறுப்புச் செயல்பாடுகள்' ஏற்படுத்தியுள்ள தாக்கங்களைச் சித்திரிக்கும் குறும்படப் போட்டிக்கு ஏற்பாடு செய்தது. இந்தப் போட்டிக்குப் பின்னால் வேதாந்தாவின் கொடிய அழுக்குக் கரங்கள் இருப்பதைக் கண்டறிந்த திரைப்பட இயக்குநர் ஷ்யாம் பெனகாலும் நடிகர் குல் பனாக்கும் அந்தப் போட்டியில் நடுவர்களாகக் கலந்து கொள்வதிலிருந்து விலகிக் கொண்டனர். ஜெய்பூர் இலக்கிய விழா போன்ற ஒன்றை இலண்டனிலும் 2016இல் நடத்த ஏற்பாடு செய்தது வேதாந்தா. அந்த நிறுவனத்தால் ஏற்படுத்தப்பட்ட சுற்றுச் சூழல் கேடுகள், நோய்கள், ஒடுக்குமுறை, வறுமை ஆகியவற்றால் பாதிக்கப்பட்ட மக்களுடன் ஒருமைப்பாடு கொள்வதற்காக நூற்றுக்கும் மேற்பட்ட அறிவாளிகளும் எழுத்தாளர்களும் அந்த இலக்கிய விழாவைப் புறக்கணிக்குமாறு அறைகூவல் விடுத்தனர்.

அச்சு ஊடகத்திலும் தன் செல்வாக்கை நுழைத்தது வேதாந்தா. ஒருகாலத்தில் அரசாங்கத்திலும் சமூகத்தின் உயர் பீடங்களிலும் உள்ளவர்களின் ஊழல்களை அம்பலப்படுத்தி வந்த 'தெஹெல்கா' ஏடு, வேதாந்தாவின் சுரங்கத் தொழிலால் இடம்பெயர்க்கப் பட்டவர்களுக்கு அந்த நிறுவனம் மறுவாழ்வு அளித்ததாகக் கூறி அதைப் பாராட்டும் கட்டுரையொன்றை வெளியிட்டது. அதற்குப் பதிலடி கொடுத்தனர் அருந்ததி ராயும் ஆவணப்பட இயக்குநர் சஞ்சய் கக்கும். ஒதிஸா மாநிலத்தின் லஞ்சிகார் மாவட்டத்தில் வேதாந்தாவின் அலுமினிய உற்பத்தியை விரிவுபடுத்துவது தொடர்பாக 'பொது மக்கள் கருத்தை' அறிவதற்கான கூட்டம் வெற்றிகரமாக நடைபெற்றதாக அறிவிப்பதில் அரசாங்க அதிகாரிகள் மிகை உற்சாகம் காட்டினர் என்பதையும் இந்தியாவின் முக்கிய நாளேடுகள் பல, அந்தத் திட்டத்திற்கு மக்கள் காட்டிய எதிர்ப்பைப் பற்றிய சிறு குறிப்புகூட வெளியிடவில்லை என்பதையும் 'காரவான்' இதழ் அம்பலப் படுத்தியது. அந்த மாவட்டத்திலுள்ள டோங்காரியா கோந்த் (Dongariya Kondh) கிராமத்தைச் சேர்ந்த மக்கள், அரசாங்க அதிகாரிகள் நடத்திய அந்தக் 'கருத்துக் கேட்பு'க் கூட்டத்தில் நுழைந்து, வேதாந்தாவுக்கு எதிரான முழக்கங்களை எழுப்பி, அங்கு வைக்கப்பட்டிருந்த மைக்குகளைப் பிடுங்கி எறிந்தனர் என்பதுதான் உண்மை.

கடந்த நான்காண்டுகளாக அனில் அகர்வால், நரேந்திர மோடியின் 'பொருளாதார வளர்ச்சித் திட்டங்களோடு' தம்மை மேலும் நெருக்கமாக ஐக்கியப்படுத்திக் கொண்டிருக்கிறார். 2014ஆம் ஆண்டு நாடாளுமன்றத் தேர்தல் முடிந்ததும், அகர்வால் கூறினார் "உலகம் முழுவதுமே மோடி அரசாங்கத்தின் செயல்பாடுகளை எதிர்பார்த்துக் கொண்டிருக்கிறது". 2014 அக்டோபரில், வேதாந்தா நிறுவனத்தின் 'மரியாதா' இயக்கம், மோடியின் 'ஸ்வாச் பாரத்' திட்டத்துடன்

(இந்தியாவைத் தூய்மைப்படுத்தும் திட்டம்) இணைந்து செயல்படும் என்றும், நிறுவனத்தின் சுரங்கங்களும் தொழிற்சாலைகளும் அமைந்துள்ள நகரியங்களும் வேதாந்தாவின் அலுவலர்களும் இந்தத் துப்புரவுப் பணியில் ஈடுபடுவார்கள் என்றும், வேதாந்தாவின் துத்தநாக நிறுவனம், இராஜஸ்தான் மாநில அரசாங்கத்துடன் இணைந்து அந்த மாநிலத்தின் கிராமப்புறங்களில் 30000 கழிப்பறைகளை ஏற்கெனவே கட்டிக் கொண்டிருக்கிறது என்றும் அறிவித்தார் அனில் அகர்வால். ஏழைக் குழந்தைகளின் உடல் நலம், கல்வி, ஏழைப் பெண்களுக்குத் தொழில்திறன் கற்றுக் கொடுத்தல் ஆகியனவற்றின் மீது கவனம் செலுத்தும் பொருட்டு 4000 அங்கன்வாடிகளை நவீனமயமாக்கும் 'நந்த கார்' திட்டத்தை உருவாக்கினார் அனில் அகர்வால். அந்தத் திட்டத்தை 24.9.2016 அன்று தொடங்கி வைத்தவர் மத்திய அரசாங்கத்தின் பெண்கள், குழந்தைகள் மேம்பாட்டு அமைச்சர் மேனகா காந்தி.

நரேந்திர மோடியின் அபிமானத் திட்டங்களிலொன்று கங்கை ஆற்றை 'தூய்மைப்படுத்துவது'. இந்தத் திட்டத்திலும் மோடிக்கு உறுதுணையாக நிற்க முடிவு செய்தார் அனில் அகர்வால். 2017ஆம் ஆண்டு இறுதியில் இலண்டனுக்குச் சென்ற மத்திய அரசாங்க போக்குவரத்து அமைச்சர் நிதின் கட்காரி, பாட்னா நகரில் கங்கை ஆறு ஓடும் இடத்தைத் தூய்மைப்படுத்த அகர்வால் பொறுபேற்றுக் கொண்டதாக அறிவித்தார். கங்கையுடனும் இந்தியாவுடனும் உணர்ச்சிகரமான பிணைப்புகளைக் கொண்டுள்ள பணக்கார இந்தியத் தொழிலதிபர்களைத் தாம் தேடிக் கொண்டிருந்ததாகவும், இந்த திட்டத்திற்கு அனில் அகர்வால் உதவ முன்வந்ததாகவும் நிதின் கட்காரி கூறினார். அனில் அகர்வாலோ, தம் பங்குக்கு, 'நவீன இந்தியாவை, அதாவது வளமான கலாசாரத்துடனும் விழுமியங்களுடனும் பிணைக்கப்பட்டுள்ள நவீன இந்தியாவைக் கட்டியெழுப்ப வேண்டும் என்ற தொலைநோக்குடையவர் நிதின் கட்காரி' என்றும் அவரைத் தமது வீட்டிற்கு விருந்தினராக அழைத்திருப்பதாகவும் இலண்டனி லிருந்து வெளிவரும் 'தி டெலிகிராப்' என்னும் நாளேட்டுக்கு அளித்த நேர்காணலின் கூறினார்.

இந்தியாவின் தொழில் வளர்ச்சி தொடர்பாக மோடி அரசாங்கம் உருவாக்கியுள்ள திட்டங்களுக்கு இங்கிலாந்தின் உதவியைப் பெறுவதில் முக்கியப் பாத்திரம் வகிக்கும் அனில் அகர்வால் மோடியின் 'உஜாலா' திட்டத்திலும் பங்கேற்க முன்வந்தார். அச்சமயத்தில் (மே 2017) இலண்டனுக்குச் சென்றிருந்த எரிபொருள்

துறை அமைச்சர் (பாஜகவைச் சேர்ந்தவர்) பியுஷ் கோயல், உஜாலா திட்டம் பிரிட்டனில் பெரும் தொழில், வணிக வாய்ப்புகளை ஏற்படுத்திக் கொடுத்துள்ளதாகவும், பிரிட்டனிலிருந்து பிற ஐரோப்பிய நாடுகளுக்கும் இந்தத் திட்டம் கிளை பரப்ப முடியும் என்றும், இந்தத் திட்டத்தை முதலில் இலண்டனில் பதிவு செய்யப்பட்டுள்ள நிறுவனமான வேதாந்தாவிலிருந்து தொடங்கலாம் என்றும், இலண்டன் ஓர் உலக நகரமாக இருப்பதால், இந்தத் திட்டம் அந்த நகர மக்களின் வாழ்கையோடு இயைந்ததாக அமைவதற்கான காரணம் உள்ளது என்றும் கூறினார்.

ஆக, இப்படி அனில் அகர்வாலும் பாஜகவும் நகமும் சதையுமாக இருப்பதால்தான், தூத்துக்குடித் துப்பாக்கிச் சூட்டை நியாயப்படுத்தி தமிழ்நாட்டிலுள்ள ஹெச்.ராஜா போன்றவர்கள் பேச வேண்டியுள்ளது.

'சட்டம் ஒழுங்கை'க் காப்பாற்றுவதற்கென போலிசார் மேற்கொள்ளும் நடவடிக்கைகளுக்கும்கூட - தடியடி நடத்துதல், கண்ணீர் புகைக் குண்டு வெடித்தல், துப்பாக்கிச் சூடு நடத்துதல் என்பனவற்றுக்கும்கூட - இந்தியச் சட்டங்களில் உள்ள எல்லா நெறிமுறைகளும் தமிழக நிர்வாக அதிகாரிகளாலும் போலிசாலும் தூக்கியெறியப்பட்டதற்கான எந்த விளக்கத்தையும் கொடுக்காத தமிழ்நாடு முதலமைச்சர் *24.5.2018* அன்று தலைமைச் செயலகத்தில் நடந்த பத்திரிகையாளர் சந்திப்பில் கூறினார்: 'ஒருவர் தாக்கப்படும்போது, அவர் தன்னைப் பாதுகாத்துக் கொள்வதற்கான செயலில் ஈடுபடுவது இயற்கைதான்'. அதாவது, போலிசார் தாக்கப்படும் போதுகூட அல்ல, தாக்கப்படுவார்கள் என்ற எதிர்பார்ப்பு தோன்றினாலும்கூட அவர்கள் எந்த விதிமுறையையும் பின்பற்றாமல் உடனடியாகத் தங்கள் கையிலுள்ள துப்பாக்கியை எடுத்து மக்களைக் குருவிகள் போல் சுடுவதில் தவறில்லை என்பதுதான் முதலமைச்சரின் கருத்து. போரட்டத்தில் ஈடுபட்ட இளம் பெண்களின் உடல்கள் மீது கைவைத்து மூர்க்கத்தனமாகத் தள்ளுவதற்கு ஆண் போலிசாரைப் பயன்படுத்துவதிலிருந்து இளம் பெண் வெனிஷ்டாவின் வாயில் துப்பாக்கிக் குண்டு செலுத்துவது வரை, எல்லாமே மிக 'இயல்பான செயல்கள்தாம்' என்பதுதான் இதன் பொருள். துப்பாக்கிச் சூட்டால் இறந்து கொண்டிருந்த ஓர் இளைஞரின் உடலைச் சுற்றி நின்று கொண்டிருந்த ஆயுதப் போலிசார் சிலர் " நீ சாவது போல நடிக்கிறாயா?" என்று கேட்டார்களே (இதுவும் வீடியா பதிவுகளில் உள்ளது), அதுவும்கூட முதலமைச்சரைப் பொறுத்தவரை 'இயல்பான' தொன்றுதான். போலிஸ் வாகனமொன்றின் கூரையில் ஏறி நின்று துப்பாக்கிச் சூடு

நடத்திய மஞ்சள் சட்டைக்காரர், 'ஒருத்தனாவது சாக வேண்டும்' என்று சூளுரைத்த கறுப்புப் பேண்ட், சட்டைக்காரர் ஆகியோரின் உண்மையான அடையாளங்கள் என்ன என்பதை, துப்பாக்கிச் சூடு பற்றிய இதர உண்மைகளோடு சேர்த்துக் கண்டறியும் பொறுப்பை சிபிஐ இடம் ஒப்படைக்க வேண்டும் என்று சென்னை உயர் நீதி மன்றத்தில் வழக்குத் தொடுத்திருப்பவர்கள், மோடிக்கு உகந்த வகையிலேயே இந்த சிபிஐ செயல்பட்டு வருகின்றது என்பதை உணராமல் போனது தூத்துக்குடி மக்களுக்கு நேர்ந்த இன்னொரு அவலம்.

அரசு பற்றி ஜார்ஜ் தாம்ஸன் கூறிய மார்க்ஸிய விளக்கத்தை இரத்தினச் சுருக்கமாக ஒரே வாக்கியத்தில் கூறினார் மாவோ: "துப்பாக்கிக் குழாயிலிருந்து அரசியல் அதிகாரம் பிறக்கிறது". இதை நன்றாகப் புரிந்து கொண்டு செயல்படுத்தி வருபவர்கள் இந்திய ஆளும் வர்க்கங்களும் அவர்களது 'மதவாத', 'மதச்சார்பற்ற' அரசியல் சேவகர்களும்தான். தூத்துக்குடி நிகழ்வு இந்தியா முழுக்க நடைபெற்றுவரும் கார்ப்பரேட் - அரசு கூட்டுக் கொள்ளையின், கூட்டு ஒடுக்குமுறையின் ஒரு பகுதி. மையப்படுத்தப்பட்ட அதிகாரத்தைக் கொண்டு இந்தியாவிலுள்ள அனைத்து முதலாளிய சக்திகளையும் ஒன்றுதிரட்டி வைத்திருக்கும் அரசுக்கு எதிராக இந்தியாவின் பல்வேறு பகுதிகளில் ஆங்காங்கே போராடும் சக்திகளிடையே அனைத்திந்திய அளவிலான ஒற்றுமை முன்னெப்போதையும்விட இன்று அதிகம் தேவைப்படுகிறது. தூத்துக்குடி மக்கள் நடத்தி வரும் அமைதி வழிப் போராட்டம் கணிசமான வெற்றியை ஈட்டியுள்ளது என்பதையும் இங்கு நாம் குறிப்பிட்டாக வேண்டும்.

- உயிர் எழுத்து, ஜூன், 2018.

15

சமிர் அமின்: ஆப்பிரிக்காவின் மார்க்ஸியக் குரல்

நம் காலத்தின் மாபெரும் மார்க்ஸியச் சிந்தனையாளர்களிலொருவரான சமிர் அமின், மூளையில் ஏற்பட்ட கட்டியின் காரணமாக தமது 86ஆம் வயதில் 2018 ஆகஸ்ட் மாதம் 12 அன்று பாரிஸில் காலமானார். அவருடைய தந்தை எகிப்திய அராபியர்; தாய் பிரெஞ்சுப் பெண்மணி. எகிப்தின் தலைநகரான கெய்ரோவில் 1931 செப்டம்பர் 3ஆம் தேதி பிறந்தவர் அமின். 1952இல் எகிப்திய இராணுவத்தில் இருந்த தேசப்பற்றுமிக்க தளபதிகள் கெமல் அப்துல் நாஸரின் தலைமையில் இராணுவப் புரட்சியின் மூலம், அப்போது பிரிட்டிஷ் ஏகாதிபத்தியத்தின் ஆதிக்கத்தின்கீழ் இருந்த எகிப்திய முடியாட்சியைத் தூக்கியெறிந்துவிட்டு, அந்த நாட்டை அணிசேராப் பாதையில் (சோவியத் முகாமிலோ, அமெரிக்க முகாமிலோ சேர்ந்து கொள்ளாத பாதை) செலுத்திக் கொண்டிருந்த காலகட்டத்தில் உருவான இளம் மார்க்ஸிய அறிஞர்களில் அமினும் ஒருவர்.

உயர்நிலைப் பள்ளியில் படிக்கும்போதே தாம் கம்யூனிஸ்டாக இருந்ததாக ஒரு நேர்காணலில் கூறியிருக்கிறார் அமின். 'மனிதர்களுக்கிடையே சமத்துவம், தேசங்களுக்கிடையே சமத்துவம்' என்பதுதான் பள்ளி நாள்களில் கம்யூனிசம் பற்றிய தன்னுடைய புரிதலாக இருந்தது என்றும் அதை ரஷியப் புரட்சியும் சோவியத் யூனியனும் செய்து காட்டின என்றும் கூறியிருக்கிறார். பள்ளிப் படிப்பு முடிந்ததுமே எகிப்தியக் கம்யூனிஸ்ட் கட்சியுடன் தொடர்புகொண்டு அதன் உறுப்பினராகியிருக்கிறார். அக்கட்சியில் சோவியத் மார்க்கத்தைப் பின்பற்றுவதா, சீன மார்க்கத்தைப் பின்பற்றுவதா என்ற கருத்துப் போராட்டம் நடந்தபோது, தாம் கூர்மையான அரசியல் புரிதலைப் பெறவேண்டியிருந்தது என்றும் கூறினார்.

பாரிஸில் பல்கலைப் படிப்பை மேற்கொண்ட அமின், 1952இல் அரசியல் விஞ்ஞானத்தில் பட்டயமும், புள்ளிவிவரவியல், பொருளியல் ஆகியவற்றில் பட்டங்களும் பெற்றார். நாஸரின் தலைமையில் எகிப்தில் இராணுவப் புரட்சி நடந்தபோது அமின், பாரிஸில் பொருளியலில் முனைவர் பட்டத்துக்கான ஆய்வுகளை மேற்கொண்டிருந்தார். அப்போது பிரெஞ்சுக் கம்யூனிஸ்ட் கட்சியில்

தீவிரமாகப் பணியாற்றிக்கொண்டே தமது முனைவர் பட்டத்துக்கான ஆய்வுரையை எழுதினார்.

முனைவர் பட்டம் பெற்றதும் தாயகத்துக்குத் திரும்பிய அவர், நாஸர் அரசாங்கம் தோற்றுவித்த 'பொருளாதார நிர்வாக நிறுவனத்'தில் (Institute for Economic Management) 1957-60ஆம் ஆண்டுகளில் பணியாற்றினார். நீண்டகாலம் காலனியச் சுரண்டலுக்கு உட்பட்டு பொருளாதார வளர்ச்சி குன்றியிருந்த, அரசியல் சுதந்திரம் அடைந்த பிறகும் தொடர்ந்து ஏகாதிபத்திய சக்திகளை எதிர்கொள்ள வேண்டியிருந்த எகிப்து போன்ற நாடுகளில் சோசலிசத்தை நோக்கிய கொள்கைகளை மேற்கொள்வதற்கான அரசியல் வெளி மிகக் குறுகியதாகவே இருந்தது. எகிப்தியக் கம்யூனிஸ்ட் கட்சியில் தொடர்ந்து உறுப்பியம் வகித்துவந்த அமின், நாஸரிசப் போராட்டம் தேசியப் போராட்டமாக மட்டுமே இருப்பது போதாது, சோசலிசத்தை நோக்கிய, அடிமூலத்திலேயே மாற்றங்களை ஏற்படுத்த வேண்டிய போராட்டமாக இருக்க வேண்டும் என்று அக்கட்சிக்குள் வாதிட்டிருக்கிறார்.

கருத்துநிலைக் காரணங்களால் எகிப்தியக் கம்யூனிஸ்ட் கட்சியும் சோவியத் ஆதரவுப் பிரிவு, சீன ஆதரவுப் பிரிவு என்று பிளவுபட்ட போது, உறுதியான சோசலிசப் பாதை என்பதற்குப் பதிலாக 'முதலாளித்துவமல்லாத பாதை' என்பதை பரிந்துரைத்த சோவியத் மார்க்கத்தை ஏற்றுக்கொள்ள மறுத்தார்.

நாஸரிசம், ஏகாதிபத்திய எதிர்ப்புத்தன்மை கொண்டதாக இருந்த போதிலும், சோசலிசத்தை அடைய வேண்டும் என்ற உறுதியான குறிக்கோளைக் கொண்டிருந்த நாஸரிஸ்டுகள் மிகச் சிறுபான்மை யினராகவே இருந்தனர். பிரிட்டிஷ் - பிரெஞ்சு ஏகாதிபத்தியங்களின் கட்டுப்பாட்டில் இருந்த சூயஸ் கால்வாயை நாட்டுடைமையாக்குதல், ஜியோனிச இஸ்ரேலை எதிர்த்தல், சோசலிச நாடுகளுடன் நட்பு பாராட்டுதல் ஆகியவற்றை நாஸரிசம் மேற்கொண்டு வந்தபோதிலும், அதிகாரம் முழுவதையும் தன் கைகளில் குவித்துக் கொண்ட அது, புதிய பூர்ஷ்வா வர்க்கத்தை உருவாக்கியது. நாஸர் உருவாக்கிய 'பொருளாதார நிர்வாக நிறுவனத்தில்' பணியாற்றிக் கொண்டிருந்த போது அமின், "ஒரு சின்னஞ்சிறு வர்க்கத்தால், ஒரு வகை பூர்ஷ்வா சாதியால் பொதுத்துறை நிறுவனங்கள் கைப்பற்றப்பட்டுள்ளதாகவும் அந்த வர்க்கத்தினர் தமது சொந்த நிறுவனங்களிலிருந்து அந்தப் பொதுத் துறை நிறுவனங்களில் நிதி முதலீடு செய்து கொண்டிருப்பதாகவும்" கூறினார். 1966இல் சீனாவில் நடந்த கலாசாரப் புரட்சி, கம்யூனிஸ்ட் கட்சித் தலைமைக்குள்ளேயே இருந்த முதலாளியப் பாதையாளர்களுக்கு

எதிராக நடத்தப்பட்ட புரட்சி, தம்மை மேலும் தீவிரமான கம்யூனிஸ் டாக்கியது, மாவோவின் கருத்துகளை ஏற்றுக் கொள்ளச் செய்தது என்று குறிப்பிட்டுள்ளார்.

ஆப்பிரிக்க நாடான மாலி, பிரெஞ்சுக் காலனியாதிக்கத்திலிருந்து 1960இல் விடுதலையடைந்ததும் சமிர் அமின் அந்த நாட்டின் தலைநகரான பமகோவுக்குச் சென்று 1960-63ஆம் ஆண்டுகளில் திட்ட அமைச்சகத்தில் ஆலோசகராகப் பணியாற்றினார். சுதந்திர மாலியின் முதல் குடியரசுத் தலைவராக இருந்த மொடிபோ கெய்டா (Modibo Keita), ஒற்றைக் கட்சி ஆட்சியை நிறுவிய போதிலும் ஏகாதிபத்திய எதிர்ப்புக் கொள்கையைக் கடைப்பிடித்து, நாட்டின் முக்கிய மூலவளங்கள் பலவற்றை நாட்டுடைமையாக்கினார். இந்த நடவடிக்கையில் சமிர் அமினின் பங்கு கணிசமானதாக இருந்தது. எகிப்திலும் மாலியிலும் மட்டுமின்றி காலனியாதிக்கத்திலிருந்து விடுதலை பெற்ற புதிய ஆப்பிரிக்க நாடுகளும் சுதந்திரமான பொருளாதார வளர்ச்சிப் பாதையில் செல்வதற்கான ஆலோசனை களையும் திட்டங்களையும் வகுத்துத் தந்தார். ஆனால், அமெரிக்க ஏகாதிபத்தியத்தால் தலைமை தாங்கப்பட்ட வளர்ச்சியடைந்த, வலுமிக்க நாடுகள் ஏற்படுத்திய தடைகள், குறுக்கீடுகள், ஏகபோக முதலாளியத்தின் அசுர சக்தி ஆகியன இந்த நாடுகள் சுதந்திரமான பொருளாதார வளர்ச்சிப் பாதையில் செல்ல முடியாமல் தடுத்து விட்டன. இந்த நாடுகளின் விடுதலைப் போராட்டத்திற்குத் தலைமை தாங்கிய சக்திகள் எல்லாம் அகற்றப்பட்டு, அங்கு நவகாலனிய அடிமை அரசாங்கங்களும் இராணுவ சர்வாதிகார ஆட்சிகளும் ஏகாதிபத்திய நாடுகளின் உதவியுடன் உருவாக்கப்பட்டது வரலாறு.

1963இல் 'ஆப்பிரிக்க பொருளாதார வளர்ச்சி மற்றும் திட்டமிடுதல் நிறுவனத்தில்' (Institut Africain de Developement economique et de Planification [IDEP]) ஆய்வுகள் மேற்கொள்வதற்கான வாய்ப்பு அமினுக்குத் தரப்பட்டது. 1960-63ஆம் ஆண்டுகளில் மாலி, கினியா, கானா ஆகிய ஆப்பிரிக்க நாடுகளில் பொருளாதார வளர்ச்சிக்காக மேற்கொள்ளப்பட்ட முயற்சிகளின் அனுபவங்களை விளக்கும் வகையில் அவர் எழுதியதுதான் அவரது முதல் நூலாகும். புதிதாகச் சுதந்திரமடைந்த மூன்றாம் உலக ('ஓர') நாடுகளில் சுயேச்சையான பொருளாதார வளர்ச்சி சாத்தியம் என்ற எளிமைப்படுத்தப்பட்ட புரிதலுக்கு எதிரான எச்சரிக்கை விடுத்த அவர், உலகத்தில் உள்ள 'மைய' நாடுகளுக்கும் 'ஓர' நாடுகளுக்கும் உள்ள ஏற்றத்தாழ்வான பொருளாதாரப் பரிவர்த்தனை செல்வ நாடுகளுக்குக் கொழுத்த இலாபங்களையும் ஏழை நாடுகளுக்கு கொடிய வறுமையையுமே

கொண்டு வரும் என்று வாதிட்டார். மேற்சொன்ன IDEP நிறுவனத்தில் பணியாறிக்கொண்டே, பிரான்ஸிலுள்ள போய்தியெ (Poitiers) பல்கலைக்கழகம், ஆப்பிரிக்க நாடான செனகாலிலுள்ள டகார் பல்கலைக்கழகம், பாரிஸிலுள்ள ஒரு பல்கலைக்கழகம் (Paris VIII, Vincennes) ஆகியவற்றில் பொருளியல் கற்பித்தார். பின்னர் IDEP நிறுவனத்தின் இயக்குநராக 1970 முதல் 1980 வரை பணியாற்றிய பின், செனகாலின் தலைநகரான டகாரில் 'உலக சோசலிச அரங்கம்' (World Social Forum) என்ற நிறுவனத்தைத் தோற்றுவித்து இறக்கும் வரை அதன் இயக்குநராகச் செயல்பட்டு வந்தார். இந்த நிறுவனங்களால் பல விஷயங்களைச் செய்ய முடியவில்லை, செய்திருக்கவும் முடியாது என்றாலும் சமுதாய மாற்றம் என்ற கொடியை அவை இடையறாமல் பறக்கவிட்டுக் கொண்டிருந்தன என்றும் அதுவும்கூட முக்கிய விஷயம்தான் என்றும் கூறினார்.

ஐரோப்பாவில் சோசலிசப் புரட்சி வெடிக்கும் என்று மார்க்ஸும் எங்கெல்ஸும் பெரும் நம்பிக்கை வைத்திருந்தனர். 'ஏகாதிபத்தியம்' என்ற கருத்தாக்கத்தை மார்க்ஸ் பயன்படுத்தவில்லை. ஐரோப்பிய சமுதாயங்கள் அல்லாத பிற சமுதாயங்களைப் பற்றிய முறையான கோட்பாட்டுப் படைப்புகளையும் எழுதவில்லை. ஐரோப்பா அல்லாத சமுதாயங்களின் ஒப்பீட்டு நோக்கிலான 'பின்தங்கிய நிலை', ஐரோப்பிய அரசுகளுக்கு அவை அடிமைப்பட்டுக் கிடந்தமை ஆகியவற்றை முழுமையான உலகப் பொருளாதாரம் உருவாகும் போக்கில் உள்ள மாறுதல் கட்டமே என்று கருதினார். ஒரு சில 'மைய' நாடுகளால் மட்டுமே ஆதிக்கம் செலுத்தப்படும் உலக முதலாளியப் பொருளாதாரத்தை மார்க்ஸ் எதிர்பார்க்கவில்லை. ஆனால், அவரது காலத்திலேயே உருவாகத் தொடங்கியிருந்த ஏகபோக முதலாளியம், முதலாளியத்தின் உச்சகட்டம் என்னும் முறையில் ஏகாதிபத்தியமாக வளர்ச்சியடைந்ததை கோட்பாட்டு ரீதியாக விளக்கியவர்கள் லெனின், புஹாரின், ரோஸா லுக்ஸம்பர்க் ஆகிய மார்க்ஸியப் புரட்சியாளர்களும் ஓரளவுக்கு ஹில்பர்டிங் என்னும் பொருளியல் அறிஞரும்தான். மேற்கு ஐரோப்பிய நாடுகளில் அல்ல, ஏகாதிபத்தியத்தின் பலவீனமான கண்ணியாக இருந்த ஜார் ரஷியாவில்தான் பாட்டாளிவர்க்கப் புரட்சி சாத்தியமாகும் என்பதை லெனின் மெய்ப்பித்தார். காலனி நாடுகள் மீது ஏகாதிபத்தியம் ஆதிக்கம் செலுத்தி வந்ததை அவர் சுட்டிக்காட்டி வந்த போதிலும் அந்தச் சுரண்டலைக் கோட்பாட்டு வகையில் விளக்கு வதற்கான கால அவகாசம் அவருக்குக் கிடைக்கவில்லை. இருப்பினும், அவரால் நிறுவப்பட்ட 'கோமின்டெர்ன்' (மூன்றாம் அகிலம்) காலனியச் சுரண்டல் பற்றிய சில கோட்பாடுகளை முன்வைத்தது. ஆனால் அந்தக் கோட்பாடுகள், பல காலனி நாடுகள் சுதந்திரமடைந்த

பின்னர் அங்கு ஏற்பட்ட நிலைமைகளை அறிந்து கொள்வதற்குப் போதுமானவையாக இருக்கவில்லை. சுதந்திரமடைந்த நாடுகளில் மிகப் பெரும்பாலான வற்றில் பழைய ஏகாதிபத்தியத்தின் தலையீடு இருந்து வருவது எல்லோருக்கும் தெரிந்த ஒன்றாக இருந்த போதிலும் அந்தத் தலையீட்டின் தன்மையைப் புரிந்துகொள்வதற்குத் தேவையான திருப்திகரமான கோட்பாடு ஏதும் இருக்கவில்லை.

அந்தச் சூழலில்தான் இலத்தின் அமெரிக்க நிலைமைகளையும் அனுபவங்களையும் அடிப்படையாகக் கொண்டு 'சார்புப் பொருளாதாரம்', 'சார்புத்தன்மை' (dependency theory) என்ற கருத்தாக்கங்களும் கோட்பாடுகளும் உருவாக்கப்பட்டன. அந்தக் கோட்பாடு கவர்ச்சியுடன் விளங்கிய 1960களில் உலகின் பல்வேறு நாடுகளில் இருந்த கம்யூனிஸ்ட் இயக்கத்தைச் சேர்ந்த பலரும் அதிலிருந்து தயக்கமின்றிக் கடன் வாங்கினர். அந்தக் கோட்பாட்டுக்கு எதிரான நிலையை மேற்கொண்ட மார்க்ஸிய அறிஞர்களும் கம்யூனிஸ்ட் கட்சிக் கோட்பாட்டாளர்களும் வளர்ச்சியடைந்த முதலாளிய நாடுகளின் தொடக்ககாலத் தொழில் வளர்ச்சிக்கு காலனி நாடுகளில் நடந்த சுரண்டல் முக்கிய பங்கு வகித்தது என்பதைக்கூட மறந்துவிட்டனர். எரிக் ஹாப்ஸ்பாமின் 'அதீதங்களின் யுகம்: குறுகிய இருபதாம் நூற்றாண்டு' (Age of Extremes - the Short Twentieth Century) என்னும் நூலிலும் இந்த 'மறதி'யைக் காணலாம்.

அரசியல் விடுதலை அடைந்தாலும் பொருளாதாரத்தில் இலத்தின் அமெரிக்க நாடுகள் பின்தங்கியிருந்ததற்கான காரணங்களைக் கண்டறியும் முயற்சிகளிலொன்றாகவே 'சார்புநிலைப் பொருளாதாரம்' என்ற கோட்பாட்டுக்கான மூலக்கரு முதன் முதலில் சிலி நாட்டிலிருந்த 'எக்லா'வைச் (ECLA - United Nations Economic Commission for Latin America) சேர்ந்தவர்களால் உருவாக்கப்பட்டது என்று கூறலாம். இலத்தின் அமெரிக்க நாடுகளின் குறை வளர்ச்சிக்குக் காரணமானவை என அந்த நிறுவனத்தைச் சேர்ந்தவர்கள் கீழ்க்கண்டவற்றைக் கூறினர்: சரக்குகளுக்கான சந்தைகள் ஒருசில நிறுவனங்களின் (Oligopolist) முற்றுரிமையிலும் முற்றுடைமையிலும் இருப்பதன் காரணமாக உலக வணிகம் ஏற்றத்தாழ்வான முறையில் நடக்கின்றது; இதன் காரணமாக 'ஓர' நாடுகளைப் பொறுத்தவரை நீண்டகால நோக்கில் வெளிவாணிக விலைவிகிதத்தில் (Terms of Trade) வீழ்ச்சி ஏற்படுகின்றது; இப்போது நிலவும் சர்வதேச உழைப்புப் பிரிவினை, 'ஓர' நாடுகள் தொழில் மயமாவதற்குத் தேவையான பலன்களைத் தருவதில்லை. இதற்குக் காரணம், தொழிலுற்பத்தி 'மைய' நாடுகளிலேயே குவிக்கப் பட்டுள்ளதுதான்.

இந்த நிலையை மாற்ற வேண்டுமானால், இலத்தின் அமெரிக்க நாடுகள் 'உள்நோக்கிய பொருளாதார வளர்ச்சியை' மேற்கொள்ள வேண்டும் என்று 'எக்லா' கூறியது. 'மைய' நாடுகளால் திணிக்கப்பட்டிருந்த சர்வதேச உழைப்புப் பிரிவினை ஏற்படுத்தியிருந்த தடைகளையும் இலத்தின் அமெரிக்கப் பொருளாதாரங்களுக்கு உள்ளேயே இருந்த பிரச்சினைகளையும் கடந்து வருவதற்கு சில ஆலோசனைகளக் கூறியது: *(1)* உள்நாட்டுத் தொழில்களுக்குப் பாதுகாப்பு வழங்கும் கொள்கையைப் பின்பற்ற வேண்டும்; இந்தக் கொள்கை செலாவணிக் கட்டுபாடுகளையும் உள்ளடக்கியிருக்க வேண்டும். *(2)* நாட்டைக் கட்டாயமாகத் தொழில்மயமாக்குவதற்காக பொருளாதாரத்தில் அரசு தலையிட வேண்டும். *(3)* இலத்தின் அமெரிக்கத் தொழில்களில் வெளிநாட்டு மூலதனத்தைக் கவர்ந்திழுக்க வேண்டும். *(4)* உற்பத்திப் பொருள்களுக்குச் சந்தையில் வலுவான கிராக்கி ஏற்படுவதை நோக்கமாகக் கொண்ட ஊதியக் கொள்கைகளை ஏற்றுக்கொள்ள வேண்டும். *(5)* தேசிய முதலீட்டுக்குத் தூண்டுதலளித்து அதை திசைவழிப்படுத்த வேண்டும்.

'சார்புநிலைப் பொருளாதாரம்' பற்றிய 'எக்லா'வின் விளக்கமும் அந்தப் பொருளாதாரத்தைக் கடந்து வருவதற்கு அது முன்வைத்த ஆலோசனைகளும் இலத்தின் அமெரிக்காவிலிருந்த ஆந்த்ரே குந்தர் ஃப்ராங்க் போன்ற மார்க்ஸியப் பொருளியல் அறிஞர்களால் விமர்சிக்கப்பட்டு மாற்றத்துக்குள்ளாக்கப்பட்டன. ஏகாதிபத்தியம் பற்றிய லெனினியக் கோட்பாட்டினை அடிப்படையாகக் கொண்டு அவர்கள் உலகை இரண்டு பகுதிகளாகப் பிரித்துக் காட்டினர்: *(1)* 'மைய நாடுகள்' (Centre or Core) [பொதுவாக, வளர்ச்சியடைந்த மேற்கு ஐரோப்பிய நாடுகள், ஜப்பான், அமெரிக்க ஐக்கிய நாடுகள், கனடா ஆகியனவாகும்]; *(2)* 'ஓர்' அல்லது விளிம்பு நாடுகள் (periphery) [மூன்றாம் உலகம் என அழைக்கப்பட்டவையும் ஆசிய, இலத்தின் அமெரிக்க, ஆசியக் கண்டங்களில் பெரும்பான்மையினவாக இருப்பவையுமான நாடுகள். இவை பெரும்பாலும் தமது முன்னாள் காலனியாட்சியாளர்களிடமிருந்து 'விடுதலை'யடைந்தவை].

சமிர் அமின், தமது சொந்த நாட்டிலும் காலனியச் சுரண்டலால் பாதிக்கப்பட்ட பிற நாடுகளிலும் இருந்த பொருளாதாரச் சிக்கல்கள் மீது ஆழ்ந்த கவனம் செலுத்தியிருந்தார். சார்புநிலைப் பொருளாதாரம் பற்றிப் பேசியும் எழுதியும் வந்த பிற மார்க்ஸிய, இடதுசாரிக் கோட்பாட்டளர்களைப் போலவே சமிர் அமினும் மூன்றாம் உலக நாடுகளின் வளங்கள் வளர்ச்சியடைந்த 'மைய' நாடுகளால் திருடப் பட்டும் கொள்ளையடிக்கப்பட்டும் வந்ததையும், அந்த நாடுகள்

தொழில்வளர்ச்சியற்றவையாகச் செய்யப்பட்டதையும், அந்த நாடுகளுக்கும் வளர்ச்சியடைந்த நாடுகளுக்கும் ஏற்றுமதி - இறக்குமதியில் ஏற்றத்தாழ்வான பரிவர்த்தனை இருந்ததையும் சுட்டிக்காட்டினார். பின்னாளில் சார்புநிலைப் பொருளாதாரக் கோட்பாட்டாளர்களில் தலைசிறந்தவராக வளர்ச்சியடைந்த அவர், இன்றைய உலகம் எதிர்கொள்ளும் அபாயங்களையும் அச்சுறுத்தல்களையும் மட்டுமல்ல, அவற்றிலிருந்து மீள்வதற்கான சாத்தியப்பாடுகளையும் அவதானித்து வந்தார்.

அவரைப் பொறுத்தவரை 'உள்நோக்கிய பொருளாதார வளர்ச்சி'யை மேற்கொள்ளும் பொறுப்பை சம்பந்தப்பட்ட நாட்டின் பூர்ஷ்வா வர்க்கத்திடம் விட்டுவிடக்கூடாது; மாறாக, பரந்துபட்ட உழைக்கும் மக்களே அதை மேற்கொண்டு, சோசலிச திசை நோக்கிப் பயணிக்க வேண்டும். மேலும், அரசியல் அதிகாரத்தைக் கைப்பற்றுதல் என்பது இன்றியமையாதது. அந்த அதிகாரத்தைக் கைப்பற்றி அதை மாற்றியமைக்க வேண்டும்.

மார்க்ஸூம் எங்கெல்ஸூம் எழுதிய 'கம்யூனிஸ்ட் கட்சி அறிக்கையில் உள்ள "வரலாற்றில் வர்க்கப் (போராட்டம்) ஒவ்வொரு முறையும் சமுதாயம் அனைத்தையும் புரட்சிகரமாக மறு கட்டமைப்பு செய்வதிலோ, போராடும் வர்க்கங்களின் பொதுவான அழிவிலோ முடிவடைந்தது" என்னும் வாசகம் தமது சிந்தனையின் தலைவாசலில் நீண்டகாலமாகவே குடியிருந்து வந்தது என்று குறிப்பிட்டிருந்த அதேவேளை, தோல்வி என்ற சொல்லை ஒருபோதும் ஒப்புக்கொள்ள முடியாது என்று அமின் எழுதினார்: "இடையறாத புரட்சி என்பது இன்னும் 'ஓர' நாடுகளுக்கான நிகழ்ச்சி நிரலில் இருந்துகொண்டுதான் இருக்கிறது. சோசலிச மாற்றத்தின் போது ஏற்படும் முதலாளிய மீட்சிகள் என்பன மாற்ற முடியாதவை அல்ல. ஏகாதிபத்திய முனையில், 'மைய' நாடுகளின் பலவீனமான கண்ணிகளில் உடைவு ஏற்படும் என்பதும் கூட எண்ணிப் பார்க்கக் கூடியதுதான்".

1970இல் வெளிவந்த 'உலகளவிலான மூலதனத் திரட்டல்' (Accumulation on a World Scale) என்னும் நூலில் 'மைய' நாடுகளை வளப்படுத்துவதற்காக அங்கு எவ்வாறு 'ஓர' நாடுகளின் மூலவளங்கள் சென்றுகொண்டிருக்கின்றன என்பதை விளக்கினார். 'ஓர' நாடுகளின் மூலவளங்கள் 'மைய' நாடுகளால் உறிஞ்சப்படும் நிகழ்ச்சிப்போக்கை விளக்க 'ஏகாதிபத்திய வாடகை' என்னும் கருத்தாக்கத்தைப் பயன்படுத்தினார். உலகமயமாக்கலுக்குப் பின் உலகில் ஏற்பட்ட பொருளாதார மாற்றங்களையும், முன்பு 'மூன்றாம் உலக நாடுகளாக' இருந்த இந்தியா, சீனா, பிரேஸில் போன்றவற்றில் ஏற்பட்ட

பொருளாதார வளர்ச்சிகளையும் கருத்தில்கொண்டு, அதற்கேற்பத் தமது கோட்பாடுகளில் மாற்றங்களைச் செய்து கொண்டபோதிலும், இன்றைய காலகட்டத்திலும் 'மைய' நாடுகளாலேயே உலகப் பொருளாதாரம் ஆதிக்கம் செலுத்தப்படுவதைச் சுட்டிக்காட்டினார்.

சோவியத் யூனியன் தகர்ந்து விழுந்து, அமெரிக்கா உலகிலுள்ள ஒரே ஒரு பெரும் வல்லரசாக ஆன பிறகு, நாடுகளுக்கிடையிலும் ஒவ்வொரு நாட்டுக்குள்ளும் முன் எப்போதும் இருந்ததைவிட மிகப் பெரும் ஏற்றத்தாழ்வுகள், தொழிலாளர்களுக்கான வேலைவாய்ப்பில் நிலையற்ற தன்மை, வேளாண்மையின் அழிவு, மதங்களை அரசியல் நோக்கத்துக்குப் பயன்படுத்தும் போக்கின் வளர்ச்சி ஆகிய அபாயங்கள் உருவாகும் என்று எச்சரித்தார். 2013இல் வெளிவந்த 'நடப்புக்கால முதலாளியத்தின் உள்நோக்கிய சரிவு' (The Implosion of Contemporary Capitalism) என்னும் நூலில் ஏகபோக நிறுவனங்கள், தொழிலிலும் வணிகத்திலும் ஈடுபட்டிருந்தவர்களை 'ஊதியம் பெறும் வேலைக் காரர்களாகவும்', பத்திரிகையாளர்களை 'ஊடக புரோகிதர்களாகவும்' மாற்றியுள்ளதாகவும், நிதி மூலதனம் ஆதிக்கச் சக்தியாயுள்ளதாகி யுள்ளதால், அது மக்களை நிலையற்ற ஒரு வேலையிலிருந்து இன்னொரு நிலையற்ற வேலைக்குத் துரத்திக் கொண்டிருப்பதாகவும் கூறினார். இரத்தக் காட்டேரிபோல் உலகின் இரத்தத்தை உறிஞ்சிக் கொண்டிருக்கும் ஏகபோக நிறுவனங்களால் ஆதிக்கம் செலுத்தப்படும் உலக முதலாளிய அமைப்புக்கான உடனடியான மாற்று ஏதும் தென்படுவதாகத் தெரியவில்லை என்று எழுதினார். ஆனால் இந்த நிலைமை மனிதர்களை மலை உச்சிக்குக் கொண்டுசென்று அவர்களை அங்கிருந்து கீழே உருட்டிவிடப் போவதில்லை என்றும் அவர்களுக்கு வேறு தேர்வுகள், வேறு சாத்தியப்பாடுகள் உள்ளன என்றும் கூறினார்.

அவரது புகழ்பெற்ற கருத்தாக்கங்களிலொன்று 'ஐரோப்பியமைய வாதம்' (Eurocentrism). இதே பெயரில் அவர் எழுதிய நூலில் அவர் இந்தக் கருத்தாக்கத்தை விளக்கியுள்ளார். இது, பாலஸ்தீன அறிஞர் எட்வர்ட் சைத் பயன்படுத்தியதைப் போன்ற பண்பாட்டுத் துறை சார்ந்த கருத்தாக்கமல்ல. 'ஐரோப்பியமையவாதம்' என்னும் சொல்லை எட்வர்ட் சைத் மேலை நாட்டுச் சிந்தனையாளர்கள், கலைஞர்கள், எழுத்தாளர்கள், கவிஞர்கள், வரலாற்றாசிரியர்கள், தத்துவவாதிகள், அரசியல்வாதிகள் ஆகியோர் கீழை நாடுகளைப் பார்த்த விதத்தை, அவற்றை ஐரோப்பாவிலிருந்து வேறுபட்ட, வியப்புக்கும் திகைப்புக்கும் சிலவேளை பீதிக்கும் உள்ளாக்குகிற, ஐரோப்பிய 'நாகரிகத்தை' எட்டிப் பிடிக்காத 'அநாகரிக' நாடுகளாகப் பார்த்த

வித்தை விளக்குவதற்குப் பயன்படுத்தினார். ஆனால் அமின் பயன்படுத்திய 'ஐரோப்பியமையவாதம்' என்னும் கருத்தாக்கம் முற்றிலும் வேறானது. அமின் கூறிய விளக்கத்தின் சாரம் பின்வருமாறு: ஐரோப்பாவை உலகின் வரலாற்று மையமொன்றாகப் பார்ப்பது தவறு. முதலாளியக் காலகட்டத்தில்தான் ஐரோப்பா ஆதிக்கம் பெற்றதாகியது. 'ஐரோப்பிய' என்ற அடைமொழியுடன் அழைக்கப்படும் முந்திய கட்டங்கள் யாவும் மத்தியதரைக் கடல் பகுதியில் மையம் கொண்டிருந்தன. பழைய உலகப் பொருளாதாரத்தின் மையப்பகுதி மத்தியதரைக் கடல் பிரதேசம்தான். ஐரோப்பியமையவாதம் என்பது, ஐரோப்பிய நாடுகள் அல்லாதவற்றை ஐரோப்பிய நாடுகள், தம்மைப் போன்ற வளர்ச்சி, நாகரிக நிலைக்குக் கொண்டுவருதல் என்ற பெயரால் ஐரோப்பிய முன்மாதிரிபோல அவற்றை ஒரேசீரானதாக்க மேற்கொண்ட முயற்சியாகும். ஆனால், நடைமுறையில் முதலாளியம் எல்லா நாடுகளையும் ஒரே சீரானதாக்குவதில்லை. மாறாக, வளமான நாடுகள், வறிய நாடுகள் என உலக நாடுகளை எதிரெதிர் துருவத்தில் நிற்க வைக்கின்றது. மேலும், இந்த ஐரோப்பியமைய வாதம் என்பது இனவாதம், ஏகாதிபத்தியம் ஆகியவற்றை மேலும் வலுப்படுத்தக் கூடியதும் ஆகும். பாசிசம் என்பது இந்த ஐரோப்பியமையவாதத்தின் நீட்சியே.

சோசலிச முகாமின் தகர்வுக்குச் சில ஆண்டுகளுக்கு முன்பிருந்தே வளர்ச்சியடையத் தொடங்கியிருந்ததும், 'அரசியல் இஸ்லாம்' என்று அவரால் அழைக்கப்பட்டு வந்ததுமான அரசியல், சமூக, பண்பாட்டுப் போக்கையும் கூர்மையாக அவதானித்து வந்த அவரது முக்கிய கருத்துகள் பின்வருமாறு: அரசியல் இஸ்லாம் தனது போராட்டத்தை பண்பாட்டுத் தளத்தில் மட்டுமே நடத்துகிறது. அதைப் பொறுத்தவரை 'பண்பாடு' என்பது மனிதர்கள் ஏதோ ஒரு மதத்தைச் சேர்ந்தவர்களாக இருப்பதுதான். அரசியல் இஸ்லாமின் தீவிரவாதப் பிரிவாக இருக்கும் இஸ்லாமியப் போராளிகளுக்கு இஸ்லாமிய நெறிகள், கோட்பாடுகள், அது வகுத்தளிக்கும் மார்க்கம் ஆகியவற்றில் அக்கறை இல்லை; மாறாக, ஒருவர் இஸ்லாம் மதத்தைச் சேர்ந்தவரா என்பதைச் சம்பிரதாயமாக உறுதிப்படுத்திக்கொள்வது மட்டுமே அதன் அக்கறை. இத்தகைய உலகக் கண்ணோட்டம் சிந்தனை வறட்சியைக் கொண்டிருப்பதால் மிகவும் கவலையளிக்கக் கூடியதாக உள்ளது. ஏனெனில், இந்த உலகக் கண்ணோட்டம், ஏகாதிபத்தியம் பிரசாரம் செய்துவரும் "நாகரிங்களின் அல்லது பண்பாடுகளின் மோதல்" என்னும் கருத்தாக்கத்தை நியாயப்படுத்த உதவுகின்றது. தாராளவாத உலகக் கண்ணோட்டத்தைக் கொண்டுள்ளதாகக் கூறிக்கொள்ளும் ஏகாதிபத்திய 'மைய நாடுகள்', குறைவளர்ச்சியுடைய, பின்தங்கியுள்ள,

ஏழ்மைப்பட்டுள்ள, ஆதிக்கம் செலுத்தப்படுகின்ற 'ஓர நாடுகள்' மீது நடத்தும் அரசியல், பொருளாதார, இராணுவத் தாக்குதல்களை, 'நாகரிகங்களின் மோதல்' என்ற சொல்லாடலைக் கொண்டு மூடி மறைக்கின்றன.

அரசியலுக்கும் பொருளாதாரத்துக்கும் மேலான முக்கியத்துவத்தை பண்பாட்டிற்கு வழங்குவதன் காரணமாக அரசியல் இஸ்லாம் உழைக்கும் வர்க்கங்களுக்கும் அவர்களை ஒடுக்கும், சுரண்டும் உலக முதலாளிய அமைப்புக்கும் உள்ள முரண்பாடு அவர்களது வாழ்வின் ஒவ்வொரு அம்சத்திலும் நிலவுவதைத் தெளிவற்றதாக்குகிறது. ஏகாதிபத்திய நாடுகளால் நேரடியாகவோ, மறைமுகமாகவோ இராணுவ, பொருளாதாரத் தாக்குதல்கள் தொடுக்கப்படும் இடங்களில் அரசியல் இஸ்லாமைச் சேர்ந்த போராளிகள் கல்வி நிலையங்கள், மருத்துவமனைகள் போன்றவற்றை நிறுவி பாதிக்கப்பட்ட மக்களுக்குக் கல்வி, மருத்துவ உதவி போன்றவற்றைச் செய்துவருவது உண்மைதான். ஆனால் அவை வெறும் தர்ம காரியங்கள் மட்டுமே. அந்த மக்களை இஸ்லாமியமயப்படுத்துவதும், அவர்களிடமிருந்து தங்கள் இயக்கங்களுக்கு ஆள் சேர்ப்பதும்தான் அந்த 'தர்ம காரியங் களின்' குறிக்கோளேயன்றி, எந்த ஏகாதிபத்திய முதலாளிய அமைப்பு இந்த மக்களுக்கு - குறிப்பாக உழைக்கும் மக்களுக்கு - அவதிகளையும் இன்னல்களையும் உருவாக்குகிறதோ அந்த அமைப்புக்கு எதிரான போராட்டத்துக்கு ஆதரவைத் திரட்டுவது அல்ல.

பெண்ணடிமைத்தனத்தை ஊக்குவித்து வலுப்படுத்தும் அரசியல் இஸ்லாம், எகிப்திலுள்ள கோப்டிக் (Copitic) கிறிஸ்தவர்கள் போன்ற, முஸ்லிம்களுக்கு இன்னல் விளைவிக்காத மதச் சிறுபான்மை யினர் மீது வெறித்தனமான தாக்குதலை நடத்துகிறது. தனிச்சொத்து டைமையைப் புனிதமானதாகக் கருதுவதன் மூலமும் பொருளாதார ஏற்றத்தாழ்விற்கான நியாயவாதங்களை வழங்குவதன் மூலமும் அரசியல் இஸ்லாம் முதலாளிய மறு உற்பத்திக்கான முன்தேவைகளை வலுப்படுத்துகின்றது.

எடுத்துக்காட்டாக, எகிப்திலுள்ள 'முஸ்லிம் சகோதரத்துவம்' (Muslim Brotherhood) என்னும் அரசியல் இஸ்லாம் கட்சி, அந்த நாட்டிலுள்ள சிறு விவசாயிகளின் நலன்களைப் பாதிக்கும் வகையில் பெரும் நில உடைமையாளர்களின் உடைமைக்கு வலுச்சேர்க்கும் பிற்போக்குச் சட்டங்களுக்கு ஆதரவாக எகிப்திய நாடாளுமன்றத்தில் வாக்களித்தது. சவூதி அராபியாவிலும் பாகிஸ்தானிலும் உள்ள பூர்ஷ்வா வர்க்கத்தின் ஒப்புதலையும் ஆதரவையும் அரசியல் இஸ்லாம்

பெற்றுள்ளது. இந்த இரண்டு நாடுகளும் ஏகாதிபத்திய எதிர்ப்பு நிலைப்பாட்டை மேற்கொள்வதில்லை; மாறாக, இஸ்லாமியப் பண்பாட்டுக்கு எதிரானவை, முரணானவை என்று அவற்றின் ஆட்சியாளர்களாலும் பிற்போக்குவாதிகளாலும் கருதப்படும் மேற்கத்தியப் பண்பாட்டுக் கூறுகளை மட்டுமே எதிர்க்கின்றன. இதன் மூலம் அவை உலக அமைப்பின் மீது ஏகாதிபத்தியம் செலுத்தி வரும் கட்டுப்பாடு வளர்ச்சியடைவதற்கு எவ்வகையிலும் தடையாக இருப்பதில்லை. சுருக்கமாகச் சொல்வதென்றால் அரசியல் இஸ்லாம் பொதுவாகவே முதலாளியத்துடனும் ஏகாதிபத்தியத்துடனும் அணிசேர்ந்து கொள்கிறது; உழைக்கும் வர்க்கங்கள் முதலாளிய, ஏகாதிபத்தியச் சுரண்டலிலிருந்து விடுதலை பெறுவதற்கான போராட்ட முறை எதனையும் வழங்குவதில்லை.

இப்படிக் கூறும் சமிர் அமின், மேற்கு நாடுகளின் அரசுகளும் ஆதிக்க, பிற்போக்கு சக்திகளும் இஸ்லாமியர்கள் பற்றிக் கிளப்பிவிடும் பீதிகள், பிரசாரங்கள் ஆகியவற்றிலிருந்து தம்மை முழுமையாக வேறுபடுத்திக்கொள்கிறார். அராபியர்களும் இஸ்லாமும் உலகிற்கு வழங்கிய அறிவு, அறிவியல் கொடைகளை அங்கீகரிக்கிறார்.

தமிழக மார்க்ஸிய வட்டாரங்களில் பரவலாக அறிமுகமாயிருக்க வேண்டிய, படிக்கப்பட வேண்டிய அவரது படைப்புகளில், நமக்குத் தெரிந்தவரை, ஒரே ஒரு நூல் மட்டும் (Spectres of Capitalism: A Critique of Current Intellectual Fashions) மு.வசந்தகுமார் என்றழைக்கப்படும் தோழர் செங்கோடனால் தமிழாக்கம் செய்யப்பட்டு, 'முதலாளியத்தின் கோர வடிவங்கள்' என்ற தலைப்பில் சில ஆண்டுகளுக்கு முன் சென்னை 'அலைகள் பதிப்பகத்'தால் வெளியிடப்பட்டுள்ளது. 'மன்த்லி ரெய்வூ' செப்டம்பர் 2014 இதழில் வெளியான சமிர் அமினின் கட்டுரையொன்று, இக்கட்டுரையாளரால் 'சமகால முதலாளியத்தில் திரும்பி வரும் பாசிசம்' என்னும் தலைப்பில் தமிழாக்கம் செய்யப்பட்டு 'புது விசை' ஏட்டில் வெளியிடப்பட்டது. இருபத்தியோராம் நூற்றாண்டில் உலகின் பல்வேறு பகுதிகளில் பழைய பாசிசம் புதுப்பிக்கப்பட்டு வருவதற்கும் நவ-பாசிசம் தோன்று வதற்குமான அரசியல், பொருளாதார, பண்பாட்டுக் காரணங்களை ஆழமான ஆய்வுகளின் துணைகொண்டு இக்கட்டுரையில் விளக்கியுள்ளது சமிர் அமின் மார்க்ஸியத்துக்கு வழங்கியுள்ள இன்னொரு கோட்பாட்டுப் பங்களிப்பு.

தரவுகள்

Farooque Chowdhury, Samir Amin stood for people, *Countercurrents*.org, August 13, 2018.

Vijay Prasad, Death of a Marxist, *The Hindu*, Coimbatore Edition, August 14, 2018.

Samir Amin, *Eurocentrism*, Second Edition, Monthly Review Press, New York, 2009.

- *The Implosion of Contemporary Capitalism*, Monthly Review Press, New York, 2014.

-Political islam in the Service of Imperialism, *Monthly Review*, New York, December 2007

- The Return of Fascisim in the contemporary Capitalism, *Monthly Review*, New York, September 2014

சமிர் அமின், *முதலாளியத்தின் கோரவடிவங்கள் (தமிழாக்கம்: செங்கோடன்),* அலைகள் பதிப்பகம், சென்னை.

மகா உத்தமன், *சார்புநிலைப் பொருளாதாரம்: ஓர் அறிமுகம் (தமிழாக்கம்:* எஸ்.வி. ராஜதுரை, ரோசா லக்சம்பர்க் படிப்பு வட்டம், சென்னை, ஜனவரி *1989.*

- *உயிர் எழுத்து,* செப்டம்பர் *2018*

16

செகோவ்

தனக்குள்ளேயிருக்கும் அடிமையைச் சொட்டுச் சொட்டாகப் பிழிந்தெடுத்து விட்டு, உண்மையான மானுட இரத்தம்தான் தனது இரத்த நாளங்களில் ஓடுகின்றது, அடிமையின் இரத்தம் அல்ல என்று ஒரு நாள் காலையில் உணரும் இந்த இளைஞனைப் பற்றி எழுதுங்கள்.

-அந்தோன் செகோவ்

1

அமெரிக்கச் சிறுகதை உலகில் தனி முத்திரை பதித்துச் சென்ற ரேமாண் கார்வெரின் (Raymond Carver :1938-1988) அருமையான படைப்புகளிலொன்று 'ஏவல்' (Errand)[1]. இந்தக் கதையைத் தாம் எழுதியது எவ்வாறு என்பதை 'On Errand'[2] என்னும் கட்டுரையில் கார்வெர் விளக்குகிறார்: புத்தக வெளியீட்டு நிறுவனமொன்றைச் சேர்ந்த பதிப்பாசிரியரொருவர் கார்வெருக்கு ஹான்ரி ட்ரோயா (Henri Troyat) எழுதிய அந்தோன் செகோவின் வாழ்க்கை வரலாறு புத்தகத்தின் படியொன்றை அனுப்புகிறார். செகோவின் தாக்கத்துக் குட்பட்ட பல அமெரிக்க எழுத்தாளர்களிலொருவரான கார்வெர் (செகோவைப் பற்றிய எதிர்மறையான மதிப்பீட்டைக் கொண்டிருந்த ஒரே ஒரு முக்கிய அமெரிக்க எழுத்தாளர் எர்னெஸ்ட் ஹெமிங்வே மட்டுமே. அவரைப் பொறுத்தவரை செகோவ் எழுதிய நூற்றுக்கணக்கான சிறுகதைகளில் ஐந்தாறு மட்டுமே தேறும்! ஷேக்ஸ்பியரைப் போல ஆபாசமான, மோசமான எழுத்தாளர் யாரும் இல்லை என்று தோல்ஸ்தோய் கூறவில்லையா?), செகோவின் வாழ்க்கை வரலாற்றை சுவாரசியத்துடன் படிக்கத் தொடங்குகிறார். உடல் நிலை தேறுவதற்காக ஜெர்மனியிலுள்ள பாடென்வெய்லர்

---

1. இந்தச் சிறுகதை இடம் பெற்றுள்ள தொகுப்பு: Raymond Carver, *Where I am Calling From: Selected Stories*, Vintage, New York, 2000.

2. இந்தக் கட்டுரை இடம் பெற்றுள்ள நூல்: Raymond Carver, *Call If You Need Me: Uncollected Fiction and Other Prose*, First contemporary Vintage EBook Edition, May 2015.

என்னும் சிறு நகரத்திலிருந்த மருத்துவமனையில் 1904 ஜுலை அதிகாலை செகோவ், அங்கிருந்த மருத்துவர் கூறியபடி ஒரு கோப்பை ஷாம்பெய்ன் மதுவை அருந்தியவுடன் உயிர் துறக்கிறார். இந்த உண்மை நிகழ்வு கார்வெரின் மனதைத் தொட்டிருக்கிறது. நீண்ட காலமாகத் தமக்குப் பொருள் நிறைந்தவராக விளங்கி வந்த செகோவுக்கு அஞ்சலி செலுத்தும் முகமாக மேற்சொன்ன நிகழ்வை அடிப்படையாகக் கொண்டு அவர் எழுதிய சிறுகதைதான் 'ஏவல்'.

செகோவின் இறுதி நிமிடங்களை மனதில் கொண்டு அந்தக் கதைக்கு கார்வெர் எழுதிய பன்னிரண்டு தொடக்கங்கள் அவருக்கே நிறைவு தரவில்லை. எனவே, 1897இல் ஒரு நாள் செகோவும் அவருடைய நண்பரும், புத்தக, பத்திரிகை வெளியீட்டாளருமான ஸுவோரினும் மாஸ்கோவில் பெரும் செல்வந்தர்களுக்கான 'ஹெர்மிடேஜ்' என்னும் உணவகத்தில் இரவு உணவு உண்பதிலிருந்து தமது சிறுகதையைத் தொடங்குகிறார் கார்வெர்.

அந்த உணவு விடுதிக்கு அவர்கள் இருவரும் சென்றது, உணவு அருந்த உடகார்ந்ததுமே செகோவ் இரத்தம் கக்கத் தொடங்கியது, காசநோய்க்குச் சிகிச்சையளிக்கும் மருத்துவமனையொன்றில் அவர் சேர்க்கப்பட்டது, உணவகத்தில் ஸுவோரினுக்கு 'சங்கடம்' ஏற்படுத்தி யதற்காக அவரிடம் செகோவ் மன்னிப்புக் கேட்டுக் கொண்டது, அவர் மருத்துவமனையில் சேர்க்கப்பட்ட தகவல் தெரிந்ததும் அவரது தங்கை மரியா அங்கு விரைந்து வந்தது, அவரைப் பார்ப்பதற்காக ரஷியாவின் மாபெரும் இலக்கியவாதி தோல்ஸ்தாயே வந்ததால் மருத்துவ மனையைச் சேர்ந்தவர்கள் வியப்படைந்தது (தோல்ஸ்தாயுக்கு செகோவின் சிறுகதைகள் பிடிக்கும்; ஆனால் நாடகங்கள் அல்ல; செகோவின் நாடகங்களில் அறவொழுக்க தரிசனம் ஏதும் இல்லை என்பது தோல்ஸ்தாயின் அபிப்பிராயம். ஒருமுறை அவர் செகோவிடம் கேட்டிருக்கிறார்: "உங்கள் நாடகப் பாத்திரங்கள் உங்களை எங்கு அழைத்துச் செல்கின்றன?" அதற்கு செகோவ் பதிலுரைத்திருக்கிறார்: "சோஃபாவிலிருந்து குப்பைக் கூளங்கள் போட்டு வைக்கப்பட்டிருக்கும் அறைக்கு, அங்கிருந்து மீண்டும் சோஃபாவுக்கு". எனினும் செகோவ் மீது தோல்ஸ்தோயுக்கு அபரிதமான வாஞ்சை இருந்தது. மாக்ஸிம் கோர்க்கியிடம் அவர் கூறிருக்கிறார்: "என்ன அழகான, அற்புதமான மனிதர். ஒரு பெண்ணைப் போல அடக்கமான, அமைதியான மனிதர். அவர் நடப்பதும்கூட பெண்ணைப் போலத்தான்". தமது நாள்குறிப்புகளில் அவர் எழுதினார்: "செகோவை நேசிப்பதில் நான் மகிழ்ச்சியடைகிறேன்") - இவை அனைத்துமே உண்மை நிகழ்வுகள்தாம்.

அதேபோல செகோவ் சிகிச்சையிலுள்ள நோயாளி என்று தெரிந்திருந்தும் அவரது படுக்கைக்கு அருகேயிருந்த இருக்கையில் அமர்ந்தவாறு, 'ஆன்மாவின் இறவாமை' பற்றிய நீண்ட விளக்க வுரையை தோல்ஸ்தோய் வழங்கியதும், அதைப் பற்றிப் பின்னாளில் செகோவ் தமது குறிப்பேடுகளில் எழுதியதும் ("நாம் எல்லோரும் - மானுடர்கள், விலங்குகள் ஆகிய இரு சாராரும் - அறிவு அல்லது அன்பு என்னும் நெறியின் அடிப்படையில் வாழ்ந்துகொண்டிருக் கிறோம்; இந்த நெறியின் சாரம், இலக்குகள் என்பன நமக்குப் புரியாப் புதிர்களாக உள்ளன என்று தோல்ஸ்தாய் கருதுகிறார். அத்தகைய இறவாமையினால் எனக்குப் பயனேதும் இல்லை. எனக்கு அது புரியவில்லை. எனக்குப் புரியவில்லை என்பது தோல்ஸ்தாயுக்கு வியப்பை அளித்தது") உண்மை நிகழ்வுகள்தாம்.

காச நோய் கண்டவரைக் குணப்படுத்துவதில் தேர்ச்சிபெற்ற ஜெர்மானிய மருத்துவரொருவரைப் பார்ப்பதற்காக செகோவ் தமது துணைவியார் ஓல்கா நிப்பெருடன் (Olga Knipper) 1904இல் மாஸ்கோவிலிருந்து பெர்லினுக்கு கடினமான, நீண்ட ரயில் பயணம் மேற்கொண்டதும், பெர்லின் நகர மருத்துவர் செகோவின் உடல் நிலையை அறிந்து இனி ஒன்றும் செய்வதற்கில்லை என்று கையை விரித்துவிட்டதும், பின்னர் கிழக்கு பிரான்ஸின் எல்லையோரமாக இருந்த பாடென்வெய்லருக்கு (அங்கு தாதுப்பொருள்கள் நிறைந்த வெந்நீரூற்றுகளுக்கும் சுத்தமான காற்றுக்கும் குறைவில்லை, அந்த நகரத்தின் எந்தப் பகுதியிலிருந்து பார்த்தாலும் கிழக்கு பிரான்ஸிலுள்ள வோஸ் [Vosages] மலைத் தொடர்கள் தெரியும். மிக ரம்மியமான, ரஷிய செல்வந்தர்களுக்குப் பிரியமான கோடை வாசத்தலம் அது) அவர்கள் சென்றதும், அங்குள்ள உயர்தர ஓட்டலொன்றில் தங்கியிருந்ததும், அங்கு ஷ்வோஹெரெர் என்னும் ஜெர்மானிய மருத்துவர் அடிக்கடி வந்து செகோவுக்கு சிகிச்சை அளித்து வந்ததும், 1904ஆம் ஆண்டு ஜூலை 2 நள்ளிரவில் செகோவின் உடல்நிலை கவலைக்கிடமானதால் ஓல்காவின் அழைப்பின் பேரில் அந்த மருத்துவர் வந்து, செகோவுக்கு ஊசிமருந்து செலுத்தியதும், அதனால் பயனில்லை என்பதால் அவருக்கு ஆக்ஸிஜன் கொடுக்க ஏற்பாடு செய்கையில், செகோவே மிகத் தெளிவாக "ஆக்ஸிஜன் கொண்டு வருவதற்குள் நான் பிணமாகிவிடுவேன்" என்று கூறியதும், மரணத்தின் விளிம்பிலிருப்பவர்களுக்கு வேறெதையும் செய்ய முடியாத நிலையில் அவர்களுக்கு ஒரு கோப்பை ஷாம்பெய்ன் தரும் வழக்கத்தையொட்டி, செகோவும் அதைப் பருகும்படி அந்த மருத்துவர் சொன்னதும் உண்மை நிகழ்வுகள்தாம்.

மேற்சொன்ன அனைத்து நிகழ்வுகளுமே செகோவ், அவரது தங்கை மரியா, துணைவி ஓல்கா, நண்பர் ஸுவோரின் போன்றோர் எழுதிய கடிதங்கள், தோல்ஸ்தோயின் குறிப்புகள் முதலியவற்றில் பதிவு செய்யப்பட்டுள்ள உண்மைகள்.[3]

இவை அனைத்துமே கதை வடிவத்தில் ரேமாண் கார்வெரால் சொல்லப்படுகின்றன. எனினும், ஒரு கோப்பை ஷாம்பெய்ன் அருந்தும்படி செகோவுக்குப் பரிந்துரைத்த அந்த மருத்துவர் அதை எங்கிருந்து, எப்படிக் கொண்டு வரச் செய்திருப்பார்?

இங்குதான் கார்வெர் தமது கதையில் ஒரு கற்பனைப் பாத்திரத்தைப் புகுத்துகிறார் : அந்த ஓட்டலில் வேலை செய்யும் இளைஞன்தான் அந்தக் கற்பனைப் பாத்திரம். செகோவ் தங்கியிருந்த அறையிலிருந்து தொலைபேசி மூலம், ஒரு போத்தல் ஷாம்பெய்னையும் மூன்று கிளாஸ்களையும் கொண்டு வரும்படி அந்த இளைஞனிடம் சொல்கிறார் மருத்துவர். ஐஸ் கட்டிகளுள்ள சிறிய வெள்ளி வாளியில் ஷாம்பெய்ன் போத்தலையும் வெள்ளித் தட்டில் மூன்று கண்ணாடி கிளாஸ்களையும் கொண்டு வருகிறான் அந்த இளைஞன். நள்ளிர வாதலால், ஓட்டல் பணியாள்களுக்குரிய சீருடையில் இல்லாமல் கசங்கிய உடைகளுடன் இருக்கிறான்.

செகோவ் தம்பதியினர் தங்கியிருந்தது ஓர் இரட்டை அறையில்: வரவேற்பு அறையும் படுக்கை அறையும் கொண்டது. ஷாம்பெய்ன் கொண்டு வந்த இளைஞனால் படுக்கை அறையிலிருந்து வரும் கனத்த சுவாசத்தை மட்டுமே கேட்க முடிகின்றது. அவனால் அங்குள்ள கட்டிலைப் பார்க்க முடிகின்றதேயன்றி செகோவையல்ல. அவன் கையில் அன்பளிப்பாக சில காசுகளைக் கொடுத்து அவனை அங்கிருந்து அனுப்பி விடுகிறார் மருத்துவர்.

அவன் அங்கிருந்து சென்றதும், செகோவுக்குத் தொல்லை தராத வண்ணம் போத்தலின் கார்க் மூடியை மிக எச்சரிக்கையுடன் திருகி எடுக்கிறார் (ஷாம்பெய்ன் போத்தலைத் திறக்கும்போது, சின்னப் பட்டாசு வெடிப்பது போல சத்தம் எழுவதோடு ஷாம்பெய்னும் பொங்கி வழியும்.)

கொண்டாட்டங்களின் போதுதானே ஷாம்பெய்ன் போத்தல் களைத் திறப்பதும் அதை அங்கு கூடியுள்ளவர்கள் பகிர்ந்துகொள்வதும்

---

3. செகோவின் வாழ்க்கை வரலாறு தொடர்பான நூல்களும் கட்டுரைகளும்: Donald Rayfield, *Anton Chekhov A Life*, Henry Holt & Co., New York, 1998; *Complete Works of Anton Chekhov (1860-1904)*, Delphi Classics, New York, 2013; William Boyd, Anton Chekhov (1) and Anton Chekhov (2) in *Bamboo-Essays and Criticism*, Bloomsbury, New York, 201; Henri Troyat, *Chekhov*, Translated by Michaeil Henry Heim, Macmillan, London, 1987.

வழக்கம். செகோவின் உடல்நிலை கவலைக்கிடமாக உள்ளது என்பதை ஓட்டலிலுள்ள மற்றவர்கள் தெரிந்துகொள்ளக் கூடாது என்பதற்காகவே மருத்துவர் மூன்று கிளாஸ்களை வரவழைத்திருக் கிறார் என்பதை நாம் ஊகிக்க வைக்கிறது ரேமாண் கார்வெரின் கதை.

இங்கு கொண்டாட்டம் இல்லை. சாகப் போகிறவருக்காக மட்டுமே ஒரு கிளாஸில் ஷாம்பெய்ன் ஊற்றப்படுகிறது. "ஆகா, ஷாம்பெய்ன் குடித்து நீண்ட நாளாகிறது" என்று செகோவ் அதை வாங்கிக் குடிக்கிறார். அடுத்த நிமிடம் அவர் உயிர் பிரிகின்றது. மருத்துவர் கார்க்கை வைத்து போத்தலை மூடி வைத்துவிடுகிறார்.

தம்மை செகோவின் உடலுடன் சற்று நேரம் தனியாக விடும்படி கேட்கிறார் ஓல்கா. செகோவின் மரணத்தை உடனடியாக அறிவிக்கப் போவதில்லை என்று மருத்துவர் அங்கிருந்து சென்றுவிடுகிறார். உடனடியாக அறிவிப்பதற்கும் சில மணி நேரம் கழித்து அறிவிப்பதற்கும் பெரிய வேறுபாடு இல்லை. இறப்புச் சான்றிதழ் கொடுக்க வேண்டியதுதான் இனி அவருக்குள்ள ஒரே பொறுப்பு. வீட்டுக்குப் போய் நன்கு தூங்கி எழுந்த பிறகு அதைக் கொடுத்தால் போதும்.

அவர் சென்ற பிறகு, போத்தலிலுள்ள ஷாம்பெய்ன் பொங்கி மேலே வந்து கொண்டிருந்ததன் காரணமாக கார்க் வெளியே வந்து தரைக்கம்பளத்தில் விழுந்துவிடுகிறது. அதை ஓல்கா கவனிப்பதில்லை.

பொழுது விடிந்ததும், முதல் நாளிரவில் ஷாம் பெய்ன் போத்தல் கொண்டு வந்த இளைஞன் மஞ்சள் ரோஜாக்கள் உள்ள பூக்கிண்ணத்தை ஏந்திக் கொண்டு, கதவைத் தட்டுகிறான். இப்போது அவன் நன்கு இஸ்திரி செய்யப்பட்ட ஓட்டல் சீருடையுடன், நன்கு வாரிவிடப்பட்ட தலைமுடியுடன். வரவேற்பறைக்கு வந்ததும், தான் அங்கு கொண்டு வந்த வெள்ளிவாளி, கார்க் திறக்கப்பட்ட ஷம்பெய்ன் போத்தல், இரண்டு கிளாஸ்கள் ஆகியவற்றைக் காண்கிறான். படுக்கை அறைக்குள், இரவில் தேவைப்படும் பொருள்களை வைக்கும் மர ஸ்டாண்டில் மூன்றாவது கிளாஸ் இருப்பது தெரிகின்றது. செகோவ் இன்னும் அங்கு படுத்திருப்பதாகப் படுகிறது அவனுக்கு.

ஓல்கா ஏதும் பேசுவதில்லை. அவர் ஏதோவொரு சிந்தனையில் ஆழ்ந்திருப்பதாகத் தெரிகின்றது. தலையை மட்டும் அங்கும் இங்குமாக அசைத்துக் கொண்டிருக்கிறார். அவர் தலையைக் குனியும் போது அந்த இளைஞனும் தலை குனிந்து பார்க்கிறான். அவனது காலணியொன்றின் முனைக்கு அருகில் அந்தக் கார்க் விழுந்து கிடப்பது அவனுக்குத் தெரிகின்றது.

ஓட்டல் தொழிலாளி என்னும் முறையில் அந்தக் கார்க்கைத் தரைக் கம்பளத்திலிருந்து எடுக்க வேண்டும் என்னும் சிந்தனை மட்டுமே அவனை ஆக்கிரமிக்கிறது. கையிலுள்ள பூக்கிண்ணத்தை நழுவவிடாமல், மிகுந்த எச்சரிக்கையுடனும் லாவகத்துடனும் கீழே குனிந்து அதை எடுக்க வேண்டும்.

ஓல்காவின் மௌனம் கலைகிறது. தமது பணப்பையிலிருந்து சில நோட்டுகளை உருவி அவனது கையில் திணிக்கிறார். இன்னொரு கொழுத்த சன்மானமோ என்று அவன் வியக்கையில் ஓல்கா சொல்கிறார்: 'இந்தப் பணத்தை எடுத்துக் கொண்டு, இறந்தவர்களின் உடல்களைப் பாடம் போட்டுத் தருவதில் இந்த ஊரில் யார் சிறந்தவரோ அவரிடம் சென்று செகோவின் உடலைப் பாடம் போட்டுத் தருவதற்காக அவரை இங்கு வரவழைக்க வேண்டும். இந்த விஷயத்தை யாரிடமும் சொல்லக்கூடாது. புரிகின்றதா?'

அந்த இளைஞனும் ஏதோ மாபெரும் செயலைச் செய்யப் போவதாகக் கருதிக் கொண்டு தான் கொண்டு வந்த பூக்கிண்ணத்துடன் ஓட்டலை விட்டுச் செல்கிறான். உடல்களைப் பாடம் போட்டுத் தரும் வல்லுநரைச் சந்தித்து, ஏதோ அவருக்காகவே அந்தப் பூக்கிண்ணத்தைக் கொண்டு வந்தது போல அதை அவரிடம் தருகிறான். இறந்து போனவர் செகோவ் என்பதை அறிந்ததும் அந்த வல்லுநர் உடனடியாகப் புறப்படுகிறார். இந்த வல்லுநரும், ஓட்டல் பணியாளனான அந்த இளைஞனைப் போலவே கற்பனைப் பாத்திரம்தான்.

கதையின் முடிவில் ஃப்ளாஷ்பேக் போல, ஓல்கா அவனிடம் கூறியதும், "புரிகின்றதா" என்று அவர் கேட்பதும் மீண்டும் சொல்லப் படுகின்றன. கூடவே, அவன் வெற்றிகரமாக, பூக்கிண்ணத்தைக் கீழே நழுவ விடாமல் போத்தலின் கார்க்கையும் தரைக் கம்பளத்திலிருந்து எடுத்திருந்தான் என்பதும்!

முழுக்க முழுக்க உண்மை நிகழ்வுகள் என்னும் சட்டகத்தின் எல்லைகளைத் தாண்டாமலும், அந்த சட்டகத்துக்கு உயிரூட்டும் வகையிலும் அற்புதமான, ஐந்தே ஐந்து பக்கங்கள் கொண்ட சிறுகதையை வழங்கியுள்ளார் ரேமாண் கார்வெர். தமக்குப் பிடித்த, மிகவும் மனநிறைவு தந்த கதை இது என்றும் கூறியுள்ளார்.

2

பாடென்வெய்லரிலிருந்து செகோவின் உடல் எவ்வாறு மாஸ்கோவுக்கு எடுத்துச் செல்லப்பட்டது என்பதை ரேமாண் கார்வெரின் கதை சொல்வதில்லை. அந்த மாபெரும் எழுத்தாளரின் உடலுக்கு இழைக்கப்பட்ட அவமரியாதை என்று தாம் கருதியதைப் பற்றி கோர்க்கி எழுதினார்:

> மாஸ்கோவால் அப்படி 'உளமார நேசிக்கப்பட்ட' எழுத்தாளரின் சவப்பெட்டி, 'சிப்பிகள்' என்று கதவில் பெரிய எழுத்துகளில் குறிக்கப் பட்டிருந்த பச்சை நிற சரக்குப் பெட்டியில் கொண்டு வரப்பட்டது. எழுத்தாளரைச் சந்திப்பதற்காக ரயில் நிலையத்தில் கூடியிருந்த சிறுகூட்டத்தின் ஒரு பகுதி அப்போது மஞ்சூரியாவிலிருந்து வந்து இறங்கிய ஜெனெரல் கெல்னரின் சவப்பெட்டியைப் பின் தொடர்ந்து சென்று, செகோவ் ஏன் அவரது கல்லறைக்கு இராணுவ வாத்தியக் குழு இசையுடன் எடுத்துக் கொண்டு செல்லப்படுகிறார் என்று வியந்தது. தவறு தெரிய வந்ததும், இனிய மனிதர்கள் சிலர் சிரிக்கவும் சிரிப்பை அடக்கவும் தொடங்கினர். செகோவின் சவப்பெட்டியைப் பின்தொடர்ந்தவர்கள் சுமார் நூறு பேர்தான், அதிகம் இல்லை. இரு வழக்குரைஞர்கள் என் நினைவில் இருக்கிறார்கள். இருவரும் புதிய பூட்சுகளும் கண்ணைப் பறிக்கும் டிசைன்கள் கொண்ட டைகளும் அணிந்து மணமகன்களைப் போலக் காட்சியளித்தனர். இவர்களுக்குப் பின்னால் நடந்த எனக்கு இவர்களிலொருவரான மக்லக்கோவ், நாய்களின் புத்திசாலித் தனத்தைப் பற்றிப் பேசியது காதில் விழுந்தது. எனக்குத் தெரியாத இன்னொருவர் தமது கோடைகால வீட்டிலுள்ள வசதிகளைப் பற்றியும் அங்குள்ள சுற்றுச்சூழலின் அழகு பற்றியும் பெருமையடித்துக் கொண்டிருந்தார். ஊதா நிறா ஆடை அணிந்து, பூத்தையல் போட்டிருந்த கைக்குட்டையைப் பிடித்திருந்த பெண்மணி, எடுப்பான பிரேமுள்ள கண்ணாடியணிந்திருந்த வயதான கனவானொருவரிடம் கூறினாள்: 'என்ன அருமையான மனிதர்; அப்படித் தமாஷாகப் பேசுபவர்...'

அதை நம்ப இயலாதவர் போல, அந்தக் கிழவர் இருமினார். அது வெப்பமும் புழுதியுமான நாள். கல்லறைக்குச் செல்பவர்களுக்கு முன்னால் பருத்த வெள்ளைக் குதிரையொன்றில் தடிமனான போலிஸ் அதிகாரியொருவர் சென்றார். இதுவும் இன்னும் இதையும் விஞ்சக்கூடிய விஷயங்களும் மகத்தான, நுட்பமான

எழுத்தாளரின் நினைவுக்கு முற்றிலும் பொருத்தமற்றவையாக, அருவருக்கத்தக்க வகையில் இழிவானதாக இருந்தன.⁴

செகோவின் சமகால எழுத்தாளர்களில் அவரை மிகவும் நேசித்தவர்கள், அவரைவிட வயதில் மூத்தவரான தோல்ஸ்தோயும் இளையவரான கோர்க்கியும். கோர்க்கியை, செகோவின் உபாசகர் என்றே சொல்லலாம். செகோவும் தம் பங்குக்கு கோர்க்கியிடம் மனம் விட்டுப் பேசுவது வழக்கம். தமது எழுத்தாற்றலில் அபார நம்பிக்கை கொண்டிருந்த அவர், இலக்கிய விமர்சகர்களைப் பொருட்படுத்திய தில்லை. கோர்க்கியிடம் ஒருமுறை கூறினார்:

நிலத்தை உழும் குதிரைகளைத் தொல்லை செய்யும் பெரிய ஈக்களைப் போன்றவர்கள்தாம் விமர்சகர்கள். குதிரை வேலை செய்கிறது, அதன் தசைநார்கள் வயலின் தந்திகளைப் போல விறைப்பாய் உள்ளன. திடீரென்று ஈ குதிரையின் பிட்டத்தில் வந்தமர்கிறது, குதிரையின் தோல் சிலிர்க்கிறது, அது தனது வாலைச் சுழற்றுகிறது. ஈ எதற்காக இப்படி ரீங்காரத்துடன் சுற்றி வருகிறது. எதற்காக என்று அதற்கே தெரியாமலும் இருக்கக் கூடும். ஓயாமல் துறுதுறுத்துக் கொண்டிருப்பதைத் தனது இயல்பாகக் கொண்டுள்ள அது, தனது இருப்பைத் தெரியப்படுத்திக் கொள்ள விரும்புகிறது - 'நானும்கூட உயிரோடு இருக்கிறேன், தெரியுமா?' என்று அது கூறுவது போல் தோன்றுகிறது. 'பார், எனக்கு ரீங்கார மிடத் தெரியும். என்னால் ரீங்காரமிடப்படாதது ஏதுமில்லை'. இருபத்தைந்து ஆண்டுகளாக எனது கதைகளைப் பற்றிய விமர்சனங்களைப் படித்து வருகிறேன். அவற்றில் ஒன்றிலாவது பயனுள்ள எந்த விஷயத்தையோ, மிகச் சிறிய அளவிலேனுமான நல்ல ஆலோசனையையோ படித்ததாக நினைவு இல்லை.

இவற்றில் மிகச் 'சிறந்த விமர்சனமாக' இருந்த ஒன்றைப் பற்றி செகோவ் தமக்கே உரிய நகைச்சுவை உணர்வுடன் கூறுகிறார்: "ஸ்காபிச்செவ்ஸ்கி என்பவர் மட்டும்தான் என் மனதில் பதிந்திருப்பவர் - குடிபோதையில் நான் ஒரு சாக்கடைக் குழியின் ஆழத்தில் செத்துக் கிடப்பேன் என்று ஆருடம் கூறியவர் அவர்."⁵

இந்த விமர்சகர்களைப் போலல்லாது தம்முடன் நட்புக் கொண்டிருந்த எழுத்தாளர்களுக்கும் கலைஞர்களுக்கும் நேரடியாகவோ, மறைமுக மாகவோ நல்ல ஆலோசனைகள் சொல்வது அவரது

---

4. அந்தோன் சேகவ், சிறுகதைகளும் குறுநாவல்களும், மொழிபெயர்ப்பாளர்கள்: ரா.கிருஷ்ணையா, பூ.சோமசுந்தரம். என்.சி.பி.எச். (பி) லிட்., சென்னை, 2011 (தமிழாக்கம் என்னால் சற்றுத் திருத்தப்பட்டுள்ளது - எஸ்.வி.ஆர்.)

5. மேலது.

வழக்கம். சிலவேளை, அவர்களது ஆக்கங்களைப் பற்றித் தமக்குக் கடுமையான கருத்து வேறுபாடுகள் இருப்பின், அவற்றைத் தமக்கு நெருக்கமான நண்பர்களுடனோ, குடும்ப உறுப்பினர்களுடனோ பகிர்ந்து கொள்வாரேயன்றி அவற்றைப் பகிரங்கப்படுத்த மாட்டார். எடுத்துக்காட்டாகச் சிலவற்றைக் கூறலாம்:

1898 டிசம்பர் *3, 1899* ஜனவரி *3* ஆம் நாள்களில் கோர்க்கிக்கு எழுதிய கடிதங்களில்,[6] கோர்க்கிக்குத் தனித்துவமான, அபாரமான திறமை உள்ளது என்றும், அந்தத் திறமை கோர்க்கியின் 'புல்வெளிப் பிரதேசத்தில்' (In the Steppe) என்னும் சிறுகதையில் அசாதரணமான வீர்யத்துடன் வெளிப்படுகிறது என்றும், அது தமது நெஞ்சத்திலும் கூட சிறிது பொறாமை உணர்வை ஏற்படுத்திவிட்டது என்றும் செகோவ் கூறுகிறார். கோர்க்கி உண்மையான கலைஞர் என்று பாராட்டுகிறார்: "நீங்கள் ஒரு விஷயத்தை வர்ணிக்கும்போது, அதை நீங்கள் பார்க்கின்றீர்கள், உங்கள் கைகளால் அதைத் தொடுகின்றீர்கள்". இருவரும் சந்தித்து ஓரிரு மணி நேரம் உரையாடினால், தம்மால் கோர்க்கியின் திறமைகளைப் பற்றி விரிவாகச் சொல்ல முடியும் என்றும் கூறுகிறார். பிறகு கோர்க்கியின் ஆக்கங்களிலுள்ள குறைகள் என்று தாம் கருதுவதை அவ்வளவு எளிதாகக் கூறிவிட முடியாது என்று சொல்கிறார்: "ஒரு திறமையிலுள்ள குறைகளைப் பற்றிப் பேசுவது தோட்டத்தில் வளர்ந்து கொண்டிருக்கும் பெரிய மரத்திலுள்ள குறைகளைப் பற்றிப் பேசுவது போலாகும். பிரச்சினையிலுள்ள முக்கியமான அம்சம் அந்த மரம் அல்ல, மாறாக அந்த மரத்தைப் பார்த்துக் கொண்டிருப்பவரின் இரசனைகள்தாம். அப்படித்தானே?. போதுமான அளவு உங்களை நீங்களே கட்டுப்படுத்திக் கொள்ளும் தன்மை உங்களிடம் இல்லை என்று எனது கருத்தைச் சொல்லத் தொ ங்குகிறேன். நாடகமொன்றைப் பார்த்துக் கொண்டிருக்கும்போது மேலோங்கும் உணர்ச்சிகளைக் கட்டுப்படுத்திக் கொள்ளாமல், மேடையில் பேசப்படுவதைத் தானோ, பிறரோ கேட்க முடியாமல் தடுக்கும் பார்வையாளனைப் போன்றவர் நீங்கள்."

செகோவ் கீழ்க்காணும் அறிவுரைகளைக் கூறுகிறார்: கதா பாத்திரங்களின் உரையாடல்களுக்கிடையே, இயற்கைக் காட்சிகள் பற்றிய வர்ணனைகளப் புகுத்துகையில் கோர்க்கி தம்மைக் கட்டுப்படுத்திக் கொள்ள வேண்டும்; மிகையான வர்ணனைகள் சலிப்பூட்டுகின்றன. படிப்பறிவுள்ள மனிதர்களைப் பற்றி கோர்க்கி தமது கோணத்திலிருந்து எழுதினாலும் அவர்களைப் போதுமான

---

6. செகோவின் கடிதங்களிற் கணிசமானவை தொகுக்கப்பட்டுள்ள நூல்: *Complete Works of Anton Chekhov (1860-1904)*, Delphi Classics, New York, 2013.

அளவு புரிந்துகொள்ளவில்லை; கோர்க்கி அப்போது வசித்து வந்த நிஸ்னி என்னும் சிறிய நகரத்திலிருந்து வெளியேறி இலக்கியப் படைப்புகளுடனும் இலக்கியப் படைப்பாளிகளுடனும் தம்மைப் பரிச்சயப்படுத்திக் கொள்ள வேண்டும் - அது அவர்களைப் போலவே குரலெழுப்ப அல்ல, மாறாக இலக்கிய சாகரத்தில் மூழ்கி எழவும் மாபெரும் இலக்கியவாதியாக மலரவும். சிறந்த ஓவியரைப் போல நிலக்காட்சிகளை எழுத்தோவியங்களாக ஆக்கிக் காட்டும் திறமையுள்ள கோர்க்கி, இயற்கை நிகழ்வுப்போக்குகளுக்கு மனிதத்தன்மை கற்பிக்கும் உயர்வு நவிற்சி அணிகளை அடிக்கடி பயன்படுத்துவதைத் தவிர்த்துக் கொள்ள வேண்டும். கடல் மூச்செறிகிறது, வானம் உற்றுப் பார்க்கிறது, புல்வெளி குரைக்கின்றது, இயற்கை கிசுகிசுக்கிறது, பேசுகிறது, முனகுகின்றது என்பன போன்ற உருவகங்கள் அவரது வர்ணனைகளைச் சலிப்பூட்டக் கூடியனவாக்குகின்றன. 'சூரியன் மறைந்தது', 'அங்கு இருள் படர்ந்தது', 'மழை பெய்யத் தொடங்கியது' போன்ற எளிய சொற்களைக் கொண்டே இயற்கையின் அழகையும் அதைப் பற்றிய இலக்கிய வெளிப்பாட்டு அழகையும் காட்ட முடியும். இப்படி எளிய முறையில் விஷயங்களைச் சொல்லும் திறன் கோர்க்கிக்கு மற்ற எழுத்தாளர்களைவிடக் கூடுதலாக வாய்த்துள்ள நிலையில் அவர் தமது வர்ணனைகளைக் கட்டுப்படுத்திக் கொள்ள வேண்டும். ரஷிய மொழிக்கு அந்நியமான சொற் பிரயோகங்களைத் தவிர்க்க வேண்டும். இதற்கு எடுத்துக்காட்டு 'தவிர்க்கமுடியாத விதியின் காரணமாக' என்னும் சொற்பிரயோகம். பிற எழுத்தாளர் களின் ஆக்கங்களில் இது வரும் போது அதை யாரும் கவனிப்ப தில்லை. ஆனால் கோர்க்கியின் ஆக்கங்களில் அது உறுத்தலாக அமைகின்றது.

1899 ஏப்ரல் 25இல் கோர்க்கிக்கு எழுதிய கடிதத்தில், சில நாள்களுக்கு முன் தோல்ஸ்தோயைச் சந்தித்ததாகவும், அவர் கோர்க்கியின் 'புல்வெளிப் பிரதேசத்தில்', 'விழாக் கூட்டம்' ஆகிய கதைகளை மிகவும் பாராட்டியதாகவும், ஆனால் 'மால்வா' என்னும் கதை அவருக்குப் பிடிக்கவில்லை என்றும் செகோவ் கூறுகிறார். "உங்களுக்குப் பிடித்தமான எதையும் நீங்கள் புதிதாகக் கண்டு பிடிக்கலாம். ஆனால், உளவியலைக் கண்டுபிடிக்க முடியாது. கோர்க்கியின் படைப்புகளில் உளவியல் கண்டுபிடிப்புகளைக் காண முடிகின்றது. கோர்க்கி தாம் ஒருபோதும் உணராததை வர்ணிக்கிறார்" என்று தோல்ஸ்தாய் கூறியதாகக் கூறும் செகோவ் "இது, போதுமா உங்களுக்கு. அடுத்த முறை நீங்கள் மாஸ்கோ வரும் போது இருவருமாக தோல்ஸ்தாயைப் பார்க்கச் செல்வோம்" என்று எழுதுகிறார்.

இப்படி கோர்க்கியின் எழுத்துகள் பற்றிய ஆக்கபூர்வமான மதிப்பீடுகள், அவற்றிலுள்ள குறைகள் எனத் தாம் கருதியதைப் பற்றிய ஒளிவுமறைவற்ற கருத்துகள் செகோவின் கடிதங்களில் காணப்படுகின்றன. கோர்க்கியின் படைப்புகள் சிலவற்றைப் பற்றிய கடுமையான அதிருப்தியைத் தமக்கு நெருக்கமான நண்பர்களிடம் பகிர்ந்து கொண்டிருந்தாரேயன்றி, அவற்றைப் பகிரங்கப்படுத்தியதில்லை. கோர்க்கி மீது மிகுந்த நட்பும் அன்பும் கொண்டிருந்த செகோவ், கோர்க்கியின் மார்க்ஸியக் கண்ணோட்டத்தைப் பகிர்ந்து கொண்டவரல்லர். அப்படியிருந்தும் ஜார் அரசாங்கம், பீட்டர்ஸ்பர்க் (ரஷிய) அறிவியல் அகதமியிலிருந்து கோர்க்கியை வெளியேற்றிய போது, அதற்கு எதிர்ப்புத் தெரிவித்து, மற்றொரு எழுத்தாளர் விளதிமிர் கொரெலெங்கோவைப் போல, அந்த அகதமி உறுப்பினர் பதவியைத் துறந்தார்.

தம்மால் மிகவும் மதிக்கப்பட்ட, அவரது வாஞ்சைக்கும் அன்புக்குரியவருமாக இருந்த தோல்ஸ்தோயின் படைப்புகளில் தம்மை மிகவும் கவர்ந்தது 'புத்துயிர்ப்பு' (Ressurrection) நாவலென்பதை எம்.ஓ.மென்ஷிகோவ் என்பவருக்கும் நண்பர் ஸுவோரினுக்கும் முறையே *28.1.1990, 12.2.1900* ஆகிய நாள்களில் எழுதிய கடிதங்களில் குறிப்பிடுகிறார். எனினும், சுவிசேட அறவொழுக்கத்தின் மீது கட்டமைக்கப்பட்ட அந்த நாவலின் முடிவு, இலக்கியரீதியில் உண்மையானதாக இல்லை என்று கூறுகிறார். தோல்ஸ்தாயின் 'க்ரூட்ஸர் ஸொனாடா' நாவலில் மருத்துவர்களையும் மருத்துவத் தையும் பற்றி தோல்ஸ்தோய் வழங்கிய சித்திரிப்புகள் மருத்துவ அறிவியல் பற்றிய அவரது அறியாமையால் விளைந்தவை என்று ஸுவோரினுக்கு எழுதினார் செகோவ்.

3

ஜப்பானிய 'மினிமலிஸ்ட்' ஓவியங்களைப் போல சொற்பமான கட்டுமானப் பொருள்களோடு சொற்சிக்கனம் வாய்ந்தவையாய் எழுதப்பட்டுள்ள அவரது சிறுகதைகளின் சிறப்புகளிலொன்று இயற்கைக் காட்சி பற்றிய வர்ணனைகள். எடுத்துக்காட்டாக 'ஈஸ்டர் முன்னிரவு'[7] கதையின் தொடக்கத்திலுள்ள வர்ணனை:

> கோல்ட்வா ஆற்றின் கரையில் நின்று கொண்டு அக்கரையிலிருந்து படகு வருவதற்காகக் காத்துக் கொண்டிருந்தேன். தட்பவெட்ப நிலை அருமையானதாக எனக்குத் தோன்றியது. இருட்டாக

---

7. இந்தச் சிறுகதை இடம் பெற்றுள்ள நூல்: *Stories by Anton Chekhov*, Translated by Richard Pevear and Larissa Volokhonsky, Bantam Books, New York, 2009.

இருந்தாலும், எனனால் மரங்களையும், தண்ணீரையும், மக்களையும் பார்க்க முடிந்தது. வானம் நெடுக பெருமளவில் வாரி இறைக்கப்பட்டிருந்த நட்சந்திரங்களால் உலகம் ஒளியூட்டப் பட்டிருந்தது. இத்தனை நட்சத்திரங்களை எப்போதேனும் பார்த்திருந்ததாக என்னால் நினைவுகூர முடியவில்லை. உண்மையிலேயே அவற்றுக்கிடையில் உங்கள் விரலை நுழைத்திருக்க முடியாது. அவற்றிற் சில வாத்து முட்டைகளைப் போல அத்தனை பெரிதாகவும், சில கடுகைப் போல அத்தனை சிறிதாகவும் இருந்தன. திருவிழா ஊர்வலத்திற்கென்றே, அவையனைத்தும், சிறியதிலிருந்து பெரியது வரை, கழுவப்பட்டு, புதுப்பிக்கப்பட்டு, மகிழ்ச்சிகரமாக வானத்திலிருந்து வெளியே வந்திருந்தன. கடைசி நட்சத்திரம் வரை அவையனைத்தும் அமைதியாகத் தமது ரேகைகளை அசைத்தன. வானம் தண்ணீரில் பிரதிபலித்தது; இருண்ட ஆழங்களில் குளித்த நட்சத்திரங்களின் ஒளி சிற்றலைகளில் பிரதிபலித்து அவை நடுங்குவது போலச் செய்தது. காற்று வெம்மையாகவும் சலனமற்றும் இருந்தது. அக்கரையில் வெகுதூரத்தில், ஊடுருவ முடியாத இருளில் நெருப்புகள் அங்கொன்றும் இங்கொன்றுமாக ஒளிரும் சிகப்பு வண்ணத்தில் எரிந்து கொண்டிருந்தன.

இது இயற்கைக் காட்சி பற்றிய வர்ணனையாக மட்டுமில்லாது, அக்கரையில் நடக்கவிருக்கும் ஈஸ்டர் திருவிழாவைப் பற்றிய முன்னறிவிப்பாக விளங்குவதையும் இந்தக் கதையைப் படிப்பவர்கள் அறிந்து கொள்வர்.

செகோவ் எழுதிய கடைசிக் கதை 'திருமணத்துக்கு நிச்சயிக்கப் பட்டவள்'.[8] அந்தக் கதையின் தொடக்கத்தில், ஒரு வீட்டில் நடத்தப் படும் சமயச் சடங்கு, கணப்பொழுதேனும் அந்தச் சூழலிலிருத்து விடுபட்டு வீட்டுக்கு வெளியே உள்ள தோட்டத்துக்குச் செல்ல விழையும் கதைத் தலைவியும் பாதிரியொருவரின் மகனைத் திருமணம் செய்ய நிச்சயிக்கப்பட்டவளுமான இருபத்தி மூன்று வயது நாதியாவுக் குள்ள மனக் குழப்பம் ஆகியன இயற்கைக் காட்சியொன்றைப் பற்றிய வர்ணனையுடன் பின்னிப்பிணைக்கப்பட்டுள்ளன:

8. இந்தச் சிறுகதை இடம் பெற்றுள்ள நூல்கள்: Ibid; *Complete Works of Anton Chekhov*, Delphi Classics. இதன் ஆங்கில மொழியாக்கத்திற்கு மேற்சொன்ன நூல்களில் முதலாவது நூலில் 'Fiance' என்றும், இரண்டாவது நூலில் (கான்ஸ்டன்ஸ் கார்னெட்டின் மொழியாக்கம்) 'Betrothed' என்றும் ரா.கிருஷ்ணையாவின் தமிழாக்கத்தில் 'மணமகள்' தலைப்பிடப்பட்டுள்ளது. தமிழாக்கம் இடம் பெற்றுள்ள நூல்: *அந்தோன் சேகவ், சிறுகதைகளும் குறுநாவல்களும்*, மொழிபெயர்ப்பாளர்கள்: ரா.கிருஷ்ணையா, பூ. சோமசுந்தரம், (தமிழாக்கம் என்னால் திருத்தப்பட்டுள்ளது - எஸ்.வி.ஆர்.)

மாலை நேரம் பத்து மணியாகிவிட்டது. முழு நிலா தோட்டத்தின் மீது ஒளிர்ந்து கொண்டிருந்தது. ஷுமின்களின் வீட்டில், மரியா மிகைய்லோவ்னா ஏற்பாடு செய்திருந்தபடி புனித விழா முன்னிரவுச் சடங்கு அப்போதுதான் முடிவடைந்திருந்தது. ஒரு கணம் வெளியே தோட்டத்திற்குச் சென்றிருந்த நாதியாவால் வரவேற்பறையில் எளிய உணவுக்காக சாப்பாட்டு மேஜையில் தட்டுகள் முதலியன வைக்கப்படுவதையும், அவளது பாட்டி, தமது பகட்டான பட்டு உடையில் பரபரப்பாக அங்கும் இங்கும் நடந்து கொண்டிருந்ததையும் இப்போது பார்க்க முடிந்தது; ...தோட்டம் அமைதியாகவும் குளிர்ச்சியாகவும் இருந்தது. நிழல்கள் கருமையாகவும் அமைதி யாகவும் தரையில் கிடந்தன. எங்கோ வெகுதொலைவிலிருந்து, ஒருவேளை அது நகரத்துக்கு அப்பால் மிகத் தொலைவில் இருக்கலாம், தவளைகளின் சத்தம் வந்தது. மே மாதம், இனிய மே மாதம் வந்துவிட்டது என்ற உணர்வு ஏற்பட்டது. அவள் ஆழமாக மூச்சிழுத்து, இங்கு அல்ல, வேறெங்கோ, மரங்களுக்கு மேலே, நகரத்துக்கு வெளியே வெகுதொலைவில், வயல்களிலும் காடுகளிலும் வசந்தகாலம் தனது புதிரான, அழகான, செழுமை யான, புனிதமான, பலவீனமானவர்களும் பாவம் நிறைந்தவர் களுமான மானுடப் பிறவிகளுக்குப் பிடிபடாத தனது வாழ்வைத் தொடங்குகிறது என்று நினைக்க விரும்பினாள். ஏதோவொரு காரணத்துக்காக அழ வேண்டும் போலிருந்தது அவளுக்கு.

திருமண நாள் நெருங்க நெருங்க அவளுக்குத் தனது எதிர்காலம் பற்றிய அச்சமும் சந்தேகமும் ஏற்படுகின்றன. தீர்க்கமான முடிவு எடுக்க முடியாமல் தவிக்கின்ற அவளது மனோநிலையை இயற்கைக் காட்சியொன்றைப் பற்றிய வர்ணனையைக் கொண்டு விளக்குகிறார் செகோவ். தூக்கம் வராத ஓரிரவு முடிந்து காலையில் அவளால் எழுந்ததும்.

பெரிய, பழைய ஜன்னல் வழியாக தோட்டத்தையும், அதற்கும் அப்பால் குளிரால் தூங்கி வழிந்து கொண்டு தளர்ந்து போயிருந்ததும் அடர்த்தியாகப் பூப்பூப்பதுமான லைலாக் மலர்ப் புதர்களையும் பார்க்க முடிந்தது; அடர்த்தியான வெண்ணிற மூடுபனி லைலாக் மலர்களை மூடிமறைக்கும் விருப்பத்துடன் அவற்றை நோக்கி மெல்ல மெல்ல மிதந்து வந்து கொண்டிருந்தது. தொலைவிலிருந்த மரங்களில் அரைத் தூக்கத்திலுள்ள காகங்கள் கரைந்து கொண்டிருந்தன.

அவளது மனக் குழப்பம் நீங்கப் போகின்றது என்பதற்கான கட்டியங் கூறுவது போல அமைகின்றது இயற்கைக் காட்சி பற்றிய இன்னொரு வர்ணனை:

ஜன்னலுக்குக் கீழேயும் தோட்டத்திலும் பறவைகள் சத்தமிடத் தொடங்கின, தோட்டத்திலிருந்து மூடுபனி அகன்றது, சுற்றியுள்ள அனைத்தும் வசந்தத்தின் ஒளியால் புன்னகைப்பது போல் பிரகாசமடைந்தன. விரைவில் தோட்டம் முழுவதுமே கதிரவனால் புத்துயிரும் கதகதப்பும் தரப்பட்டு அரவணைக்கப்பட்டது. இலைகளின் மேல் பனித் துளிகள் வைரங்களைப் போல ஒளிர்த்தன. அந்தக் காலைப் பொழுதில் பழைய, நீண்டகாலமாகப் பராமரிக்கப் படாதிருந்த தோட்டம் அத்தனை இளமையானதாகவும், மகிழ்ச்சிமிக்கதாகவும் தோன்றிற்று.

4

செகோவ் இறந்து 114 ஆண்டுகளாகின்றன. தம்மை செகோவிய-கிறிஸ்தவர் என அழைத்துக் கொள்ளும் ஆஃப்ரோ-அமெரிக்க மார்க்ஸியச் சிந்தனையாளர் கார்னெல் வெஸ்ட் (Cornel West), செகோவ் தமது ஆக்கங்களில் (சிறு கதைகள், குறு நாவல்கள், நாவல்கள், நாடகங்கள் -எஸ்.வி.ஆர்.) எட்டாயிரம் பாத்திரங்களைப் படைத்துள்ளார் என்றும் இப்படிப் பல்வேறு வகை மாந்தர்களைக் காட்டுவதில் அவர் ஒருவர் மட்டுமே ஷேக்ஸ்பியருக்கு நிகரானவர் என்றும் கூறுகிறார். தமது நூலின் மூன்றாம் பக்கத்திலேயே செகோவின் கூற்றொன்றை மேற்கோள் காட்டுகிறார்: "தனக்குள்ளேயிருக்கும் அடிமையைச் சொட்டுச் சொட்டாகப் பிழிந்தெடுத்து விட்டு, உண்மையான மானுட இரத்தம்தான் தனது இரத்த நாளங்களில் ஓடுகின்றது, அடிமையின் இரத்தம் அல்ல என்று ஒரு நாள் காலையில் உணரும் இந்த இளைஞனைப் பற்றி எழுதுங்கள்".

நவீன எழுத்தாளர்களில் செகோவின் ஒட்டுமொத்தப் படைப்புகள் தாம் ஆகச் சிறந்தவை என்று கார்னெல் வெஸ்ட் கருதுகிறார்:

> அந்தோன் செகோவின் ஒப்புயர்வற்ற படைப்புகள் மானுடப் பிறவிகள் தங்கள் அன்றாடப் போராட்டங்களில் எதிர்கொள்கின்ற வற்றைப் பற்றிய மிகவும் விவேக மிக்கதும் மிக ஆழமானதுமான விளக்கங்களைக் கொண்டுள்ளன. வறட்டுக் கோட்பாடுகள், சூத்திரங்கள் அல்லது கனவுகள், அதேபோல அருவமான கோட்பாட்டுச் சட்டகங்கள், தத்துவார்த்த இறையியல் கருத்துகள் அல்லது அரசியல் கற்பனா வாதங்கள் ஆகிய எவற்றிலாவது இறங்குவதன் மூலம் வாழ்க்கையின் துயரம், வேதனை ஆகியவற்றி லிருந்து தப்பிக்க அவர் மறுத்தார் என்பது எனக்கு உள்உந்துதலைத் தந்தது. சுருக்கமாகச் சொல்வதென்றால், செகோவ் அவல-நகைச் சுவை நாடகங்களை வழங்கியுள்ளார். முன்னெடுத்துக்காட்டுகளாக

விளங்குகிறவையும் பல்வேறு விளக்கங்களுக்கு உட்படுத்தப்படக் கூடியவையுமான இவை காத்திரமான சிந்தனைக்கும் விவேகமான வாழ்க்கைக்குமானவை. எனினும் நமது வாழ்க்கையிலுள்ள ஏறுமாறான தன்மை பற்றிய அவரது கூருணர்வு, நம் ஒவ்வொருவரின் மீதான அவரது மகத்தான பரிவுணர்வை அடிப்படையாகக் கொண்டதாகும். நம்பிக்கை வறட்சி உள்ளவர் அந்த நிலைக்கு எப்படி உந்தப்படுகிறார் என்பதை நம்பிக்கை வறட்சிக்கு உள்ளாகாமலேயே புரிந்துகொண்டவர் அவர். அன்பு, துக்கம் ஆகியவற்றுடன் அவர் நம்மை நடப்புக்கால நரகத்தினூடே வழிநடத்திச் செல்கிறார். ஆனால் மலிவான கழிவிரக்கத்தையோ, இறுதியான மகிழ்ச்சி பற்றிய வாக்குறுதியையோ அவர் வழங்குவதில்லை.[9]

ரஷிய எழுத்தாளர் வாஸிலி க்ராஸ்மனின் (Vassily Grossman: 1905-1964) 'வாழ்க்கையும் விதியும்' (Life and Fate)[10] என்னும் நாவலிலுள்ள ஒரு பாத்திரத்தின் கூற்று இது: "பல்லாயிரக்கணக்கான ரஷிய வரலாற்றில் உயர்த்துப் பிடிக்கப்பட்ட ஆகப் பெரும் பதாகையை ஏந்தியவர் செகோவ் - அது உண்மையான, மனிதநேயமிக்க, ரஷிய ஜனநாயகத்தின், ரஷிய சுதந்திரத்தின், ரஷிய மனிதனின் கண்ணியத்தின் பதாகை".

பத்தொன்பதாம் நூற்றாண்டின் இறுதியில் எழுதப்பட்ட செகோவின் கதைகள் நமக்கு இன்னும் நவீனமானவையாகவே தெரிகின்றன. நமது காலத்துக்கும் நமது மனதுக்கும் உகந்தவையாகவே உள்ளன. அதற்குக் காரணம் அவரது கதைகளும் நாடகங்களும், குறிப்பிட்ட காலத்துக்கானவை என்றில்லாத பிரச்சினைகளான தனிமை, காதல், குடும்பம், பாலுறவு, முதுமை, மரணம் ஆகியவற்றைக் கையாள்கின்றன. காதல், திருமணம் ஆகியனவற்றைப் பற்றிய 'புனிதக் கோட்பாடு்கள்' ஏதும் (தோல்ஸ்தோயைப் போல) செகோவிடம் இருக்கவில்லை. "காதலைப் பற்றி இதுவரை சொல்லப்பட்டுள்ள மறுக்க முடியாத உண்மை ஒன்றே ஒன்றுதான்: 'இது பெரும் புதிர்', என்று 'காதலைப் பற்றி' (About Love)[11] என்னும் கதையில் அலியோகின் என்னும் பாத்திரம் கூறுகிறது. 'பிறர் மனை நாடல்' பற்றிய சில கதைகளையும் செகோவ் எழுதியுள்ளார். இவற்றில் தமிழ் வாசகர்களுக்கு அறிமுகமாகியுள்ள கதையும் ஒன்று ('செல்ல

9. Cornel West, Preface to *The Cornel West Reader*, Basic Civitas Books, New York, 1999.

10. Vassily Grossman, *Life and Fate*, Translated from Russian by Robert Chandler, Random House, New York, 2011.

11. இந்தக் கதை இடம் பெற்றுள்ள நூல் : *About Love, 3 Stories by Anton Chekhov*, Translated by David Helwig,Designed and decorated by Seth, Bibliosis, 2012.

நாயுடன் வந்த பெண்மணி' [Lady With a Dog][12] இதன் தமிழாக்கத்திற்கு பூ.சோமசுந்திரம் கொடுத்திருந்த தலைப்பு: 'நாய்க்காரச் சீமாட்டி'! சம்பிரதாயமான திருமண உறவுக்குள் சிக்கித் தவிக்கும் ஆண்களையும் பெண்களையும் பற்றிய வேறு சில கதைகளையும் எழுதியுள்ளார் செகோவ்.

இறை நம்பிக்கையோ, மத நம்பிக்கையோ கொண்டிராத செகோவ், அறிவியலையும் பகுத்தறிவையும் போற்றியவர். எந்தக் கருத்துநிலை மீதும் பற்றுக் கொண்டிராத அவரிடம், எதனையும் அது பயன் தரக் கூடியதா என்ற அளவிலேயே ஏற்றுக் கொள்ளக்கூடிய மனப்பாங்குதான் இருந்தது. மருத்துவர் என்னும் முறையில் நவீன அறிவியல் பகுத்தறிவுக் கண்ணோட்டத்தையும், கலைஞர் என்னும் முறையில் அபாரமான கற்பனையாற்றலையும் கொண்டிருந்த அசாதரணமான மனிதர் அவர். 'அரசியல்ரீதியான சரியான கருத்து' எதனையும் அவர் கொண்டிருக்கவில்லை. அதனால்தான் அவரது சமகால ரஷிய அறிவாளிகள், எழுத்தாளர்கள் பெரும்பாலோரைப் போலன்றி, உண்மையை அறிவதில் திறந்த மனதோடு இருந்தார். 'தாராளவாதி' என்றோ, 'பழமைவாதி' என்றோ தாம் முத்திரை குத்தப்படுவதை விமர்சித்தார். எல்லாவகையான லேபிள்களும் ட்ரேட் மார்க்குகளும் மூடநம்பிக்கை சார்ந்தவை என்றார். மத நம்பிக்கையும் இறை நம்பிக்கையும் கூறும் 'நிச்சயமான உண்மைகள்' என்பனவற்றையும் மறுதலித்தார். ஆனால், மத நம்பிக்கையுள்ளவர்களை மையப்படுத்தும், அவர்களை மதிக்கும் கதைகளையும் எழுதியுள்ளார். எடுத்துக்காட்டாக இருப்பது 'ஈஸ்டர் முன்னிரவில்' (Easter Night).

இயற்கை அறிவியலை முழுமையாக ஏற்றுக் கொண்டிருந்த அவர், 1899 அக்டோபர் 11 அன்று ஜி.ஐ.ரோஸ்ஸோலிமோ என்பவருக்கு எழுதிய கடிதத்தில், தன்-வரலாற்றை எழுதுவது தமக்குப் பிடிக்காத ஒன்று என்று கூறும் அதே வேளை, தம்மைப் பற்றிய சில கருத்துகளையும் சொல்கிறார்:

> மருத்துவப் படிப்பு எனது இலக்கியப் பணி மீது முக்கிய தாக்கத்தை ஏற்படுத்தியது என்பதில் எனக்கு ஐயமில்லை. அது, எனது அவதானிப்புக்குரிய வெளியை கணிசமான அளவுக்கு விரிவு படுத்தி, என்னைச் செழுமைப்படுத்தும் அறிவைக் கொடுத்துள்ளது. எழுத்தாளன் என்னும் முறையில் என்னைப் பொறுத்தவரை, அந்த அறிவின் உண்மையான மதிப்பு என்ன என்பதை என்னைப் போன்ற

---

12. இந்த கதை இடம் பெற்றுள்ள நூல்: *Stories by Anton Chekhov*, Translated by Richard Pevear and Larissa Volokhonsky, Bantam Books, New York, 2009.

> மருத்துவரால் மட்டுமே புரிந்துகொள்ள முடியும். மருத்துவ அறிவியல் எனக்கு வழிகாட்டும் வகையில் என் மீது செல்வாக்குச் செலுத்துகின்றது. அதனுடன் எனக்குள்ள நெருக்கமான தொடர்பின் காரணமாக என்னால் பல தவறுகளைத் தவிர்த்துக் கொள்ள முடிந்தது என்றும்கூடச் சொல்லலாம். இயற்கை அறிவியல்கள், அறிவியல் முறைமை ஆகியவற்றுடன் எனக்குள்ள பரிச்சயம்தான் என்னை எப்போதும் எச்சரிக்கையுள்ள வனாக்கியது. எங்கெல்லாம் சாத்தியப்படுமோ அங்கு அறிவியல் உண்மைகளுடன் முரண்படாமலும், எங்கு சாத்தியமில்லையோ அங்கு எழுதாமல் இருப்பதையே தேர்ந்தெடுத்துக் கொள்ளவும் முயற்சி செய்திருக்கிறேன். கலைப்படைப்புகளுக்கான நிபந்தனைகள் எல்லா நேரங்களிலுமே அறிவியல் உண்மைகளுடன் முழுமையாக ஒத்திசைவதை அனுமதிப்பதில்லை என்பதையும் இங்கு சொல்ல விரும்புகிறேன். விஷம் குடித்ததால் ஏற்படும் சாவை, அது யதார்த்தத்தில் எவ்வாறு நிகழ்கிறதோ அவ்வாறே மேடையில் சித்திரிக்கப்படுவது சாத்தியமில்லை. ஆனால் கலைப் படைப்புக் கான நிபந்தனைகளின் கீழும்கூட, அறிவியல் உண்மைகள் உணரப்பட வேண்டும்.[13]

அறிவியலை சந்தேகக் கண் கொண்டு பார்க்கும் இலக்கியவாதிகளின் கூட்டத்தையோ, தமது கற்பனைகளை மட்டுமே கொண்டு எல்லாவற்றையும் சித்திரிக்க விழையும் படைப்பாளிகளின் கூட்டத்தையோ தாம் சேர்ந்தவரல்லர் என்றும் செகோவ் கூறுகிறார்.

'உண்மை' என்பது ஏதும் இல்லை அல்லது 'பல உண்மைகள் உள்ளன', ஒவ்வொருவருக்கும் தனித்தனி உண்மைகள் உள்ளன என்னும் பின் நவீனத்துவக் கருத்துக்கு அவர் நெருக்கமானவராகத் தோன்றலாம். ஆனால், 'நான் சொல்வதுதான் உண்மை' என்று அடித்துப் பேசுவதற்கு எதிராக, உண்மையின் சிக்கலான தன்மையைப் புரிந்து கொள்ள வேண்டும் என்று கருதியவர் அவர். 1891 இல் எழுதப்பட்ட 'கௌரவச் சண்டை' (The Duel)[14] என்னும் குறுநாவல், ஜார் ரஷியாவின் காகஸஸ் பகுதியிலுள்ள கடற்கரை யோரச் சிறு நகரில், அங்கு சிறு

13. Letters in *Complete Works of Anton Chekhov,* Delphi Classics, 2013.

14. இந்தக் குறுநாவல் இடம் பெற்றுள்ள நூல்: Anton Chekhov, *The Steppe and Other Stories*, Translated with Notes by Ronald Wilks with an Introduction by Donald Rayfield, Penguin Books, 2001. 'கௌரவச் சண்டை' 2012இல் இஸ்ரேலிய திரைப்பட இயக்குநர் டோவெர் கோஸாஷ்விலியால் (Dover Kosashvili) திரைப்படமாக்கப்பட்டுள்ளது. மிக அழகான இயற்கைக் காட்சிகளை அற்புதமாகப் படம் பிடித்துக் காட்டும் இந்தத் திரைப்படத்தில் செகோவின் சித்திரிப்புகளுக்கேற்ற வகையில் எந்தப் பாத்திரமும் அமையவில்லை.

எண்ணிக்கையில் வாழும் ரஷிய சமுதாயத்தினிரிடையே நிகழ்வதாக சொல்லப்பபடும் சம்பவங்களினூடாகப் பல்வேறு வகையான மானுடர்களின் குணச்சித்திரங்களைப் பற்றி மேற்கொள்ளப்படும் ஆழமான உளவியல் ஆய்வுகளின் தொகுப்பு என்றே கூறலாம்.

இந்த நகரின் வெப்பமும் புழுக்கமும் கதாபாத்திரங்களின் மனக் கொந்தளிப்புகளுக்கும் குழப்பங்களுமான உருவகமாக அமைந்துள்ளன.

இந்தக் குறுநாவலிலுள்ள பாத்திரங்கள் எதனையும் கதாநாயகர் களாவோ வில்லன்களாகவோ கருத முடியாது. வில்லன் பாத்திரத்துக்கு நெருக்கமாக வருகின்றவனும் விலங்கியல் ஆராய்ச்சியாளனுமான ஃபான் கோரெனிடம்கூட சில நற்பண்புகள் வெளிப்படுவதை இந்தக் குறுநாவலின் இறுதியில் பார்க்கிறோம்.

இதில் ஒன்றோடொன்று பிணைக்கப்பட்டுள்ள இரு முக்கியக் கூறுகள் உள்ளன. ஒன்று, இவான் ஆண்ட்ரியேச் லாயேவ்ஸ்கி என்னும் அரசாங்க அதிகாரிக்கும் அவனுடைய காதலியான நடேஷ்டா ஃபியதோரோவ்னாவுக்கும் உள்ள சிக்கலான உறவு.

மற்றொன்று, அவனுக்கும் ஃபான் கோரெனுக்கும் தொடக்கத்தி லிருந்தே நிலவும் பரஸ்பரப் பகைமையும் வெறுப்பும். ஃபான் கோரென், வலியவரே எஞ்சுவர் என்னும் சமூக டார்வினியக் கோட்பாட்டைக் கொண்டவன்; பலகீனமானவர்களை ஒழித்துக்கட்டி விட வேண்டும் என்று கருதுகிறவன்.

நடேஷ்டா, இன்னொருவனின் மனைவி. அவளுடன் கள்ள உறவை வளர்த்துக் கொண்ட லாயேவ்ஸ்கியுடன் ரஷியாவின் முக்கிய நகரிலிருந்து ஓடி வந்து இந்தக் காகஸஸ் நகரில் வாழ்கிறவள். எனவே அங்குள்ள ரஷியர்கள் சற்று ஆசூசையுடனேயே இவளைப் பார்க்கிறார்கள். எனினும் அங்குள்ள எல்லா ஆணகளுக்கும் அவள் மீது ஒரு கண். அப்படிப்பட்ட கவர்ச்சி அவளிடம். லாயேவ்ஸ்கியின் நண்பர் இராணுவத்தில் மருத்துவ அதிகாரியாக உள்ள ஸாமோய் லென்கோ. இவரிடம் சில குறைகள் இருந்தாலும், மனிதநேயமும் பிறருக்கு உதவி செய்யும் மனபான்மையும் கொண்டவர்.

நடேஷ்டாவை அவளது கணவனிடமிருந்து பிரித்து, இந்தக் காகஸஸ் நகருக்குக் கொண்டு வந்து, இரண்டாண்டுக் காலம் வாழ்க்கை நடத்திய பின் லாயேவ்ஸ்கிக்கு அவள் மீது சலிப்புத் தட்டிவிடுகிறது. இந்த உணர்வை அவன் தன்னிடம் மிக நெருக்கமாக இருக்கும் ஸாமோய்லென்கோவிடம் பகிர்ந்து கொள்கிறான். இதற்கிடையே நடேஷ்டாவின் கணவன் இறந்துவிட்ட செய்தியைத் தெரிவிக்கும் கடிதம் வருகிறது. அதை நடேஷ்டாவிடம் காட்டாமல் ஒளித்து

வைத்திருக்கிறான் லாயேவ்ஸ்கி. எப்போது நடேஷ்டா தன்னை விட்டுப் பிரிவதற்கு சம்மதிக்கிறாளோ அப்போதுதான் அந்தக் கடிதத்தை அவளிடம் காட்ட வேண்டும் என்று முடிவு செய்திருக்கிறான். நடேஷ்டா இப்போது கணவனை இழந்துவிட்டதால் அவளை முறைப்படி திருமணம் செய்து கொண்டு அவளுடனேயே கடைசி வரை வாழ வேண்டும் என்று மருத்துவர் ஸாமோய்லென்கோ கூறும் அறிவுரையை லாயேவ்ஸ்கி ஏற்றுக் கொள்வதில்லை. அவனிடம் ஏராளமான பலகீனங்கள் உள்ளன; அவனால் எந்த உறுதியான தீர்மானத்தையும் மேற்கொள்ள முடிவதில்லை; பல்கலைக்கழகப் படிப்பு படித்தவனாக இருந்தாலும், அவனால் எந்த விஷயத்தையும் மேலோட்டமாகத்தான் பேச முடியும். ஆனால் தனக்கு அரைகுறை யாகத் தெரிந்த விஷயங்களை - அது இலக்கியமோ, தத்துவமோ, அறிவியலோ எதுவானாலும் - அங்குள்ள ரஷியர்களை மலைக்க வைக்கும் அளவுக்கு பெரிய மேதை போலப் பேசக் கற்றுக் கொண்டவன். அலுவலக வேலையை ஒழுங்காகச் செய்யாமல், சீட்டு விளையாட்டிலும் மது அருந்துவதிலும் கடற்கரையில் உலாவச் செல்வதிலும் மிகுந்த உற்சாகம் கொள்கிறவன்.

லாயேவ்ஸ்கி தன்னைச் சிறிது சிறிதாக அலட்சியம் செய்வதை உணரும் நடேஷ்டா, அவனுக்குத் தெரியாமல் அங்குள்ள போலிஸ் அதிகாரியிடம் உறவு வைக்கத் தொடங்குகிறாள். ஆனால், அது அவளுக்கே அருவருப்புத் தருகின்றது. அங்குள்ள மளிகைக்கடைக் காரனின் மகனும் அவள் மீது மையல் கொள்கிறான். ஓரிரவில் அவன் லாயேவ்ஸ்கியை அழைத்துச் சென்று, நடேஷ்டா போலிஸ் அதிகாரியின் படுக்கை அறையில் இருப்பதைக் காட்டுகிறான்.

ஒரு நாள் தனது நண்பர் ஸாமோய்லென்கோவின் வீட்டுக்கு வரும் லாயேவ்ஸ்கி, ஜெர்மானியர்களைப் பற்றிக் கடுஞ்சொல் கூறிவிடு கிறான். அதனால் ஆத்திரமுற்ற ஃபான் கோரென் (ஜெர்மானியன்) தன்னுடன் கௌரவச் சண்டை புரிய வருமாறு லாயேவ்ஸ்கிக்கு அறைகூவல் விடுக்கிறான் (தனது கௌரவத்திற்கு ஊறு நேர்ந்துவிட்டது என்று கருதும் ஒருவன், ஊறு விளைவித்து விட்டவனைத் தன்னுடன் சண்டையிட வருமாறு அழைப்பதும் அந்தச் சண்டைக்கு அழைப்பவன் இறந்து போக நேரிட்டாலும் அது அவனது மானத்தைக் காக்கும் சாவு என்று கருதுவதும் ஐரோப்பிய நிலப்பிரபுத்துவப் பண்பாட்டு மரபு. சம்பந்தப்பட்ட இருவரும் வாள் சண்டைதான் புரிவர். ஆனால், நிலப்பிரபுத்துவ காலம் முடிவடைந்த பிறகும் கௌரவச் சண்டை என்ற பழக்கம் - வாளுக்குப் பதிலாக கைத்துப்பாக்கியால் ஒருவரையொருவர் சுடும் பழக்கம் - தொடர்ந்தது.)

அந்த அறைகூவலை மிகுந்த தயக்கத்தோடு ஏற்றுக்கொள்கிறான் லாயேவ்ஸ்கி. அந்த சண்டையைப் பார்ப்பதற்காகச் செல்லும் இளம் வயது பாதிரியொருவன் சண்டை புரியும் இருவருமே சாகக்கூடாது என்று விரும்புகிறான். ஃபான் கோரெனைக் கொல்வதில் விருப்ப மில்லாத லாயேவ்ஸ்கி, தனது கைத்துப்பாக்கியை வேண்டுமென்றே தூக்கி வைத்து ஆகாயத்தை நோக்கிச் சுடுகிறான். ஆனால் கோரெனுக்கு அப்படிப்பட்ட விருப்பமில்லை. லாயேவ்ஸ்கி மீது சரியாகக் குறி வைத்துச் சுடத் தயாராக இருக்கையில், 'அவனைக் கொல்லப் போகிறாயா' என்று பாதிரி கத்துவது கேட்கிறது. அதனால் குறி தவறி, லாயேவ்ஸ்கியின் கழுத்தை மட்டும் துப்பாக்கி ரவை உரசிச் சென்று விடுகிறது.

ஆக, இருவரும் உயிர் பிழைத்துவிடுவதுடன், அவர்களது வாழ்க்கையில் பெரும் மாற்றம் ஏற்படுகிறது. இந்த கௌரவச் சண்டை முடிந்த பிறகு, தத்தாரியன் ஒருவன் நடத்தும் உணவு விடுதிக்குச் சென்று உணவருந்தும் பாதிரி, அந்தத் தத்தாரியனிடம், 'கடவுள்' என்பதற்கு அவனுடைய மொழியில் என்ன சொல் பயன்படுத்தப் படுகிறது என்று கேட்கிறான்.

தத்தாரியன் பதில் சொகிறான்: 'உங்கள் கடவுள், எனது கடவுள், எல்லாமே ஒன்றுதான். எல்லோருக்கும் கடவுள் ஒன்றுதான். மனிதர்களுக்கிடையேதான் வித்தியாசங்கள் உள்ளன. சிலர் ரஷியர்கள், சிலர் துருக்கியர்கள், சிலர் ஆங்கிலேயர்கள், அனைத்து வகையான வித்தியாச வித்தியாசமான மனிதர்கள் இருக்கிறார்கள். ஆனால் கடவுள் ஒன்றுதான்".

"அது சரிதான். ஆனால் எல்லா தேசத்தவரும் ஒரே கடவுளை வணங்குகின்றனரென்றால் முஸ்லிம்களாகிய நீங்கள் ஏன் கிறிஸ்தவர் களை உங்களது சாசுவதமான எதிரிகளாகக் கருதுகிறீர்கள்" என்று பாதிரி கேட்கிறான்.

தத்தாரியன் பதில் சொல்கிறான்: "ஏன் கோபப்படுகிறீர்கள்?... நீங்கள் பாதிரி, நான் முஸ்லிம். சாப்பிட உணவு வேண்டும் என்று கேட்கிறீர்கள். நான் உங்களுக்கு உணவு தருகின்றேன். எது உங்கள் கடவுள், எது எங்கள் கடவுள் என்று வித்தியாசப்படுத்துவது பணக்காரர்கள்தாம். ஆனால் ஏழைக்கு எல்லாமே ஒன்றுதான். தயவு செய்து சாப்பிடுங்கள்".

இந்த உரையாடல் இன்றைய உலகச் சூழலில் மிக அர்த்தம் பொதிந்ததாகத் தோன்றுகிறது.

அந்தக் கௌரவச் சண்டையின் முடிவு லாயேவ்ஸ்கி, ஃபான் கோரென், நடேஷ்டா ஆகிய மூவர் வாழ்க்கையிலும் பெரும் மாற்றத்தை ஏற்படுத்துகின்றது. ஃபான் கோரென் அந்த ஊரை விட்டுச் சென்றுவிடுகிறான். லாயேவ்ஸ்கியும் நடேஷ்டாவும் பழைய சம்பவங்களை மறந்துவிட்டு நேசமிக்க வாழ்க்கையை வாழ முடிவு செய்கின்றனர்.

செகோவின் படைப்புகளில் ஆழமான, காத்திரமான தத்துவ விசாரங்கள் இடம்பெறும் குறுநாவல்களில் இதுவுமொன்று. ஆனால் செகோவ், இதில் எந்த அறவியல் தீர்ப்பையும் வழங்குவதில்லை; தத்துவ உபதேசமெதனையும் கூறுவதில்லை. எனினும் மிக எதிர்மறையான பண்புகள் உடையவர்களாகச் சித்திரிக்கப்படுபவர்களுக்கும்கூட வாழ்க்கையில் நேர்மறையான மாற்றங்கள் நிகழ்வது சாத்தியம் என்று சொல்கிறார். இந்தக் குறுநாவலின் இறுதியில் லாயேவ்ஸ்கி சொல்கிறான்:

> உண்மையைத் தேடிக் கண்டறிவதில், மனிதன் இரண்டடி முன்னெடுத்து வைக்கிறான், ஓரடி பின்னெடுத்து வைக்கிறான். துன்பதுயரம், தவறுகள், வாழ்க்கையில் ஏற்படும் சலிப்பு ஆகியன அந்த அடிகளைப் பின்னோக்கித் தள்ளுகின்றன. ஆனால் உணமைக்கான தாகம், விடாப்பிடியான திடசங்கற்பம் ஆகியன அவற்றை முன்னோக்கிச் செலுத்தும். யாருக்குத் தெரியும்? ஒரு வேளை கடைசியில் அவை யதார்த்தமான உண்மையை அடையக் கூடும்.

அதனால்தான் செகோவ் தமது இலக்கியப் படைப்புகளில் அறவியல், ஒழுக்க நெறி போதனைகளைத் தவிர்த்தார். வாழ்க்கையில் காணப் படும் அவலத்தையோ, நகைப்புக்குரியதையோ சித்திரிக்கும் கதைகளை எழுதிய அவர், தமது வாழ்க்கை எவ்வளவு மோசமானது என்பதைப் புரிந்து கொள்ளும் மனிதர்கள், தாங்களே இன்னொரு, இதைவிடச் சிறந்ததொரு வாழ்க்கையை உருவாக்கிக் கொள்வர் என்று கருதினார். இந்தக் கருத்துக்கு அடிப்படையாக இருந்தது அவரது ஆழமான மனிதநேயம், பரிவுணர்வு. இவை அவர் எழுதிய கதைகள், நாடகங்கள், கடிதங்கள், பயணக் குறிப்புகள் ஆகியவற்றில் மட்டுமல்லாது அவரது சொந்த வாழ்க்கையிலுமே வெளிப்படுத்தப் பட்டன.

வறுமையையும் கொடுமையையும் இளம் வயதிலேயே அனுபவித்தவர். அவரது தந்தைவழிப் பாட்டனார், பண்ணை யடிமையாக இருந்து பின்னர் விடுவிக்கப்பட்டவர். ரஷியாவின்

கிரிமியா பகுதியிலுள்ள டாகொன்ரோக் என்னும் சிறு நகரத்தில் 1860இல் பிறந்தவர் செகோவ். மளிகைக் கடை வைத்திருந்த அவரது தந்தை குடிகாரர்; பெருங்கடனாளி. இதனால் ஏற்படும் கோபத்தில் தமது குழந்தைகளையும் மனைவியையும் நையப் புடைப்பவர். செகோவுக்கு நான்கு சகோதரர்கள்; ஒரு சகோதரி. அவரது தந்தை கடன் கட்ட முடியாமல் சிறைக்குச் செல்ல வேண்டிய நிலையிலிருந்து தப்புவதற்காக வேறு ஒரு ஊருக்குச் சென்றுவிடவே, தமது தாயாருடனும் உடன்பிறந்தோருடனும் மாஸ்கோவுக்கு வந்து சேர்ந்த செகோவ், அங்கே தமது பள்ளிப் படிப்பையும் மருத்துவக் கல்லூரிப் படிப்பையும் முடித்தார். படிக்கும் போதே நகைச்சுவைத் துணுக்கு களையும் கதைகளையும் எழுதிப் பணம் சம்பாதித்துத் தமது குடும்பத்துக்கு உதவினார். மருத்துவராகி கை நிறைய சம்பாதித்துக் கடைசிவரை தமது குடும்ப உறுப்பினர்களுக்கு மனம் சலிக்காமல் உதவி செய்து வந்தவர் அவர். மாஸ்கோவுக்குத் தெற்கே ஒரு பண்ணையை வாங்கி அதைத் தமது தந்தையின் பொறுப்பில் விட்டார். அந்தப் பண்ணை வீட்டில் கழித்த நாள்கள்தாம் செகோவின் வாழ்க்கையில் மிக மகிழ்ச்சியான காலகட்டம். அவரது சகோதரர்கள் இருவர் குடிப்பழக்கத்தின் காரணமாக இறந்தனர். அன்றைய ரஷிய ஆண்களை சராசரியாக ஒப்பிடுகையில் மிகக் குறைவான குடிப் பழக்கத்தைக் கொண்டிருந்தவர் செகோவ்.

மிகச் சிறந்த மருத்துவராக விளங்கிய செகோவால் சமுதாயத்தின் அனைத்துப் பிரிவு மக்களையும் அவர்களது பிரச்சினைகளையும் மனோநிலைகளையும் தெரிந்துகொள்ள முடிந்தது. மருத்துவத் தொழிலிலும் எழுத்துப் பணிகளிலும் நல்ல வருவாய் ஈட்டியதால் வசதியான வாழ்க்கையை நடத்தி வந்த போதிலும், அவருக்கு இளம் வயதிலேயே காச நோய் கண்டிருந்தது. அதன் காரணமாகவோ என்னவோ அவர் திருமணம் செய்து கொள்ளவில்லை. எனினும் அவருக்கு ஏராளமான பெண்களுடன் தொடர்பு இருந்தது. வேசையர் களை அவர் நாடியதும் உண்டு. அவரை மணம் புரிந்துகொள்ள ஏராளமான பெண்கள் விரும்பினர். எனினும் அவர்களுடன் அவர் நீண்டகால உறவை வைத்துக் கொண்டதில்லை. இதற்கு விதிவிலக் காக இருந்தவரும் அவரால் காதலிக்கப்பட்டவருமான லைகா என்பவரைக்கூட அவர் திருமணம் புரிந்து கொள்ளவில்லை. அந்தப் பெண்மணிக்கு செகோவின் நெருக்கமான நண்பருடன் தொடர்பு இருந்தது மட்டும் அதற்குக் காரணம் அல்ல. பெண்களின் சகவாசத்தில் மிகுந்த நாட்டமுடையவராக இருந்த செகோவ், திருமண விஷயத்தில் எப்போதுமே தயக்கம் காட்டவோ, அதைத் தவிர்க்கவோ விரும்பினார். எனவே, அவர் தமது இறப்புக்கு மூன்றாண்டுகளுக்கு முன்பு (1901இல்) ஓல்கா நிப்பர் என்னும் நாடகக் கலைஞரைத்

திருமணம் செய்து கொண்டது பலரையும் வியப்பில் ஆழ்த்தியது. அது இருவருக்குமிடையே ஏற்பட்ட ஆழமான காதலின் விளைவாக நடந்த திருமணம். அப்போதும் அவர் காச நோய்க்கான சிகிச்சை பெற்று வந்தார். அவர்கள் இருவரும் பெரும்பாலான நாள்களைத் தனித்தனியாகத்தான் கழித்தனர்: "பௌர்ணமி நாளன்று நிலாவைப் பார்த்தாலே போதும்" என்று செகோவ் சொல்வது வழக்கம்.

இளம் வயதிலிருந்தே காச நோயால் உடல் நலம் குன்றியிருந்தும், தனிப்பட்ட வாழ்க்கையில் மட்டுமின்றி பொதுவாழ்க்கையிலும் உற்சாகம் குன்றாதிருந்தவர் செகோவ். பஞ்ச நிவாரணப் பணிகள், தொற்று நோய்கள் பரவாமல் தடுப்பதற்கான மருத்துவப் பணிகள், பள்ளிக்கூடங்களையும் பொதுச்சாலைகளையும் அமைப்பதற்கு உதவுதல், நூலகங்களுக்கு நிதி வழங்குதல், கடல் வாழ் உயிரினங்களைப் பற்றிய புத்தகங்களைக் கொண்ட நூலகங்களை அமைத்தல், ஆயிரக்கணக்கான ஏழை விவசாயிகளுக்கு இலவச மருத்துவ சிகிச்சை அளித்தல், தோட்டங்களை உருவாக்குதல், மரங்கள் நடுதல், வளரும் எழுத்தாளர்களுக்கு நிதி உதவி செய்வதோடு, அவர்களது எழுத்துகள் பிரசுரிக்கப்படுவதற்கு உதவுதல், தம்மைச் சுற்றியுள்ள மனிதர்களின் வாழ்க்கைத் தரத்தை உயர்த்தத் தம்மால் இயன்றதைச் செய்தல் எனத் தமது குறுகிய 44 ஆண்டுக் கால வாழ்க்கையில் தமது உழைப்பையும் பணத்தையும் செலவிட்ட மாபெரும் மனிதர் அவர். கோர்க்கியுடன் உரையாடுகையில் அவர் கூறியிருக்கிறார்:

> என்னிடம் பணம் நிறைய இருக்குமானால் நோயுற்ற கிராமப் பள்ளி ஆசிரியர்களுக்காக இங்கே மருத்துவத்துக்கும் ஓய்வுக்குமான வாழ்விடம் ஒன்று கட்டுவேன். வெளிச்சம் நிறைந்த, ஆமாம், பெரிய ஜன்னல்களும் உயரமான கூரைகளும் கொண்ட வெளிச்ச முள்ள கட்டடம் கட்டுவேன். அதில் அருமையான நூலகமும் அனைத்து வகை இசைக்கருவிகளும், தேனீ வளர்ப்பிடமும். காய்கறித் தோட்டமும், பழச் சோலையும் இருக்கும்படி செய்வேன். வேளாண்மை, வானிலை அறிவியல் எனப் பலவிஷயங்கள் பற்றிய விரிவுரைகளுக்கு ஏற்பாடு செய்வேன். பள்ளி ஆசிரியர்கள், வயதானவர்கள் அனைத்தும் அறிந்தவர்களாக இருந்தாக வேண்டும்.[15]

லெஸ்கோவ், துர்கனேவ், கோகோல், தோஸ்தோவ்ஸ்கி ஆகியோரின் வரிசையில் செகோவை அமர்த்தினால், அவர்களில் யூத விரோத மனப்பான்மை சிறிதும் இல்லாதிருந்த ஒரே ஒருவர் செகோவ் மட்டுமே. அவர் வாழ்ந்த காலத்திலும் அதற்கு முன்பும் பின்பும், யூதர்களை ஒழித்துக்கட்டுவதற்கான நடவடிக்கைகள் ரஷியர்களால்

---

15. Maxim Gorky, Anton Chekhov in *Maxim Gorky in Ten Volumes, Volume IX Literary Portraits*, Progress Publishers, Moscow, 1982, p.9.

மேற் கொள்ளப்பட்டு வந்தன. அத்தகைய நடவடிக்கைகளைக் கோர்க்கியோடும் தோல்ஸ்தோயுடனும் சேர்ந்து கண்டனம் செய்தவர் செகோவ்.

பிரெஞ்சு இராணுவ அதிகாரியாக இருந்த ஆல்ஃப்ரெட் ட்ரெய்ஃபெஸ் (Alfred Dreyfus) என்னும் யூதர், ஜெர்மானிய அரசாங்கத்துக்கு பிரெஞ்சு இராணுவ விவகாரங்களைப் பற்றிய தகவல்களைக் கொடுத்தார் என்று பொய்க்குற்றச்சாட்டு சாற்றப்பட்டு தண்டிக்கப்பட்ட போது, அவருக்கு இழைக்கப்பட்ட அநீதியைக் கண்டனம் செய்தவர்களில் முன்னணியில் நின்றவர் பிரெஞ்சு எழுத்தாளர் எமிலி ஜோலா. அப்போது உடல் நலம் தேறுவதற்காக பாரிஸில் தங்கியிருந்த செகோவ், எமிலி ஜோலாவை வெகுவாகப் புகழ்ந்து எழுதினார்: "(ஜோலாவின்) கண்டனக் கடிதங்கள், புத்தம் புதிய காற்றை சுவாசிப்பது போல் இருந்தது. உலகில் இன்னும் நீதி இருக்கிறது. நிரபராதியொருவர் தண்டிக்கப்பட்டால் அவருக்கு ஆதரவாகப் பேச இன்னமும் ஒருவர் இருக்கிறார்". இப்படி எழுதியதன் காரணமாக அவருக்கும் அவருடைய படைப்புகளை வெளியிட்டு வந்தவரும் சொந்த மகனைப் போலவே அவரை நேசித்து வந்தவருமான ஸுவோரினிடம் (அவர் யூத எதிர்ப்பு மனப்பான்மை கொண்டிருந்தவர்) ஏற்பட்ட கருத்து வேறுபாட்டால் ஸுவோரினின் நட்பை முறித்துக் கொள்ளவும் தயாராக இருந்தார்.[16]

செகோவ் தமது புனைவிலக்கியப் படைப்புகளை நிகர்த்த புலனாய்வு இதழியக் கட்டுரைகளையும் எழுதியுள்ளார். அன்றைய ஜார் பேரரசுக்குட்பட்டிருந்ததும், கடுந்தண்டணை விதிக்கப்பட்டவர் களுக்கான சிறை முகாம்கள் இருந்ததும், நாடு கடத்தப்பட்டவர்கள் வாழ்ந்து வந்ததுமான ஷாகாலின் தீவுக்கு 1890 ஏப்ரல் 2ஆம் நாள் புறப்பட்டார். மூன்று மாத காலம் பிடித்த, கடுங்குளிர் காற்றடிக்கும் புல்வெளிப் பிரதேசங்கள், பனி உறைந்து கிடக்கும் ஸைபீரியப் பகுதி ஆகியவற்றினூடாக ரயில் வண்டி, குதிரை வண்டி, நீராவிக் கப்பல், சிறு மீன்பிடிக் கப்பல் ஆகியவற்றில் - அந்தப் பயணத்தை மேற்கொள்ள அவரைத் தூண்டியது எது? அங்கு செல்வதற்கான அனுமதியைப் பெறுவதற்காக ஜார் அரசாங்கத்தின் பல்வேறு நிலைகளில் இருந்த அதிகாரிகளிடமும், ஏன், தம் நண்பர்களிடமும்கூட அவர் கூறிய காரணங்கள் உண்மையானவையல்ல: ஷாகாலின் தீவிலுள்ளவர் களைப் பற்றிய புள்ளிவிவரங்களைச் சேகரிப்பதற்காக; நாடு கடத்தப்பட்டு அங்கு வசிக்கிறவர்கள், பழங்குடிகள் பற்றிய இனவரைவியலை எழுதுவதற்காக என்பன போன்ற காரணங்கள்.

16. William Boyd, Anton Chekhov (1), op.cited;

மருத்துவர் என்னும் முறையிலும் பரிவுணர்வுடைய மனிதர் என்னும் முறையிலும் செகோவ் தமது முப்பதாம் வயதுக்குள் சக மனிதர்களின் அளவற்ற துன்ப துயரங்களையும் வேதனைகளையும் பார்த்திருந்தார். அவரது சகோதரர் ஓராண்டுக்கு முன் காசநோயால் இறந்து போயிருந்தார். அவருக்குமே காச நோய் முற்றி இரத்த வாந்தி எடுத்துக் கொண்டிருந்த நிலை. அந்த நோய்களோடு சேர்ந்து அவர் வாழ்ந்த சமுதாயத்திலிருந்த நோய்களும் - ஜாராட்சியின் கீழ் இருந்த இலஞ்சம், ஊழல், அதிகாரிவர்க்கத்தின் தன்னலத் தேட்டம், அதிகாரம், செல்வந்தர்கள் படோடாப வாழ்க்கையில் மூழ்கித் திளைத்திருக்க ஏழைகளும் உழவர்களும் வறுமையில் உழன்று கொண்டிருந்த நிலை, கருத்துச் சுதந்திரத்திற்குத் தளையிட்ட தணிக்கை முறைகள், கிளர்ச்சியாளர்கள் மீதான ஒடுக்குமுறைகள் - இவை யாவும் அவருக்கு மிகுந்த மன வேதனை தந்திருக்கும்.

மன வலியிலிருந்து மீள்வதற்காகத்தான் அவர் ஷாகாலின் தீவுக்குச் சென்றார் என்று கொண்டால், அப்படிப்பட்ட வாய்ப்பை வழங்கக் கூடிய இடமாக அந்தத் தீவு இருக்கவில்லை. கொலை, கொள்ளை போன்ற கொடிய குற்றங்களைச் செய்தவர்கள்தாம் அங்குள்ள சிறைகளில் அடைக்கப்பட்டிருந்தனர் அல்லது குடியேற வைக்கப் பட்டிருந்தனர். அங்கிருந்த ஆண்கள், குழந்தைகளை அடிமைகளாக வைத்திருந்தனர்; விபசாரம் செய்வதற்காகப் பெண்களை விலைக்கு விற்றனர்; ஒருவரையொருவர் வேட்டையாடினர். அங்கு அவர் கண்ட காட்சிகள் அவரது உள்ளத்தை இன்னும் மரத்துப் போகச் செய்திருக்க வேண்டும். அங்கிருந்தவர்களின் வக்கரித்த வாழ்க்கை அவருக்குச் சினமேற்படுத்தியிருக்க வேண்டும். ஆனால் ஷாகாலினில் அவருக்கு ஏற்பட்ட அனுபவம், அவரது பரிவுணர்ச்சியை வளர்க்கவே செய்தது. அங்கிருந்தவர்களைப் பற்றிய புள்ளிவிவரங்களைத் திரட்டியதுடன், சிறைகளில் தண்டனைக் கைதிகள் கொடுமையாக நடத்தப்பட்ட விதம், நாடு கடத்தப்பட்டு அங்கு வாழ்ந்தவர்களின் அவல நிலை, மருத்துவ வசதி இன்மை ஆகியவற்றை மட்டுமின்றி அந்தத் தீவின் மூன்று பழங்குடிமக்கள் சிறிது சிறிதாக அழிக்கப்பட்டு வந்ததையும் எட்டுக் கட்டுரைகளில் பதிவு செய்துள்ளார்.[17] குழந்தைகளும் பெண்களும் அங்கு அனுபவித்த துன்பங்கள் அவருக்குப் பெரும் மன உளைச்சலை ஏற்படுத்தின. அங்கு அவருக்குக் கிட்டிய அனுபவங்களின் அடிப்படையில் எழுதப்பட்ட ஆக்கங்களிலொன்றுதான் 'வார்டு எண் 6' என்னும் குறுநாவல். அந்தக் குறுநாவலைப் படித்த பிறகு, தன்னால் நிலைகொள்ள முடியவில்லை என்றும், எழுந்து வெளியே போய்விட

---

17. Anton Chekhow, *The Island: A Journey to Sakhalin*, Washington Square Press, New York. 1967.

வேண்டும் போல் இருந்தது என்றும், வார்டு எண் 6இல் அடைக்கப்பட்டது போன்ற உணர்வு தமக்கும் ஏற்பட்டது என்றும் லெனின் தமது சகோதரியிடம் கூறியதாக ஜெர்மன் எழுத்தாளர் தாமஸ் மன் எழுதியுள்ளார்.[18]

ஷாகாலின் தீவிலிருந்து ரஷியாவின் ஒடெஸ்ஸா நகருக்குக் கடல் மார்க்கமாக வந்து சேர்ந்தார் செகோவ். வரும் வழியில் இலங்கைத் தீவிலும் ஓரிரு நாள்களைக் கழித்திருக்கிறார் என்பதை அவரது கடிதங்கள் வழியாக அறிந்து கொள்கிறோம். 'தென்னந் தோப்புகளும் செப்பு நிற மனிதர்களும் உள்ள அந்தத் தீவு சொர்க்கம் தான்' என்று குறிப்பிட்டிருக்கிறார்.

நாடு திரும்பியதும் ஷாகாலின் தீவுக் குழந்தைகளுக்கான உடைகள், அங்குள்ளவர்களுக்கான மருந்துகள், புத்தகங்கள் ஆகிய வற்றைத் தமது சொந்த செலவில் வாங்கி அனுப்பியிருக்கிறார்.

நகர வாழ்வையும் நகரப் பண்பாட்டையும் அவர் மிகவும் விரும்பிய போதிலும், சுற்றுச்சூழலைப் பற்றிய ஆழ்ந்த அக்கறை அவருக்கிருந்தது. தமது சொந்தப் பண்ணையிலும் வேறு இடங்களிலும் மரங்கள் நடுவதிலும் தோட்டங்கள் உருவாக்குவதிலும் தம்மை ஈடுபடுத்திக் கொண்ட அவர், ரஷியாவில் சுற்றுச்சூழலுக்கு ஏற்படுத்தப்பட்டு வந்த கேடுகளைப் பற்றி மிகவும் கவலை கொண்டிருந்தார் என்பதை 'வான்யா சிற்றப்பா' நாடகத்தில், கிராம மருத்துவர் மிகெய்ல் அஸ்ட்ரோவ் என்னும் பாத்திரத்தின் வழியாக வெளிப் படுத்தியுள்ளார்:

> வனங்களை ஏன் அழிக்கின்றீர்கள்? கோடரியின் தாக்குதலால் ரஷியக் காடுகள் நடுங்குகின்றன. இலட்சக்கணக்கான மரங்கள் அழிந்துவிட்டன. காட்டு விலங்குகள், பறவைகள் ஆகியவற்றின் வாழ்விடம் அதன் வாடையே இல்லாமல் போயிற்று. ஆறுகள் சுருங்கிவிட்டன, அழகான நிலக்காட்சிகள் பல நிரந்தரமாய்க் காணாமல் போய்விட்டன. மனிதன் தனக்குக் கொடுக்கப்பட்டதைக் கொண்டு அதைப் பெருகச் செய்வதற்காக அவனுக்கு அறிவும் படைப்பாற்றலும் வழங்கப்பட்டிருக்கிறது. ஆனால் இன்றுவரை அவன் படைக்கவில்லை, அழிக்கவே செய்திருக்கிறான். காடுகள் காணாமல் போய்க்கொண்டிருக்கின்றன, ஆறுகள் வறண்டு கொண்டிருக்கின்றன, காட்டுயிர்கள் துடைத்தெறியப்படுகின்றன, பருவ நிலை நாசமாக்கப்பட்டுவிட்டது. உலகம் ஒவ்வொரு நாளும்

18. Thomas Mann, The Stature of Anton Chekhov, The New Republic Daily, May 16, 1955, *https://newrepublic.com/article/78215/the-stature-anton-chekhov* (Accessed on 15.4.2017).

மேன்மேலும் வறுமைப்பட்டதாகவும் அவலட்சணமானதாகவும் ஆகிக் கொண்டிருக்கின்றது.[19]

5

செகோவின் கதைகளிற் கணிசமானவை பண பலமோ , அதிகார வலிமையோ இல்லாத மக்கள் மீது பரிவுணர்வைக் காட்டுகின்றன. 'அதிகாரமற்றவர்கள்' என்னும் திணைக்குள் அவர் செல்வந்தக் குடும்பங்களைச் சேர்ந்த பெண்கள் சிலரையும்கூட சேர்த்துக் கொள்கிறார். பொருந்தாத் திருமணத்துக்கு உட்படுத்தப்பட்டவர்கள், மானுடப் பரிவுக்கும், அன்புக்கும், தோழமைக்கும் ஏங்குபவர்கள் அவர்கள். 'ஒரு மருத்துவ விவகாரம்' (A Medical Case)[20] என்னும் கதையில் ஐந்து பெரும் தொழிற்சாலைகளைக் கட்டிய பிறகு இறந்துபோன ஒருவரது ஒரே வாரிசாக உள்ள இளம் பெண், எப்போதும் நோய் வாய்ப்பட்டவளாகவே இருக்கிறாள். அவசர அழைப்பின் பேரில் அவளுக்கு மருத்துவ சிகிச்சை செய்ய ஒரு நாள் மாலையில் மாளிகை போன்ற அவளது வீட்டுக்குச் செல்லும் மருத்துவர், அவளது வேண்டுகோளின் பேரில் -அவருக்கு வேறு வேலைகள் இருந்த போதிலும் - அவள் வீட்டிலேயே ஓரிரவைக் கழிக்கிறார். அடுத்த நாள் அவளைப் பார்க்கையில், அவளுக்குத் தேவைப்படுவது இன்னொரு மானுடப் பிறவியின் உண்மையான வாஞ்சையும் அன்பும்தான் என்பதைத் தெரிந்து கொள்கிறார். ஆனால், அவளது தேவைகளைப் பூர்த்தி செய்ய இயலாத அவர் அங்கிருந்து சென்று விடுகிறார். அதேபோல, வெளிப்பூச்சுக்கும் போலிப் பகட்டுக்கும் மயங்கி எளிய, நேர்மையான வாழ்க்கை வாழும் கணவர்களை அலட்சியப்படுத்தும் பெண்களைப் பற்றிய கதைகளில் செகோவின் அனுதாபம் முழுவதும் அப்படி அலட்சியப்படுத்தப்பட்ட ஆண்களின் மீதே விழுகின்றது. இதற்கு எடுத்துக்காட்டாக இருப்பது இதுவரை தமிழாக்கம் செய்யப்பட்டுள்ள செகோவின் கதைகளிலொன் றான 'தத்துக்கிளி'.[21] சமுதாயத்தில் 'பிரபல்யம்' பெற்ற மனிதர்களின் சகவாசத்தைப் பெறுவதையே வாழ்க்கையின் குறிக்கோளாகக் கருதும்,

19. Anton Chekhov, *Plays,* Translated by Peter Carson With Introduction by Richard Gilman, Penguin, 2002.

20. இந்தச் சிறுகதையின் ஆங்கில மொழியாக்கம் இடம் பெற்றுள்ள நூல்: *Stories by Anton Chekhov,* Translated by Richard Pevear and Larissa Volokhonsky, Bantam Books, New York, 2009.

21. இந்தக் கதைக்கு கான்ஸ்டடன்ட் கார்னெட் கொடுத்துள்ள ஆங்கிலத் தலைப்பு 'The Grasshopper'. குறிப்பு எண் 12இல் சொல்லப்பட்டுள்ள தொகுப்பின் மொழிபெயர்ப்பாளர்கள் இதற்கு 'Fidget' என்னும் தலைப்புக் கொடுத்துள்ளனர். மாஸ்கோவிலிருந்து வெளிவந்த தொகுப்பில் 'Butterfly' என்ற தலைப்புத் தரப்பட்டுள்ளது (*Anton Chekhov, Collected Works,Volume Three,* Stories 1888-1894

தனக்குள்ள அரைகுறைக் கலை அறிவை வைத்துக் கொண்டு அலட்டிக் கொள்ளும் இளம் பெண், அவளைப் பாலியல்ரீதயாகச் சுரண்டிவிட்டு அலட்சியப்படுத்திவிடும் ஓர் ஓவியனிடம் கொண்டிருந்த மயக்கம் தெளிந்து தனது வீட்டுக்குத் திரும்பிவந்து, மக்களுக்குத் தனது சேவையை அர்ப்பணிப்பதையே குறிக்கோளாகக் கொண்டு வாழ்ந்த அவளது கணவனிடம் மன்னிப்புக் கேட்டு மன்றாட விரும்புகையில் அவன் மரணப் படுக்கையில் இருப்பதைப் பார்க்கிறாள். அவனிடம் ஒரு வார்த்தை பேசுவதற்குள் அவனது உயிர் பிரிந்துவிடுகிறது.

'வான்கா' சிறுகதையை எடுத்துக் கொள்வோம். தாய் தந்தை இல்லாத அனாதையான ஒன்பது வயதுச் சிறுவன் வான்காவுக்கு ஒரே ஆதரவாக இருப்பவர் நிலப்பிரபுவிடம் இரவு நேரக் காவற்காரராக வேலை செய்து வந்த அவனது தாத்தா. வறுமையின் காரணமாக அந்தச் சிறுவனை மாஸ்கோவில் காலணிகள் தயாரித்து விற்கும் முதலாளி யொருவனிடம் வேலை செய்ய அனுப்பி விடுகிறார். இந்த முதலாளி வீட்டிலோ, ஓய்வொழிச்சலில்லாத வேலை. ஒன்பது வயதுக் குழந்தை என்றுகூடப் பார்க்கப்படாமல் அவன் அடிக்கடி நையப் புடைக்கப் படுகிறான். தனது வேதனையை எடுத்துச் சொல்ல அவனுக்கு மாஸ்கோவில் யாரும் இல்லை. தாத்தாவிடம்தான் சொல்ல வேண்டும். அவனுக்குள்ள அரைகுறைப் படிப்பறிவைக் கொண்டு தாத்தாவுக்குக் கடிதம் எழுதுகிறான். தான் அனுபவிக்கும் துன்பங்களை மட்டுமல்லாது, அவனுக்கு வியப்பளிக்கும் மாஸ்கோ காட்சிகள் சிலவற்றையும் சேர்த்து அந்தக் கடிதத்தில் கூறுகிறான். கடிதங்கள் பட்டுவாடா செய்யப்படுவதைத் தனது கிராமத்தில் பார்த்திருக்கின்றானே தவிர, அவை எப்படி அனுப்பப்படுகின்றன, கடிதங்களில் முகவரி எழுதுவது எப்படி என்பதெல்லாம் அவனுக்குத் தெரியாது. அண்டை வீட்டாரொருவரிடம் கேட்டு, தபால் வில்லைகளை வாங்கி அவற்றைக் கடித உறையில் ஒட்டி தபால் பெட்டியிலும் போட்டு விடுகிறான். அதிலிருந்த முகவரி : 'தாத்தா கன்ஸ்தாந்தின் மகாரிச், கிராமம்'. இது எப்படிப் போய்ச் சேரும்? தாத்தா கணப்படுப்புக்கு அருகில் அமர்ந்து அந்தக் கடிதத்தைப் படிப்பது போலவும் அவருக்கு அருகில் அவரது நாய் வாலைக் குழைத்துக் கொண்டு அங்கும் இங்கும்

Raduga Publishers, Moscow, 1989. இதில் ஆங்கிலத்தில் மொழிபெயர்த்தவரின் பெயர் இல்லை. எனினும், இந்தக் கதையைப் படிக்கையில் 'பட்டாம்பூச்சி' (Butterfly) என்ற தலைப்பே மிகப் பொருத்தமானது என்று தோன்றுகிறது. தமிழாக்கம் இடம் பெற்றுள்ள நூல்: *அந்தோன் சேகவ், சிறுகதைகளும் குறுநாவல்களும்*, மொழிபெயர்ப்பாளர்கள்: ரா.கிருஷ்ணையா, பூ. சோமசுந்தரம், நியூ செஞ்சுரி புக் ஹவுஸ் (பி) லிட்., சென்னை, 2011.

நடந்து கொண்டிருப்பது போலவும் கனவு கண்டு கொண்டே கண்ணயர்கின்றான்.[22]

எப்படிப்பட்ட கல் நெஞ்சம் கொண்டவரையும் கண்கலங்கச் செய்துவிடும் கதை இது.

வான்காவைப் போலவே, கிராமத்திலிருந்து மாஸ்கோவுக்கு வந்து செல்வந்தன் வீட்டுப் பணிகளைச் செய்துவருபவள் பதின்மூன்று வயது இளம் பெண் வார்க்கா. அந்த செல்வந்தனின் ஆண் குழந்தையைப் பார்த்துக் கொள்ளும் தாதியாக வேலைக்கு அமர்த்தப் பட்ட போதிலும், அவளுக்கு ஓய்வொழிச்சலில்லாத வேலைகளைத் தந்து கொண்டே இருக்கின்றனர் அந்த செல்வந்தனும் அவனது மனைவியும். ஒரு நாளிரவு வார்க்கா அந்தக் குழந்தையைத் தொட்டிலில் போட்டு தாலாட்டுப் பாடிக் கொண்டு அதைத் தூங்கச் செய்ய முயற்சி செய்வது 'தூக்கக் கலக்கத்தில்' (Sleepy)[23] கதையின் தொடக்கம். அந்தக் குழந்தை அழுதுகொண்டேயிருக்கிறது; பிறகு கத்தி விறைக்கின்றது. இரவு வெகுநேரமானதால் வார்க்காவின் கண்கள் அயரத் தொடங்குகின்றன. அவளையறியாமலேயே தூக்கம் அவளைத் தழுவத் தொடங்குகிறது. கண்கள் தாமாகவே மூடிக்கொள்கின்றன. தலை சாய்கின்றது. தோள்களில் வலி. மண்டை ஏதோ மரத்தால் ஆனது போலவும் முகம் குண்டூசியின் தலையைப் போல சிறுத்துவிட்டது போலவும் அவளுக்குப்படுகின்றது. ஆனால் சுதாரித்துக் கொண்டு மீண்டும் தாலாட்டுப் பாடத் தொடங்குகிறாள். செல்வந்தனும் அவன் மனைவியும் குறட்டை விட்டுத் தூங்குகிறார்கள். அப்படி நிம்மதியாகப் படுத்துறங்க வார்க்காவுக்கு ஒரு நாளும் வாய்ப்பிருப்பதில்லை. இன்றோ அந்தக் குழந்தை அழுதுகொண்டேயிருக்கிறது.

என்னதான் முயன்றாலும் வார்க்காவால் கண்ணயராமல் இருக்க முடியவில்லை. அவளது கனவில் வண்டிகளில் தங்கள் மூட்டை முடிச்சுகளுடன் பயணம் செய்பவர்கள் தோன்றுகிறார்கள். ஏதோவொரு இடத்தில் சேறும் சகதியுமாக இருக்கும் தரையில் படுக்கிறார்கள். 'எதற்காக இப்படிச் செய்கிறீர்கள்' என்று கனவில் வார்க்கா அவர்களைக் கேட்கிறாள். 'உறங்குவதற்கு, உறங்குவதற்கு'

22. இந்தக் கதையின் ஆங்கில மொழியாக்கம் பின்வரும் நூல்களில் உள்ளது: *Complete Works of Anton Chekhov (1860-1904)*, Delphi Classics, New York,2013; *Stories by Anton Chekhov*, Translated by Richard Pevear and Larissa Volokhonsky, Bantam Books, New York, 2009. தமிழாக்கம் இடம் பெற்றுள்ள நூல்: *அந்தோன் சேகவ், சிறுகதைகளும் குறுநாவல்களும்*, மொழிபெயர்ப்பாளர்கள்: ரா.கிருஷ்ணையா, பூ. சோமசுந்தரம், நியூ செஞ்சுரி புக் வயுஸ் (பி) லிட்., சென்னை, 2011.

23. இந்தச் சிறுகதையின் ஆங்கில மொழியாக்கம் இடம் பெற்றுள்ள நூல்: *Stories by Anton Chekhov*, Translated by Richard Pevear and Larissa Volokhonsky, Bantam Books, New York,2009.

என்று அவர்கள் பதில் சொல்கிறார்கள். தந்திக் கம்பங்களில் பறவைகள் உட்கார்ந்திருக்கின்றன.

குழந்தை அழும் சத்தத்தால் தூக்கம் கலைந்த வார்க்கா மீண்டும் தாலாட்டுப் பாட ஆரம்பிக்கிறாள். தூக்கம் மீண்டும் கண்களைச் சுழற்றுகிறது. இன்னொரு கனவு. இறந்துபோன அவளது தகப்பன் தரையில் வலி தாங்காமல் சுருண்டு படுத்திருக்கிறான். அவளது அம்மா பண்ணை எஜமானனின் வீட்டுக்கு ஓடி, தனது கணவன் செத்துக் கொண்டிருப்பதாகச் சொல்கிறாள். இளம் மருத்துவனொருவன் அவர்கள் வீட்டுக்கு வருகிறான். வார்க்காவின் தந்தையை உடனடியாக மருத்துவ மனையில் சேர்க்கச் சொல்கிறான். அரை மணி நேரம் கழித்து எஜமானனின் குதிரை வண்டியில் வார்க்காவின் தந்தை மருத்துவ மனைக்கு எடுத்துச் செல்லப்படுகிறார்.

குழந்தை அழுகின்றது. வார்க்கா கண்களைத் துடைத்துக் கொண்டு மீண்டும் தாலாட்டுப் பாடுகிறாள். மீண்டும் தூக்கம் அவளைக் கவ்வுகிறது. கனவு தொடர்கிறது. அவளது அம்மா, மருத்துவ மனையில் சேர்க்கப்பட்ட தனது கணவன் மறுநாள் காலை இறந்துவிட்டதாக யாரிடமோ சொல்லிக் கொண்டிருக்கிறாள். வார்க்கா சாலையொன்றில் போய்க் கொண்டிருக்கிறாள். யாரே அவளை அடித்து ஒரு பெரிய மரத்தின் மீது அவளை முட்டச் செய்தது போல இருக்கிறது.

உண்மையில் அவளை அடித்து எழுப்பியது அவளை வேலைக்கு அமர்த்தியுள்ள செல்வந்தன்தான். அவளை நன்கு திட்டித் தீர்த்து, காதைத் திருகி, குழந்தையைத் தூங்க வைக்காமல் தூங்கிக் கொண்டா இருக்கிறாய் என்று கேட்டுவிட்டு மீண்டும் தன் படுக்கை அறைக்குச் சென்று விடுகிறான். வார்க்காவும் எவ்வளவோ முயற்சி செய்தும், கண்களை மூடாமல் இருக்க முடியவில்லை. கனவும் தொடர்கிறது: சேறும் சகதியுமான சாலையில் அவளது தாய் உட்படப் பலரும் படுத்துறங்குகிறார்கள்.

எஜமானியின் வசவுகள் அவளது தூக்கத்தைக் கலைக்கின்றன. "குழந்தையைக் கொடு, நாசமாய்ப் போனவளே" என்று வார்க்காவைத் திட்டிவிட்டு, குழந்தைக்குப் பாலூட்டிவிட்டு அவளும் தூங்கச் சென்றுவிடுகிறாள். மீண்டும் எஜமானியின் வசவுகள்.

காலையில் எழுந்ததும் வீட்டைச் சுத்தம் செய்வது, மளிகைக் கடைக்குச் செல்வது, எஜமானனின் காலணிகளைத் துடைத்து வைப்பது என்று ஒரு நிமிட ஓய்வுகூட இல்லாத வேலை. பொழுது சாய்ந்து இரவு வருகின்றது. குழந்தையைத் தொட்டிலில் போட்டு ஆட்ட வேண்டியுள்ளது. சற்றுக் கண்ணயர்ந்ததும், மீண்டும் பழைய

கனவு. சேறும் சகதியுமான சாலையில் மக்கள் சென்று கொண்டிருக் கிறார்கள். சிறிது நேரமாவது நன்கு தூங்க வேண்டும் என்ற ஒரே ஆசை அவளை ஆட்கொள்கிறது. இந்த ஆசையை நிறைவேற்ற முடியாமல் செய்வது எது? அந்தக் குழந்தைதான். ஒரு முடிவுக்கு வருகிறாள் வார்க்கா. குழந்தையின் கழுத்தை நெரித்துக் கொன்று விடுகிறாள். பிறகு ஆனந்தமான உறக்கம்.

இந்தக் கதையைப் படிக்கையில், நமது பச்சாதாப உணர்வனைத்தும் வார்க்காவிடம் செல்கிறதேயன்றி, கொல்லப்பட்ட குழந்தை மீதல்ல. குழந்தையைக் கொல்வது கொடுங்குற்றம் என்ற உணர்வு பின்னுக்குத் தள்ளப்படும் வகையில் வார்க்காவின் அவலநிலையைச் சித்திரிக்கிறார் செகோவ்.

ரஷியாவில் பண்ணையடிமை முறை ஒழிக்கப்பட்டதற்குப் பிறகு கிராமப்புறங்களிலிருந்த நிலைமைகளைப் பின்புலமாகக் கொண்டிருக்கிறது 'விவசாயிகள்' (The Peasants)[24] என்னும் சிறுகதை. மாஸ்கோவில் ஆடம்பரமான உனவுவிடுதியொன்றில் பரிசாரகனாக உள்ள நிகோலாய், தங்கும் அறைகள் வாடகைக்கு விடப்படும் விடுதி யொன்றில் பணிபுரியும் அவனது மனைவி ஓல்கா, அவர்களது பென்குழந்தை ஸாஷா ஆகியோரை முக்கியப் பாத்திரங்களாகக் கொண்ட கதை. ஒரு நாள், அந்த உணவுப் பண்டங்கள் வைக்கப் பட்டிருந்த தட்டை ஏந்தியபடி மாடிப்படியிலிருந்து இறங்கும்போது கீழே விழுந்ததால் நிகோலாயின் கால் எலும்பொன்று முறிந்துவிடு கிறது. அவன் வேலையை இழப்பதுடன், அவனும் அவன் மனைவியும் சேமித்து வைத்த பணம் முழுவதும் அவனது மருத்துவத்திற்காகச் செலவிடப்பட்டுவிடுகிறது. பணமோ வேலையோ இல்லாமல் மாஸ்கோ பெருநகரில் வாழ முடியாததால் சொந்த கிராமத்துக்கே செல்ல முடிவு செய்கின்றனர். அந்தக் கிராமத்தைப் பற்றி நிகோலாய்க்கு இருந்ததெல்லாம் மிக இளம் வயது நினைவுகள் மட்டுமே. கதை எடுத்துரைக்கப்படும் போக்கில், பண்ணையடிமை முறை ஒழிக்கப்படுவதற்கு முன்பே கிராமங்களிலிருந்து நகரத்துக்குத் தப்பியோடியவர்களிலொருவன்தான் நிகோலாய் என்பதைத் தெரிந்து கொள்கிறோம். மூவரும் கிராமத்துக்கு வருகிறார்கள். வந்த பிறகுதான் தெரிகிறது- அவர்கள் வந்து சேர்ந்தது குட்டி நரகம் என்பது. நிகோலாயின் தகப்பன் ஓசிப் ஏழை விவசாயி; தாயோ மாடு, கன்று, கோழி வளர்த்தும், தனது வீட்டுக் கொல்லையில் காய்கறி பயிரிட்டும்

24. இந்தக் கதையின் ஆங்கில மொழியாக்கம் உள்ள நூல்: *Peasants and Other Stories*, Selected and with an Introduction by Edmund Wilson,Translated by Constance Garnett, New York Review Books, 1999.

சொற்ப வருமானம் ஈட்டுகிறவள். அவளது கணவன் உட்பட எல்லோரும் அவளை ‘பாட்டி’ என்றே அழைக்கிறார்கள். வீட்டில் அவள் வைத்ததுதான் சட்டம்; வீட்டில் என்ன இருந்தாலும் தனக்கு வேண்டிய அளவுக்கு எடுத்துக் கொண்டு மீதமுள்ளதைத்தான் மற்றவர்களுக்குப் பங்கிட்டுத் தருவாள். நிகோலாய்க்கு இரு சகோதரர்கள்: குடிகாரனும் ஒரு நிலப்பிரபுவின் காட்டில் காவற்காரனாக இருப்பனுமான கிரியாக்; அவனது மனைவி மரியா; அவர்களுக்கு ஆறு பெண் குழந்தைகள். இன்னொருவன் டென்னிஸ்; இராணுவத்தில் வேலை செய்கிறவன்; அவனது மனைவி ஃப்யோல்கா; அவர்களுக்கு இரண்டு பெண் குழந்தைகள். கிரியாக் ஒவ்வொரு நாளும் குடித்து விட்டு வந்து மரியாவை நையப்புடைப்பதை வழக்கமாகக் கொண்டிருந்தான். அவன் வீட்டுக்கு வந்தாலே பெரியவர்கள், குழந்தை குட்டிகள் அனைவருக்கும் நடுக்கம் கண்டு விடும். டென்னிஸின் மனைவி ஒழுக்கங்கெட்டவள். அவள் வாயிலிருந்து நல்ல வார்த்தைகளே வராது.

அத்தனை பேரும் படுத்துறங்க ஒரே ஒரு அறைதான். எலும்பு முறிவுக்காகக் காலில் கட்டுப்போடப்பட்டுள்ள நிகோலாய் கணப்படுப்பின் மீது படுக்க அனுமதிக்கப்படுகிறான். ஓல்கா, மரியா, ஃப்யோல்கா ஆகிய மூவரும் தானியங்களைக் கொட்டி வைக்கும் இடத்தில் தூங்குகிறார்கள்.

வறுமையால் அரித்துத் தின்னப்படும் அந்தக் குடும்பத்தில் ஓல்காவுக்கும் அவளது மகள் ஸாஷாவுக்கும் தொடக்கத்தில் சிறிது மரியாதை இருப்பதற்குக் காரணம், அவர்கள் இருவருக்கும் ஓரளவு படிப்பறிவு இருப்பதுதான். அதாவது விவிலிய வாக்கியங்கள் சிலவற்றை ஓரளவு படித்துக் காட்டக்கூடியவர்கள். மற்ற எவருக்கும் எழுத்து வாசனையோ, பிரார்த்தனைப் பாடல்களை நினைவில் வைத்திருக்கும் ஆற்றலோகூட இல்லை.

கிராமத்திலுள்ள பெரும்பாலானோர் ஏழை விவசாயிகள். அந்த விவசாயக் குடும்பங்களைச் சேர்ந்த ஆண்களில் பெரும்பாலோர் குடிப்பழக்கத்துக்கு அடிமையானவர்கள். வீட்டிலுள்ள காசு, கிராமப் பொது நிதி என்று எல்லாவற்றையும் எடுத்து வோட்கா மதுவாங்கச் செலவிட்டு விடுவார்கள். ஆண்கள், பெண்கள், குழந்தைகள் ஒருவருக்கும் கூட நல்ல ஆடைகளோ, உறைபனிக் காலத்துக்குத் தேவையான கதகதப்பான ஆடைகளோ, காலணிகளோ கிடையாது.

அந்த கிராமம் எழிலார்ந்த இயற்கை நிலக்காட்சிகளைக் கொண்டது. ஏழ்மையில் ஊறிய, விகாரமான மானுட உலகத்துக்கு நேர் மாறானது. அந்த இயற்கைக் காட்சிகளைப் பார்ப்பதில்

ஒல்காவுக்கு சிறிது ஆனந்தம். அந்தக் கிராம விவசாயிகள் பழைய பண்ணையடிமை முறை நாள்களை நினைத்து ஏங்கினார்கள் என்பதிலிருந்தே அவர்களது கொடிய வாழ்க்கை நிலையை விளக்கிவிடுகிறார் செகோவ். அந்த நாள்களில் பெரும் நிலப்பிரபுக்கள் வேட்டைக்குச் செல்வர்; வேட்டைக்குத் துணைபுரியச் செல்லும் பண்னை அடிமைகளுக்கு வோட்கா கிடைக்கும்; வேட்டையாடப்பட்ட விலங்குகளின் கறி கொஞ்சம் தரப்படும். இவற்றையெல்லாம் நினைத்து இப்போது ஏக்கப் பெருமூச்சு விடுகிறார்கள்.

பாட்டியோ கொடுமைக்காரி; தனது வீட்டுக் காய்கறித் தோட்டத்தில் அண்டையிலுள்ள மதுவிடுதிக்காரனின் வாத்துகள் வந்து செடிகொடிகளை நாசப்படுத்தியதைத் தடுக்கவில்லை என்பதற்காக இளஞ்சிறுமி ஸாஷாவை இரக்கமேதுமின்றி நையப்புடைத்து விடுகிறவள்.

கிராமத்திலுள்ள செல்வந்தர்களுக்கு கடவுள், மதப் பற்று அவ்வளவாக இல்லை. அவர்கள் பயப்படுவது சாவுக்கு மட்டுமே. இருப்பினும் பாதுகாப்பு ஏற்பாடாக இருக்கட்டுமே என்று அவர்கள் அவ்வப்போது பாதிரிகளை அழைத்து வீட்டில் பிரார்த்தனை செய்வது வழக்கம். ஆனால் ஏழைகளுக்கு சாவைக் கண்டு அச்சமேயில்லை. எப்போது சாவு வரும் என்று ஆவலோடு எதிர்பார்த்துக் கொண்டிருப்பவர்கள். அது மட்டுமல்ல, நோய் வாய்ப்பட்டு படுத்த படுக்கையாக இருப்பவர்கள் விரைவில் செத்துத் தொலைந்தாலென்ன என்று நினைப்பவர்கள். அவர்கள் பயப்படுவது நோய்களுக்கு மட்டும்தான். நோய் கண்டால் அவர்கள் ஈட்டும் சொற்ப வருமானத்துக்கும் வழி இருக்காது. பாட்டிக்கும் அத்தனை பயம். எந்தெந்த இடங்களில் இலவசமாக மருந்து கிடைக்கிறதோ அதையெல்லாம் வாங்கிக் கொள்வாள். தனக்கு எழுபது வயது என்று சொன்னால் சாகப் போகிற கிழவிக்கு மருந்து எதற்கு என்று சொல்லிவிடுவார்களோ என்று, வயதை மிகவும் குறைத்துச் சொல்வாள்.

கரப்பான் பூச்சிகளோடு அழுக்கிலும் இருட்டிலும் இரவுகளைக் கழித்து, இரவு பகலாக வறுமையில் வாடுபவர்களுக்கு மதமும் கடவுளும் கணநேர ஆறுதலைத் தருகின்றன:

> சமயத் திருவிழா வொன்றின் போது, 'வாழ்க்கையை வழங்குபவர்' எனச் சொல்லப்படும் கடவுள் சிலை கிராமம் கிராமமாக ஊர்வலமாக எடுத்துச் செல்லப்படும். கிராமவாசிகளும் அங்கு வருகை தருபவர்களுமடங்கிய பெருங்கூட்டமொன்று புழுதியும் சத்தமும் புடை சூழ அதைப் பார்ப்பதற்கு ஓடி வரும். அவர்கள்

எல்லோரும் அதை நோக்கித் தங்கள் கைகளை நீட்டி, அதை ஆவலோடு உற்று நோக்கியபடி, கண்ணீர் வழிய அதை அழைப்பார்கள்: 'எங்களைக் காப்பவரே, எங்கள் அன்னையே' என்று. அப்படி அவர்கள் செய்கையில், பூமிக்கும் வானத்துக்கு மிடையே உள்ள வெற்றிடத்தைத் தவிர வேறு ஏதோவொன்று உள்ளது, செல்வந்தர்களும் வலியவர்களும் அனைத்தையும் அபகரித்துக் கொள்ளவில்லை, அநீதிகளுக்கும் ஊறுகளுக்கும் எதிராகவும், அடிமைத்தனத்திலாழ்த்தும் ஒடுக்குமுறைக்கும், ஆழமான, தாங்கிக்கொள்ளமுடியாத துயரத்துக்கும், குடிப்பழக்கம் என்னும் அச்சம் தரும் தீமைக்கும் எதிராக இன்னமும் கொஞ்சம் பாதுகாப்பு இருக்கிறது என்று அவர்கள் எல்லோரும் திடீரென்று புரிந்துகொண்டதுபோலத் தோன்றும். 'எங்களைக் காப்பவரே, எங்கள் அன்னையே!'. ஆனால் அந்த சமயச் சடங்கு நடந்து முடிந்து, அந்தச் சிலை அங்கிருந்து எடுத்துச் செல்லப்பட்டதுதான் தாமதம், உடனே எல்லாமே முன்பு போல பழைய வழிக்கே திரும்பும், சாராயக் கடையிலிருந்து கீழ்த்தரமான குடிபோதைக் குரல்கள் மீண்டும் கேட்கும்.

இதற்கிடையே, அந்த ஏழை உழவர்களிடமிருந்து அரசாங்கத்துக்கு வர வேண்டிய வரிகளை வசூலிப்பதற்கு போலிஸ் இன்ஸ்பெக்டர் வருவதும், அவருக்கு அந்தக் கிராமத் தலைவன் (அவனும் ஏழைதான்) ஒத்தாசை புரிவதும், வரி கட்டாதவர்களின் வீட்டு சாமான்கள், ஆடுகள், கோழிகள் முதலியன அதிகாரிகளின் வீடுகளுக்கு எடுத்துச் செல்லப்படுவதும் இந்தக் கதையில் சொல்லப்படுகின்றன. உடல்நிலையில் பெரும் சரிவைச் சந்திக்கும் நிகோலாய் போலி மருத்துவனால் சிகிச்சையளிக்கப்பட்டு இறந்துவிடுகிறான். துக்கத்தால் இடிந்துபோன ஓல்காவோ இன்னும் மனிதத்தன்மை இழக்காமல் இருக்கிறாள்: பரிவோ பாசமோ இல்லாத, குடிபோதையில் மூழ்குகின்ற, சகமனிதர்கள் மீது பொய் சாட்சியம் கூறுகிற அந்த கிராம ஏழை விவசாயிகள் நிகோலாயின் உடலைப் புதைக்க உதவியிருக் கிறார்கள், அவனுக்காக அழுதிருக்கிறார்கள், அவனுக்கு இரங்கற்பா பாடியிருக்கிறார்கள் அல்லவா?

இனி அந்த கிராமத்தில் எந்த ஆதரவும் இல்லை என்றுணர்ந்து மீண்டும் மாஸ்கோவுக்குச் சென்று ஏதேனும் வேலை தேடிப் பிழைப்பதற்காக ஓல்கா, மகளுடன் புறப்படுகிறாள். நடைப் பயணம் மேற்கொள்ளும் அவர்கள் பெரிய கிராமமொன்றில் கொஞ்சம் செல்வச் செழிப்புள்ள வீட்டின் வாசலில் நின்று, 'கிறிஸ்தவ உள்ளம் கொண்டவர்களே, இந்த ஏழைகளுக்குச் சிறிது பிச்சையிடுங்கள்' என்று கூறுவதுடன் இந்தக் கதை முற்றுப் பெறுகின்றது.

உலகப் புகழ்பெற்ற ஜெர்மன் எழுத்தாளர் தாமஸ் மன், இந்தக் கதையைப் படித்து முடித்ததும் மனம் நெகிழ்ந்ததைக் கூறுகிறார். செகோவ், கோர்க்கியைப் போல மார்க்ஸியக் கருத்துகளை அறிந்தவரோ, பாட்டாளி வர்க்கத்தின் கவிஞரோ அல்லர் என்றாலும், ஜார் ரஷியக் கிராமப்புற விவசாயிகளின் அவல நிலையை அவரைப் போல இத்தனை உருக்கமாக யாராலும் எழுதியிருக்க முடியாது என்று கூறுகிறார்.

நிலப்பிரபுக்களையும் செல்வந்தர்களையும் பொறுத்தவரை நிலம் வெறும் செல்வம் மட்டுமே, அவர்களது சமூகத் தகுதிக்கான அடையாளம் மட்டுமே. அதற்கு மேல் அவர்கள் நிலத்திற்கோ இயற்கைக்கோ எந்த மதிப்பும் கொடுப்பதில்லை என்று பல கதைகளில் செகோவ் கூறுவதைக் காணலாம். நிலம் முழுவதும், ஏன் உலகம் முழுவதும் அனைத்து மனிதர்களுக்கும் சொந்தமானதாக இருக்க வேண்டும் என்று கூறுகிறார் 'நெல்லிக்காய்கள்' (Goosberies)[25] என்னும் கதையில்:

> மனிதனுக்கு ஆறடி நிலம் போதும் என்று சொல்வது மோஸ்தராகி விட்டது. ஆனால், ஆறடி பிணத்துக்குத்தான் தேவைப்படுகிறதே யன்றி மனிதனுக்கு அல்ல. நமது அறிவாளி வர்க்கத்தினருக்கு நிலத்தின் மீது கவர்ச்சி ஏற்பட்டு ஒரு பண்ணைக்காக ஏங்குவார் களேயானால் அது நல்ல விஷயம் என்று அவர்கள் சொல் கிறார்கள். ஆனால் இந்தப் பண்ணைகள் ஆறடி நிலத்தைப் போன்றவைதான். நகரத்திலிருந்து, போராட்டத்திலிருந்து, வாழ்க்கையின் பரபரப்பிலிருந்து பின்வாங்கிப் பின்வாங்கி உங்களை நீங்களே உங்கள் பண்ணையில் புதைத்து விடுவது வாழ்க்கையல்ல, அது அகங்காரம், சோம்பேறித்தனம், அது ஒருவகை மடாலய வாழ்க்கை, நற்பணிகள் ஏதுமில்லாத மடாலய வாழ்க்கை. மனிதனுக்குத் தேவைப்படுவது ஆறடி நிலம் அல்ல, புவிக் கோளம் முழுவதும்தான், இயற்கை அனைத்தும்தான், அங்குதான் அவனது பண்புகள் அனைத்தையும் அவனது சுதந்திர ஆன்மாவின் அலாதியான தன்மைகள் அனைத்தையும் வெளிப் படுத்துவதற்கான வெளி இருக்கும்.

இங்கு செகோவ், தோல்ஸ்தோயின் 'மனிதனுக்கு ஆறடி நிலம் போதும்' என்னும் அறவியல் கோட்பாடு, தங்கள் சமூகத் தகுதியைப் பற்றிப் பீற்றிக்கொள்வதற்காக நகர்ப்புறச் செல்வந்தர்களும்

25. இந்தக் கதையின் ஆங்கில மொழியாக்கம் உள்ள நூல்: *Complete Works of Anton Chekhov (1860-1904)*, Delphi Classics.

மேட்டுக்குடி மக்களும் கிராமப்புறத்தில் ஏராளமான நிலத்தை வாங்கும் போக்கு ஆகிய இரண்டையும் விமர்சிக்கிறார்.

அதிகாரம் படைத்தோர் அது இல்லாதவர்களின் பலகீனத்தைத் தமக்கு அனுகூலமாக்கிக் கொள்வதைப் பற்றிய சிறு கதை 'அன்யுட்டா' (Anyutta)²⁶, இந்தப் பெயரைக் கொண்ட, ஏழைக் குடும்பப் பின்னணியைக் கொண்ட இளம் பெண்ணைப் பற்றிக் கூறுகிறது. ஓர் அறையின் ஜன்னலருகே அமர்ந்து ஆண்கள் அணியும் சட்டை யொன்றின் காலரில் சிகப்பு நூலால் பூத்தையல் போட்டுக்கொண்டிருக் கிறாள் அன்யுட்டா. பூத்தையல் வேலையை நிறுத்திவிட்டு, ஆடைகளைக் களைந்து படுக்கச் சொல்கிறான் அவளை வேலைக்கு அமர்த்தியிருக்கும் மருத்துவ மாணவன் க்ளோச்கோவ். உடலிலுள்ள எலும்புகளைப் பற்றிய தேர்வு எழுதுவதற்கான அறிவைப் பெறும் பொருட்டு அவளது உடலிலுள்ள எலும்புகள் உள்ள இடங்களின் க்ரையான் பென்சிலால் கோடுகளையும் வளைவுகளையும் வரைந்து எலும்புகளின் தன்மையை அறிந்து திருப்தியடைகிறான். இந்தக் கதை சொல்கிறது:

மேசை, நாற்காலிகள் முதலியவற்றைக் கொண்ட பல்வேறு அறைகளினூடே அலைந்து திரிந்த அவளது ஆறு அல்லது ஏழு ஆண்டுகளில், க்ளோச்கோவ் போன்ற ஐந்து ஆண்களை அவள் அறிந்திருந்தாள். இப்போது அவர்கள் எல்லோருமே தமது படிப்புகளை முடித்துவிட்டு, வெளி உலகத்துக்குச் சென்று விட்டனர். அதுமட்டுமல்ல, அவர்கள் பண்பாடுள்ள மனிதர்களா தலால், அவளை நீண்ட காலத்துக்கு முன்பே மறந்துவிட்டனர். அவர்களிலொருவன் பாரிஸில் வசிக்கிறான். இருவர் மருத்துவர்கள், நான்காமவன் ஓவியன், ஐந்தாமவன் ஏற்கெனவே பேராசிரியனாகிவிட்டான் என்று சொல்லப்பட்டது. ஆறாமவன் க்ளோச்கோவ். விரைவில் அவனும் படிப்பை முடித்துவிட்டு உலகத்திற்குள் சென்றுவிடுவான். அவனுக்கு அருமையான எதிர்காலமுள்ளது, அதில் சந்தேகமில்லை, அவன் பெரிய மனிதனாகவும் கூடும். ஆனால், இப்போதைய நிலை பிரகாசமான தாக இருக்கவில்லை. க்ளோச்கோவிடம் புகையிலையோ தேயிலையோ இல்லை, நான்கு சர்க்கரைக் கட்டிகள் மட்டுமே எஞ்சியுள்ளன. அவள் விரைவாக பூத்தையல் வேலையை முடித்துவிட்டு, அதைச் செய்யச் சொன்ன பெண்ணிடம் அதைக்

---

26. இந்தச் சிறுகதையின் ஆங்கில மொழியாக்கம் இடம் பெற்றுள்ள நூல்: *Anton Chekhov, Lady with a Dog and Other Stories*, Translated with Notes by Ronald Wilks With an Introduction by Paul Debreczeny, Penguin, 2002.

> கொடுத்து, அதற்குக் கிடைக்கும் கால் ரூபிளில் தேயிலையும் புகையிலையும் வாங்கி வர வேண்டும்.

ஆக, அவனுக்கு அவள் ஈட்டும் அற்பத் தொகையும்கூட வேண்டும். அவனைப் போன்றவர்களைத்தான் 'பண்பாடுள்ள மனிதர்கள்' என்று செகோவ் கிண்டலாகக் கூறுகிறார்.

இந்த எலும்புப் பரிசோதனையோடு அவன் நிற்கவில்லை. அவன் தங்கியிருக்கும் கட்டடத்தில் வசிக்கும் ஓவியனும் அவனது நண்பனுமான ஒருவன், ஓவியமொன்று தீட்டுவதற்கான 'மாடலாக' அன்யுட்டாவை அனுப்பச் சொல்கிறான். அந்த ஓவியனுடன் செல்லுமாறு அன்யுட்டாவுக்கு உத்தரவு பிறப்பித்த பிறகு ஓய்வெடுக்கும் அவனது எண்ண ஓட்டங்களைச் சொல்கிறது இந்தக் கதை:

> தனது மனக்கண்ணில் அவன் தனது எதிர்காலத்தை முன்கூட்டியே பார்த்தது போல இருந்தது- அவனது அலுவலகத்தில் அவனது நோயாளிகளை வரவேற்பது போலவும், மரியாதைக்குரிய பெண்மணியான தனது மனைவியுடன் விசாலமான சாப்பாட்டு அறையில் தேநீர் அருந்துவது போலவும். இப்போதோ அழுக்குத் தண்ணீரைக் கொட்டப் பயன்படுத்தப்படும், சிகரெட் துண்டுகள் மிதந்து கொண்டிருக்கும் இந்த பீங்கான் தொட்டி நம்பத்தகாத அளவுக்கு அருவருக்கத்தக்கதாக இருந்தது. அன்யுட்டாவும்கூட அவனது கற்பனையில் தோன்றினாள் -அழகற்றவளாக, அசமந்த மானவளாக, இரங்கத்தக்கவளாக. என்ன விலை கொடுத்தேனும் அவளிடமிருந்து உடனடியாகப் பிரிந்துவிட வேண்டும் என்று தீர்மானித்தான்.

மனிதத்தன்மையற்ற, கொடூரமான, மனதளவில் விகாரமான மனிதன் க்ளோச்கோவ் என்பதன் உருவகம்தான் அழுக்குத் தண்ணீரைக் கொட்டி வைக்கும், சிகரெட்டுகள் மிதந்து கொண்டிருக்கும் பீங்கான் தொட்டி. அன்யுட்டா திரும்பி வந்ததும், அவளை விட்டுப் பிரியப் போவதாகச் சொல்கிறான் க்ளோச்கோவ். அழுகையை அடக்கிக் கொண்டு அவள் வழக்கம் போல ஜன்னலுக்கருகில் அமர்கிறாள். அறைக்கு வெளியே யாரோ "மிகவும் குளிராக இருக்கிறது, சமோவாரைக் கொண்டு வா" என்று கூறுவது கேட்கிறது. வலிமையும் அதிகாரமும் படைத்தோரை எதிர்க்கும் ஆற்றலற்ற, அதேவேளை எதையும் தாங்கிக்கொள்ளும் மனம் படைத்தவளாக அன்யுட்டா காட்டப்படுவதன் மூலம் க்ளோசோவுக்கு இல்லாத மானுட கண்ணியம் அவளுக்கு வழங்கப் படுகின்றது.

6

மிக அசாதரணமான சூழலில் இன்று நாம் வாழ்கின்றோம். உலகெங்கும் பாசிச, இராணுவ, மதவெறிச் சக்திகள் வளர்ச்சியடைந்து கொண்டிருக்கின்றன. இந்தியா ஏற்கெனவே பாசிச வலைக்குள் விழுந்துவிட்டது. பொருளாதாரரீதியாகவும் சமூக, பண்பாட்டு, மத ரீதியாகவும் ஒடுக்கப்படும் மக்கள் பாதுகாப்பற்ற நிலைக்குத் தள்ளப்பட்டுள்ளனர். அவர்களுக்கான ஆதரவை நல்கும் வகையிலும், நம் நாட்டைச் சூழ்ந்துள்ள கேடுகளை ஆழமாகப் புரிந்துணர்ந்து அவற்றைக் கடந்து வருவதற்கான அறிவுசார்ந்த விளக்கங்களையும் கருத்துச் சட்டகங்களையும் ஜனநாயக உணர்வுடையோர் ஒன்றிணைந்து உருவாக்க வேண்டிய காலம் இது. இந்தச் சூழலில் பாமர மனிதர்கள் மீது வற்றாத பாசமும், பரிவும், கருணையுனர்வும் கொண்டிருந்த செகோவின் ஆக்கங்கள் நமக்குச் சற்று மனத் தெம்பையும் ஊக்கத்தையும் தரக்கூடும். கருத்து வேறுபாடுடையவர்களை மதிப்பதிலும், அவர்களோடு சேர்ந்து பணிபுரிவதிலும் செகோவின் வாழ்க்கையும் எழுத்துகளும் நமக்கு ஆதர்சமாக அமையக்கூடும்.

-புது விசை, ஆகஸ்ட் 2017

17

புரட்சிகரப் பெண்மணி கோட்டேஸ்வரம்மா

புரட்சிகரக் கம்யூனிஸ்ட் போராளியின் வாழ்க்கைத் துணைவராகி, கம்யூனிஸ்ட் கட்சிக்குத் தம்மை முழுமையாக அர்ப்பணித்துத் தலைமறைவு வாழ்க்கையின் சோதனைகளுக்கும் துன்பங்களுக்கும் முகங்கொடுத்து, பிடிவாதம் மிக்க கணவரிடமிருந்து தனிமைப்பட்டு, தமது குழந்தைகளை வளர்க்கும் வாய்ப்பும் மறுக்கப்பட்டு, மூன்று தலைமுறைகளைச் சேர்ந்த கம்யூனிஸ்டுகளிடமிருந்து பெற்ற இனிப்பும் கசப்பும் கலந்த அனுபவங்களைக் கொண்டிருந்த கம்யூனிஸ்ட் மூதாட்டி கோட்டேஸ்வரம்மா (அவரையும் அவரது குடும்பத்தினரையும் பார்க்கவும் பழகுவதுமான வாய்ப்பு எனக்கும் இருந்தது) தமது நூறு வயது நிறைவைக் கொண்டாடிய சில மாதங்களுக்குப் பிறகு 19.9.2018இல் காலமாகிவிட்டார். ஒரு காலம் விடைபெற்றுக் கொண்டு விட்டது.

பேரனுபவங்கள் நிறைந்த வாழ்க்கை கோட்டேஸ்வரம்மாவுடையது. நான்கு அல்லது ஐந்து வயதாகியிருந்தபோதே, குழந்தைத் திருமணம் செய்யப்பட்டு, பருவம் எய்வதற்கு முன்பே கணவனை இழந்த கோட்டேஸ்வரம்மா, ஆந்திராவில் கம்யூனிஸ்ட் இயக்கத்தை நிறுவியவர்களிலொருவரும் தெலங்கானாப் போராட்ட வீரர்களிலொருவருமான சந்திர ராஜேஸ்வரராவின் முன்முயற்சியின் பேரில், அவரது இளம் தோழரான சீத்தாராமய்யாவுக்கு திருமணம் செய்து வைக்கப்பட்டார்.

அந்தக் காலத்தில் அது புரட்சிகரத் திருமணம்; அது விதவை மறுமணம் மட்டுமல்ல; ஒரு வகையில் சாதி மறுப்புத் திருமணமும்கூட. நிலப்பிரபுத்துவ, சாதிய நடைமுறைகளை எதிர்க்கவும், மறுக்கவும், தாழ்த்தப்பட்ட மக்களைத் தமக்கு சரிசமமாகக் கருதவும் சீத்தாராமய்யாவிடமிருந்து கற்றுக் கொண்ட கோட்டேஸ்வரம்மா, அந்த விழுமியங்களை தமது வாழ்க்கையின் இறுதிவரை கடைப்பிடித்தார்.

இந்தியக் கம்யூனிஸ்ட் கட்சி (மார்க்ஸிஸ்ட்-லெனினிஸ்ட்) பல்வேறு மாநிலங்களில் ஒடுக்குமுறைகளாலும் உள் முரண்பாடுகளாலும் பல்வேறு குழுக்களாக உடையத் தொடங்கிய பிறகு, ஆயுதமேந்திய போராட்டத்தை முழுமையாகக் கைவிடாத

அதேவேளை சட்டரீதியான, வெளிப்படையான வெகுமக்கள் அமைப்புகளைக் கட்டுவதன் மூலம், புரட்சிகர இயக்கத்தை வளர்த்தெடுத்து முன்னேற்றுவதற்காக மிகக் குறுகிய காலத்தில் இலட்சக்கணக்கான பழங்குடி மக்கள், விவசாயத் தொழிலாளர்கள், மாணவர்கள் ஆகியோரை மட்டுமின்றி நூற்றுக்கணக்கான அறிவு ஜீவிகள், எழுத்தாளர்கள், கலைஞர்கள், மனித உரிமை ஆர்வலர்கள் ஆகியோரைத் திரட்டிய ‘மக்கள் யுத்தம்’ என்னும் கட்சியை நிறுவினார் கே.எஸ். என்று அழைக்கப்பட்ட கொண்டபல்லி சீத்தாராமய்யா. அவருடைய வாழ்க்கைத் துணைவராகவும் போராட்டத் தோழராகவும் மட்டுமின்றி தம்மளவிலேயே தனிச் சிறப்பான பெண்ணியப் போராளியாக, இலக்கியவாதியாக, பொது வாழ்க்கையில் இருப்பவர்கள் கடைப்பிடிக்க வேண்டிய அறநெறிகளை வலியுறுத்தியவராக வாழ்ந்தவர் கோட்டேஸ்வரம்மா.

சீத்தாராமய்யாவைப் போலவே தமக்கு வந்த குடும்பச் சொத்தையும் கட்சிக்குக் கொடுத்திருக்கிறார். கட்சி ஆவணங்களைப் பிரதி எடுப்பதி லிருந்து தொடங்கி, கலை நிகழ்ச்சிகள் நடத்துவது, கிராமங்களில் பெண்களுக்குக் கழிப்பறைகள் கட்டித் தருவது, ஜாக்கெட் அணியும்படி பெண்களை ஊக்குவிப்பது, கிருஷ்ணா வாய்க்காலில் தூர் வார்வது, திருமணமாகாத கம்யூனிஸ்ட் பெண்கள் ஒன்றாக வழ ‘கம்யூன்கள்’அமைப்பது வரையிலான பணிகளை மேற்கொண்ட அவர் சிறை வாழ்க்கையின் கொடுமைகளைத் துச்சமாகக் கருதியவர்.

அர்ப்பணிப்பு மிக்க கம்யூனிஸ்ட் இயக்கத்திலும்கூட ‘ஆணாதிக்கம்’ தொடர்ந்து பல வடிவங்களில் இருந்து வந்ததைத் துணிச்சலோடு எதிர்த்து நின்றார் கோட்டேஸ்வரம்மா. கம்யூனிஸ்ட் இயக்கத்திலுள்ள அறிவுஜீவிகள் அகம்பாவத்தோடு நடந்து கொள்வதையும் அவர் சாடியிருக்கிறார்.தெலங்கனாப் போராட்ட காலத்திலிருந்து ‘மக்கள் யுத்தம்’ கட்சி நடத்திய போராட்ட காலம் வரை சீத்தாராமய்யா தலை மறைவாகவும் சிறைவாழ்க்கையிலும் இருந்த போது, அவர்களது குழந்தைகளை வளர்க்கும் குடும்பச் சுமையும் கோட்டேஸ்வரம்மா மீதே விழுந்தன. போலீசாரால் கொல்லப்பட்ட அவரது மகன் ‘சந்தூ’வின் உடலைக் கூட அவரால் பார்க்க முடியவில்லை; ஒரே மகளான கருணா மன அழுத்தத்தின் காரணமாக தற்கொலை செய்து கொண்டார்; கருணாவுக்கு முன்பே அவரது கணவர் திடீரென்று இறந்து போனார்.

தனிப்பட்ட காரணங்களால் சீத்தாரமய்யாவிடமிருந்து பிரிந்து, குடும்ப உறுப்பினர்கள் எவருடைய தயவும் இல்லாமல், பல ஆண்டுகள் சொந்தக் காலில் நின்று வாழ்ந்து வந்தபோதிலும்,

புரட்சியையே தமது உயிர் மூச்சாகக் கொண்டிருந்த தமது கணவர் மீதான மதிப்பை கோட்டேஸ்வரம்மா ஒருபோதும் கைவிடவில்லை. எந்தக் கட்சிக்காகத் தமது வாழ்க்கையின் கணிசமான பகுதியை அர்ப்பணித்தாரோ, அந்தக் கட்சியால் வெளியேற்றப்பட்ட சீத்தாராமய்யா, உடலும் மனமும் நொந்திருந்த காலத்தில் தாய்மை உணர்வுடன் அவருக்கு உணவு சமைத்து அனுப்பினார். அதே சமயம், முழு சமரசமும் செய்து கொள்ளவில்லை. சீத்தாரமய்யா இறந்த போது கட்சிக்காரர்கள் ஒருவர்கூடத் துக்கம் விசாரிக்க வராததைத் தன் வாழ்வின் பெரும் வேதனையாகக் கருதினார் கோட்டேஸ்வரம்மா.

கோட்டேஸ்வரம்மாவின் அசாதரணமான வாழ்க்கை வரலாற்றை இங்கு அவர் எழுப்பிய தார்மிகக் கேள்விகளுடன் தெரிந்துகொள்ள விரும்புவர்கள், கௌரி கிருபானந்தனால் சிறப்பாகத் தமிழாக்கம் செய்யப்பட்டுள்ள அவரது தன்-வரலாற்று நூலை ('ஆளற்ற பாலம்' காலச்சுவடு வெளியீடு) கட்டாயம் படிக்க வேண்டும். உண்மை எப்படி இலக்கியமாக மிளிரும் என்பதையும் சொல்லும் நூல் அது!

மருத்துவமனைக்குத் தனது உடலைக் கொடையாகக் கொடுத்துவிட்டுச் சென்றிருக்கிறார் அந்த மாபெரும் பெண்மணி. அதைத் தங்கள் தோள் மீது சுமந்து சென்றவர்கள் அவரோடு பொதுவுடைமை இயக்கத்திலும் பெண்ணுரிமை இயக்கத்திலும் பங்கேற்றிருந்த பெண்கள்.

- தி இந்து தமிழ் திசை, 20.09.2018

18

சிறையில் ஊற்றெடுக்கும் கருணை

நாம் சொல்லப் போவது சீரடி சத்யபாபாவோ(இவர்தான் 'ஒரிஜினல்' சாய்பாபா என்று சொல்லப்படுகிறது), ஆந்திரப் பிரதேசத்தில் பிறந்து உலகெங்கும் கொடிகட்டிப் பிறந்த 'மாயாஜால' புட்டுபர்த்தி சாய்பாபாவோ அல்ல. இந்த இருவருக்கும் முற்றிலும் மாறான மனிதநேய சாய்பாபா. இவரும் ஆந்திராவைச் சேர்ந்தவர்தாம்.

டெல்லிப் பல்கலைக்கழக ஆங்கிலத் துறைப் பேராசிரியராக இருந்த முனைவர் ஜி.என்.சாய்பாபா, தடைசெய்யப்பட்ட மாவோயிஸ்ட் இயக்கத்துடன் சேர்ந்து இந்திய அரசுக்கு எதிராகப் போர் புரிந்ததாகக் குற்றம் சாட்டப்பட்டு, மகாராஷ்டிராவிலுள்ள கட்சிரோலி மாவட்ட நீதிமன்றத்தால் ஆயுள் தண்டனை விதிக்கப்பட்டு நாக்பூர் மத்திய சிறையில் அடைக்கப்பட்டுள்ளார்.

செயலிழந்த கால்களைக் கொண்ட மாற்றுத் திறனாளியான அவர் வாழ்க்கையின் பெரும்பகுதியை சக்கர நாற்காலியின் உதவியுடனே கழித்திருக்கிறார். அவர் விசாரணைக் கைதியாக இருந்தபோது, பல நாள்கள் கழிப்பறைக்குக்கூட ஊர்ந்தே செல்லவேண்டிய நிலைக்குத் தள்ளப்பட்டிருந்தார்; அப்போது அவருக்கு சக்கர நாற்காலியோ உதவியாளரோ வழங்கப்படவில்லை. இந்தியாவிலும் உலகின் பிற நாடுகளிலுமுள்ள அறிஞர்கள், மனித உரிமை ஆர்வலர்கள் ஆகியோரின் தலையீடுகள் அவர் சிறிதுகாலம் பிணையில் வெளிவர உதவிய போதிலும், சிறைத்தண்டனையைத் தடுத்து நிறுத்த முடியவில்லை.

அவருக்காக வழக்காடிய வழக்குரைஞரும் மனித உரிமைச் செயல்பாட்டாளருமான சுரேந்திர காட்லிங், மகாராஷ்ட்ராவின் பீம்கோர்காவனில் 31.12.2017இல் நடந்த தலித் மாநாட்டை அடுத்து நடந்த வன்முறையில் தொடர்புடையவர் என்னும் குற்றச்சாட்டின் பேரில் கைது செய்யப்பட்டு சிறையில் அடைக்கப்பட்டுள்ளார். 28.08.2018 அன்று இந்தியாவில் பல்வேறு இடங்களில் கைது செய்யப்பட்ட கவுதம் நவ்லாகா, ரோனா வில்ஸன், சுதா பரத்வாஜ், வெர்னான் ஃபெர்னாண்டெஸ், வரவர ராவ் ஆகியோர் மீதும் இதே குற்றசாட்டு மட்டுமின்றி இந்தியப் பிரதமரையும் உயர் அரசுப்

பதவிகளில் இருப்பவர்களையும் கொலை செய்ய மாவோயிஸ்டு களுக்கு உடந்தையாக இருந்தார்கள் என்னும் இன்னொரு குற்றச்சாட்டும் மகாராஷ்ட்டிரக் காவல் துறையால் சுமத்தப்பட்டுள்ளது.

அரசு யந்திரத்தாலோ, சிறை அதிகாரிகளாலோ சிறு விரிசலைக் கூட உருவாக்க முடியாத நெஞ்சுறுதி கொண்டவர் என்று வர்ணிக்கப் படும் முனைவர் ஜி.என்.சாய்பாபா சிறையில் எழுதிய ஆங்கிலக் கவிதை பலரையும் மிகுந்த வியப்பில் ஆழ்த்தியது. துப்பாக்கிக் குழலின் மூலமே இந்திய சமுதாயத்திலுள்ள பொருளாதார, சமூக, அரசியல், பண்பாட்டு ஒடுக்குமுறைப் பிரச்சினைகள் அனைத்திற்கும் தீர்வு கண்டுவிட முடியும் என்ற பிடிவாதமான கருத்தைக் கொண்டி ருக்கிற ஓர் இயக்கத்தின் ஆதரவாளராக இருப்பவரின் உள்ளத்திலிருந்தும் கூட ஆழ்ந்த மனிதநேயமும் கருணை உணர்வும் சுரக்கும் என்பதைக் கண்டதால் ஏற்பட்டதுதான் அந்த வியப்பு. இனி, அந்தக் கவிதையின் தமிழாக்கத்தைக் காண்போம்:

சிறைக் காவலருக்கு ஓர் எழுச்சிப் பாடல்

எனது ஆயுள் தண்டனைக் கூண்டிற்குள்
பெரிய சாவிக் கொத்தொன்றைத் தட்டி
ஓசை எழுப்பியவாறு
காலை வணக்கம் என்னும் தழுவலுடன்
அதிகாலைக் கனவுகளிலிருந்து என்னை
விழித்தெழ வைக்கிறார் அவர்
புன்னகையுடனும் சிரிப்புடனும்.

தலையில் கருநீல நேரு தொப்பி
மேலிருந்து கீழ் வரை
மூர்க்கத்தனமான காக்கி உடைகள்
இடுப்பைச் சுற்றிப் பாம்பு போல்
வளைந்தோடும் கருப்பு பெல்ட்
தூக்கம் கலையாமல், பாதி திறந்திருக்கும்
என் கண்களுக்கு முன் நிற்கிறார், தடுமாறுகிறார்
நரகத்தின் வாயில்களைக் காத்துக் கொண்டிருக்கும்
பேயைப் போல.
பகைவனின் இராணுவத்திலிருந்து வரும்
ஓர் ஆவியைப் போன்ற தோற்றம்
ஆனால் வாஞ்சையுள்ள புன்னகை,

நட்பு நிறைந்த முகம்
நாள் விடிந்ததும்
அன்று உயிருடன் இருப்பவர் யார்,
இறந்து போனவர்கள் யார் என்பதை
சோதித்துக் கொண்டும் உயிரோடு இருப்பவர்களை
எண்ணிக் கொண்டும்.

வலியையோ எரிச்சலையோ வெளிப்படுத்தாமல்
ஒவ்வொரு நாளும் ஆயிரம் முறை
இரும்புக் கதவுகளின் பூட்டுகளைத் திறக்கிறார், மூடுகிறார்.
சோர்வடையாத தமது சேவைகளுக்காக
இனாமையோ சலுகைகளையோ கேட்பதில்லை .
நோய்வாய்ப்பட்டு பிரக்ஞையற்ற நிலையில்
நான் இருக்கும் போது
கைதிகளைப் பார்க்க வராத மருத்துவரைத்
தனது ஒயர்லெஸ் கருவி மூலம்
பொறுமையுடன் திரும்பத் திரும்ப அழைக்கிறார்.

சங்கிலிகளால் பிணைக்கப்பட்டுள்ள
சோகம் சிறைந்த ஆன்மாக்களின்
குற்றத்தையோ களங்கமின்மையயோ
ஒருபோதும் பொருட்படுத்தாமல்
அவர்களுக்குப் பொறுமையுடனும்
கருணையுடனும் செவிமடுத்துக் கொண்டே
தனது சோகக் கதைகளை மூடிமறைக்கின்றார்.
நாங்கள் சொல்வதைக் கேட்கிறார்
விவாதிக்கிறார்
அதிகாரத்திலுள்ள தீய சக்திகளை வெறுப்புடன் சபிக்கிறார்
பெரிய அதிகாரிகள் தங்கள் அலுவலகங்களுக்குச் சென்ற பிறகு
புருவங்களை நெறிக்கிறார்.

கண்காணிக்கும் தமது கழுகுக் கண்களுடன்
இரவு நெடுக
பேய்த்தனமான அரசின் இருண்ட படிக்கட்டுகளில்
கனத்த அடியெடுத்து ஏறி இறங்குகிறார்.

நமது சமூக அவலத்தின்
மிக ஆழமான கிணற்றிலிருந்து

வருகிறவர் அவர்.
சிறை வாயில்களுக்கு வெளியே
வாடிக் கொண்டிருக்கும்
அவரது நேசத்துக்குரியவர்களைக்
கவனிக்க
அவருக்கு நேரம் இல்லை
நான்கு சுவர்களுக்கும்
மூடிய வாயில்களுக்கும் பின்னால்
கடமைகளுக்குச் சிறைப்பட்டிருக்கும்
அவருமே
தமது ஆயுள் காலத்தை
ஓர் அற்பத் தொகைக்காக
சிறையில் கழிக்கின்றார்.
சபிக்கப்பட்ட ஆன்மாக்கள்
வருகின்றனர், செல்கின்றனர்
ஆனால் அவரோ நிரந்தரமான கைதி
அவருக்கு விடுமுறைகளோ புனித நாள்களோ,
வார இறுதி விடுப்புகளோ இல்லை
அவர் கன்னிகாஸ்திரீ
செவிலி
பாதிரி
பக்தி சிரத்தை கொண்ட
பொறுமையின் விடாமுயற்சி.

எனது கூண்டின் கிராதிகளுடன்
நிரந்தரமாய் ஒட்டிக் கொண்டிருக்கும் அவர்
ஓய்வொழிச்சலில்லாத அடிமை
நண்பர், ஒன்றுவிட்ட சகோதரர், தோழர்
எனது வாழ்க்கையின் வாக்கியத்தின்,
சொற்றொடர்களின், வார்த்தைகளின்,
அசைகளின் காவலர்.

ஜி.என்.சாய்பாபா எழுதிய ஆங்கிலக் கவிதை RAITOT Challenging the Consensus என்னும் ஆங்கில இணையதள ஏட்டில் 12.9.2018 அன்று வெளியிடப்பட்டது (http://raiot.in/author/saibaba/). அதன் தமிழாக்கம் முதலில் எழுத்தாளர் ஆதவன் தீட்சண்யாவின் தந்துகி இணையதளத்திலும் பின்னர் உயிர் எழுத்து, அக்டோபர் 2017 இதழிலும் வெளிவந்தது.

19

காம்யுவின் அரசியலும் 'முதல் மனிதனு'ம்

ஒப்பீட்டு நோக்கில் இளம் வயதிலேயே இலக்கியத்துக்கான நோபல் பரிசைப் பெற்றவர்கள் இருவர். ஒருவர், ஆங்கில எழுத்தாளர் ருட்யார்ட் கிப்ளிங்; அந்தப் பரிசு 1907இல் கொடுக்கப்பட்டபோது அவருக்கு வயது 42. மற்றொருவர், ஐம்பதாண்டுகளுக்குப் பிறகு, தமது 44ஆம் வயதில் அந்தப் பரிசு வழங்கப்பெற்ற பிரெஞ்சு எழுத்தாளர் ஆல்பெர் காம்யு.

1957ஆம் ஆண்டு அக்டோபர் 16ஆம் நாள், காம்யு பாரிஸிலுள்ள உணவு விடுதியொன்றில் அமர்ந்திருந்தபோது, ஒரு பரிசாரகர் அவசரம் அவசரமாக வந்து அவருக்கு அந்தப் பரிசு வழங்கப்பட்ட செய்தியைக் கூறினார் என்றும், அதைக் கேட்டதும் காம்யு குதூகலிப்பதற்குப் பதிலாக அதிர்ந்து போனார் என்றும், அந்தப் பரிசு ஆந்ரே மால்ரோவுக்குத்தான் (Andre Malraux) கொடுக்கப்பட்டிருக்க வேண்டும் என்று மெல்லிய குரலில் கூறினார் என்றும் இலக்கிய விமர்சகர் ஆந்ரே ஆல்பெர் ஆஸிமன் கூறுகிறார்.[1] மால்ரோ, காம்யுவால் மிகவும் நேசிக்கப்பட்ட பிரெஞ்சு எழுத்தாளர்களில் ஒருவர்; வெளிநாடுகளில் பிரெஞ்சுத் தூதராகப் பணியாற்றிய அவர், உலக அளவில் நன்கு அறியப்பட்டிருந்தவர். தம்மைவிட வயதில் மூத்தவர்களும் பிரெஞ்சு இலக்கியத்திற்குக் கணிசமான பங்களிப்புச் செய்தவர்களுமான மால்ரோ போன்ற எழுத்தாளர்களுக்குப் பதிலாக, 44 வயதே நிரம்பிய தமக்கு நோபல் பரிசு வழங்கப்பட்டதுதான் காம்யு அதிர்ந்து போனதற்குக் காரணமாக இருந்திருக்கக்கூடும். ஆனால், வயது வேறுபாடுகளைக் கருத்தில் கொள்ளாமல் பார்த்தால், நோபல் பரிசு பெறுவதற்குரியவை என்று அந்தப் பரிசை அளிப்பதற்காக அமைக்கப்பட்டிருந்த குழுவின் உறுப்பினர்கள் (Sweedish Committee) கருதிய தகுதிகள் காம்யுவிடம் ஏற்கெனவே இருந்தன. "(காம்யு) இன்றைய மனிதனின் மனசாட்சி குறித்த பிரச்சினைகளைத் தெளிவான நேர்மையுடன் தம் இலக்கியப் படைப்புகளில் விளக்கியிருப்பதாக" அந்தக் குழு அறிவித்தது.

---

1. Andre Albert Aciman, Of Things Past, *https://www.commentarymagazine.com/articles/the-first-man-by-albert-camus/* (Accessed on 10.10.2018)

கட்டுரையாளர், நாவலாசிரியர், நாடகாசிரியர், இலக்கிய விமர்சகர், பத்திரிகையாளர், அரசியல் சிந்தனையாளர் என்ற பல்வேறு நிலைகளிலிருந்து அவர் எழுதியவை ஏராளம். நாடக நடிகராகவும், நாடக இயக்குநராகவும் புத்தக வெளியீட்டாளராகவும், அரசியல் செயல்பாட்டாளராகவும் அவர் இருந்திருக்கிறார்.

நாகரிக மனிதர்கள் தமக்கிடையே பரஸ்பரம் தொடுக்கும் அழிவுச்செயல்பாடுகளுக்கு வரம்புகள் உள்ளன என்னும் வரலாற்று ரீதியான மாயையை நாஜிகளின் கொடூரச் செயல்களும் ஜப்பானில் அமெரிக்கா வீசிய அணுகுண்டுகளும் தகர்த்தெறிந்தன. அந்த வரலாற்றுக் கட்டத்தில் மேற்கு ஐரோப்பாவில் பரவலாக இருந்த அவநம்பிக்கை உணர்வை, அவல மனப்பான்மையைப் பிரதிபலித்து அதை விளக்க முயன்ற எழுத்தாளர்களில் மிக முக்கியமானவர்களி லொருவராகக் கருதப்பட்டவர் காம்யு. இரண்டாம் உலகப் போர் முடிந்த பத்தாண்டுகளுக்குப் பிறகு, காம்யு மேலை நாட்டுக் கலாசார உலகில் போற்றுதலுக்குரிய நாயகராக விளங்கினார்.

இரு நூற்றாண்டுகளுக்கு முன்பே பிரான்ஸிலிருந்தும் ஸ்பெயினி லிருந்தும் துரத்தப்பட்டு அல்ஜீரியாவில் குடியேறியவர்களின் சந்ததியைச் சேர்ந்த ஏழைப் பெற்றோர்களுக்குப் பிறந்த காம்யு, தமது தந்தை முதல் உலகப் போரில் பிரெஞ்சு இராணுவத்தில் சேர்க்கப் பட்டு, பிரெஞ்சு - ஜெர்மன் எல்லையில் கொல்லப்பட்ட பிறகு தமது தாய், சகோதரன், தாய்மாமன் ஆகியோருடன் பாட்டியின் (அம்மாவின் அம்மா) வீட்டில் வசித்து வரவேண்டியவரானார். பிறர் வீடுகளில் வேலை செய்து சொற்ப வருமானம் ஈட்டிவந்த காம்யுவின் அம்மாவுக்கு செவித் திறன் குறைவு; அவரது தாய் மாமனோ அரை-ஊமை. 'உழைத்தால்தான் சாப்பாடு' என்று எப்போதும் அதிகாரம் செலுத்திவந்த பாட்டியின் வீட்டில் வாழ்ந்த காம்யுவின் பள்ளிப் பருவம் முழுவதும் வறுமையிலேயே கழிந்தது. அவர் படித்து வந்த தொடக்கப்பள்ளியின் ஆசிரியர் அவரது அறிவுக்கூர்மையைக் கண்டறிந்து ஊக்கமும் உதவியும் தந்ததாலேயே அவரால் உயர்நிலைப் பள்ளிக்குச் செல்லவும் பின்னர் பல்கலைப் படிப்பு மேற்கொள்ளவும் முடிந்தது. பல்கலைக்கழகத்தில் இருக்கும்போதே இடதுசாரி மனப்பான்மை அவரிடம் வளரத் தொடங்கியது. அவர் பிறந்து வளர்ந்த, அவரால் தமது தாயகமாகக் கருதப்பட்ட அல்ஜீரிய நாட்டு மக்களுக்கு பிரெஞ்சுக் காலனியாதிக்கம் ஏற்படுத்தியிருந்த அவல நிலைக்குத் தீர்வு காணும் நோக்கத்துடன் 1935இல் அல்ஜீரியக் கம்யூனிஸ்ட் கட்சியில் சேர்ந்தார். அல்ஜீரியாவுக்கு முழு சுதந்திரம் கொடுக்கப்பட வேண்டும் என்ற கருத்து அவரிடமோ, அல்ஜீரியக்

கம்யூனிஸ்ட் கட்சியிடமோ அப்போது இருக்கவில்லை. இன்னும் சொல்லப்போனால், பாசிசத்தை எதிர்த்து ஜனநாயகத்தைக் காப்பதற்காக அல்ஜீரியாவுக்கும் பிரான்ஸுக்குமான ஒருமைப்பாடு வலுப்படுத்தப்பட வேண்டும் என்னும் நிலைப்பாட்டையே அந்தக் கட்சியும் பிரெஞ்சுக் கம்யூனிஸ்ட் கட்சியும் 1937இல் மேற்கொண்டிருந்தன. அல்ஜீரிய மக்களின் உரிமைகளுக்கு அல்ல, பாசிச அபாயத்தை எதிர்ப்பதற்கே முன்னுரிமை கொடுக்க வேண்டும் என்ற கருத்தை காம்யு எதிர்த்ததால் அவர் அக்கட்சியில் சேர்ந்த சில மாதங்களுக்குப் பிறகு வெளியேற்றப்பட்டார்.[2] அதன் பிறகு பல்வேறு இடதுசாரிக் குழுக்களுடன் தொடர்பு கொண்டிருந்ததுடன் சில இடதுசாரி ஏடுகளுக்குக் கட்டுரைகள் எழுதியும் வந்தார். கால்பந்தாட்டத்தில் மிகுந்த ஆர்வமும் திறமையும் கொண்டிருந்த அவர், காச நோய் காரணமாக அதை மறக்க வேண்டியதாயிற்று. காலனிய எதிர்ப்புக் கட்டுரைகள் எழுதி வந்ததன் காரணமாக 'கறுப்புப் பட்டியலில்' சேர்க்கப்பட்ட அவர், தமது 25ஆம் வயதில் பிரான்ஸுக்கு வந்து பத்திரிகையாளராகப் பணியாற்றத் தொடங்கினார்.

நாஜிகள் பிரான்ஸின் மீது படையெடுத்து அதன் பகுதியொன்றைத் தங்கள் கட்டுப்பாட்டிற்குள் கொண்டு வந்த போது, நாஜி-எதிர்ப்புப் போராட்ட இயக்கத்தில் சேர்ந்த அவர், நாஜி எதிர்ப்பாளர்களிலொருவரும் புகழ்பெற்ற தத்துவவாதியும் எழுத்தாளருமான ழான் பவுல் சார்த்தரின் நெருக்கமான நண்பரானார். அந்த இயக்கத்தின் சார்பில் நடத்தப்பட்டு வந்த 'கொம்பா' (Combat) என்னும் ஏட்டின் ஆசிரியராகப் பணியாற்றினார்.

ஆக, நோபல் பரிசு பெறுவதற்கு முன்பே இருபதாண்டுகள் பிரெஞ்சுப் பொது வெளியில் மட்டுமல்லாது, தமது இலக்கியப் படைப்புகளின் மொழியாக்கங்களின் மூலம் (குறிப்பாக 'அந்நியன்' நாவல்) வெளிநாடுகள் பலவற்றிலும் நன்கு அறியப்பட்டிருந்த மனிதராக இருந்திருக்கிறார்.

ழான் பவுல் சார்த்தர் (Jean Paul Sartre), மெர்லோ போந்தி (Merleu Ponty) போன்ற இடதுசாரி எழுத்தாளர்கள், சிந்தனையாளர்களைப் போலவே கலை, தத்துவம் ஆகியவற்றில் இருத்தலியக் கருத்துகளை வெளிப்படுத்துபவராக இருந்த காம்யு, தாம் 'இருத்தலியல்வாதி' என்று சொல்லப்படுவதையோ, சார்த்தருடன் இணைத்துப் பார்க்கப்படுவதையோ ஒருபோதும் விரும்பியதில்லை.

2. Neil Foxlee, *Albert Camus's 'The New Mediterranean Culture'*: A Text and its Contexts, Peter Lang, Oxford, 2010, pp.215-216.

இரண்டாம் உலகப் போர் நடந்து கொண்டிருக்கையில்தான் காம்யுவின் மூன்று முக்கியப் படைப்புகள் வெளிவந்தன : 'அந்நியன்' நாவல்; 'ஸிஸிஃபஸ் தொன்மம்' என்னும் நீண்ட தத்துவக் கட்டுரை (இவையிரண்டும் 1942இல் வெளிவந்தன); 'காலிகுலா' நாடகம் (1938இல் காம்யு எழுதத் தொடங்கிய இந்த நாடகம் 1944இல்தான் வெளிவந்தது.) மெல்லிய கதைப் பின்னல் என்னும் திரைக்குப் பின்னால் சதையும் எலும்புமாக உருவாக்கப்பட்ட பாத்திரங்களின் வடிவத்தில் ஒளிந்திருக்கும் கருத்துகளாகவும் விளக்கங்களுமாக ('அபத்தம்', அதற்கெதிரான 'கலகம்' என்ற கருத்துகள்) அமைந்துள்ள வையே அவரது புனைவிலைக்கியப் படைப்புகள். எனினும், அவரது உரைநடையில் மின்னுவது வறட்சியின் சாயல் அல்ல; கவிதையின் நளினம். "(எழுத்தாளர்களின்) கற்பனையால் உயிரூட்டப்படுவதற்காகவே தொன்மங்கள் உருவாக்கப்படுகின்றன" என்பது அவரது புகழ்பெற்ற கூற்றுகளிலொன்று. அவரது அரசியல் நிலைப்பாடுகளை நேரடியாகச் சொல்லாமல், தத்துவரீதியாகச் சொல்வதற்கான உத்திகளாக அவருக்குத் தொன்மங்கள் - கிரேக்கத் தொன்மங்கள் - பயன்பட்டன.

நிறுவனங்கள், கட்சிகள் ஆகியவற்றின் மீது அவநம்பிக்கை கொள்ளத் தொடங்கிய அவர், தனிமனிதர்கள் தமது மனதில் மேற்கொள்ளும் உள்நோக்கிய தேடலின் மூலம் கண்டறியக்கூடிய 'மனிதநேய'க் கண்ணோட்டமொன்றை உருவாக்க முயன்றார். அதை 'பூர்ஷ்வா மனிதநேயம்' என்று விமர்சித்த சார்த்தர், மெர்லோ போந்தி ஆகியோருக்கும் அவருக்குமிடையே விரிசல் ஏற்படத் தொடங்கியது. வன்முறையும் நீதியும் ஒன்றுக்கொன்று முரணானவை என்று கருதிய அவர், சோவியத் யூனியனிலும் கிழக்கு ஐரோப்பிய சோசலிச நாடுகளிலும் இருந்த ஆட்சிமுறையைக் கண்டனம் செய்ததுடன் இவையனைத்துக்கும் மூலகாரணமாக இருப்பது மார்க்ஸியம்தான் என்ற நிலைப்பாட்டுக்கு வந்து சேர்ந்தார்.

1951இல் கொரியப் போர் மூண்டிருந்த காலகட்டத்தில் (அந்த நாட்டில் கம்யூனிஸ்ட்-விரோத சக்திகளுக்கு ஆதரவாகத் தமது நாட்டின் இராணுவப் படைகளை அனுப்பியிருந்த அமெரிக்கக் குடியரசுத் தலைவர் ட்ரூமன், சீனா மீது அணுகுண்டு வீசுவது பற்றியும் ஆலோசித்து வந்தது குறிப்பிடத்தக்கது) காம்யுவின் நீண்ட கட்டுரை 'கிளர்ச்சியாளன்' (The Rebel) என்னும் தலைப்பில் புத்தக வடிவில் வெளிவந்தது. 'கெடுபிடிப் போரில்' (Cold War) அந்த நூலைக் கம்யூனிஸ எதிர்ப்பாளர்கள் கருத்தாயுதங்களிலொன்றாகப் பயன்படுத்தினர். சார்த்தரும் அவரது இடதுசாரி நண்பர்களும் நடத்திவந்த 'நவீன

காலங்கள்’ (Le Tempes Modernes) என்னும் பருவ ஏட்டில், அந்த நண்பர்கள் குழுவைச் சேர்ந்தவரும் அல்ஜீரிய விடுதலைப் போராட்டத்தைத் தீவிரமாக ஆதரித்து வந்தவருமான பிரெடெரிக் ஜான்ஸன் என்பவரைக் கொண்டு ‘கிளர்ர்சியாள’னைப் பற்றிய கடுமையான விமர்சனக் கட்டுரை எழுத வைத்தார் சார்த்தர். அதற்கு எதிர்வினையாக காம்யு எழுதிய பதில், அக்கட்டுரை அவரது மனதை மிகவும் புண்படுத்தியிருந்ததை வெளிப்படுத்தியது. அவரது எதிர்வினை குறித்து சார்த்தர் எழுதியவை ("மற்றவர்களிடம் நீங்கள் காட்டும் மிதமிஞ்சிய எரிச்சலுக்கும் கடுகடுப்புக்கும் நீங்கள் பலியாகி விட்டீர்கள். அது உங்கள் உள்பிரச்சினைகளை மூடி மறைக்கிறது. இதை என்றோ ஒருநாள் யாரேனும் உங்களிடம் சொல்லியிருக்க வேண்டும். அது நானாகவே இருக்கட்டுமே"[3]) அவருக்கும் சார்த்தருக்கும் இருந்த தனிப்பட்ட, மிக நெருக்கமான நட்பை முற்றிலுமாகத் தகர்த்தெறிந்தன.

சார்த்தரும் மெர்லோ போந்தியும் இருத்தலியச் சிந்தனையாளர்கள் என்றாலும் கம்யூனிஸத்தை வரவேற்றவர்கள். எந்தக் கட்சியின், நாட்டின் துணையோ தூண்டுதலோ இல்லாமலேயே சுயேச்சையாகவே மார்க்ஸியத்திற்கும் கம்யூனிஸத்திற்கும் தாங்கள் வந்து சேர்ந்ததாகக் கூறியவர்கள். மார்க்ஸியம் பற்றியும் புரட்சி பற்றியும் காம்யு கொண்டிருந்த முற்றிலும் எதிர்மறையான கருத்துகளை சார்த்தர் ஏற்றுக்கொள்ளவில்லை. சார்த்தரும் அவரது இடதுசாரி நண்பர்களும் கண்ணை மூடிக் கொண்டு சோவியத் யூனியனையும் ஸ்டாலினிசத் தையும் ஆதரித்தவர்கள் அல்லர். அவர்கள் 1948ஆம் ஆண்டிலேயே கூறினர்:

> அழுகிப்போன முதலாளிய ஜனநாயகம், ஒரு குறிப்பிட்ட சோசலிச-ஜனநாயக இயக்கத்தின் பலகீனங்கள், ஸ்டாலினிய வடிவமாகக் குறுக்கப்பட்டுள்ள கம்யூனிஸம் ஆகியவற்றுக் கிடையே, புரட்சிகர ஜனநாயகத்திற்காகப் பாடுபடும் எங்கள் குழு, சுதந்திரம், மானுட கௌரவம் என்னும் நெறிகளை சோசலிசப் புரட்சிக்கான போராட்டத்துடன் பிணைப்பதன் மூலம் அவற்றுக்குப் புத்துயிர் கொடுக்கும் என்று நம்புகிறோம்.[4]

---

3. Vircondelet, Alain (2010). *Albert Camus, fils d'Alger.* Librarie Arthème Fayard. p. 26, quoted in *Les Tempes Modernes, Wikipedia* (Accessed on 10.10.2018)
4. Quoted in Ian Birchall, Sartre's Century, International Socialism, No 107, 2005, *https://www.marxists.org/history/etol/writers/birchall/2005/xx/sartre.html* (Accessed on 10.10.2018)

சார்த்தர் கூறினார்:

> சோவியத் யூனியன், அமெரிக்கா ஆகியவற்றில் ஏதோவொன்றைத் தேர்வு செய்ய மறுப்பது, முதலில் சோவியத் யூனியனுக்கும் பிறகு அமெரிக்காவுக்கும் விட்டுக்கொடுத்து ஒன்றிலிருந்து மற்றொன்றுக்கு மாறி மாறித் தூக்கியெறியப்படுவதற்கு எங்களை நாங்கள் அனுமதிக்கிறோம் என்பதல்ல (எங்கள் நிலைப்பாடு); மாறாக, ஒரு ஆக்கபூர்வமான தேர்வை மேற்கொள்வதுதான்: ஐரோப்பா, சோசலிசம், நாங்கள் ஆகியவற்றைத் தேர்வு செய்துகொள்வதுதான்.[5]

சோவியத் யூனியனில் இருந்த நிலவரங்கள் பற்றி சார்த்தரும் மெர்லோ-போந்தியும் இணைந்து 'நவீன காலங்கள்' ஏட்டில் எழுதிய தலையங்கம் கூறியது:

> இருபது குடிமக்களில் ஒருவர் கட்டாய உழைப்பு முகாமொன்றில் இருக்கும்போது, சோசலிசம் ஏதும் இருக்காது. இரண்டாண்டுகளுக்கு முன்பு எங்களில் ஒருவர், இந்தப் பத்திரிகையில் எழுதினார்: சோவியத் சமுதாயம் இரட்டைத்தன்மை கொண்டிருக்கிறது. முன்னேற்றத்துக்கான அறிகுறிகள், பின்னடைவுக்கான அடையாளங்கள் ஆகிய இரண்டும் காணப்படுகின்றன. ஒரு கோடிப் பேர் உழைப்பு முகாம்களில் இருப்பவர்களாகவும், சோவியத் படிவரிசையின் உச்சியில் இருப்பவர்கள், சாதாரண உழைப்பாளிகளின் ஊதியம், வாழ்க்கைத்தரம் ஆகியவற்றை விட 15-20 மடங்கு அதிகமாகப் பெறக்கூடியவர்களாகவும் இருக்கும் போது - அளவு பண்பாக மாறுகிறது. இந்த அமைப்பு முழுவதுமே தடம் புரண்டு தனது அர்த்தத்தை மாற்றிக் கொள்கிறது. சோவியத் யூனியனில் உற்பத்திச் சாதனங்கள் நாட்டுடைமையாக்கப் பட்டுள்ளன, மனிதனை மனிதன் சுரண்டுவதும் வேலையின்மையும் அங்கு சாத்தியமில்லை என்ற போதிலும், அவற்றை மட்டுமே கொண்டு அங்கு சோசலிசம் இருக்கிறது என்று பேச எங்களுக்கு என்ன காரணங்கள் இன்னும் இருக்கின்றன என்பது தெரியவில்லை.[6]

எனினும், பிரெஞ்சுக்காரர்கள் என்ற முறையில் தாமோ, காம்யுவோ பொறுப்பேற்க வேண்டியது சோவியத் யூனியனில் நடக்கும் குற்றங்களுக்கு அல்ல; மாறாக தங்கள் சொந்த நாடான பிரான்ஸ் தனது காலனி நாடுகளில் இழைக்கும் குற்றங்களுக்குத்தான் என்று சார்த்தர் கூறினார். ஆனால், 1956இல் ஹங்கேரியில் சோவியத் யூனியன்

---

5. Ibid
6. Ibid.

மேற்கொண்ட ஆக்கிரமிப்பு நடவடிக்கைகளையும் அவற்றுக்கு பிரெஞ்சுக் கம்யூனிஸ்ட் தந்த ஒப்புதலையும் கடுமையாகக் கண்டனம் செய்திருக்கிறார்:

> முழுமனதுடனும் எவ்விதத் தயக்கமின்றியும் சோவியத் படையெடுப்பைக் கண்டனம் செய்கின்றேன். இதற்கான பொறுப்பை சோவியத் மக்கள் மீது சுமத்த விரும்பாத நான், அதே சமயம் சோவியத் யூனியனில் இப்போது உள்ள அரசாங்கம் குற்றம் இழைத்திருக்கிறது என்பதை வலியுறுத்த விரும்புகிறேன். என்னைப் பொறுத்தவரை இந்தக் குற்றம், இராணுவ டாங்கிகள் மூலம் புடாபெஸ்ட்டில் நடத்தப்பட்ட படையெடுப்பு மட்டுமல்ல; பன்னிரண்டாண்டுக் கால வன்முறை, மடத்தனம் ஆகியவற்றின் மூலமே இது சாத்தியமாயிற்று என்னும் உண்மையும்தான். தற்போது பிரெஞ்சுக் கம்யூனிஸ்ட் கட்சியின் தலைமைப் பொறுப்பிலுள்ளவர்களுடன் நான் மீண்டும் தொடர்பை ஏற்படுத்திக் கொள்வது இப்போதும், இனி எப்போதும் சாத்தியமில்லை. அவர்கள் உதிர்க்கும் ஒவ்வொரு வாக்கியமும், அவர்கள் மேற்கொள்ளும் ஒவ்வொரு செயலும் முப்பதாண்டு காலப் பொய்கள், கெட்டிதட்டிப்போன நிலை ஆகியவற்றின் உச்சநிலைதான். ஹங்கேரி நிகழ்ச்சிகளுக்கான அவர்களது எதிர்வினைகள் முற்றிலும் பொறுப்பற்றவை.[7]

சோவியத் யூனியன், பிரெஞ்சுக் கம்யூனிஸ்ட் கட்சி ஆகியவற்றைப் பொறுத்தவரை சார்த்தரின் நிலைப்பாடுகள் எப்போதுமே ஒரே வகைப்பட்டவையாக இருக்கவில்லை; பகைமையும் நட்பும் விமர்சனமும் கலந்த உறவுகளாகவே அவை இருந்தன. 1968இல் பாரிஸில் நடந்த மாணவர்-தொழிலாளர் போராட்டங்களில் பிரெஞ்சுக் கம்யூனிஸ்ட் கட்சி மேற்கொண்ட நிலைப்பாடும், 1971இல் சோவியத் இராணுவம் செக்கோஸ்லோவேகியா மீது நடத்திய படையெடுப்பும் சார்த்தரை அவையிரண்டிலிருந்தும் இறுதியாகவும் முழுமையாகவும் துண்டித்துக் கொள்ள வைத்தன (அப்போது காம்யு உயிரோடு இருக்கவில்லை.)

சார்த்தருக்கும் காம்யுவுக்கும் இருந்த இன்னொரு முக்கியமான முரண்பாடு- அரசியல் முரண்பாடு, அல்ஜீரிய விடுதலை தொடர்பானதாகும். பிரெஞ்சுக் காலனியாக இருந்த அல்ஜீரியாவுக்கு நிபந்தனையற்ற முழு விடுதலை வழங்க வேண்டும் என்ற நிலைப்பாட்டை மேற்கொண்ட சார்த்தரும் கட்சி எதனையும் சாராத

7. Annie Cohen-Solal, *Sartre - A Life,* Translated by Anna Cancogni and edited by Norman Macafee, Pantheon Books, New York,1987,p. 358

அவரது இடதுசாரி நண்பர்களும் பிரெஞ்சு அரசாங்கத்துக்கு எதிராக ஆயுதமேந்திய விடுதலைப் போராட்டத்தை நடத்திய இயக்கத்திற்கு (FLN) தொடக்கத்திலிருந்தே முழு ஆதரவு கொடுத்தனர் *(பிரெஞ்சுக் கம்யூனிஸ்ட் கட்சியோ, அல்ஜீரியாவை 'உருவாக்கத்தில் இருந்த தேசம்' [Nation in Fromation] என்றும் அது பிரான்ஸிற்குள் சம உரிமை தரப்பட்ட பகுதியாக இருக்க வேண்டும் என்றும் நீண்ட காலம் - 1954இல் அல்ஜீரியப் போர் தொடங்கும் வரை - சொல்லி வந்தது.)* ப்ரன்ஸ் ஃபேனோனின் 'உலகின் அவலமிக்கோர்' (The Wretched of the Earth) என்னும் நூலுக்கு எழுதிய நீண்ட முன்னுரையில் சார்த்தர், அல்ஜீரிய விடுதலை இயக்கத்தின் வன்முறை நடவடிக்கைகளுக்கான வரலாற்றுக் காரணங்களை விளக்கினார். மறுபுறம், பிரான்ஸிலிருந்த தீவிர வலதுசாரி அமைப்பினரோ (OAS), அல்ஜீரியாவை பிரான்ஸின் காலனியாகவே வைத்திருக்க வேண்டும் என்று கோரினர் *(அந்த வலதுசாரிகள் சார்த்தரைக் கொலை செய்வதற்குச் சதி செய்ததுமுண்டு.)*

சார்த்தர், ஒடுக்கும் பிரெஞ்சு அரசின் வன்முறையையும் ஒடுக்கப்பட்ட அல்ஜீரிய மக்களின் விடுதலைப் போராட்டத்தின் வன்முறையையும் *(பயங்கரவாதத் தாக்குதலுக்கான வெடிகுண்டை மட்டுமே கொண்டுள்ள அல்ஜீரியப் போராளிகளையும் அல்ஜீரியா முழுவதையும் ஆக்கிரமித்திருந்த ஐந்து இலட்சம் நவீன பிரெஞ்சுத் துருப்புகளையும்)* சமமாகக் கருதுவதை விமர்சித்ததுடன்[8] இரண்டாம் உலகப் போருக்குப் பின் ஆசிய, ஆப்பிரிக்க நாடுகளில் கூர்மையடையத் தொடங்கிய காலனிய - எதிர்ப்பு விடுதலைப் போராட்டங்களைத் தீவிரமாக ஆதரித்தும் வந்தார்.

மறுபுறம் காம்யு, ஸ்பெயினில் நிறுவப்பட்ட ஃப்ராங்கோவின் பாசிச அரசாங்கத்தையும் அதற்கு பிரெஞ்சு அரசாங்கம் பொருளாதார உதவிகள் செய்துவந்ததையும் கண்டனம் செய்தார். இரண்டாம் உலகப் போரின் போது, கிரீஸிலிருந்த நாஜிகளைத் தோற்கடித்த பிறகு அந்த நாட்டிலிருந்து வெளியேறாமல் அதைத் தனது இராணுவ ஆக்கிரமிப்பின் கீழ் வைத்திருந்த பிரிட்டனையும் கண்டனம் செய்தார். 1953இல் கம்யூனிஸ்ட் கிழக்கு ஜெர்மனியின் ஆட்சியாளர்களுக்கு எதிராக வேலை நிறுத்தப் போராட்டத்தை நடத்திய அந்த நாட்டுத் தொழிலாளர்கள், 1956இல் ஹங்கேரியில் சோவியத் இராணுவ ஆக்கிரமிப்புக்கு எதிராக அந்த நாட்டு மக்கள் நடத்திய போராட்டம் ஆகியவற்றை ஆதரித்துப் பேசியும் எழுதியும் வந்தார்.

---

8. Ian Birchall, Op.Cited.

'இரும்புத் திரை'[9] என்று சொல்லப்பட்ட சோவியத் யூனியனிலும் கிழக்கு ஐரோப்பிய சோசலிச நாடுகளிலும் இருந்த ஒடுக்குமுறைகள், மரண தண்டனைகள் ஆகியவற்றை எதிர்த்துக் கட்டுரைகள் எழுதினார். சோவியத் ரஷியாவில் செசெனியர்கள், கிரிமியத் தத்தாரியர்கள் போன்ற சிறுபான்மை இனத்தவர் ஒடுக்கப்படுவதாகவும் சோவியத் யூனியனிலிருந்த டாகெஸ்டானின் இஸ்லாமிய கலாசாரம் அழிக்கப் படுவதாகவும் குற்றம் சாட்டினார். ஆஸ்திரிய எழுத்தாளரும் முன்னாள் கம்யூனிஸ்டுமான ஆர்தர் கோஸ்லருடன் இணைந்து எல்லா நாடுகளிலும் மரண தண்டனையை ஒழிப்பதற்கான இயக்கத்தை நடத்தினார். மத்திய கிழக்கில் 'இஸ்ரேல்' நாடு உருவானபோது, அது 'மதத்தின் பிடியிலுள்ள அரசுகளால் சூழப்பட்டுள்ளதாக'க் கூறினார்.

பிரெஞ்சுப் புரட்சியின் விழுமியங்களான சுதந்திரம், சமத்துவம், சகோதரத்துவம் ஆகியனவும் ஜனநாயக உரிமைகளும் ஐரோப்பாவில் பாதுகாக்கப்பட வேண்டும் என்று தொடர்ந்து வற்புறுத்தி வந்தார்.

ஆனால், அல்ஜீரியா உள்ளிட்ட ஆசிய, ஆப்பிரிக்க நாடுகளின் (இவற்றில் சில பிரெஞ்சுக் காலனி நாடுகளாக இருந்தன) விடுதலைப் போராட்டங்களைப் பொறுத்தவரை, காம்யுவின் நிலைப்பாடு முற்றிலும் வேறுபட்டதாக இருந்தது.

அல்ஜீரியாவில் வளர்ந்து வந்த தேசிய உணர்வு பற்றிய அவரது முதல் கட்டுரை ('அல்ஜீரிய தேசியத்தின் வளர்ச்சி') 1939ஆம் ஆண்டு மே மாதத்தில் வெளிவந்தது. அடுத்ததாக அவர் எழுதியது அல்ஜீரியாவில் பெர்பெர் மக்கள் பெரும்பான்மையாக உள்ள கபிலியாவில் நிலவிய வறுமையைப் பற்றிய கட்டுரை (அதே ஆண்டு மே-ஜூன் மாதங்களில் எழுதப்பட்டது.) பெர்பெர் மக்களின் வறுமை, இல்லாமை என்ற பிரச்சினைகளுக்கு அவர் பரிந்துரைத்த தீர்வு, பொருளாதார சீர்திருத்தங்களேயன்றி அல்ஜீரிய விடுதலை அல்ல.

இந்தக் கட்டுரை வெளிவந்த பிறகு தங்கள் நாட்டின் கதி பற்றி காம்யு என்ன சொல்கிறார் என்பதை அறிந்து கொள்ள அல்ஜீரியர்கள் ஆறு ஆண்டுகள் காத்திருக்க வேண்டியிருந்தது என்றும், அதன் பிறகே அல்ஜீரியா மீது கரிசனம் காட்டி காம்யு எழுதிய ஏழு கட்டுரைகள் 'கொம்பா' இதழில் வெளிவந்தன என்றும் கூறும் அல்ஜீரியத் தத்துவ அறிஞரும் இலக்கியத் திறனாய்வாளருமான மொஹமத் -லக்தார் மாவ்கவுல் (Mohamed Lakhdar Maogaul) அவற்றை எழுத வேண்டிய நிர்பந்தம் காம்யுவுக்கு ஏற்பட்டதற்கான காரணத்தைச் சொல்கிறார்:

9. சோவியத் முகாமுக்கு பிரிட்டிஷ் பிரதமர் வின்ஸ்டன் சர்ச்சில் சூட்டிய பெயர். இது கம்யூனிஸ எதிர்ப்பாளர்கள் எல்லோராலும் பயன்படுத்தப்பட்டு வந்தது.

1945ஆம் ஆண்டு மே மாதம் பிரெஞ்சுக் காலனியாட்சியாளர்கள் நடத்திய கொலைத் தாக்குதலில் 40000 அல்ஜீரியர்கள் (பெரும்பாலும் அல்ஜீரியாவின் கிழக்குப் பகுதிகளில்) கொல்லப்பட்டனர்.[10]

காலனி நாட்டு மக்களை, ஐரோப்பிய நாகரிகத்திலிருந்து மிகவும் பின் தங்கியிருந்தவர்களாகக் கருதும் ஐரோப்பியமையவாதம் காம்யுவிடம் இருந்ததாக எட்வர்ட் சைத் (Edward Said), கானோர் க்ரூயிஸ் ஓ ப்ரியன் (Connor Cruise O'Brien) ஆகியோர் முன்வைத்த விமர்சனங்கள் பலவற்றுக்கு மறுப்புத் தெரிவித்திருக்கும் ஓர் ஆராய்ச்சியாளரும்கூடக் கூறுகிறார்:

> *அல்ஜீரியாவில் காலனியாதிக்கத்துக்கு உட்பட்டவர்களுக்கும் காலனியாதிக்கவாதிகளுக்குமான உறவுகளில் ஏற்பட்ட திருப்பு முனை என்று கருதப்படுவதும், அந்த ஆண்டு (1945) மே மாதம் ஸெடிஃப், கான்ஸ்டாண்டினோய் ஆகிய இடங்களில் நடந்து தோல்வியடைந்ததுமான தேசிய எழுச்சியை அடுத்து நடந்த மூர்க்கதனமான இராணுவ ஒடுக்குமுறை பற்றிப் பேசுகையில், அப்போது தன்னுடைய கட்டுப்பாட்டின் கீழ் இருந்த அரபு நாடுகளில் பிரான்ஸ் "உண்மையிலேயே ஜனநாயகத்தை நிறுவ வேண்டும்" என்று காம்யு கூறினார். இது வட ஆப்பிரிக்காவின் ஆதரவை மட்டுமின்றி, பாரம்பரியமாகவே வல்லரசுகளின் பின்னால் சென்று கொண்டிருந்த பிற அரபு நாடுகளின் ஆதரவையும் ஈட்டித் தரும் என்றும் வாதிட்ட அவர் பிரெஞ்சு நாட்டின் சுயநலம் கருதிச் செயல்படுத்தப்பட வேண்டியதொன்றை சாதுரியமாக எடுத்துரைத்தார்: "உண்மையான ஜனநாயகம் என்பது அரபு நாடுகளைப் பொறுத்தவரை புதிய கருத்து. நமக்கோ அது நூறு இராணுவங்களுக்கும் ஆயிரம் எண்ணெய்க் கிணறுகளுக்கும் உள்ள மதிப்பைப் போன்றதாகும்".*
>
> *'நமக்கோ' என்ற சொல், (பிரான்ஸில் நாஜி)ஆக்கிரமிப்பின் போது பத்திரிகையாளராக இருந்த காம்யு, இந்தக் கட்டத்தில் தம்மை பிரெஞ்சுக்காரர் என்று தெளிவாக அடையாளப்படுத்திக் கொண்டதைச் சுட்டிக் காட்டுகிறது.*[11]

ஜெர்மானிய நாஜிசத்தையும் இத்தாலிய பாசிசத்தையும் தோற்கடித்து, 'மேற்கு ஐரோப்பிய ஜனநாயக விழுமியங்களை மீட்டு வந்த

10. Aicha Kassoul and Mohammed Lakhdar-Maogaul, *The Algerian Destiny of Albert Camus,* Translated by Philip Beitchman, Academia Press, Bethesda, USA, 2006, p.38

11. Neil Foxlee, Op.cited., p.221.

கையோடு' பிரான்ஸ், ஆப்பிரிக்காவிலும் மடகாஸ்காரிலும், இந்தோ-சீனாவிலும் இருந்த தனது காலனி நாட்டு சுதேசி மக்களைக் கொடூரமாக ஒடுக்கியது. 'மறுக்கமுடியாததவையாகவும் எல்லோரும் பார்க்கக்கூடியதாகவும்' இருந்த அந்தப் படுகொலைகளையும் சித்திரவதைகளையும் கண்டனம் செய்த காம்யு "எதைச் செய்கிறார்கள் என்று ஜெர்மானியர்களை நாம் கண்டனம் செய்தோமோ, அதை அப்படியே நாமும் செய்கிறோம்" என்று 'கொம்பா'வில் எழுதினார்.[12]

ஆனால், அந்த நாடுகளின் விடுதலைப் போராட்டங்களில் உள்ள நியாயத்தை ஒப்புக்கொள்ளும் அதேவேளை, அவற்றில் சில அபாயங்கள் உள்ளுறைந்துள்ளதாகக் கூறினார். இரண்டாம் உலகப் போருக்குப் பின் ஜப்பானிடமிருந்து தன்னால் மீண்டும் கைப்பற்றப் பட்ட காலனி நாடான வியெத்நாமில் பிரான்ஸ் படுதோல்வியடைந்து அங்கிருந்து தனது இராணுவத்தை வெளியேற்ற வேண்டிய கட்டாயத்துக்குள்ளானபோது காம்யு எழுதினார்: "ஆசிய மக்கள் அனைவருமே இந்தக் கணத்தில் ஒரு வகை அடிமைத்தனத்திலிருந்து (அதாவது காலனியம்), தற்காலிகமானது என்று அவர்கள் நம்பும் இன்னொரு அடிமைத்தனத்துக்கு (கம்யூனிசத்துக்கு) செல்வதனூடாகத் தங்களை விடுதலை செய்து கொண்டு வருகிறார்கள்".[13] இதே கருத்து தான் இன்னும் தெளிவாக அல்ஜீரிய விடுதலைப் போராட்டத்தைப் பற்றிய அவரது மதிப்பீட்டிலும் பிரதிபலித்தது:

> அல்ஜீரியாவில் நடந்து கொண்டிருக்கும் உணர்ச்சி மிக்க நிகழ்வு, கம்யூனிஸ - முதலாளித்துவ மோதலைக் காட்டிலும் மேலதிகமாக இந்த நூற்றாண்டைக் குறிக்கக்கூடியதாக இருக்கும் பரந்துவிரிந்த ஒரு வரலாற்றுரீதியான உணர்ச்சிமிக்க நிகழ்வின் புலப்பாடுதான்.. (இந்த வரலாற்று நிகழ்வு) கிழக்கு நாட்டு மக்களைத் தமது ஆளுமைகளை வென்றெடுப்பதை நோக்கி உந்தித் தள்ளிக்கொண்டிருக்கின்ற மாபெரும் இயக்கமாகும். முன்பு அடிமைப்பட்டிருந்த, அடக்கிவைக்கப்பட்டிருந்த இலட்சக்கணக்கான மக்கள் நமது சொந்த வரலாற்றுக்கு வெளியே இருந்திருக்கிறார்கள், இன்னும் இருக்கிறார்கள் என்பதை உணர்ந்து கொண்டிருக்கிறார்கள் (...) இதற்கு மாறாக, உலகத்தின் ஒரு பகுதியில், பூர்ஷ்வா கொடுங்கோலாட்சி அல்லது முழுசர்வாதிகார ஆட்சி என்ற சர்வாதிகாரக் கட்டத்தைத் தவிர்ப்பதற்கு நம்மால் ஒரு சூத்திரத்தைக் கண்டுபிடிக்க முடியுமானால், தம்மைத் தாமே கபளீகரம் செய்து

12. Aicha Kassoul and Mohammed Lakhdar-Maogaul , Op.Cited., p.43.

13. Neill Foxlee, Op.Cited, pp 275-276.

கொள்ளும் முப்பது புரட்சிகளை விட மேலான ஒன்றை நாம் எதிர்காலத்துக்குச் செய்தவர்களாவோம்.[14]

இங்கு காம்யு, பூர்ஷ்வா கொடுங்கோலாட்சி என்று குறிப்பிடுவது அநேகமாக ஜெர்மானிய, இத்தாலிய, ஸ்பானிய பாசிச ஆட்சிகளைத் தான் (இத்தாலிய பாசிசத்திற்கு 'மனித முகம்' இருந்ததாக அவர் சில முறை குறிப்பிட்டது வேறு விஷயம்.) கம்யூனிஸ்ட் நாடுகளிலிருந்த ஆட்சி முறையைத்தான் அவர் 'முழுசர்வாதிகார ஆட்சி' (totalitarianism) என்று அழைத்துவந்தார்.

'நமது சொந்த வரலாறு' என்று அவர் இங்கு குறிப்பிடுவது, மேற்கு ஐரோப்பிய, அதிலும் குறிப்பாக பிரெஞ்சு வரலாற்றைத்தான். அவர் எப்போதும் உயர்த்துப்பிடித்துக் கொண்டிருந்த பிரெஞ்சு ஜனநாயக விழுமியங்களின் தோற்றுவாயாக இருந்த 1789ஆம் ஆண்டு பிரெஞ்சுப் புரட்சியிலிருந்து தொடங்கி 1848, 1858, 1871 ஆம் ஆண்டுகள் வரை, ஏன் இரண்டாம் உலகப் போர் காலத்தில் பிரான்ஸின் ஒரு பகுதியில் இருந்த நாஜி ஆதரவு விஷி அரசாங்கம் வரை பிரான்ஸுக் குள்ளேயே பெருகியோடிய இரத்த வெள்ளங்களும் பிரெஞ்சுக் காலனியாட்சியாளர்கள் தங்கள் ஆசிய, ஆப்பிரிக்க, மேற்கிந்தியக் காலனி நாடுகளில் நடத்திய ஒடுக்குமுறைகளும் சேர்ந்துதான் அந்த 'நமது வரலாற்றை' உருவாக்கியிருந்தன.

பிரெஞ்சு ஜனநாயக மரபும் விழுமியங்களும் காம்யுவைப் பொறுத்தவரை ஈடிணையற்றவை; கோட்பாட்டுக்கும் நடைமுறைக்கும் இருந்த முரண்பாடுதான், இரண்டும் ஒத்துச்செல்லாததுதான் பிரச்சினை. அல்ஜீரியப் போர் தொடங்குவதற்கு சில நாள்களுக்கு முன் பிரெஞ்சுக் காலனியம் என்ற 'புதிரை' விளங்கிக் கொள்ள முயற்சி செய்தார்:

> ஒருவர் தன் இடது கையில் 'மனிதனின் உரிமை பற்றிய பிரகடனத்'தையும், வலது கையில் ஒடுக்குமுறைக் குண்டாந்தடியையும் வைத்துக்கொண்டு, நாகரித்தைக் கற்பிக்கும் ஆசிரியர் என்ற பெயருக்கு உரிமை கொண்டாடுவது சாத்தியமா?[15]

'நாகரித்தைக் கற்பிக்கும் ஆசிரியர்' என்று காம்யு குறிப்பிடுவது பிரான்ஸை. 'மனிதனின் (மற்றும் குடிமகனின்) உரிமை பற்றிய பிரகடனம்' 1789ஆம் ஆண்டு பிரெஞ்சுப் புரட்சிக்குப் பிறகு அமைக்கப்பட்ட தேசிய அரசமைப்புச் சபையால் நிறைவேற்றப் பட்டது. மனிதகுல வரலாற்றில் முக்கிய மைல்கல்லாக அமைந்த அந்தப் பிரகடனம் ஆண்களுக்கு மட்டுமே குடிமக்கள் என்ற

14. Ibid, p.43.

15. Quoted in Neil Foxlee, Op., p. 270.

உரிமையைத் தந்தது; தங்களுக்கும் சம உரிமை வேண்டும் என்று அக்காலத்தில் பெண்கள் தலைமையில் போராட்டம் நடந்தபோதிலும், அவர்களுக்கு அந்த உரிமை தரப்படவில்லை. 1944இல்தான் பிரான்ஸில் பெண்களுக்கு வாக்குரிமை தரப்பட்டது. மேலும், அடிமை முறையை ஒழிப்பதைப் பற்றியும் அது ஏதும் சொல்லவில்லை. பிரெஞ்சுப் புரட்சியில் முதன்மைச் சக்திகளாக இருந்த ஜாகோபின்களால் 1794இல் ஒழிக்கப்பட்ட அடிமை முறை நெப்போலியன் காலத்தில் புதுப்பிக்கப்பட்டது. அந்தச் சூழலிலும்கூட மேற்சொன்ன பிரகடனம்தான் அன்று பிரெஞ்சுக் காலனியாக இருந்த ஹெய்தியின் விடுதலைப் போராட்டத்திற்கு உள் உந்துதல் தந்திருக்கிறது. அந்தப் போராட்டத்திற்குத் தலைமை தாங்கியவர் தந்திரமாக பாரிஸுக்குக் கொண்டு வரப்பட்டுக் கொல்லப்பட்டார். இதுவும் 'நமது நாகரிக'த்தைச் சேர்ந்த வரலாறுதான்.

அல்ஜீரியாவைப் பொறுத்தவரை, காம்யு மேற்சொன்ன நிலைப்பாட்டை மேலும் தெளிவாகவும் முரணற்ற வகையிலும் வெளிப்படுத்தினார். அல்ஜீரியாவில் இருந்த தீவிர வலதுசாரி இராணுவத் தளபதிகள், அங்கிருந்த (காலனிய)அரசாங்கத்தை இராணுவப் புரட்சி மூலம் கவிழ்க்க மேற்கொண்ட நடவடிக்கைகளுக்குச் சில நாள்களுக்கு முன், அதாவது, 1958 மார்ச்-ஏப்ரலில் எழுதினார்:

இந்த (அல்ஜீரியப்) பிரச்சினையைப் பொறுத்தவரை எனது நிலைப்பாட்டைத் தெளிவாக வரையறுக்க முயன்றுள்ளேன். இஸ்லாமின் பேரரசொன்றுடன் பிணைக்கப்பட்டு, அதனால் அராபிய மக்களுக்கு அதிகரித்த வறுமையையும் துன்பத்தையும் மட்டுமே கொண்டுவரக்கூடிய அல்ஜீரியாவைக் காட்டிலும், அல்ஜீரியாவில் பிறந்த பிரெஞ்சுக்காரர்களை அவர்களின் தாயகத்திலிருந்து பிய்த்தெறியக் கூடிய அல்ஜீரியாவைக் காட்டிலும், கூட்டாட்சிக் குடியேற்றங்களைக் கொண்டுள்ளதும் பிரான்ஸுடன் இணைக்கப்பட்டுள்ளதுமான அல்ஜீரியாவே (நீதிக்கான எளிய வரையறை எதையும் கொண்டு தீர்மானிக்க முடியாத, ஆனால் செய்யத்தக்க ஒப்பீடு இது) விரும்பத்தக்கதாக எனக்குத் தோன்றுகிறது. நான் எதிர்பார்க்கும் அல்ஜீரியா தோன்றக்கூடிய வாய்ப்பு இருக்குமானால் (எனது அபிப்பிராயத்தில் அதற்குப் பல வாய்ப்புகள் உள்ளன), எனது சக்தியனைத்தையும் கொண்டு அதற்கு உதவ விரும்புவேன். மறுபுறம், வேறு ஏதோவொரு அல்ஜீரியா நிறுவப்படுவதற்கு நான் எவ்வகையிலும் ஒரு நொடிகூட உதவக்கூடாது என்று கருதுகிறேன். பிரான்ஸின் நலன்களுக்கு எதிராக, பிரான்ஸைப் பற்றிய எவ்வித நினைப்பும்

> இல்லாமல் சரணடைந்த சக்திகள், இப்போதுள்ள அல்ஜீரியாவை அப்படியே பாதுகாக்க வேண்டும் என நினைக்கிற சக்திகள் ஆகியவற்றின் கூட்டு முயற்சியின் மூலம் (...) வேறு ஓர் அல்ஜீரியா தோன்றுமானால், அது எனக்குப் பெரும் அவப்பேறாக இருப்பதுடன், இதர இலட்சக்கணக்கான பிரெஞ்சுக்காரர்களுடன் சேர்ந்து நானும் அதன் பின்விளைவுகளை அனுபவிக்க வேண்டியிருக்கும்.[16]

இப்படி அவர் கூறியதில் வியப்படைவதற்கு ஒன்றுமில்லை. பல சமயங்களில் அவர் தம்மை அல்ஜீரியன், வட ஆப்பிரிக்கன் என்று சொல்லிக்கொண்டு வந்த போதிலும், அல்ஜீரிய விடுதலைப் போரின் போது அறுதியிட்டுக் கூறினார்: "பிறப்பால் நான் பிரெஞ்சுக்காரன், 1940ஆண்டிலிருந்து தீர்க்கமான தேர்வுடன்".[17]

சோவியத் யூனியனில் இருந்த டாகெஸ்டானில் இஸ்லாமியக் கலாசாரம் அழிக்கப்படுவதாகக் குற்றம் சாட்டிய காம்யுதான், முஸ்லிம்களைப் பெரும்பான்மையினராகக் கொண்டிருந்த அல்ஜீரியா இஸ்லாம் பேரரசொன்றுடன் இணைக்கப்படுவதை ஓர் அபாயம் என்றும் கருதியிருக்கிறார்.

அல்ஜீரிய விடுதலைப் போர் உச்சக்கட்டத்தில் இருக்கும்போது, 1959இல், மூன்றாவது முறையாக காச நோயால் பாதிக்கப்பட்டு உடல் நலம் குன்றியிருந்த காலகட்டத்தில் காம்யு, தோஸ்தோவ்ஸ்கியின் நாவலைத் தழுவி எழுதிய 'பேய்பிடித்தவர்கள்' (The Possessed) என்ற நாடகத்தை அரங்கேற்றுவதிலும் அதைத் தாமே இயக்குவதிலும் மிகுந்த அக்கறை காட்டினார் என்று கூறுகிறார் மஹ்மூத் லக்டார் மாவ்யுகால்.[18] ரஷிய அராஜகவாதியான நெச்சாயெவைக் குறியீடாகக் கொண்டு, அனைத்துவகையான சோசலிசவாதிகளையும் 'பேய் பிடித்தவர்களாக' சித்திரிக்கிறது தோஸ்தோவ்ஸ்கியின் நாவல்.

இந்த நாவலின் மையக்கரு, காம்யுவின் கைகளில் வேறு ஒரு நோக்கத்திற்காகப் பயன்படுத்தப்பட்டது. அல்ஜீரிய விடுதலைப் போராளிகளும் பிரெஞ்சு இராணுவமும் போர் நிறுத்தம் செய்ய வேண்டும், அல்ஜீரியாவும் பிரான்ஸும் இணைந்த கூட்டாட்சி உருவாக்கப்பட வேண்டும் என்ற காம்யுவின் ஆலோசனை இரு தரப்பினராலும் (அவரவரது நிலைப்பாட்டிலிருந்து) நிராகரிக்கப் பட்டதற்கான காரணத்தை வரலாற்றுரீதியாக விளக்குவதற்குப்

16. Quoted in Aicha Kassoul and Mohammed Lakhdar-Maogaul,Op.Cited., p.22

17. Ibid, p.15.

18. ibid., p.53.

பதிலாக, எந்தவொரு அறிவுபூர்வமான தீர்வுக்கும் சம்மதிக்காத இரு தரப்பினருக்கும் பிடித்துள்ள பைத்தியக்காரத்தனமான வெறியின் காரணமாகவே அவர்கள் அத்தகைய வன்முறையில் ஈடுபடுகிறார்கள் என்று கூறுவதற்கே காம்யு இந்த நாடகத்தை அரங்கேற்றினார். அந்த அரங்கேற்றம் நிகழ்வதற்குச் சில மாதங்களுக்கு முன்புதான் அல்ஜீரியாவில் தீவிர வலதுசாரி இராணுவத் தளபதிகள் ஆட்சி அதிகாரத்தைக் கைப்பற்றுவதற்கான 'தீடீர்ப் புரட்சி' நடத்தியிருந்ததையும், ஆனால் அதைப் பற்றி காம்யு மௌனம் சாதித்ததையும் குறிப்பிட வேண்டும்.[19]

விடுதலைப் போராட்டத்தினரும் இராணுவத்தினரும் தத்தம் அதிதீவிர நிலைப்பாடுகளைக் கைவிட்டு, சமாதானத்திற்கு வந்து 'மத்திம' மார்க்கத்தைப் பின்பற்ற வேண்டும் என்ற தமது கோரிக்கையை அந்தப் பைத்தியக்காரர்கள் ஏற்றுக்கொள்ளவில்லை என்பதைச் சுட்டிக்காட்ட அந்த நாடகத்தைப் பயன்படுத்தினார் காம்யு. காம்யுவின் 'மத்திம மார்க்கம்' என்பது அல்ஜீரியாவில், ஸ்விட்ஸர் லாந்தில் இருப்பதைப் போன்ற கன்டோன் முறையை உருவாக்க வேண்டும் என்பதாகும் என்று கூறுகிறார் மாவ்யுகால்[20] (ஸ்விட்ஸர் லாந்தில் பிரெஞ்சுக்காரர்கள், ஜெர்மானியர்கள், இத்தாலியர்கள் ஆகியோர் பெரும்பான்மையாக இருக்கும் இடங்களில் அவரவருக்கு சுயாட்சி உள்ள நிர்வாக அலகுகளே கன்டோன்கள்.)

இந்த நாடக அரங்கேற்றத்துக்குச் சில மாதங்களுக்கு முன், காம்யு இஸ்ரேல் பற்றிய தமது நிலைப்பாட்டைத் தெளிவாக எடுத்துரைத் திருந்தார். கெமால் அப்டெல் நாஸரின் அரசாங்கம் 1956இல் சூயஸ் கால்வாயை நாட்டுடைமையாக்கியதை எதிர்த்து பிரெஞ்சு, பிரிட்டிஷ், இஸ்ரேலியப் படைகள் மூன்றும் எகிப்தின் மீது படையெடுத்தன. அந்த நிகழ்வுக்குப் பிறகு அரபு உலகம் முழுவதுமே இஸ்ரேலை காலனியாதிக்க நாடாகக் கருதத் தொடங்கியது. ஆனால் காம்யுவோ, அல்ஜீரிய முஸ்லிம்களால் - அராபியர்களால் (அல்ஜீரியர்களை அவர் அப்படித்தான் அழைத்து வந்தார்) ஏற்றுக்கொள்ளப்படாத, புரிந்து கொள்ளப்பட முடியாத ஒரு நிலைப்பாட்டை வெளிப்படுத்தினார்:

> காலனிய எதிர்ப்பு என்னும் முகாந்திரத்தைக் கூறி அவர்கள், முன்மாதிரியான இலட்சிய நாடான இஸ்ரேலை அழிக்க விரும்புகிறார்கள். ஆனால் நாம், இலட்சக்கணக்கான யூதர்கள் படுகொலை செய்யப்பட்டதைப் பார்த்தவர்களாகிய நாம், நம்மால்

---

19. Ibid., p.53.

20. Ibid, p. 53.

> அவர்களுக்குத் தர முடியாமலோ, காப்பாற்றி வைக்கவோ முடியாமல் போன தாயகத்தை, அந்தப் படுகொலைகளிலிருந்து எஞ்சியவர்களால் உருவாக்கப்பட்ட தாயகத்தைச் சேர்ந்தவர்களின் வாழ்வுரிமைகளைக் காப்பாற்றியாக வேண்டும்.[21]

அல்ஜீரியப் பிரச்சினையைப் பொறுத்தவரை சார்த்தர், காம்யுவைப் போல 'நல்லெண்ணம் கொண்ட' பிரெஞ்சுக்காரராக இருக்க விரும்பவில்லை. 'பேய்பிடித்தவர்கள்' என்ற உளவியல் விளக்கத்தையும் தரவில்லை. மாறாக, காலனியத்தின் மூலவேர்களை ஆராய்ந்து, அல்ஜீரிய மக்களின் முழு விடுதலைக் கோரிக்கையைத் தொடர்ந்து ஆதரித்து வந்தார். 1956இல் எழுதப்பட்ட 'அல்ஜீரியப் பிரச்சனைக்கான தீர்வு' என்னும் கட்டுரையில் கூறினார்:

> காலனியாதிக்கம் என்பது ஏதோ தற்செயலாக ஏற்பட்டதல்ல. காலனிகளில் குடியேறிய ஓராயிரம் தனிப்பட்ட தொழில்முனை வோர்கள் பற்றிய புள்ளிவிவரங்களும் அல்ல. அது பத்தொன்பதாம் நூற்றாண்டின் இடைப்பகுதியிலிருந்து நடைமுறைப்படுத்தப்பட்டு வந்துள்ள அமைப்பு. 1880ஆம் ஆண்டு வாக்கில் அது சில விளைவு களைத் தந்தது. முதல் உலகப் போருக்குப் பின் அது வீழ்ச்சியடையத் தொடங்கியது. இப்போது அது காலனியாதிக்க தேசத்திற்கு எதிராகத் திரும்பிக் கொண்டிருக்கிறது.[22]

அல்ஜீரியா எவ்வாறு பொருளாதாரரீதியாகச் சுரண்டப்படுகிறது என்பதை விளக்கும் பொருட்டுப் பிரமிக்க வைக்கும் புள்ளி விவரங்களைத் தொகுத்துக் கூறிய சார்த்தர், பிற்பட்ட விவசாய நாட்டில் ஏகாதிபத்திய மேற்கத்திய நாட்டின் முதலாளியம் திணிக்கப் படுவதன் காரணமாக ஏற்படும் அழிவுகளைச் சுட்டிக்காட்டினார். இந்தப் பொருளாதாரச் சுரண்டல் அல்ஜீரிய மக்களின் கலாசாரத்தை அழிப்பதையும் விளக்கினார். 1927 முதல் 1932 வரை அராபிய முஸ்லிம்களிடமிருந்து திருடப்பட்ட நிலத்தில் ஐரோப்பியப் பண்ணை முதலாளிகள் திராட்சைச் சாகுபடி செய்து வந்தது குறித்து எழுதினார்:

> இந்த நாட்டின் மக்களில் பெரும்பாலானோர் மது அருந்துவ தில்லை. முஸ்லிம்களிடமிருந்து திருடப்பட்ட நிலத்தில் முன்பு அவர்கள் (முஸ்லிம்கள்) அல்ஜீரியச் சந்தைக்காக உணவு தானியங்களைப் பயிரிட்டு வந்தனர். எனவே அவர்களது நிலம் மட்டும் அபகரிக்கப் படவில்லை. அவர்களது சத்தூட்டத்திற்கான

21. Ibid, p.53.

22. Annie Cohen-Soal, Op.Cited., p.368.

> முதன்மையான மூலாதாரமும் பறிக்கப்பட்டுள்ளது. 1.25 மில்லியன் ஏக்கர் நல்ல நிலம், திராட்சைச் சாகுபடிக்காகத் துண்டு துண்டாகப் பிரிக்கப்பட்டிருப்பதால், முஸ்லிம் மக்களைப் பொறுத்தவரை அவை இருப்பதும் இல்லாததும் ஒன்றுதான். நமது புகழ்பெற்ற கலாசாரம் பற்றிப் பேசப்படுகிறது. அதைப் பெறுவதில் அல்ஜீரிய மக்களுக்கு உண்மையிலேயே இத்தனை ஆர்வமா இருக்கிறது? எப்படியிருப்பினும் நாம் அவர்களுக்கு நமது கலாசாரத்தை வழங்கத் தயங்கவில்லை. நமது 'முஸ்லிம் சகோதரர்களை' அறிவிலிகள் கூட்டமாக மாற்றுவதற்கு நாம் மிகை விருப்பம் காட்டினோம். இன்னும்கூட அல்ஜீரிய மக்களில் எண்பது சதவீதம் பேர் எழுத்தறிவற்றவர்களாக உள்ளனர். 1830ஆம் ஆண்டு முதல் கொண்டே அரபு மொழி அல்ஜீரியர்களில் பெரும் பாலானோர்க்கு அந்நிய மொழியாகி விட்டது. பிரெஞ்சு நாட்டிலுள்ள நாம் அனைவரும் நமது பாடத்தைக் கற்றுக்கொள்ள வேண்டும்: அதாவது, காலனியம் மெல்ல மெல்லத் தன்னைத் தானே அழித்துக் கொண்டிருக்கிறது. இந்த இயக்கப்போக்கில் அது நமது நாட்டையே நாற வைத்துக் கொண்டிருக்கிறது. அது நமக்கு வெட்கக்கேடானது. அது நமது சட்டங்களைக் கேலிக்குரிய தாக்குகிறது. தனது இனவாதத்தின் மூலம் அது நம்மைக் களங்கப்படுத்துகிறது.
>
> அது செத்து மடிவதற்கு நம்மால் இயன்றதனைத்தையும் செய்ய வேண்டும். காலனியாதிக்கக் கொடுங்கோன்மையிலிருந்து நம்மையும் பிரான்ஸையும் விடுதலை செய்வதற்காக அல்ஜீரியர்களுடன் சேர்ந்து போராடுவது மட்டுமே நம்மால் இன்று செய்யக்கூடிய ஒரே நல்ல விஷயம்.[23]

ஆனால் காம்யுவின் நிலைப்பாடு இதற்கு நேர்மாறானதாக இருந்தது. அல்ஜீரியா பற்றி அவர் எழுதிய கட்டுரைகளின் தொகுப்பை- 'அல்ஜீரிய வரலாற்றுக் குறிப்புகள்' (Algerian Chronicles) - 1958இல் வெளியிட்டார். அதற்கு அவர் எழுதிய முன்னுரையில், அல்ஜீரியாவை பிரெஞ்சுக் காலனியாகவே வைத்திருக்கும் கொள்கை, அல்ஜீரியாவில் பிரெஞ்சு அரசாங்கம் நடத்தும் அடக்குமுறைக் கொள்கை ஆகிய இரண்டுக்குமான தமது எதிர்ப்பைத் தெரிவித்திருந்தார். எனினும், அல்ஜீரியாவிலிருந்து பிரெஞ்சு ஆட்சியாளர்களும் இராணுவமும் திரும்பப்பெறப்படுகின்ற, அங்கிருந்து பிரெஞ்சு அல்ஜீரியர்கள் வெளியேற வேண்டிய சாத்தியப்பாடு பற்றிக் கூறுகையில், அராபிய மக்களை இன்னும் மோசமான பாவப்பட்ட நிலைக்குள் கைவிட்டும்,

23. Ibid, pp. 368-369.

நூறாண்டுக் காலமாக அங்கு வேர்கொண்டிருந்த பிரெஞ்சுக்காரர்களை அங்கிருந்து பிய்த்தெறிந்துவிட்டும், இவர்களில் எவருக்குமே அனுகூலமாக இல்லாததும் பிரான்ஸ் மற்றும் மேற்கு நாடுகளின் சுதந்திரத்தை அச்சுறுத்துவதுமான புதிய ஏகாதிபத்தியத்தை ஊக்குவிக்கின்ற கொள்கையைத் தாம் எதிர்ப்பதாகக் கூறினார். 'புதிய ஏகாதிபத்தியம்' என்று அவர் இங்கு குறிப்பிட்டது, 'இஸ்லாம் பேரரசை' மட்டுமல்ல. மேற்சொன்ன முன்னுரைக்கான முதல் வரைவில், பிரெஞ்சுக்காரர்கள் அப்பாவி மக்களை (அராபியர்களை) கொல்வதிலும் சித்திரவதை செய்வதிலும் உள்ள அபாயம் என்னவென்றால், அந்த அடக்குமுறைக் கொள்கையானது தவிர்க்க முடியாமல் அல்ஜீரியாவைக் கைவிட வேண்டிய நிலைக்கு மட்டுமின்றி, "நீண்டகால நோக்கில் கிழக்கு நாடுகளால், அதாவது சோவியத் முகாமால் மேற்கு நாடுகள் அடிமைப்படுத்தப்படுதலுக்கும் கொண்டு சென்று விடும்" என்று எழுதினார்.[24]

அல்ஜீரியாவை (அதாவது காம்யுவை) அச்சுறுத்திய இரு ஏகாதிபத்தியங்களைப் பற்றிய விளக்கம், மேற்சொன்ன நூலின் கடைசிப் பகுதியில் ('1958இல் அல்ஜீரியா') தரப்படுகின்றது : அல்ஜீரிய சுதந்திரம் என்னும் கோரிக்கை ஒருவகையில் எகிப்தின் தலைமையிலுள்ளதும் மேற்கு நாடுகளை எதிர்ப்பதற்காக ரஷியாவால் பயன்படுத்திக் கொள்ளப்படுவதுமான புதிய ஏகாதிபத்தியத்தின் புலப்பாடே என்பது கருத்தில் கொள்ளப்பட வேண்டும்; ஐரோப்பாவில் அப்போதிருந்த நிலைமையை அப்படியே பாதுகாப்பதும், அதன் மூலம் ஐரோப்பாவில் தான் வைத்திருந்த காலனிய அமைப்புக்கு அங்கீகாரம் பெறுவதும், தெற்கிலிருந்து ஐரோப்பாவைச் சுற்றி வளைக்க மத்தியக் கிழக்கிலும் ஆப்பிரிக்காவிலும் கிளர்ச்சியைத் தூண்டுவதும் ரஷியாவின் திட்டமாகும்.[25]

அல்ஜீரிய விடுதலை இயக்கத்தினர் பொதுவாக உலக நாடுகளிலிருந்தும், குறிப்பாக அரபு நாடுகளிலிருந்தும் ஆதரவு பெறுவதற்காகச் சிறிதுகாலம் எகிப்தைத் தலைமையகமாக வைத்திருந்தனர். அவர்களுக்கு கிழக்கு ஐரோப்பிய சோசலிச நாடுகள், சீனா, கூபா ஆகியன மட்டுமின்றி அரபு லீக் அமைப்பைச் சேர்ந்த நாடுகளும் இராணுவ, நிதி உதவிகள் செய்தன. அப்போது 'அணி சேரா நாடுகள் இயக்கத்தில்' முக்கியப் பாத்திரம் வகித்த இந்தியாவும்கூட அல்ஜீரியாவின் சுதந்திரக் கோரிக்கையை ஆதரித்து வந்தது. மேற்கு ஐரோப்பிய நாடுகளின் (இதில் அவர் ஜெர்மனியைச் சேர்த்திருந்தாரா

24. Neil Foxlee, Op.cited., pp.279-280

25. Ibid, p.280.

என்பது சந்தேகத்துக்குரியது. ஏனெனில் ஜெர்மனி போன்ற 'நார்டிக்' சமுதாயங்களிலிருந்தே 'ஜெர்மன் கருத்துநிலை' - அதாவது மார்க்ஸியமும் பாசிசமும் - பரவியதாகக் கூறி வந்திருக்கிறார்[26], நீட்ஸ்ஸெவைத் தமது ஆதர்ச மனிதர்களில் ஒருவராக அவர் கொண்டிருந்த போதிலும்) ஒற்றுமையையும் ஒருமைப்பாட்டையும் விரும்பிய அவர், அதே போன்றவற்றைத் தங்களுக்கிடையே வளர்த்துக் கொள்ளவும் தங்கள் விடுதலைக்கு உதவ முன் வந்த சோசலிச நாடுகளின் ஆதரவைப் பெறவும் விரும்பிய ஆசிய-ஆப்பிரிக்க நாடுகளை 'புதிய ஏகாதிபத்திய'த்தின் பகுதியாகக் கருதினார்.

தமது தத்துவ ஆசானாகிய ழான் க்ரினியெவுக்கு எழுதிய கடிதமொன்றில் காம்யு கூறினார்: " இந்தத் தருணத்தில் உலகின் போக்கு என்னை மிகவும் பாதிக்கிறது. நீண்டகாலப் போக்கில், எல்லாக் கண்டங்களும் (மஞ்சள், கறுப்பு, மாநிறம்,) பழைய ஐரோப்பாவைத் தகர்க்கப் போகின்றன. அவர்கள் பல நூறு இலட்சம் பேர் இருக்கிறார்கள். பசியோடு இருக்கும் அவர்கள் சாவதற்கு அஞ்சாதவர்களாக இருக்கிறார்கள்".[27]

அதாவது ஆசிய, ஆப்பிரிக்கக் கண்டங்களிலிருந்து வறுமையோடு வருகின்ற கோடிக்கணக்கான மக்களால் ஐரோப்பாவின் மதிப்பீடுகள் அனைத்தும் அழிந்துவிடும் என்று காம்யு கருதினார் என்பதற்குச் சான்றாக, அவரது 'முதல் மனிதன்' நாவலில் அவர் சேர்க்க விரும்பிய விஷயமொன்று அந்த நாவலை எழுதி முடிப்பதற்காக அவர் வைத்திருந்த 'குறிப்புகளி'ல் காணப்படுகிறது. இந்த நாவலின் தலைமைப் பாத்திரமான ழான் கோர்மெரி ஒரு நாள் பிற்பகல் தூக்கத்தில் கனவு காண்கிறான்: "நாளை. அறுபது லட்சம் மஞ்சள் இனத்தவர்களும், பல கோடிக்கணக்கில் மஞ்சள் நிறத்தவர், கறுப்பு நிறத்தவர், மாநிறத்தவர்கள் எல்லாம் ஐரோப்பாவின் கடற்கரைகளில் வந்து இறங்கப் போகிறார்கள். ஐரோப்பாவை மாற்றக்கூடச் செய்யலாம். அவனுக்கு, அவனுக்கும் அவனைப் போன்று இருந்தவர்களுக்கும், கற்றுக் கொடுத்தது எல்லாம், அவனாகவே கற்றுக் கொண்டதெல்லாம், அன்றைய தினத்தில் அவனுடைய இனத்தைச் சேர்ந்த எல்லோரும், அவன் எதற்காக வாழ்ந்தானோ அந்த மதிப்பீடுகள் எல்லாம் பயனற்று மடிந்துவிடும். பின்னர், பயனுள்ளதாக என்னதான்

---

26. Ibid, 226
27. Ibid, p.281.

இருக்க முடியும்? ...அவனுடைய அம்மாவின் மௌனம் மட்டுமே. அவளுக்கு முன்னால் தன்னுடையை ஆயுதங்களைக் கைவிட்டான்".[28]

இங்கு காம்யு, ஒரு கனவைப் பற்றித்தான் சொல்கிறார் என்றாலும் அந்தக் கனவில் சொல்லப்படும் விஷயங்கள் அவர் எழுதிய கடிதத்திலுள்ள விஷயங்களை முற்றிலுமாக ஒத்திருக்கின்றன. இந்தக் 'கனவுக் காட்சியில்' அவர் 'இனம்' (race) என்ற சொல்லைப் பயன்படுத்தியுள்ளது குறிப்பிடத்தக்கது. மூாக் கோர்மெரி தனது 'இனத்'துக்காக ஆயுதமேந்திப் போராட நினைத்தான் என்றும், பிறகு எதிர்காலம் எப்படி இருந்தால் என்ன என்று கருதியோ, தாயின் மௌனத்துக்கு இணங்கியோ ஆயுதங்களைக் கைவிட்டான் என்றும் காம்யு கூறுவதாக ஊகிக்கலாம்.

அல்ஜீரியப் பிரச்சினையைப் பொறுத்தவரை, காம்யுவின் கருத்துகளை எந்தத் தரப்பினரும் ஏற்றுக்கொள்ளவில்லை என்பது உண்மைதான். ஒருபுறம் பிரெஞ்சு நிர்வாகம், இராணுவம் ஆகிய வற்றுக்கும் மறுபுறம் அல்ஜீரிய விடுதலை இயக்கத்துக்கும் நடந்த சண்டைகளிலும், கெரில்லாப் போர்களிலும் ஆயிரக்கணக்கான அராபிய, பெர்பெர், பிரெஞ்சு மக்கள் கொல்லப்பட்டனர். கடைசியாக ஐ.நா.வின் தலையீட்டிற்குப் பிறகு பிரெஞ்சு அரசாங்கம் அல்ஜீரியாவுக்கு சுதந்திரம் வழங்கப் பொது வாக்கெடுப்பு நடத்தியது. இதை ஐந்தாண்டுகளுக்கு முன்பே செய்திருந்தால் ஆயிரக்கணக்கான மனித உயிர்கள் காப்பற்றப்பட்டிருக்கும். காம்யுவின் இறப்புக்கு இரண்டாண்டு களுக்குப் பிறகு (1962இல்) அல்ஜீரியா சுதந்திர நாடாகியது.

காம்யுவின் ஆலோசனைப்படி, அல்ஜீரியாவும் பிரான்ஸும் இணைந்த கூட்டாட்சி ஏற்பட்டிருந்தால், அராபியர்களும் பிரெஞ்சுக் காரர்களும் ஒருவரையொருவர் நிர்மூலம் செய்து கொண்ட போரோ, அல்ஜீரியாவில் இருந்த விடுதலைப் போரட்டக் குழுக்கள் ஒன்றை யொன்று அழித்துக் கொண்ட 'சகோதரக் கொலை'களோ, சுதந்திரத்துக்குப் பின் அல்ஜீரியாவில் தோன்றிய இராணுவ சர்வாதிகார ஆட்சியோ, இஸ்லாமிய அடிப்படை வாதத்தின் எழுச்சியோ தவிர்க்கப்பட்டிருக்கும் என்ற வாதம் சிலரால் முன்வைக்கப்படுகிறது. இது, எந்தவொரு நாட்டு மக்களுக்கும் தங்கள் தலைவிதியைத் தாங்களே தீர்மானித்துக் கொள்ளும் சுய நிர்ணய உரிமை உள்ளது என்பதையும் 'அராபியர்களும் பெர்பெர்களும்'கூட வரலாற்றை உருவாக்கும் கர்த்தாக்களாக இருக்கமுடியும் என்பதையும் மறுப்ப தாகும். மேலும், காலனிய நாடுகள் தங்கள் விடுதலையை

28. ஆல்பெர் காம்யு, *முதல் மனிதன்*, தமிழாக்கம் : வெ.ஸ்ரீராம், க்ரியா, சென்னை, 2013, ப.253.

அடைவதற்காகத் தேர்ந்தெடுத்துக் கொண்ட வன்முறை காலனியாட்சியாளர்களால் திணிக்கப்பட்ட ஒன்று என்பதையும் மறுப்பதாகும். இன்றைய நவீன பிரெஞ்சு தேசத்தை உருவாக்கிய 1789ஆம் ஆண்டுப் புரட்சியை நடத்தியவர்களிடையேயும் குழுச்சண்டைகள் நடந்து பல்லாயிரக்கணக்கானோர் 'சகோதரக் கொலைகளில்' (இவற்றுக்காகத் தான் 'கியோட்டின்' கருவி உருவாக்கப்பட்டது) மாண்டனர் என்பதை மறந்துவிடுவதும் ஆகும். அதுமட்டுமல்ல, வரலாற்று வளர்ச்சியும் அதன் போக்கும் 'தவிர்க்கமுடியாதபடி' ஒரு குறிப்பிட்ட திசையில் தான் செல்லும் என்று மார்க்ஸியம் கூறுவதாக காம்யு விமர்சித்து வந்தாரே, அவரால் விமர்சிக்கப்பட்ட அதே கருத்தை ஆதரிப்பதில் தான் இந்த வாதம் சென்றடையும்.

மேலும், இரண்டாம் உலகப் போருக்குப் பிறகு காலனியாதிக்கத்திலிருந்து விடுதலை பெற்ற நாடுகள் பெரும்பாலானவை வறுமை, குறைவளர்ச்சி, வன்முறை, உள்நாட்டுப் போர்கள் ஆகியவற்றில் உழன்று கொண்டிருப்பதற்கு அந்த நாடுகளின் சர்வாதிகார ஆட்சிகளும் அவற்றின் ஊழல்களும் மட்டுமல்ல, மேற்கு ஐரோப்பிய நாடுகளும் வட அமெரிக்காவும் ஜப்பானும் ஆஸ்திரேலியாவும் காரணமாக இருந்து வருகின்றன. தனது மிகப் பெரும் இராணுவ வல்லமையைக் கொண்டு உலக நாடுகளை அச்சுறுத்தி வருகின்ற அமெரிக்காவின் ஐரோப்பியக் கூட்டாளிகளிலொன்றாக, ரஷியாவை இன்று சுற்றி வளைத்திருக்கும் 'நேட்டோ'வின் அங்கமாக உள்ள பிரான்ஸுமே இன்று பெரும் பொருளாதார நெருக்கடியில் சிக்கித் தவிக்கின்றது. அதற்கான பொறுப்பு முழுவதும் பிரான்ஸுக்குப் புலம் பெயர்ந்தவர்கள், அகதிகள் ஆகியோர் மீது சுமத்தும் பாசிசக் கட்சிகளும் குழுக்களும் பெரும் வளர்ச்சி கண்டுள்ளன.

2

1956இல் காம்யுவின் 'வீழ்ச்சி' நாவல் வெளிவந்தது என்றாலும் அதன் பிறகு அவரது எழுத்துப் பணியில் தொய்வு ஏற்பட்டிருந்தது. 1958ஆம் ஆண்டுக்குப் பிறகு அல்ஜீரியா பற்றியோ வேறு அரசியல் பிரச்சினைகளைப் பற்றியோ பகிரங்கமாக எந்தக் கருத்தையும் சொல்ல முடியாத அளவுக்கு காம்யு அந்நியப்பட்டிருந்தார். தோழமைக்கு ஏங்கக் கூடியவராக இருந்தார் என்றும் குடும்ப உறவும் சுமுகமானதாக இருக்கவில்லை என்றும் சொல்லப்படுகிறது. நோபல் பரிசு அவருக்கு ஓரளவு ஆறுதல் அளித்திருக்கக்கூடும். எனினும், அவர் மனதில் பல சந்தேகங்கள், உளைச்சல்கள் ஏற்பட்டன என்பதற்குச் சான்றாக அவரது

நாள் குறிப்பேட்டுப் பதிவுகள் இருப்பதைச் சுட்டிக் காட்டுகிறார் ஆந்ரே ஆல்பெர் ஆஸிமன்.[29]

அல்ஜீரியப் பிரச்சினையில் எல்லாத் தரப்பினராலும் நிராகரிக்கப்பட்டிருந்த காம்யு, தாம் பிறந்து வளர்ந்த அல்ஜீரியாவைப் பின்புலமாகக் கொண்டு சுயசரிதை நாவலொன்றை எழுதியிருக்கிறார் என்பதை அறிந்த இலக்கிய உலகம் அதைப் படிப்பதில் பேரார்வம் காட்டியதில் வியப்பில்லை. கார் விபத்தில் காம்யு கொல்லப்பட்ட போது அவரது 'சூட் கேஸில்' இருந்தவை, அவர் எழுதத் திட்டமிட்டிருந்த மிகப் பெரும் நாவலொன்றின் - அல்ஜீரியாவில் அவர் பிறந்து வளர்ந்த காலத்திலிருந்து தொடங்கி, தமது சொந்த வாழ்க்கை நிகழ்வுகள், உணர்ச்சிகள், தாம் மேற்கொண்ட முடிவுகள் ஆகியற்றுடன் இரண்டாம் உலகப் போர், நாஜிகளுக்கு எதிரான போர், அதில் சோவியத் யூனியனுடன் பிரான்ஸ் அணிசேர்ந்தமை, அல்ஜீரயப் போர் போன்ற முக்கிய நிகழ்வுகளை உள்ளடக்கிய, தோல்ஸ்தாயின் 'போரும் அமைதியும்' போன்ற, பரந்துவிரிந்த கதைக் களத்தையும் நிகழ்வுகளையும் கொண்டு அவர் எழுதத் திட்டமிட்டிருந்த மூன்று, நான்கு பாகங்களைக் கொண்ட சுயசரிதை நாவலின் - ஒரு பகுதிதான் நமக்குக் கிடைத்துள்ள 'முதல் மனிதன்'. இதில் அவர் 'முடிவு' என்ற ஒன்றை எழுத விரும்பவில்லை என்பதை இந்த நாவலின் பிற்சேர்க்கையாகத் தரப்பட்டுள்ள அவரது 'குறிப்புகளி'ல் காண்லாம்: "புத்தகம் முடிவு பெறாத நிலையில் இருக்க வேண்டும்" (ப.239). மனசாட்சி, ஏதோவொரு அரசியலில் ஈடுபாடு (அல்லது அதற்குத் தம்மை அர்ப்பணித்தல், அதனால் ஏற்படும் பின்விளைவுகள்) என்பன தொடர்பான கேள்விகளை தாம் முழுமையாக எழுதி முடிக்க உத்தேசித்திருந்த நாவலில் எழுப்ப வேண்டும் என்று அவர் கருதினார் என ஊகிக்கலாம்.

அல்ஜீரியாவின் ஒரு பகுதியில் பிரெஞ்சுக்காரரொருவருக்குச் சொந்தமான பண்ணையில் மேற்பார்வையாளராக வேலை செய்வதற்கு நிறைமாத கர்ப்பிணியான தமது மனைவியுடன் காம்யுவின் தந்தை (லூான் கோர்மெரி) குதிரை வண்டியில் பயணம் செய்வதையும், அவர் அங்கு போய்ச் சேர்ந்த சில மணி நேரத்தில் அந்தப் பண்ணையில் அவருக்கு அளிக்கப்பட்டிருந்த வசதிக் குறைவான வீட்டில் அவரது இரண்டாவது மகன் காம்யு (இந்த நாவலில் 'ழாக் கோர்மெரி') பிரசவிக்கப்படுவதையும் சித்திரிப்பதிலிருந்து இந்த நாவல் தொடங்குகிறது. அடுத்த அத்தியாயத்தில், பிரான்ஸில் வேலை செய்து கொண்டிருக்கும் நாற்பது வயதான ழாக் கோர்மெரி, தனது தந்தையின்

29. Andre Albert Acimen, op.cited.

கல்லறையைத் தேடிச் செல்கிறான். தான் ஒருபோதும் பார்த்திராத அவனது தந்தையின் கல்லறையில் பொறிக்கப்பட்டிருந்த அவரது பிறந்த ஆண்டும் இறந்த ஆண்டும் அவனுக்குள் ஏற்படுத்தும் உணர்வலைகளை காம்யு சித்திரிக்கிறார்:

> (மூாக்) அனிச்சையாகக் கணக்குப் போட்டுப் பார்த்தான்: இருபத்தியொன்பது ஆண்டுகள். திடீரென்று ஒரு கணம் பளிச்சிட்டு அவன் உடல் முழுவதையும் குலுக்கியது. கோர்மெரிக்கு வயது நாற்பது. இந்தக் கற்பலகைக்கு அடியில் புதைக்கப்பட்டிருந்த மனிதர், தன்னுடைய தந்தையாக இருந்தவர், தன்னைவிட இளையவராக இருந்திருக்கிறார். மற்ற கல்லறைகளில் பொறிக்கப்பட்டிருக்கும் வாசகங்களைப் பார்க்கும் போது, இந்தக் கணத்தில் தாங்கள் வாழ்ந்து கொண்டிருப்பதாக நினைத்துக் கொண்டிருக்கும், நரை தோன்ற ஆரம்பித்துவிட்ட மனிதர்களின் தந்தைகளாக இருந்த குழந்தைகள் தூவப்பட்டிருக்கும் பூமியே இது என்று அந்தத் தேதிகளிலிருந்து புரிந்து கொண்டான் (ப.25).[30]

அடுத்த அத்தியாயத்திலிருந்து நாவலின் பெரும்பகுதியாக அமைந்திருப்பவை, ஃப்ளாஷ்-பேக்' போல, மூாக் கோர்மெரியின் இளம் வயது நினைவுகளும் தன் தந்தையைப் பற்றிய செய்திகளை அவரை நேரில் அறிந்திருந்தவர்கள், அவரைப் பற்றிக் கேள்விப்பட்டிருந்தவர்கள் ஆகியோரிடமிருந்து திரட்ட அவன் மேற்கொள்ளும் முயற்சிகளும்தான். இளம் வயது நினைவுகளை எழுதுவதைப் பொறுத்தவரை காம்யு மீது மற்றொரு புகழ்பெற்ற பிரெஞ்சு எழுத்தாளர் ப்ரூஸ்ட்டின் தாக்கம் இருப்பதை அறிந்து கொள்கிறோம். ப்ரூஸ்டின் நாவல்கள் செல்வக் குடும்பப் பாத்திரங்களின் நினைவுகளைச் சித்திரிக்க, காம்யுவோ பிரெஞ்சு ஏழைகளின் நினைவுகளேயே இந்த நாவல் நெடுக மிக வளமாகப் பதிவு செய்திருக்கிறார், அவை வளம் குன்றியதாக இருக்கும் என்று அவரே கூறும் போதிலும்:

> ஏழை மக்களின் நினைவு ஏற்கனவே செல்வந்தர்களின் நினைவைவிட வளம் குன்றியிருக்கும்; தாங்கள் வசிக்கும் இடத்தைவிட்டு அவர்கள் மிக அரிதாகவே வெளியே செல்வதால் வெளியில் அவர்களின் நினைவுக்கு என்று அடையாளச் சின்னங்கள் எதுவும் இருப்பதில்லை. பிரகாசமற்ற ஒரேமாதிரியான அவர்களுடைய வாழ்க்கையில் காலத்தின் சுவடுகளும் நினைவில் குறைவாகவே இருக்கும். இதயத்தின் நினைவு என்பது நிச்சயமாக நம்பக்கூடியது

30. இங்கும் இதைத் தொடர்ந்தும் அடைப்புக் குறிகளில் எண்களிடப்பட்ட மேற்கோள்கள் யாவும் வெ.ஸ்ரீராமால் தமிழாக்கம் செய்யப்பட்டு, 'க்ரியா'வால் வெளியிடப்பட்டுள்ள 'முதல் மனிதன்' நாவலில் உள்ளவை.

> என்றும் சொல்லப்படுகிறது. ஆனால் கடும் உழைப்பினாலும் சோகத்தினாலும் தகர்ந்துவிடுகிற இதயம், அயர்ச்சியின் சுமையில் விரைவில் மறந்துவிடுகிறது. கடந்தகால நினைவுகள் செல்வந்தர் களுக்கு மட்டுமே. ஏழைகளுக்கு அவை மரணத்தின் பாதையில் மங்கிய சுவடுகள்தான்...*(ப.66-67).*

கணவன் இறந்த செய்தி அடங்கிய அரசாங்கக் கடிதத்தைப் படிக்கக்கூடத் தெரியாத படிப்பறிவற்ற, துக்கிக்கக்கூடத் தெரிந்திராத தாய்; சொற்ப வருமானத்துக்காக மற்றவர்களின் வீடுகளில் வேலை செய்து வந்த தாய் : "முழங்காலிட்டுத் தரையை மெழுகி, மற்றவர்களின் எண்ணெய்ப் பிசுக்கு மீதங்கள், அழுக்கு உள்ளாடைகளுக்கு மத்தியில் ஆறுதலோ, ஆண் துணையோ இல்லாத வாழ்க்கை, கடினமாக உழைத்த நீண்ட நாள் பொழுதுகள் ஒன்றோடொன்று சேர்ந்து ஒட்டுமொத்தமாக உருவாக்கிய வாழ்க்கை, நம்பிக்கைகள் பறிக்கப் பட்ட நிலையில் எவ்வித மாறுதலும் இன்றி, எதுவும் தெரியாமல், ஒரே குறியாக எல்லா இன்னல்களையும் -தன்னுடையதையும் மற்றவர்களுடையதையும் - வேறு வழியில்லாமல் ஏற்றுக் கொண்ட வாழ்க்கை"யை *(ப.51)*வாழ்ந்து கொண்டிருந்த தாய்; செவித் திறன் குன்றி, தனது அம்மாவின் வீட்டைத் தவிர வேறு எந்தப் புகலிடமும் இல்லாமல், சோகம் நிறைந்த முகத்தின் மீது கைக்குட்டையை வைத்துக் கொண்டு, மூட்டுவலியுள்ள கையை மறைத்தபடி, எப்போதும் சோகத்தால் கவ்வப்பட்டவளாய், தெருவை நோக்கியிருந்த ஜன்னலின் வழியாக எதையோ வெறித்துப் பார்த்துக் கொண்டிருப்பதை வழக்கமாகக் கொண்டிருந்த மூாக்கின் தாய்;

ஏழ்மையாலோ, வாழ்வின் இன்னல்களாலோ ஊனமாக்கப்பட முடியாத அவனது பாட்டி: "அவளிடம் மூாக்கை வியப்படையச் செய்த முதல் அம்சம் அவளுடைய கறார் குணம்; கஞ்சத்தனம் என்று சொல்ல முடியாவிட்டாலும், நாம் சுவாசிக்கும், நம்மை வாழ வைக்கும் காற்றுக்காக எப்படிப் பேராவல் கொள்கிறோமோ அதைப் போன்ற பேராவல்" *(ப.70);*

மரப் பீப்பாய் தயாரிக்கும் பட்டறையில் கடினமான பணியைச் செய்து வந்த தாய் மாமன் எர்னெஸ்ட். 'எத்தியென்' என்றும் அழைக்கப் பட்ட அவர்தான் மூாக்கை கடலில் நீந்துவதற்கும் வேட்டையாடு வதற்கும் தன்னுடைய பட்டறையில் கொஞ்சம் வேலை செய்வதற்கும் அழைத்துச் செல்பவர். ஆதாமைப் போலக் கள்ளங்கபடமற்றவர். அரை-ஊமை. நாய் பிரியரும்கூட: "எர்னெஸ்டையும் அவருடைய நாயையும்... ஒரு ஜோடியாக எண்ணிப் பார்ப்பது தவிர்க்க முடியாத தாக இருந்தது (நாய்களைப் பற்றித் தெரியாமலோ அவற்றைப்

பிடிக்காமலோ இருந்தாலே ஒழிய எவரும் இதை ஒரு கேலியாக நினைக்க முடியாது.) அந்த மனிதருக்கு அடிபணியவும் அவரிடம் அன்பு செலுத்தவும் அந்த நாய் கடமைப்பட்டிருந்தது; அவரும் அந்த நாய்க்கான முழுப்பொறுப்பையும் ஒப்புக் கொண்டிருந்தார்" (ப.85-86).

இவ்வாறு மூாக்கின் ஏழைக் குடும்ப உறுப்பினர்கள் அனைவருக்கும் காவியத் தன்மை வழங்கும் இந்த நாவல், மூாக் பார்த்திராத ஒரு மூதாதயனைப் பற்றிய மறக்க முடியாத சித்திரத்தையும் தீட்டுகிறது. அவனது பாட்டியின் தந்தைவழிப் பாட்டன், "...காய்கறித் தோட்டங்களைச் சுற்றியிருந்த, கல்லினால் ஆன சிறிய மதில் சுவர்களுக்கிடையில் கழுதை ஒன்றின் மேல் உட்கார்ந்து வலம் வந்தபடி கவிதைகளை எழுதிக் கொண்டிருப்பான். அப்படி வலம் வந்து கொண்டிருந்த போதுதான் ஒருமுறை அவனுடையை நிழலுருவத்தையும், அகன்ற விளிம்பு கொண்ட கரிய தொப்பியையும் பார்த்த, அவமதிக்கப்பட்ட கணவன் ஒருவன், அவனைக் கள்ளக் காதலன் என்று தவறாக நினைத்திருக்கிறான்; கவிதையின் முதுகில் சுட்டுவிட்டான்..." (ப.69).

மாமாவுடன் வேட்டைக்குப் போவது, பாட்டியுடன் சினிமாவுக்குச் செல்வது, சினிமாவில் அவளுக்குப் புரியாதவற்றை விளக்குவது, நண்பர்களுடன் விளையாடுவது, கால் பந்தாட்ட மைதானத்தில் ராஜாவாக விளங்குவது, பள்ளிக்கூடத்தில் சக மாணவர்களிடையே தனது வறுமையை மூடிமறைக்க முடியாமல் தடுமாறுவது ("[வகுப்பறையில்] திடீரென்று, தன்னுடைய காலணிகளின் அடிப்பாகத்தில் இருந்த ஆணிகளின் தேய்மானம் பற்றிய பயம் அவனைக் கவ்வும்; வகுப்பின் தொடக்கத்தில் படபடப்புடன் அவற்றை ஆராய்ந்து, முந்தைய தினத்திலிருந்த அவற்றின் பளபளப்பி லிருந்து இன்று வேறுபட்டிருக்கிறதா என்று சோதித்து, தேய்மானத்தின் அளவை மதிப்பிடுவதில் இருந்த சிரமத்தை எண்ணியே ஆறுதல் அடைவான்" [ப.179]) என மூாக்கின் இளமைப் பருவத்தின் நினைவு களை கவிதைகளாக வடித்திருக்கிறார் காம்யு.

இயற்கைக் காட்சிகளைப் பற்றிய அற்புதமான சித்திரிப்புகள் இல்லாமல் காம்யுவின் நாவல்களை நினைத்துக்கூடப் பார்க்க முடியாது. ஆயிரக்கணக்கான தைலான் குருவிகள் வீட்டுக்கூரை களிலும் தந்திக் கம்பிகளிலும் வந்தமர்வதையும் பின்னர் திடீரென்று அவை காணாமல் போவதையும் பற்றிய வர்ணனை ஒன்றே போதும் (ப.174-175) - இது கவிதையா உரைநடையா என்று நம்மைத் திகைக்க வைக்க.

பிரான்ஸிலிருந்தும் ஸ்பெயினிலிருந்தும் வெளியேற்றப்பட்டு தலைமுறை தலைமுறையாக வாழ்கின்ற ஏழை வெள்ளையர்களின் அவல நிலை நெஞ்சை உருக்கும் வகையில் சித்திரிக்கப்படுகின்றது:

> நூறு ஆண்டுகளுக்கும் மேலாக, பெரும் கூட்டமாக மக்கள் இங்கே வந்து, நிலத்தை உழுது, சால்களைச் சில இடங்களில் மேலும் மேலும் ஆழமாகவும், இன்னும் சில இடங்களில் மண் சரிந்து விழவும் தோண்டி, இறுதியில் அவை எல்லாவற்றையும் மணல் மூடிவிட, அந்தப் பிரதேசம் பழையபடி காட்டுச் செடிகளும் புதர்களும் நிறைந்ததாகி ஆகிவிட்டது. அங்கு இந்த மக்கள் குழந்தைகளைப் பெற்றுக் கொண்டு, மறைந்துவிட்டார்கள். அவர்களுடைய மகன்களுக்கும் அதே கதைதான். அந்த மகன்களும், பேரன்களும், மூக்கைப் போலவே இந்த மண்ணில் அவர்களுக்கென்று கடந்த கால வரலாறோ, ஒழுக்க நெறிமுறைகளோ, வழிகாட்டிகளோ, மத ஈடுபாடோ இல்லாமல், இருத்தலிலேயே மகிழ்ச்சியடைந்து, இருளுக்கும் சாவுக்கும் பயந்தபடி, சூரிய வெளிச்சத்திலேயே ஆனந்தமாக இருந்தார்கள். அனாதையாகக் கைவிடப்பட்ட குழந்தைகளை எப்படிக் காலனி ஆதிக்கத்துக்குப் பயன்படுத்திக் கொள்வது என்பது பற்றிய எவ்வளவு ஆய்வுகள் அந்தக் காலத்திய நூலகங்களில் இருந்தன! ஆமாம், இங்கு எல்லோருமே, நிலையற்ற நகரங்களை நிர்மாணித்துவிட்டுப் பிறகு தங்களுக்குள்ளேயும் மற்றவர்கள் மனங்களிலும் இறந்துவிட்ட, கண்டெடுக்கப்பட்டுக் காணாமல் போன குழந்தைகள்தான் *(ப.154-155)*.

ஆனால், 'எல்லோருமே' என்பதில் 'அராபியர்கள்' உள்ளடக்கப்படவில்லை. அல்ஜீரிய ஏழை அராபியர்களின் நிலை பற்றிய சித்திரிப்புகள் ஏதும் இல்லை. அராபியர்கள், பிரெஞ்சுக்காரர்கள் ஆகிய இரு தரப்பினரும் காலனியாதிக்கத்தால் பாதிக்கப்பட்டதை இந்த நாவல் சில இடங்களில் சொல்கிறது. ஆனால் அவர்கள் ஏன் தனித்தனி 'சேரி'களில் வாழ்ந்திருக்கிறார்கள் என்பதைப் பற்றியோ, அராபிய ஏழைகளின் வாழ்க்கை பிரெஞ்சு ஏழைகளின் வாழ்க்கையுடன் எப்படி ஒத்திருந்தது அல்லது வேறுபட்டிருந்தது என்பதைப் பற்றியோ இந்த நாவலில் (அதாவது காம்யு விட்டுச்சென்ற கையெழுத்துப்படிகளில்) ஏதும் சொல்லப்படுவதில்லை.

மாறாக, அல்ஜீரியாவில் இருந்த பிரெஞ்சுக் குடியேற்றவாதிகளின் வன்முறையும் அல்ஜீரிய சுதேசிகளான அராபியர்களின் வன்முறையும் ஒன்றுக்கொன்று சமமானவையாகச் சித்திரிக்கப்படுகின்றன:

...அவர்களும் (அராபியர்களும்) நாமும் (பிரெஞ்சுக்காரர்களும்) ஒருவரையொருவர் புரிந்துகொள்வதற்காகவே இருக்கிறோம். ஒரே மாதிரி முட்டாள்தனமாகவும் மூர்க்கதனமாக இருந்தாலும், அதே மனித ரத்தம் உடலில் ஓடிக் கொண்டு இருபவர்கள். இன்னும் ஒருவருக்கொருவர் கொன்று கொண்டும், ஒருவரின் கொட்டையை மற்றவர் அறுத்துக் கொண்டும், கொஞ்சம் சித்திரவதை செய்து கொண்டும் இருப்போம். பிறகு, மீண்டும் எல்லா மனிதர்களும் ஒற்றுமையாக வாழத் தொடங்குவோம். அதைத்தான் இந்த நாடு விடும்புகிறது(ப.145).

இந்த நாவலை முழுமைப்படுத்துவதற்காக காம்யு எழுதி வைத்த 'குறிப்புகளில்' மட்டும் அராபிய ஏழைகள் குறிப்பிடப்படுகிறார்கள்:

நிலத்தைத் திருப்பிக் கொடுத்துவிடுங்கள். யாருக்கும் சொந்தமில்லாத நிலத்தை. விற்பதற்கோ, வாங்குவதற்கோ இல்லாத நிலத்தைத் திருப்பிக் கொடுத்துவிடுங்கள். நிலத்தைத் திருப்பிக் கொடுத்துவிடுங்கள். ஒன்றுமில்லாத ஏழைகளுக்கு. தங்களுக்கென்று எதையும் பெற்றுக் கொள்ளவோ, சொந்தமாக்கிக் கொள்ளவோ ஆசைப்படக்கூட இல்லாத பரம ஏழைகளுக்கு, அவனைப் போலவே, பெரும்பாலும் அராபியர்களும் இன்னும் சில பிரெஞ்சுக்காரர்களும் அடங்கிய இந்த நாட்டின் மாபெரும் ஏழைகளின் கூட்டத்தின் மத்தியில். உலகத்திலேயே மிகவும் பிடிவாதத்தின் மூலமும் சகிப்புத்தன்மையுடனும் வாழ்ந்து கொண்டும் பிழைப்பை நடத்திக் கொண்டும் இருந்த அவர்களுக்கு - புனிதமானவற்றைப் புனிதமானவர்களிடம் சேர்ப்பதைப் போல - இந்த நிலத்தைக் கொடுத்துவிடுங்கள்; பின்னர் நான், மீண்டும் ஒருமுறை ஏழையாகிவிட்ட நான், உலகத்தின் ஒரு கோடியில், மிக மோசமான ஒரு புலம்பெயர்தலில் தூக்கியெறியப்பட்ட நான், என் மதிப்புக்குரிய அனைவரும், என் மதிப்புக்குரிய அவளும் நான் பிறந்த, நான் மிகவும் நேசித்த இந்த மண்ணுலகுடன் இணைந்துவிட்டார்கள் என்பதை அறிந்து புன்னகை செய்வேன். மன நிம்மதியுடன் இறந்து போவேன். (ப.261).

இந்த நாவலில் மூாக்குடன் தொடக்கப் பள்ளியிலும் உயர்நிலைப் பள்ளியிலும் அராபிய நண்பர்கள் இருந்ததாகச் சொல்லப்பட்டாலும், பெயர் சொல்லிக் குறிப்பிடப்படும் ஒரே ஒரு அராபியப் பாத்திரம் சதோக்தான். காம்யு எழுதவிருந்த பிற பாகங்களில் வேறு அராபியப் பாத்திரங்கள் இடம் பெற்றிருக்கக்கூடும்.காம்யுவுக்கு அராபிய நண்பர்கள் சிலர் இருந்திருக்கின்றனர். ஆனால் அவர் அரபு மொழி பயின்றதில்லை. எனவே அவர் காலத்தில் இருந்த தலைசிறந்த

அல்ஜீரியப் (அராபிய, பெர்பெர்) படைப்பாளிகளில் ஒருவரைப் பற்றிக்கூட - அவர்களது ஆக்கங்கள் பிரெஞ்சில் மொழியாக்கம் செய்யப்பட்டிருந்திருந்த போதிலும் -அவர் எழுதியதாகத் தெரிய வில்லை. அவர்களது படைப்புகளின் மூலம் வெளிப்படுத்தப்பட்ட அல்ஜீரிய விடுதலை தாகத்தைப் பற்றி அவர் ஏதும் எழுதியதில்லை.

வன்முறை, மரண தண்டனை ஆகியன பற்றி காம்யு பின்னாளில் மேற்கொண்ட நிலைப்பாடுகளுக்கான வித்துகள் இந்த நாவலில் தந்தைக்கும் மகனுக்கும் ஏற்படும் தனித்தனி அனுபவங்களைப் பற்றிய சித்திரிப்புகளில் காணப்படுகின்றன: மொறொக்கோவுடன் நடந்த சண்டையில் பிரெஞ்சு இராணுவ வீரராக இருந்த ழாக்கின் தந்தை தமது சக வீரரொருவரின் கழுத்து அறுக்கப்பட்டு, அவரது வாயில் ஆண்குறி திணிக்கப்பட்டிருபதைக் கண்டு அதிர்ச்சியடைந்து, அந்தச் செயலைப் புரிந்தவர்கள் மனிதப் பிறவிகளே அல்ல என்று கூறியிருக்கிறார். அவர்கள் அப்படிச் செய்ததற்குக் காரணம் அவர்களது மண்ணை ஆக்கிரமித்த பிரெஞ்சுக்காரர்கள் இதே போன்ற செயலைச் செய்திருந்ததுதான் என்று ஒருவர் கூறிய போது, "அப்படியானால் அவர்களும் மனிதர்கள் இல்லை. அவர்களும்கூடத்தான்... அசிங்கமான இனம்! என்ன மோசமான இனம்! எல்லோரும், எல்லோருமே" என்று பதிலளித்திருக்கிறார்(ப.56).

பிரெஞ்சுக்காரப் பண்ணையதிபர் ஒருவரிடம் வேலை செய்து வந்த பியரெத் என்னும் பிரெஞ்சு ஊழியன் தனது எஜமானர்களையும் அவர்களுடைய மூன்று குழந்தைகளையும் கொடூரமாகக் கொலை செய்ததற்காக மரண தண்டனை விதிக்கப்படுகிறான். அந்தக் காலத்தில் கியோட்டின் கருவி மூலம் தலை துண்டிக்கப்படுவது வழக்கம்; அதை வேடிக்கை பார்ப்பதற்காக மக்களும் கூடுவர். ழாக்கின் தந்தையும் சென்றிருக்கிறார். ஆனால் அவர்

> மிகவும் வெளிறிப் போய் திரும்பிவந்து, படுக்கச் சென்று, வாந்தியெடுப்பதற்காகப் பலமுறை மீண்டும் தூங்கப் போயிருந்திருக்கிறார். பின்னர், அவர் பார்த்தவற்றைப் பற்றிப் பேச அவர் ஒருபோதும் விரும்பியதில்லை. அவன் (ழாக்) வளர்ந்து பெரியவனான பிறகு, மரண தண்டனை என்பது பொதுவாக, சாத்தியக்கூறில்லாத நிகழ்வு என்று சொல்ல முடிந்த நிலை மாறி, அது எதிர்பார்க்கக்கூடிய நிகழ்வுகளில் ஒன்றுதான் என்று நினைக்கும் நிலைக்கு உலக வரலாறு ஆகிவிட்டிருந்தது; உண்மை நிலை கொடிய கனவுகளுக்கு ஆறுதல் அளிக்கும் வகையில் இனியும் இருக்கவில்லை. மாறாக, தன் தந்தையைப் பாதித்த தோடல்லாமல், அவர் தனக்கு விட்டுச் சென்றிருந்த நிதர்சனமான,

> நிச்சயமான ஒரே ஒரு சொத்தான மன உளைச்சலால் அந்த உண்மை நிலை வளப்படுத்தப்பட்டிருந்தது(ப.68).

பள்ளிப்படிப்பின் போது ஒரு கௌரவப் பிரச்சினைக்காக மூாக்குக்கும் அவனது சக மாணவன் முனோஸுக்கும் சண்டை நடக்கிறது. அந்தச் சண்டையில் முனோஸைத் துவைத்து எடுத்துவிடுகிறான் மூாக். ஆனால், சண்டை நடந்த,

> புல்வெளியிலிருந்து கிளம்பும்போது முனோஸைத் திரும்பிப் பார்த்து, தன்னால் தாக்கப்பட்டவனின் தொங்கிப்போன முகத்தைப் பார்த்த போது முட்டாள்தனமான சோகம் திடீரென்று அவனுடைய நெஞ்சைக் கவ்வியது. அப்போதுதான், போர் என்பது நல்லது அல்ல என்பதை உணர்ந்தான். ஏனென்றால், ஒரு மனிதனை வெல்வதும் வெல்லப்படுவதைப்போலக் கசப்பானது தான்(ப.125).

ஆக, ஏதேன் தோட்டத்தில் ஆதாம் வாழ்ந்த வாழ்க்கையைப் போன்ற களங்கமற்ற வாழ்க்கையை - மூாக்கின் இளம் வயது வாழ்க்கையை - பற்றிய நினைவுகள் ("...மரக் காலணிகளும் கம்பளித் தலை உறைகளும் அணிந்து பனிப்பொழிவின் ஊடாகக் கதகதப்பளிக்கும் தங்கள் இல்லங்களை நோக்கிச் சிறுவர்கள் ஓடும் 'ஈடன் தோட்ட' உலகை முன்கூட்டியே அறிவித்தன" - ப.118) பதிவு செய்யப் பட்டிருக்கும் இந்த நாவலில் சொல்லப்படும் வன்முறை நிகழ்வுகள் மேலே சொல்லப்பட்ட மூன்று மட்டுமல்ல. பிரெஞ்சுப் பண்ணை யொன்றில் (ராஸ்கல் பண்ணை) அராபியர்கள் நடத்திய கொலைகள்; பாலியல் வன்முறைகள்; அராபியர்களுக்கும் பிரெஞ்சு சிப்பாய் களுக்கும் நடக்கும் தெருச் சண்டைகள்: மதுபானக் கடையொன்றில் சுட்டுக் கொல்லப்பட்ட ஒருவனின் பிணம்; கோடை கால வெப்பத்தால் தலையில் சூடேறிய சவரக் கடைக்காரர் சவரக் கத்தியால் தனது வாடிக்கையாளரொருவரின் கழுத்தை அறுத்தல்; பிரெஞ்சுப் படைவீரனொருவனால் மூாக்குமே துரத்தி வரப்படுதல் - இவை எல்லாமே வன்முறையை நிராகரிக்கும்படி மூாக்கை (வளர்ந்து பெரியவனாகிய பிறகு காம்யுவை) தூண்டியிருக்கக்கூடும். இந்த வன்முறை எதிர்ப்பு மனிதநேயம் சார்ந்தது; அரசியல் சார்ந்தது அல்ல.

ஆனால், காம்யு நேரடியான, செயல்வகைப்பட்ட அரசியலுக்கு அப்பாற்பட்டவராக இருக்கவில்லை. நாஜி எதிர்ப்புப் போராட்டத்தில் முக்கியப் பங்கேற்றிருக்கிறார். பிரான்ஸின் ஒரு பகுதி நாஜிகளால் ஆக்கிரமிக்கப்பட்டிருந்த போது, அந்த நாட்டில் நாஜி ஆதரவாளர் களாக இருந்தவர்களுக்கும் நாஜிகளுடன் இணைந்து வேலை

செய்தவர்களுக்கும் என்ன தண்டனை கொடுக்கப்பட வேண்டும் என்ற விவாதங்களில் பங்கேற்றிருக்கிறார். பிரெஞ்சு தேசத்தின் ஆன்மாவைக் காப்பாற்றும் பொருட்டு நாஜி ஆதரவாளர்கள் 'களையெடுக்கப்பட வேண்டும்' என்று 'கொம்பா' ஏட்டில் தலையங்கங்கள் எழுதியிருக் கிறார். ஆனால், வலதுசாரி எழுத்தாளரும் நாஜி ஆதரவாளருமான பாஸியாக் (Rober Brasillach) என்னும் கவிஞருக்கு விதிக்கப்பட்ட மரண தண்டனை இரத்து செய்யப்பட்டு அவருக்கு மன்னிப்பு வழங்க வேண்டும் என்ற கோரிக்கை மனுவில் அவருமே கையெழுத்திட்டி ருக்கிறார்.[31] அதாவது, இந்த வன்முறை, மரண தண்டனை என்ற விஷயங்கள் அவர் மனதில் எழுப்பிய சந்தேகங்கள், தயக்கங்கள் ஆகியவற்றின் தாக்குதல்களிலிருந்து தம்மைப் பாதுகாத்துக் கொள்ள முடியாத வகையில் அப்போது அவரது உணர்ச்சிகள் இருந்தன; மறுபுறம், வன்முறையானது வரலாற்றில் முன்னேற்றத்தை ஏற்படுத்தும் காரணத்தால் அது இரட்சிக்கப்படத்தக்கது என்று உறுதியாகச் சொல்லும் தத்துவ நிலைப்பாட்டை ஏற்றுக் கொள்ள மறுத்தார். வன்முறை -அது அரசு வன்முறையோ, புரட்சியாளர்களின் வன்முறையோ - அரசியல் இலக்குகளை அடைவதற்கான சரியான வழிமுறைகள் அல்ல என்ற நிலைப்பாட்டுக்கு நாளடைவில் வந்து சேர்ந்தார்.

இவை ஒருபுறமிருக்க, இந்த நாவலின் பிரெஞ்சு மூலத்தில் மூன்று இடங்களில், மூாக் 'monstre' என்று குறிப்பிடப்படுவதாகச் சொல்லப்படுகிறது. ஆங்கில மொழியாக்கத்தில்[32] *20, 295, 304*ஆம் பக்கங்களில் இந்தச் சொல் 'alien' என்று மொழியாக்கம் செய்யப் பட்டுள்ளது. வெ.ஸ்ரீராமின் தமிழாக்கத்திலோ இரண்டு வெவ்வேறு சொற்கள் பயன்படுத்தப்பட்டுள்ளன :

1. "தொடக்கத்திலிருந்தே, மூாக்கை 'விசித்திரமானவன்' என்று அழுத்தமாகக் காட்ட வேண்டும்" *(ப.21);*

2. "ஒருவன் உண்மையுடன் - 'உண்மை இதுதான் என்று தெரிந்து கொண்டு' - வாழ முடியாது. அப்படிச் செய்பவன் மற்றவர் களிடமிருந்து விலகிச் சென்றுவிடுகிறான். அவர்களுடைய மாயை எதையுமே இவனால் பகிர்ந்து கொள்ள முடியாது. அவன் ஒரு விநோத ஜந்து - நானும் அப்படித்தான்". *(ப.237);*

31. https://en.wikipedia.org/wiki/Robert_Brasillach (Accessed on 15.10.2018)
32. Albert Camus, The First Man, Translated from French by David Hapgood, Knopf, New York, 1995.

3. "ஒரு பயங்கர விநோத ஜந்துவின் கதையைச் சொல்லப் போகிறேன். நான் சொல்ல வரும் கதை".*(ப.245).*

'monstre' என்னும் பிரெஞ்சுச் சொல் ஆங்கிலத்தில் 'monster' என மொழிபெயாக்கப்படுகிறது. தமிழில் அதற்கு அர்த்தம் 'அரக்கன்'. ஆனால், 'முதல் மனிதன்' நாவலில் காம்யு மூாக்கை 'அரக்கன்' என்று பொருளில் அல்ல, மாறாக 'களங்கமுற்றவன்' என்ற அர்த்தத்தில் 'monstre' என்ற சொல்லைப் பயன்படுத்தியிருக்கிறார் என்று கருதலாம். இந்த நாவலுக்கான 'குறிப்புக'ளில் "பலியானவர்கள் பக்கம் இதுவரை தான் இணைந்திருந்ததாக உணர்ந்த மூாக், தண்டனை அளிப்பவர்கள் பக்கமும் இப்போது தான் இருப்பதை அறிகிறான்." என்ற வரிகள் காணப்படுகின்றன *(ப.232).*

மூாக்குக்கும் அல்ஜீரிய விடுதலை இயக்கத்தைச் சேர்ந்த சதோக்குக்கும் தொடர்பு இருந்ததாக இந்த நாவலுக்கான 'குறிப்புக'ளில் சொல்லப்படுகின்றது *(ப.233).*

"தலைமறைவாக இயங்கிய பத்திரிகையின் அறையிலிருந்து மூாக் தப்பி ஓடும் போது, அவனைத் துரத்திவந்த ஒருவனைக் கொன்றான்" *(ப.259).*

ஆக, மூாக்குமே குற்றம் செய்தவனாகவோ, குற்றத்துக்கு உடந்தையாகவோ இருந்திருக்கிறான் என்பதைக் காம்யு கூற விரும்பினார் என்று ஊகிக்கலாம்.

'இந்தக் 'குறிப்புக'ளின் அடிப்படையில் பல்வேறு ஊகங்களுக்கு வர முடியும். அல்ஜீரியப் பிரச்சினை, காம்யுவின் புரிதலுக்கும் அப்பிரச்சினை தொடர்பாக அவர் மேற்கொண்ட நிலைப்பாட்டுக்கும் உள்ளடக்கப்பட முடியாத வகையில் மிகவும் சிக்கலானதாக இருந்திருக்கிறது என்று உணர்ந்து அவற்றை வெளிப்படுத்துவதற்குப் பொருத்தமான வடிவம் 'ஸிஸிபஸ் தொன்மம்' போன்ற தத்துவக் கட்டுரையோ, 'காலிகுலா', 'பேய்பிடித்தவர்கள்' போன்ற நாடகங்களோ அல்ல, மாறாக பெரும் நாவலொன்றுதான் என்று கருதியிருக்க வேண்டும்.

காம்யு கார் விபத்தில் கொல்லப்பட்ட போது, அவருடன் அரசியல்ரீதியாக மிகவும் முரண்பட்டிருந்த சார்த்தர் தமது அஞ்சலிக் குறிப்பில் எழுதினார்:

(காம்யு) பிரெஞ்சு இலக்கிய உலகில் தொடர்ந்து இருந்துவந்துள்ள அறவியலாளர்கள் - இவர்களின் படைப்புகள்தான் இந்த இலக்கிய உலகின் தனிமுதலான வெளிப்பாடுகள் - வரிசையில்

இடம்பெறத்தக்கவர், அந்த வரிசையின் அண்மைக்கால பிரதிநிதி என்று கொள்ளத்தக்கவர். அவரது தூய்மையான, அதே சமயம் ஒடுக்கமான, கண்டிப்பான அதே சமயம் உணர்வார்ந்த, பிடிவாதமான மனிதத்துவமானது நம் காலத்தைப் புரட்டிப் போட்ட பெரிதினும் பெரிதான, ஆனால் குறிப்பிட்ட வடிவங்களற்ற நிகழ்வுகளுக்கு எதிராக நிலையற்ற போரைத் தொடுத்தது. மறுபுறமோ நிலவும் யதார்த்தத்தை ஆராதித்து அதனை வணங்கும் போக்கு, நயவஞ்சமாகச் சிந்தித்து செயல்படும் சாணக்கியர்கள் ஆகியோரை விடாப்பிடியாக எதிர்த்ததன் மூலம் அற நிலைப்பாட்டை நமது யுகத்தின் மனதில் நிலைபெறச் செய்தார், அதனை மீண்டும் உறுதிப்படுத்தினார்.[33]

எனினும், இந்த அறவியலால் சிந்தனையிலும் எழுத்திலும் மட்டுமே 'தூய' வடிவத்தில் நிலவ முடியும். யதார்த்தமான அரசியல் நடை முறைச் செயல்பாடுகளோ திட்டவட்டமான வரலாற்று நிலைமை களால்தான் தீர்மானிக்கப்படுகின்றன. அப்படித் தீர்மானிக்கப்பட்ட நடைமுறைச் செயல்பாடுகளோடு இந்த அறவியல் தன்னை இணைத்துக் கொள்ள முயலும்போது, அது தவிர்க்கமுடியாதபடி களங்கப்பட்டுவிடுகிறது - எல்லாவகையான சாணக்கியத்தனத்தி லிருந்தும் தன்னை முழுமையாக விடுவித்துக் கொள்ள அது கடும் முயற்சி செய்த போதிலும். எனினும், இந்த அறவியல் நிலைப்பாட்டைக் கடைப்பிடிக்காதது எந்தவொரு மனிதனுக்கும் ஏற்படும் 'வீழ்ச்சி' என்று கருதிய காம்யு, அந்த அறவியல் பரிசோதனைக்குத் தமது வாழ்க்கையை உட்படுத்திப் பார்ப்பதற்காக இந்த நாவலை எழுதத் திட்டமிட்டிருக்கக் கூடும். இதில் அவர் தமது மனிதநேய உணர்வுக்கும் பிரெஞ்சுமையவாதத்திற்குமிருந்த முரண்பாட்டை எவ்வாறு கடந்து வந்திருப்பார் என்பதை ஊகிப்பது எளிதல்ல.

காம்யுவின் அரசியல், அறவியல் சார்ந்த இந்த ஊகங்கள் ஒருபுறமிருக்க, அழகியல் இரசனைக்காகவாவது 'முதல் மனிதனை' - வெ.ஸ்ரீராமின் தமிழாக்கத்தில் - குறைந்தது மூன்று முறை திரும்பத் திரும்பப் படிக்க வேண்டும்.

---

33. Jean-Paul Sartre, Tribute to Albert Camus, *http://faculty.webster.edu/corbetre/ philosophy/existentialism/camus/sartre-tribute.html* (Accessed on 07.10.2018)

-அக்டோபர், *2018*

20

மேதையின் மறைவு

சமகாலத் தமிழ் எழுத்தாளர்களில் எனக்குத் தெரிந்த அளவுக்கு - மிகத் தூய்மையான மனமும் சிந்தனையும் செயற்பாட்டையும் கொண்டிருந்த மனிதர், 42ஆண்டுக்காலம் ஓரே சீரான நட்பைக் கொண்டிருந்தவர், மாபெரும் நாடகாசிரியரும் எழுத்தாளருமான ந. முத்துசாமி - மறைந்த செய்தியைத் தொலைக்காட்சி சானலிலிருந்து தெரிந்து கொண்டேன்.

நவீனத் தமிழ் இலக்கிய, சிந்தனையுலகில் பெரும் தாக்கத்தையும் மறுமலர்ச்சியையும் ஏற்படுத்திய 'கசதடதபற', 'நடை' போன்ற சிற்றேடுகள் மூலமே தெரியவந்தவர் அவர். அவரது மறைவையடுத்து, 'கசடதபற'வின் இரத்தமும் சதையுமாக இருந்தவர்களில் இப்போது இருவர் மட்டுமே எஞ்சியுள்ளனர்.

'கசடதபற' குழுவைச் சேர்ந்தவர்களில் என்னுடன் மிக வாஞ்சையுடன் பழகியவர்கள் மஹா கணபதி, ஞானக்கூத்தன், ந.முத்துசாமி, சா.கந்தசாமி, எனது குடும்ப நண்பராகிவிட்ட 'க்ரியா' ராமகிருஷ்ணன் ஆகியோர். 1970களில் சென்னை வாலாஜாசாலையில் கலைவாணர் அரங்கத்திற்குக் கிட்டத்தட்ட நேர் எதிரே இருந்த வீட்டின் மாடிப் பகுதியில் வாடகைக்குக் குடியிருந்த ந.முத்துசாமியின் குடும்பம் முழுவதற்குமே அவரது நண்பர்களையும் சக எழுத்தாளர்களையும் விருந்தோம்புவதில் எப்போதும் உற்சாகம்தான். எழுத்தாளர்களின், வெளிநாட்டு ஆராய்ச்சியாளர்களின் சுவாரசியமான இலக்கிய, கலை விவாதங்கள் விடிய விடிய நடந்த சம்பவங்களுக்கும் அந்த வீட்டின் முன்னறையே சாட்சியமாக இருந்தது.

தஞ்சை மாவட்டம் புஞ்சை கிராமத்தில் பிறந்து வளர்ந்த அவர் கல்லூரிப் பட்டம் பெற்றவரல்லர்; ஆனால் ஏராளமான பல்கலைக் கழகப் பேராசியர்களின் ஆய்வுகளுக்கும் ஆராய்ச்சிகளுக்குமான அறிவுக்களஞ்சியமாக இருந்திருக்கிறார்.

'நீர்மை' சிறுகதைத் தொகுப்பின் மூலம் தமிழ் வாசகர்களுக்குப் பரவலாக அறிமுகமாகி, தமது கிராமிய பண்பாட்டு மரபில் ஆழமாக வேர்விட்டு நின்றிருந்த அதேவேளை, நவீன இலக்கிய உலகிலும்

அனாயசமாகப் பிரவேசித்து அங்கும் தம் இலச்சினையைப் பொறித்தவர். அவரது ‘சுவரொட்டிகள்’ நாடகம், காலத்துக்கு ஏற்ற சில மாற்றங்களைச் செய்து கொண்டு (சுவரொட்டிகளுப் பதிலாக பேனர்கள் அல்லது கட் அவுட்டுகள் அல்லது தொலைக்காட்சி விளம்பரங்கள்), உலகு தழுவியதாக நிலைத்து நிற்கக்கூடிய உள்ளார்ந்த அம்சங்களைக் கொண்டுள்ளது.

தமிழக கிராமியக் கலை வடிவமான தெருக்கூத்து (கட்டைக் கூத்து) சீரழிந்து கொண்டிருந்த நிலையில், அதில் ஒரு குறிப்பிட்ட பிரதேசம் சார்ந்த புரிசைக்கூத்தையும் (அதைச் சேர்ந்த மாபெரும் கலைஞரான கண்ணப்பத் தம்பிரானையும்) இனங்கண்டு, உலகோர் கண்களில் அதனை மதிப்புக்குரியதக்க எவ்விதத் தன்னலமுமின்றிப் பாடுபட்டவர். அவரால் உருவாக்கப்பட்ட கூத்துக் கலைஞர்கள், அவரது கூத்துப் பட்டைறையில் புடம் போட்டு எடுக்கப்பட்ட நாடகக் கலைஞர்கள், திரைப்பட நடிகர்கள், நாடக இயக்குநர்கள், நாடக ஆசிரியர்கள் என ஏராளமானோர் ந.முத்துசாமியின் முத்திரை பதிக்கப்பட்டவர்களாக அவருக்குக் கடைசி வரை விசுவாசமாக இருந்ததே அவரது தன்னலமற்ற தொண்டின் வெளிப்பாடுதான்.

அரசாங்க விருதொன்று, பத்மஸ்ரீ பட்டம் ஆகியன அவரது கலை, இலக்கிய சாதனைக்கான போதுமான அங்கீகாரம் அல்ல. சுயவிளம்பரத்தின் மூலமோ, ‘லாபி’களின் மூலமோ பிரசித்தி பெற விரும்பாத மகோன்னதக் கலைஞர் ந.முத்துசாமி. ஆங்கிலத்திலோ, பிற மொழிகளிலோ மொழியாக்கம் செய்யப்படும் நவீனத் தமிழ் இலக்கியப் படைப்புகளிற் பல ந.முத்துசாமியின் எழுத்துகளின் முன் கூனிக் குறுகி நிற்க வேண்டியவை. நம் காலத்தில் தமிழ் மொழி பற்றிய ஆராய்ச்சியிலும் தமிழ், தெலுங்கு முதலியவற்றிலுள்ள செவ்வியல் இலக்கியப் படைப்புகளை ஆங்கிலத்தில் மொழியாக்கம் செய்வதிலும் தன்னிகரற்றவராக விளங்குபவரும், பாலஸ்தின மக்களின் உரிமைக்காகத் தொடர்ந்து குரல் கொடுத்து வருபவருமான இஸ்ரேலிய அறிஞர் டேவிட் ஷுல்மன், சங்கப் பலகை இன்றிருக்கு மானால் அதில் ந.முத்துசாமிக்கு அருகில் உட்கருவதற்கு போலி இலக்கியப் பிரபலங்களுக்கு இடமே இருக்காது, அவர்கள் மதுரை மீனாட்சியம்மன் கோவில் குளத்தில் தூக்கியெறியப்படுவர் என்று கூறியுள்ளார். ந.முத்துசாமியை, போர்ஹேவுடன் ஒப்பிட்டுள்ளார் ஷுல்மன். இதுதான் ந.முத்துசாமிக்குக் கிடைத்த மிகப் பெரும் அங்கீகாரம். ஷுல்மனின் பின்னுரையுடன் கூடிய ஒரு நூல் -

ந. முத்துசாமியின் படைப்புகளின் ஆங்கில மொழியாக்கம்* - தமிழ் இலக்கிய உலகத்திலோ, ஆங்கில மொழியாக்கக் களத்திலோ ஆரவாரமாகப் பேசப்படாததே ந.முத்துசாமிக்குப் பெரும் உவகை அளித்திருக்கும். தம் மீது எவரேனும் ஒளி பாய்ச்சினால், அந்தக் கணமே வெட்கப்பட்டு ஓடி ஒளிந்து ஏதோவொரு இடத்தில் ஒதுங்கி நின்று கொள்பவர் ந. முத்துசாமி.

மும்பையில் தீவிரவாதிகளின் தாக்குதல்கள் நடந்து கொண்டிருந்த சமயத்தில் காலமான விபி.சிங்கின் மறைவுச் செய்தி எவ்வாறு ஊடகங்களால் பின்னுக்குத் தள்ளப்பட்டதோ, அவ்வாறே தமிழகச் சட்டமன்ற உறுப்பினர்களில் 18 பேர் பதவி நீக்கம் செய்யப்பட்டது தொடர்பான சென்னை உயர் நீதிமன்றத் தீர்ப்பு பற்றிய பரபரப்பான விவாதங்களுக்கும், அரசியல் தாதாக்கள் பற்றிய தொலைக்காட்சி விவாத மேடைகளுக்கும் முன்பு ந. முத்துசாமியின் இறப்புச் செய்தி, போனால் போகின்றது என்பதைப் போன்ற, ஒப்புக்குச் சொல்லப் பட்டது போன்ற, மறு நாளே எல்லோரும் மறந்துவிடுகின்ற செய்திகளிலொன்றாகப் பின்னுக்குத் தள்ளப்பட்டது.

'இந்து தமிழ் திசை' மட்டுமே, ந. முத்துசாமிக்கு உரிய அஞ்சலி களைச் செலுத்தியது.

எப்படியிருப்பினும், இன்னும் ஒரு நாறாண்டுக்குப் பின்னரும் சங்க இலக்கியம், பாரதியார் கவிதைகள் போல ந.முத்துசாமியின் படைப்புகளும் தொடர்ந்து படிக்கப்பட்டு வரும்.

* NA MUTHUSWAMY, *Bullocks from the West : Five Punjabi Stories & a Play*, Translated by David Shulman and S.Ramakrishnan, Westland Publications Private Limited, Chennai, 2018.

-உயிர் எழுத்து, நவம்பர், 2018